'द ब्लाइंड लेडीज डिसेंडंट्स' ही एक करुण विनोदानं भरलेली, मनात कटुता रेंगाळत ठेवणारी कलाकृती आहे. विनोदी वळणानं सांगितलेल्या त्या दुःखद गोष्टीशी वाचक जुळवून घेतो. ही गोष्ट सुखान्त होऊ शकेल, अशी अपेक्षा बाळगणंच वेडगळपणाचं ठरेल.

— डेक्कन क्रॉनिकल

अनीस सलीमच्या 'द ब्लाइंड लेडीज डिसेंडंट्स' या पुस्तकाच्या शीर्षकातच उमरावाचा बडेजाव आढळतो. ही कथा उलगडत जाते तीही एखाद्या उमरावकथेच्या थाटात. कादंबरी सहजच वाचकाच्या मनाचा ताबा घेते. पानापानावर आढळणाऱ्या, घसरण लागलेल्या कौटुंबिक नात्यात वाचक नकळतच ओढला जातो. कथेत गुंतत जातो.

— सनडे हेराल्ड

मुस्लीम कुटुंबाच्या रोजच्या जीवनाचे तपशील आणि बाबरी मशिदीच्या पतनामुळे झालेले आघात सलीमनं बारकाईनं टिपले आहेत. १९९०च्या दशकातील भारतातील सर्वसामान्य छोट्या गावाचं परिणामकारक वर्णन केलं आहे. अमरचा भाऊ प्रथम धर्माकडे ओढला गेला आणि नंतर...

— डेक्कन क्रॉनिकल

भारतीय लेखकाच्या पुस्तकात इतकी सुंदर भाषाशैली, अर्थपूर्णता आणि विनोद यांचा मेळ क्वचितच पाहायला मिळतो.

— डी.एन.ए.

या पुस्तकाची कथनशैली ही त्यातील सर्वांत चांगली गोष्ट आहे, कारण त्रयस्थपणे वर्णन करण्याचे सूत्र सर्वत्र सांभाळले गेले आहे.

— हिंदू

समकालीन भारतीय इंग्लिश कादंबऱ्या वाचताना खुदू खुदू हसायला येईल असं पुस्तक क्वचितच सापडतं. 'व्हॅनिटी बॅग' वाचत असताना तो अनुभव येतो आणि तेसुद्धा दहशतवाद्यांची अत्यंत मनोवेधक गोष्ट त्यात असताना.

– फर्स्ट पोस्ट

सलीमनी सूक्ष्म भावनांनी अवगुंठित असं विश्व निर्माण केलं आहे.

– हिंदुस्थान टाइम्स

रोजच्या सामान्य जीवनातील हळुवार चढ-उतार हा या पुस्तकाचा विषय आहे, अशी आपली कल्पना होते; परंतु खरं तर, त्यात आपल्या जीवनातील गुंतागुंतीवर बोचरं विनोदी आणि सूक्ष्मदृष्टी देणारं भाष्य आहे.

– डेक्कन हेराल्ड

महाकाव्याच्या लेखकाप्रमाणे त्यानं घटनांकडे त्रयस्थपणे पाहिलं आहे, त्यामुळे दुर्घटना आणि संकटं हीसुद्धा जीवनाच्या रंगभूमीवर सहज घडणारे प्रवेश वाटतात.

– फ्रंटलाइन

एक व्यामिश्र जीवनपट...

दैनिक सकाळ ६-५-२०१८

कटुता रेंगाळत ठेवणारी कलाकृती

दैनिक लोकमत, २४-६-२०१८

करुण विनोदाने भरलेली कादंबरी...

दैनिक लोकमत, ७-४-२०१९

आपल्या स्नेहीजनांना पुस्तके भेट द्या

'The Blind Lady's Descendants' या इंग्रजी पुस्तकाचा अनुवाद

आंधळ्या बाईचे वंशज

कारुण्याला विनोदाचा साज चढवून गुंतवून ठेवणारी कादंबरी

लेखक

अनीस सलीम

अनुवाद

श्यामल चितळे

मेहता पब्लिशिंग हाऊस

THE BLIND LADY'S DESCENDANTS by ANEES SALIM

First Published in the English language in India by Westland Ltd, 2014
First Published in the Marathi language 2018 by Mehta Publishing House Pune
Translated into Marathi Language by Shyamal Chitale

आंधळ्या बाईचे वंशज / अनुवादित कादंबरी

अनुवाद : श्यामल चितळे

Email : author@mehtapublishinghouse.com

प्रकाशक : सुनील अनिल मेहता, मेहता पब्लिशिंग हाऊस,
१९४१, सदाशिव पेठ, माडीवाले कॉलनी, पुणे ४११०३०.

मुद्रक : ट्रिनिटी अॅकॅडमी फॉर कॉर्पोरेट ट्रेनिंग लिमिटेड

मुखपृष्ठ : सतीश भावसार

प्रथमावृत्ती : मार्च, २०१८

किंमत : ₹ २९५

P Book ISBN 9789387319998
E Book ISBN 9789387789005
E Books available on : amazonkindle Apple Books Google Play Books

---

आंधळ्या बाईला व तिच्या वंशजांना अर्पण

अनुक्रमणिका

जन्म / १

शादी / ६७

प्रेम / १३१

प्रेमभंग / १७१

आरंभ / २२१

जन्म

मी लहान असताना- सहा-सात वर्षांचा असेन, आठपेक्षा मोठा नक्कीच नाही- दुर्भाग्याला दूर ठेवण्यासाठी आमची अम्मी घराच्या प्रवेशदारावर छोटे छोटे खिळे ठोकायची; पण दुर्भाग्य बहुतेक मागच्या दारानं आत आलं असावं, कारण आपण मोठे झालो असं मला वाटायला लागलं, तोपर्यंत तेरा-चौदा वर्षांचा असताना, जास्तीत जास्त सोळा वर्षांचा... मी दुर्भाग्याला आमच्या कुटुंबातलाच एक सभासद मानायला लागलो. जणू माझ्या अम्मी-अब्बांचं चौथं मूल होतं ते, माझ्यापेक्षा मोठं आणि सोफियापेक्षा लहान. असं वाटायचं, मी आजच्या वयाचा- सव्वीस वर्षांचा व्हायच्या कितीतरी वर्षं आधीच आमचं उरलंसुरलं भाग्य घेऊन ते चाललं जाईल.

मी नेहमीच जाणून होतो, की मी ही चिठ्ठी लिहायला सव्विसाव्या वर्षी सुरुवात करेन आणि सत्तावीसचा होण्यापूर्वी ती आटोपती घेईन. निरोपाची लांबलचक चिठ्ठी; सामान्य लोकांच्या रोगट आणि क्वचित काटछाट झालेल्या विस्तृत वंशवृक्षाचं छोटंसं चरित्र.

आम्ही बंगल्यातली मुलं. बंगला म्हणजे रेल्वे रुळाच्या जवळ असणारं मोठ्ठं जुनंपुराणं घर. साधारण दर अर्ध्या तासाला गावातून गाडी धडधडत गेली, की त्याच्या विटांच्या भिंती थरथरतात. मी हम्सा आणि अस्माचं चौथं मूल. खरं तर, ते दोघं एकमेकांना भेटायलाच नको होते. शादी करणं तर दूरची गोष्ट.

आमचं चौघांचं पालकत्व सोडलं, तर आमच्या अम्मी-अब्बांत समान गोष्ट काहीच नव्हती. मला आठवतं मी डॉ. रोझना सांगितलं तसं, ते दोघंही चुनखडीचा दगड आणि लोणी इतके वेगळे होते. (माझ्या मनात खूप दिवस अशी कल्पना घर करून होती, की असे दोन पांढरे ठोकळे जवळ ठेवलेत; पण सान्निध्य असूनही त्यांच्यात काहीच फरक पडत नाही- लोणी कठीण बनत नाही, की चुनखडीचा दगड मऊ बनत नाही.) डॉ. रोझनी मला काही विचारलं नाही, की अम्मी अब्बांपैकी कोण मला लोण्यासारखा वाटतो. ते फक्त माझ्याकडे पाहून हसले आणि त्यांनी अम्मीकडे चोरटी नजर टाकली. ती आपली, लोकांना मनोविकारातून बरं करत

असल्याबद्दल डॉक्टरांना मिळालेल्या ढाली ओळीनं लावून ठेवल्या होत्या, तिकडे बघत होती.

"ते सगळं होऊन गेलं," डॉ. रोझ म्हणाले, "गेल्या गोष्टींबद्दलची काळजी सोडली, तरच मानसिक शांतता लाभते."

सिद्धान्त चांगलाय; पण माझी त्यांच्याकडून अशी अपेक्षा नव्हती. लोकांना दुःखातून बाहेर काढण्यासाठी ज्यांना पैसे मिळतात, त्यांचा जीवनाकडे पाहण्याचा दृष्टिकोन असा असावा म्हणून. मला वाटत होतं, त्यांनी काहीतरी जाणत्या माणसासारखं बोलावं. असं वापरून गुळगुळीत झालेलं तत्त्वज्ञान सांगू नये.

उदाहरणार्थ, मी हुशार नसलो, सामान्य दर्जाचा विद्यार्थीसुद्धा नसलो, तरी काहीतरी शहाण्यासारखं बोललो असतो; पण तसं पाहिलं तर माझ्या मनात अगदी सहजपणे नव्या म्हणी येतात.

भूतकाळाचा अंगरखा खूप तलम असतो,
ढेरी मोठी झाली, की तो परत घालता येत नाही.

"छान, छान!" डॉ. रोझ हसत हसत म्हणाले. कनवाळूपणे हसत. त्यांना वेगवेगळ्या प्रकारांनी हसता येतं. त्यांच्याकडे विविध प्रकारच्या हास्यांची पोतडीच असावी. त्यांनी जर एखाद्या हास्याच्या स्पर्धेत भाग घेतला, तर घरी नेताना हात दुखतील, इतकी बक्षिसं मिळतील त्यांना. गेल्या दोन वर्षांत ते माझ्याकडे बघून निदान डझनभर तरी वेगवेगळ्या प्रकारांनी हसले असतील आणि उत्तरादाखल मी फक्त केविलवाणंच हसलो असेन.

"आणखी जास्त लिहिण्यात काय अडचण आली, अमर?" हसणं थांबवून त्यांनी विचारलं.

"माझे अब्बा," मी खोटंच सांगितलं.

"अरेरे!" ते म्हणाले. माझ्या हसण्यालाच ते तसं म्हणतायत की काय, अशी मला शंका आली.

डॉ. रोझ उंच आणि तगडे आहेत. एका खूप मोठ्या घरात ते राहतात. काळ्या-पांढऱ्या रंगांचे फोटो असत, गाठोड्यासारख्या आणि सामान ठेवायच्या जागेत दांडा असणाऱ्या मोटारी असत आणि पुरुष कोरलेल्या मिश्या आणि मोठ्या दाढ्या ठेवत, त्या काळात शोभून दिसेल असं त्यांचं घर बांधलं होतं. खिडक्यांना निळ्या, हिरव्या आणि तांबड्या रंगांची तावदानं होती. छपरावर केशरी नक्षीदार कौलं होती. मधल्या रुंद कॉरिडॉरच्या बाजूनं कॉफीच्या रंगाचे खांब होते. व्हरांड्यात सोन्याचा मुलामा दिलेल्या साखळ्यांनी सागाचा झोपाळा टांगला होता. दरवाज्यात पंचरसधातूची घंटा

टांगली होती. ही घंटा वाजवली, तरच आत जायला मिळायचं. विजेची घंटी नव्हती. आणि बघा ना, ते स्वतः जुन्या पद्धतीच्या घरात राहत होते आणि मला जुन्या गोष्टी विसरून जा, असा उपदेश करत होते.

प्रत्येक वेळी आमची भेट संपली, की अम्मी तिची नकली कातड्याची पिशवी उघडते आणि एक पाकीट बाहेर काढते. तात्पुरत्या समाधानाची किंमत. ती ते पाकीट कधीच डॉ. रोझच्या पुढे करत नाही. जणू काही तसं केलं, तर त्यांचं मन दुखावेल आणि ती जेव्हा पाकीट पेपरवेटच्या खाली सरकवते, तेव्हा ते खिडकीतून बाहेर बघतात, मन दुखावलं गेल्यासारखं. त्यांच्या निगा राखलेल्या बागेकडे टक लावून पाहत राहतात. कसली बाग- अर्थातच गुलाबाची. दुसरं काय असणार?

डॉ. रोझ गुलाबी रंगाच्या भिंती असणाऱ्या घरात राहायचे. घरांच्या सभोवती झालर लावल्यासारखी गच्च गुलाबाची झाडं. कधी कधी आयुष्यात खंडीभर शब्दकोट्या गवसतात. मला आवडतो हा वाक्प्रचार, खंडीभर शब्दकोट्या. खूप पूर्वी मी जाहिरातीच्या क्षेत्रात नाव मिळवायचं स्वप्न पाहिलं होतं. मला कॉपीरायटर बनायचं होतं. संडासात किंवा मोठ्या रांगेत उभं असताना लोक गुणगुणतात तशा प्रकारच्या जाहिरातीच्या गाण्यांच्या ओळी लिहून पैसे मिळवायचे होते. ती आवड एक उन्हाळाभर जेमतेम टिकली; पण जेव्हा ते वेड डोक्यात होतं, तेव्हा त्यानं माझ्‍ा इतका ताबा घेतला होता, की मी माझ्या बड्या बहनच्या- जसिराच्या मासिकातून डबलबुलच्या जाहिराती कापून त्या खिडक्यांच्या ओळीच्या वरच्या बाजूला चिकटवल्या होत्या. त्या गुळगुळीत मासिकाची आम्ही वर्गणी भरत नव्हतो. रेल्वेच्या पलीकडच्या बाजूला राहणाऱ्या अँग्लो इंडियन कुटुंबाकडून जसिरा वाचायसाठी ते आणायची आणि मग परतच करायची नाही. मासिकांची वाट लागलेली पाहून जसिरा घर डोक्यावर घ्यायची; पण खिडकीच्या खाली उभं राहून सोफिया त्यांच्याकडे कौतुकानं बघायची, म्हणजे त्यातली कला किंवा लिहिलेल्या ओळी यांकडे तिचं लक्ष नसायचं. आपल्या आईचा छिनालपणा आताच आपल्या वडिलांना समजलाय, असा भाव चेहऱ्यावर असणाऱ्या, गुळगुळीत दाढी केलेल्या माणसांकडे ती डोळे भरून बघायची.

जर तुम्ही दुर्भाग्याला मोजलं नाहीत, तर सोफिया ही हम्सा आणि अस्माचं तिसरं मूल. आम्ही सहा-सात भावंडंसुद्धा असू शकलो असतो; पण अम्मीचे ओळीनं बरेच गर्भपात झाले. एका बहनचा तर जन्म आणि मृत्यू एकाच दिवशी झाला, जणू काही तिला ही जागाच आवडली नाही. त्या चिमुकलीचा जन्म पावसाळ्यात झाला होता. नेमकं सांगायचं झालं, तर मी पहिल्यांदा शाळेत गेलो त्याच दिवशी. तांबडं फुटायच्या वेळी, ढगांच्या गडगडात आणि पावसाच्या रिपरिपीतही तिचं रडणं मी ऐकलं होतं. खूप वर्षांनी एखादी खिडकी उघडताना जसा कुरकुर आवाज यावा,

तसाच तिचा आवाज होता; पण मी शाळेतून परत आलो, तेव्हा ती बिछान्यात नव्हती. अम्मीचा हात मात्र अजूनही माझी बहन ठेवली होती, त्याच जागेवर विसावला होता. त्या बाळामुळे चादरीवर पडलेल्या सुरकुत्यांना जणू ती जपत होती. या अचानक निर्माण झालेल्या पोकळीमुळे मी पुन्हा शेंडेफळ झालो. त्यानंतर बंगल्याच्या बाळंतिणीच्या खोलीत फारसं काही घडलं नाही आणि शेवटपर्यंत मी शेंडेफळच राहिलो.

सर्वांत लहान असण्याचा मला काहीच फायदा नव्हता. त्यामुळे मला कधी जास्तीचा लॉलीपॉप मिळाला नाही. आमच्या छोट्या गावात वादळवाऱ्यामुळे ढगांचा गडगडाट व्हायला लागला, तर एखाद्या मोठ्या माणसानं माझं बोट धरलं नाही, की पोलिसाला बघून भीती वाटली तर लपायला आधार वाटेल, असे पायही मला सापडले नाहीत. बंगल्यात आणि बंगल्याबाहेरही जसिराच्या एकटीच्याच वाट्याला सगळं लक्ष आणि सवलती यायच्या. ते कसं मिळवायचं, हे ती चांगलं जाणून होती. कधी ती हुंदके द्यायची, कधी रुसायची. तिच्यापाशी आणखीही बऱ्याच युक्त्या होत्या. तिच्या मनासारखं व्हावं म्हणून अनेक कटकारस्थानं ती करायची. कुणी कशाला 'नाही' म्हटलं, की पहिल्यांदा ती हुंदके द्यायची आणि पळून जायच्या गोष्टी करायची. त्यातल्या कशाचा उपयोग झाला नाही, तर ती स्वतःचे सुंदर लांब केस ओढायला लागायची आणि खिन्नमनस्क असल्याचं नाटक करायची. स्वतःच्याच सावलीशी विचित्र आवाजात बोलायला लागायची. मग नेहमीच तिला होणारा विरोध मावळून जायचा. तिला हव्या असतील त्या गोष्टी मिळायच्या. लोकांचं लक्ष आपल्याकडेच जावं, या विचारानं ती जणू झपाटलेली होती आणि तसं होण्यासाठी बंगल्याबाहेर असताना तर तिला जराही तोशीस पडायची नाही.

अम्मीला याचं वाईट वाटायचं, की जसिराला तिचं 'मार डाला' असं सौंदर्य आमच्या अब्बांची बहन, सुहुदा बुआकडून मिळालं होतं. तिच्या तरुणपणी सुहुदा बुआ अप्रतिम सुंदर होती. सुहुदा बुआसारखी जसिराही लहरी होती, त्यामुळे अब्बांची त्रेधा उडायची. सुहुदा बुआचे दोन तलाक झाले होते आणि आताचा तिचा तिसरा शौहर नातलगांच्या थट्टामस्करीचा विषय होता. त्याला सगळे ताटाखालचं मांजर म्हणत. जसिरा तिचे केस एक दिवसाआड शाम्पूनं धुवायची आणि कधीतरी अब्बांची ब्लेड घेऊन काखेतले केस काढायची. एकदा मी तिला पेटिकोट घालून आरशापुढे उभं असलेलं पाहिलं होतं. घाईघाईनं केस काढताना झालेल्या छोट्या जखमांना ती हातानं ओल्ड स्पाइस लावत होती आणि झोंबल्यामुळे स्सऽऽ स्सऽऽ म्हणत होती.

बंगल्यातल्या सुंदरीवर जीव टाकणाऱ्या बंगल्याबाहेरच्या लोकांची लांबच लांब रांग असणं साहजिकच होतं. म्हणजे अगदी बंगल्यालगतच बाहेर म्हणायचंय मला. आमच्या अंधाऱ्या बागेतून रेल्वे रुळाच्या बाजूनं एकसुरी शीळ ऐकू यायला लागली,

की मला समजायचं की कोणीतरी सिग्नलच्या खांबाजवळ उभं राहून माझ्या बहनचं प्रियाराधन करतंय. नशीब, चांगल्या संस्कारांत वाढली होती म्हणून ती कधी सज्जात आली नाही आणि त्या अनुनय करणाऱ्या माणसाला वर चढता यावं म्हणून तिनं आपल्या वेण्याही खाली सोडल्या नाहीत. कधी कधी शीळ इतका वेळ वाजत राहायची, की मला वाटायचं की त्या सडकसख्याहरीचे ओठ लाल झाले असतील आणि कोरडेही पडले असतील. एके रात्री, सिग्नलच्या खांबाजवळ असणाऱ्या बेडकांच्या डराव डराव ओरडण्यातूनही ऐकू आलेली शीळच मी पुन्हा वाजवली. त्या बाहेरच्या माणसाला कल्पना नव्हती, की जसिराला शीळ वाजवता येत नाही; तिला फक्त गाता येतं. तेसुद्धा फक्त स्वतःचंच गुणगान. शिळांची अशी देवाण-घेवाण तासभर तरी चालली. त्या मोसमात रेडिओवर वाजणाऱ्या उडत्या चालीच्या, खिन्न, सदाबहार सगळ्या गाण्यांची हेवा करावी इतकी नक्कल करून झाली. शीळ वाजवायचा कंटाळा आल्यावर मी दुधाच्या रिकाम्या पिशवीत हात घातले आणि भिंतीजवळच्या जांभळाच्या झाडाजवळ गेलो. मी शीळ वाजवायचं थांबवून स्वयंपाकघरात जाऊन दुधाच्या रिकाम्या पिशव्या शोधेपर्यंत रेल्वे रुळाकडून येणाऱ्या शिळेची चाल खिन्न आणि तणावात असल्यासारखी झाली होती. जांभळाच्या झाडाच्या पायथ्याशी उभं राहून मी पुन्हा शीळ वाजवली आणि लगेचच उत्तरादाखल तिकडून येणारी शीळ पुन्हा खुशीनं वाजवल्यासारखी वाटली. पिंगपाँग खेळल्यासारख्या आमच्या शिळा या-त्या बाजूनं येतच होत्या. शेवाळ्यानं भरलेली भिंत हे मधलं नेट होतं. मग तो आवाज जवळ आला. अगदी भिंतीच्या खालून आल्यासारखा. रात्रीच्या हवेत शीळ थोडी थोडी घाबरल्यासारखी थरथरत होती. तेवढ्यात मला कोणीतरी भिंत चढत असल्यासारखं वाटलं. सर्वांत वरच्या विटांच्या वर मला एक काळं डोकं दिसलं. क्षणभर स्तब्ध उभं राहून तो आत डोकावून बघत होता. जणू काही एखादं शिर कापून भिंतीवर ठेवलं असावं. जसिराच्या सज्जातून खाली पडणाऱ्या उजेडात मी आलो आणि काहीतरी अजब पाहिल्यासारखे त्याचे डोळे भीतीनं विस्फारलेले असतानाच त्या चेहऱ्याच्या दिशेनं मी शेणाचा गोळा फेकला. ते डोकं न हलता काही वेळ तसंच राहिलं, शिरच्छेद केल्यासारखं. 'च्युतिच्या... मादरच्योद!' त्या ठिबकणाऱ्या शेणातून त्यानं मला शिवी घातली आणि तो खालच्या धूळवाटेनं नाहीसा झाला. नंतरचा काही वेळ मला कोणीतरी शेणाचा वास आणि चव याला तोंड देतंय असं वाटलं. तो इतकं भडभडून ओकला, की मलाही भिंतीला टेकून उलटी कराविशी वाटली. नंतर माझा शीळ घालण्यातला साथी नेटानं सायकलवरून जातानाची खडखड मी ऐकली.

नेहमीच सगळ्यांचं दिल घायल करणारी जसिरा म्हणजे हम्सा आणि अस्माचं पहिलं मूल. दोन व्यक्ती, ज्यांच्या नावाचं यमक बऱ्यापैकी जुळत होतं; पण

आयुष्यात कधी एकमेकांशी जुळलं नाही. त्यांच्यातला ताणतणाव लक्षात येण्याइतका मी मोठा झालो, त्या वेळी मला अल्लाकडे रदबदलीसाठी प्रार्थनासुद्धा करता आली नाही, कारण तोपर्यंत मी पक्का नास्तिक झालो होतो.

तेरा वर्षांचा झाल्यानंतर काही काळानं मी नास्तिक बनलो. तेराव्या वर्षी अकमलबरोबरच माझंही कुराणाचं शिक्षण पूर्ण झालं होतं. मी पटकन शिकायचो. अकमलपेक्षा तरी नक्कीच. अकमलला प्रत्येक गोष्टीत अल्लाचा हात आहे, असा विश्वास होता. आम्हाला कुराण शिकवायला एक तरुण बंगल्यावर यायचा. त्याच्या खिळखिळ्या सायकलवर बसून तो जेव्हा अंगणातल्या वाटेवरून यायचा, तेव्हा त्याच्या पांढऱ्या फेट्याचा पदर पतंगाच्या शेपटीसारखा त्याच्या मागे उडत असायचा. फेटा न घालता तो कसा दिसेल, याची मला कल्पना करता येत नाही. विशेषतः अंधाऱ्या रात्री. त्यामुळे मी ज्याच्यावर तो गिळगिळीत गोळा भिरकावला, तो तोच होता, असं मला खात्रीनं सांगता येणार नाही किंवा त्याचं तोंड शेणानं भरलेलं असताना त्याचा आवाज कसा येईल, हेदेखील सांगता येणार नाही. त्या शीळ घालण्याच्या घटनेनंतर काही दिवस तो गैरहजर राहिला, हा योगायोगही असेल कदाचित; पण आठवड्यानंतर तो आला तेव्हा पहिल्यासारखाच नीटनेटका होता. त्याच्या चारित्र्यावर शेणाचा शिंतोडा उडला असेल, अशी शंकाही कोणी घेतली नसती.

त्यानं चार वर्षं आम्हाला कुराण शिकवलं. त्याला आम्ही 'उस्ताद' म्हणायचो. त्यामुळे त्याचं नावही आम्हाला कधी कळलं नाही. तो मचमच आवाज करत भराभर जेवायचा. जेवल्यावर तो बशी चाटून पुसून इतकी स्वच्छ करायचा, की बंगल्यावर तो जेवल्यानंतर त्याच्या भात खाल्लेच्या बशीत जसिरा आपला चेहरा न्याहाळू शकली असती. एकदा शिकवून, जेवून तो गेला, की गावच्या मशिदीत रात्रीचा मुएझ्झिन म्हणून तो हजेरी लावायचा. त्यानं भाविक लोकांना प्रार्थनेसाठी कर्ण्यावरून केलेलं बोलवणं आम्ही ऐकायचो. ते दीर्घ, सुस्वर आवाहन रेलरोडवरून लहरत लहरत घराच्या दाट बागेला ओलांडून आत यायचं. तो एकसुरी आवाज बंगल्यात शिरला, की अम्मी, जसिरा आणि सोफिया घाईघाईनं डोक्यावरून शाली ओढत. मला मात्र रेलरोडच्या बाजूनं येणाऱ्या शिळा, भिंतीवरून डोकावलेला चेहरा आणि गुबकन त्या चेहऱ्यावर मारलेला शेणाचा गोळा आठवायचा; पण मला खात्री कधीच नव्हती आणि मी धमकी देऊन पैसे उकळण्याच्या भानगडीतही पडलो नाही. एखाद्या तरुण मुल्लाला त्यानं न केलेल्या चुकीसाठी सुळावर चढवणं ठीक झालं नसतं.

ओसरीच्या पायऱ्यांवर बसून तो आम्हाला विधिपूर्वक स्नानाचा क्रम शिकवायचा. माजघरात जुन्या फर्निचरच्या मधोमध प्रार्थना करायचं जाजम अंथरलेलं असायचं. त्यावर हातावर हात घेऊन, गुडघ्यावर बसून नमाज पढत असताना आमच्यावर

बारीक लक्ष ठेवायचा. नंतर आमच्या नमाजाचं परीक्षण करून मला नेहमी अकमलपेक्षा वरच्या दर्जाचा ठरवायचा.

प्रार्थना म्हणताना खूप नियम पाळावे लागतात. नमाज पढताना जर पादायला झालं, तर फार महत्त्वाचा नियम मोडला जातो. लगेच प्रार्थना थांबवावी लागते, दुसरा विचार करून चालतच नाही. उस्तादाकडून मी ही फार महत्त्वाची गोष्ट शिकलो. बाकीच्या विसरलो. शुक्रवारच्या प्रार्थनेच्या वेळी असिफच्या अब्बांनी या नियमाचं पालन न लाजता केलं आणि मशिदीमागच्या कृत्रिम तळ्याकडे घाईघाईनं जाऊन पुन्हा विधिपूर्वक स्नान केलं. एकदा ते नमाज सुरू होता होताच उठले. तलावाच्या काठी परत वुडूसाठी उकिडवं बसताना मी त्यांना तिरक्या नजरेनं पाहिलं. नंतर पुन्हा ते नमाजासाठी परतून येत होते, तेव्हा दारातच थबकले. विधिपूर्वक स्नानानं निथळत असतानाच ते क्षणात पुन्हा एकदा तलावाकडे वळले. त्या शुक्रवारी मी नेमका पहिल्या रांगेत बसलो होतो. एका कमानदार दाराजवळ. तिथून मला प्रार्थनाकक्षाच्या बाहेरील हालचाली स्वच्छ दिसत होत्या. छातीवर हातांची घडी घालून, तोंडानं प्रार्थना म्हणत हास्याचे उमाळे थांबवायचा खूप प्रयत्न केला; पण मी जितकं ते दाबत होतो, तितकं मला आतल्या आत जास्तच हसू येत होतं. असिफचे अब्बा पाण्यात पडलेयत आणि तलावातलं पाणी त्यांच्या कमरेइतकं आहे, असं माझ्या डोळ्यांसमोरचं काल्पनिक दृश्य घालवण्यासाठी मी जास्त जोरात प्रार्थना करायला लागलो; पण टेलिव्हिजनवर माणसांचं सात मजली हास्य जसं ऐकवतात, तसं मला आतल्या आत हास्याचे प्रतिध्वनी ऐकू येत होते.

प्रार्थना संपली आणि लोक मशिदीतून बाहेर पडायला लागले तसं 'इकडे ये' असं मला इमामानं फर्मावलं आणि त्याच्याकडे बोलावलं.

त्याच्याजवळ जाऊन मी गुडघ्यांवर बसलो. बोटं एकमेकांच्यात गुंतवून मांड्यांमध्ये धरली. माझा चेहरा लाल झाला होता आणि अर्ध्या तासापूर्वीच जन्मलेल्या एखाद्या बाळासारखा मी निरागस दिसत होतो.

"तू इकडे नमाज पढायला आलास?"

मी मान डोलावली. मला पश्चात्ताप व्हायला लागला होता. खरोखरीचा पश्चात्ताप.

"माझी चेष्टा करत नमाज पढायचा, अशी तुझी पद्धत आहे का?"

इमाम हडकुळा आणि म्हातारा होता. त्याला कापसासारखी दाढी होती. जर तुमचं डोकं कापसाच्या बोंडाच्या डोंगरात अडकलं आणि कोणीतरी तुम्हाला ओढून बाहेर काढलं, तर तुम्ही असेच दिसाल. पिंजलेला पांढरा कापूस हनुवटीला चिकटल्यासारखे.

"नाही, नाही," मी चाचरलो.

"मी पाहिलं, तू माझी नक्कल करत होतास. प्रत्येक पावलागणिक."

मी त्याच्या हनुवटीवरच्या दाढीकडे असहायपणे पाहत होतो आणि कल्पना करत होतो, की त्याला पुरल्यानंतर उंदरांनी त्याची कापसासारखी दाढी कुरतडली की तो कसा दिसेल. जेव्हा मलाइका एखाद्या हवालदारासारखे त्याला प्रश्न विचारायला लागेल, त्याला स्वर्गात जाऊ द्यायचं की इतरत्र पाठवायचं याचा निर्णय घेण्यासाठी, त्याच्या पाप-पुण्याचा हिशेब विचारायला लागतील त्या वेळी त्यांना काय दिसेल. त्याच्या दाढीसाठी त्याच्या कबरीत चाललेली उंदरांची झोंबाझोंबी?

"तू मला वेडावतसुद्धा होतास."

खोटे आरोप! धादांत बिनबुडाचे आरोप!

सरते शेवटी, स्वतःच्या वारा सरण्यावर विजय मिळवून आणि आत्मविश्वास परत मिळवून असिफचे अब्बा जवळ जवळ रिकाम्या झालेल्या मशिदीत शिरले. त्यांचे ओले पाय सभामंडपाच्या दालनात उमटत होते आणि हिरव्या रंगाच्या फरशीवर लगेच वाळतही होते. त्यांनी दरवाज्याजवळचं एक जाजम निवडलं आणि नमाजाची तयारी केली. ते गुडघ्यावर बसून वाकले आणि सूर्यप्रकाशाच्या एका चौकोनावर डोकं टेकवलं. त्याच वेळी इमामानं माझ्या गुडघ्यावर हात थोपटला आणि मी कुठे राहतो म्हणून विचारलं.

मी जर त्याला सांगितलं असतं, की मी बंगल्यावर राहतो, तर माझी पुढच्या कानउघडणीतून सुटका झाली असती आणि मला सक्त ताकीद देऊन त्यानं सोडलं असतं. त्या काळी बंगल्याविषयी असा आदर होता; पण मी मान खाली घालून बसलो आणि ओठ घट्ट शिवून बंगल्याचं नाव वाचवायचं ठरवलं.

"दातखीळ बसली का?" त्यानं परत विचारलं. "नाव काय तुझं?"

"असिफ," मी एकाएकी म्हणालो.

"तुझ्या अब्बांचं नाव काय?"

असिफसचे अब्बा त्या सूर्यप्रकाशात परत वाकून बसले होते. काबाच्या दिशेनं त्यांनी तोंड केलं होतं. मी त्या ढुम पाद्र्याकडे थरथरतं बोट दाखवलं.

"तू डॉ. इब्राहिमचा मुलगा आहेस?" इमामानं दाढी कुरवाळत विचारलं. एकाच वेळी तो छाप पडल्यासारखा आणि फारच अस्वस्थ झाल्यासारखा वाटला.

"हो," मी पुटपुटलो.

"जा, तुझ्या अब्बांचा नमाज पढून होईपर्यंत थांब." छोट्याशा डहाळीसारख्या दिसणाऱ्या बोटानं त्यानं मला माझ्या तात्पुरत्या अब्बांसाठी थांबण्याची जागा दाखवली. स्मशानाच्या बाजूला असणाऱ्या व्हरांड्यातल्या खांबाजवळ. माझी त्याला काहीच हरकत नव्हती. त्याची माझ्यावरची नजर हटल्यावर मी चोर पावलांनी पळून गेलो.

पुढच्या शुक्रवारी, अकमल किती माझ्यासारखा दिसतो हे मला कळलं- निदान

मि. दाढीवाला आणि डॉ. ढुम पाद्रे यांना तरी- तो मशिदीवरून परतला ते दातओठ खात आणि खालच्या आवाजात पुटपुटतच. त्याला इमामानं आणि डॉक्टरांनी अडवलं होतं आणि त्याची बिनपाण्यानं केली होती. शेवटी उस्ताद मध्ये पडला आणि त्यानं त्या जळफळ होणाऱ्या दुक्कलीला सांगितलं, की अकमल बंगल्यावर राहता- जी अत्यावश्यक माहिती दडवण्याचा मी प्रयत्न केला होता. मी शुक्रवारच्या प्रार्थनेला दांडी मारली आणि संदीपबरोबर बोगद्यात बसून घणघण, खणखण आणि भोंग्याचा कर्कशपणा असा एकत्रित मोठा आवाज करत आमच्या पुढून जाणाऱ्या गाड्यांकडे बघत बसलो होतो. तेव्हापासून मी मशिदीत गेलोच नाही. फक्त मागच्या आवारात कोणाला दफन करायचं असलं, तरच गेलो आणि तेव्हापासून बऱ्याच वेळा दफनाचे प्रसंगही आले.

डॉ. इब्राहिमच्या ढामढुमच्या भडिमारामुळे मी नास्तिकपणाकडे वळलो असलो, तरी मला वाटतं मुळात ती कल्पना माझ्या मनात खोलवर कुठंतरी होतीच. जेव्हा मी कुराण शिकत होतो, कडव्यांमागून कडवं पाठ करत होतो, तेव्हाही. कदाचित नास्तिकपणा या मनोवृत्तीचा अर्थसुद्धा मला माहीत नव्हता तेव्हापासूनच, अकमलला मशिदीत बोलणी खावी लागली त्यापूर्वी मी पन्नास टक्के नास्तिक होतो; त्यानंतर शंभर टक्के झालो, असं म्हणता येईल.

बंगल्याचा इतिहासच सांगतो, की कडवे श्रद्धाळू आणि धर्मविरुद्ध बंड करणारे दोघंही गुण्यागोविंदानं त्यात एकत्र राहिले. माझे दादा- अब्बांचे अब्बा- अरेबिकचे पंडित होते. देशातल्या सर्वोत्तम पंडितांपैकी एक असं म्हणतात. माझे अब्बा आस्तिक होते निश्चित; पण मशिदीत जाण्याची- ऊन असो वा पाऊस मी प्रार्थना करायला जाईनच- अशी त्यांची वृत्ती नव्हती. पिढ्यान्‌पिढ्या सर्व स्त्रिया पापभिरू आहेत. त्या विशिष्ट शुक्रवारनंतर पंधरावडाभर अकमलनं प्रार्थनेला जायला ठाम नकार दिला; पण तिसऱ्या आठवड्यात मतपरिवर्तन होऊन तो कडवा आस्तिक बनला आणि कुफी टोपी घालूनच मशिदीत गेला.

सुरुवातीला, तो फक्त शुक्रवारच्या प्रार्थनेलाच कुफी टोपी घालायचा, मग तो ती कायमच घालायला लागला. बथ्थड डोक्याइतकीच बथ्थड टोपी. तो औद्योगिक शिक्षण केंद्रावर जायचा, तिथंही टोपी घालूनच जायला लागला. तिथं त्याला ट्रांझिस्टर पूर्णपणे खोलून डागकाम करायच्या कांबीनं तो परत जुळवायला शिकवत. (जसिरा तिच्या मैत्रिणींत भाव खायची, की तो इलेक्ट्रिक इंजिनिअर बनण्यासाठी शिक्षण घेतोय. पुढच्या काळात तिला या धादांत खोटेपणाची पै न्‌ पै किंमत चुकवावी लागली.) त्यानं त्याची फुटायला लागलेली मिशी काढून टाकली आणि दाढी वाढवायला सुरुवात केली. ती पाच आठवड्यांतच हनुवटीला अडकवलेल्या पडद्यासारखी वाढली. हळूहळू आमच्या कौटुंबिक वर्तुळात धर्मनिष्ठ म्हणून त्याची

इतकी ख्याती पसरली, की आमचे एक चाचा हजहून परत येताना त्याच्यासाठी भरपूर भेटी घेऊन आले. त्या गोष्टींकडे मी दुसऱ्यांदा नजरही टाकली नसती : एक पिरोजा निळ्या रंगाचा तसबिह, झमझम पाण्याची एक बाटली आणि मोटारीत टांगायची एक काब्याची प्रतिकृती. ही प्रतिकृती म्हणजे एक नुसता काळा चौकोनी ठोकळा होता. त्याच्या वरच्या बाजूला एक पिवळी पट्टी होती आणि त्यावर नक्षीदार सोनेरी अक्षरलेखन केलं होतं. त्याला तसबिहाचे मणी सरकवायचा कधीच कंटाळा आला नाही आणि एखादं पाचक घ्यावं, तसं झमझमचं पाणी तो रोज रात्री थोडं थोडं प्यायचा. ते पूर्णपणे संपेपर्यंत. मोटारीत टांगायची प्रतिकृती त्यानं अम्मीला दिली. तिनं ती तिच्या पलंगाच्या वर टांगली. अनेक वर्षं अलिप्तपणे ती त्याच जागी होती. तिला कोणी हातही लावला नाही.

अकमलच्या वेळी खरं तर गर्भपातच होणार होता; पण तो हम्सा आणि अस्माचं दुसरं मूल म्हणून जन्माला आला. त्या दोघांनी खरं तर सोफिया, मी आणि ती चिमुकली यांना या जगात आणण्यापूर्वीच हात हलवून निरोप घ्यायला हवा होता. कदाचित आमच्या अम्मी-अब्बांबद्दल अकमलचंही माझ्यासारखंच मत असेल, त्यांनी हात हलवून निरोप घेऊन एकमेकांच्या विरुद्ध दिशेनं जायला हवं होतं म्हणून; पण मला तसं खात्रीनं नाही सांगता येणार. त्याच्या मनात काय चाललंय, हे मला कळायचं नाही आणि माझे विचार त्याला वाचता यायचे नाहीत : जवळ जवळ एकमेकांना अपरिचित होतो आम्ही.

हात हलवून निरोप घ्यायचा आणि शांतपणे संबंध संपवायचे- अशी गोष्ट त्या काळी आमच्या समाजात होतच नसे. प्रत्येक वेळी सुहुदा बुआचा तलाक झाला, की आमच्या बंगल्यावर विचारविनिमय करायला सभा बसायची. फक्त पुरुषांचंच काम; पुरुषांच्या दोन रांगा एकमेकांकडे तोंड करून बसायच्या. आमच्याकडचे लोक विरुद्ध त्यांच्याकडचे लोक. काळा चहा आणि मिठाईचा आस्वाद घेत एकमेकांचे वाभाडे काढायचे, दूषणं द्यायचे. पहिल्या तलाकच्या वेळचा तपशील मला आठवत नाही, कारण त्या वेळी मी खूप लहान होतो; पण दुसऱ्या वेळी अगदी गुद्दागुद्दीपर्यंत वेळ आली होती. मला आठवतं, सुहुदा बुआ खिडकीतून बाहेर, गोठ्याकडे नजर लावून उभी होती आणि जसिरा सुहुदा बुआच्या मुलीसाठी, रझियासाठी गळ्यात घालायला कसल्याशा पानांचा हार बनवत होती.

अशी जर एखादी सभा आमच्या अम्मी-अब्बांसाठी भरली असती, तर ती आंधळ्या नानीच्या अंधाऱ्या घरात झाली असती. ते घर लाकडाच्या वखारीच्या मागच्या बाजूला होतं. त्याची आठवण झाली तरी एखादं दाद न देणारं लाकूड कापणाऱ्या करवतीच्या आवाजानं कान भरतात. मला वाटतं हा अलिखित नियमच होता : समेट, अंतिम वेगळं होणं, तोडगे काढणं, याबाबतचे निर्णय नेहमीच

बाईच्या घरी घेतले जात. मी पुष्कळदा कल्पना करायचो, की अम्मी तिच्या आंधळ्या अम्माच्या शेजारी बसलीय आणि बाहेरच्या चौकोनी खोलीत तिचं नशीब ठरतंय. मी आणि अकमल अब्बांकडे आणि जसिरा आणि सोफिया अम्मीकडे अशी वाटणी होतेय. मला हे लक्षात यायला खूप वेळ लागला, की त्यांची शादी काही एक घाव दोन तुकडे अशा प्रकारातली नाहीय. ती निमूटपणे कडवट झालीय. एकट्या मला त्या दोघांमधली अस्वस्थता उमगली होती. बाकी सगळे त्याला समाधानपूर्ण शांतता समजत होते.

जिन्याच्या बाजूच्या भिंतीवर एक छोट्याशा घराचं विणलेलं चित्र टांगलं होतं. निळ्या आकाशात 'होम स्वीट होम' अशी अक्षरं विणली होती. चित्रातल्या घराच्या धुराड्याशेजारी पांढरे शुभ्र ढग होते. मला कधीतरी शंका यायची, की ते ढग आहेत, की स्वयंपाकघरात बनत असलेल्या चमचमीत मेजवानीचं सूचक चिन्ह आहे. सुहुदा बुआनं ते तिच्या तिसऱ्या शादीनंतर विणलं होतं आणि ती क्वचितच बंगल्यावर यायची, तशी आलेली असताना जसिराला ते बक्षीस दिलं होतं. जसिरानं त्याला उभ्या चिरलेल्या बांबूची फ्रेम केली होती आणि वेगवेगळ्या भिंतींवर ते धरून पाहिलं होतं. शेवटी तिनं ते जिन्याजवळच्या भिंतीवर दिव्याखाली लावलं होतं.

मी अगदी दहा वर्षांचा छोटा मुलगा असलो, तरीसुद्धा त्यातला नाट्यमय उपरोध जाणवून माझ्या मनावर जणू विजेचा लोळच पडला होता : ज्या घरात ते चित्र विणलं गेलं होतं, ते घर कधीच स्वीट होम नव्हतं आणि शेवटी ते ज्या घराच्या भिंतीवर विसावलं तेही नव्हतं; पण याकडे एका वेगळ्या दृष्टिकोनातूनही पाहता येईल. अर्थातच त्या वयात मला हा विचार सुचला नव्हता. जित्याजागत्या आयुष्यात माणसाला जी गोष्ट अनुभवता येत नाही, त्याचं सुख तो कल्पनेच्या राज्यातच घ्यायचा प्रयत्न करतो. नाही का? सुहुदा बुआनं जे विणलं होतं, त्या गोष्टीची बहुधा तिला आस असावी : परीराज्यातलं घर, दूरवर डोलणारी शेतं आणि जांभळी फुलं असणाऱ्या ताटव्यातली स्त्री.

मला त्या विणलेल्या घराचा अगदी राग यायचा. (आपल्या कधीच होऊ शकणार नाहीत, अशा गोष्टींचा राग येतोच ना?) खऱ्या आयुष्यात कधीच मिळणार नाही, अशा प्रकारचा आनंद त्यात ओसंडून वाहत होता. त्यातल्या ढगांचा आकार तर फारच खोटा खोटा होता. घराला अगदी चिकटून जणू काही लोकरीचे गोंडे लोंबत होते. फ्रेमच्या काचेवर धूळ बसायला लागली, की जसिरा त्यावरून ओला बोळा फिरवायची, मग ते घर भिंतीवर पुन्हा चमकायला लागायचं. आमच्या सांगता न येण्याइतक्या दुःखानं भरलेल्या बंगल्याजवळून धडधडत गाड्या गेल्या, की त्यांच्या तालावर खाली-वर होत राहायचं.

बंगल्यापासून पाव मैल अंतरावर- बोगद्याच्या दुसऱ्या टोकापासून काही वार

अंतरावर निलगिरीच्या झाडांच्या रानाजवळ संदीप आणि मी एक चमत्कारिक खेळ खेळायचो. 'दोघांतला शूर वीर' असं नाव ठेवलं होतं आम्ही त्या खेळाला. जिंकलं तर त्याचं बक्षीस म्हणजे रात्र पडेपर्यंत वाटणारी अभिमानाची भावना. चमत्कारिक खेळ असं मी सांगितलंच तुम्हाला आणि नेमकी वेळ साधली नाही, तर खतरनाकसुद्धा. रिकामटेकड्या दुपारी, सारं गाव डुलक्या काढत असताना आम्ही बहुधा तो खेळ खेळायचो. त्या वेळी इंजिन ड्रायव्हर्सच्या मनात धडकीच भरायची आणि ते कसाबसा हॉर्नवर हात धरून, जिवाच्या आकांताने जोरजोरात वाजवायचे. कधी कधी ते इतक्या अचानक गाडी हळू करायचे, की रुळावर ब्रेक्स कचकन् किंचाळल्यासारखे वाटायचे. चाकाखाली ठिणग्या पेटल्यासारख्या दिसल्या, की माझे दातावर दात वाजायचे; पण मी नेहमीच जिंकायचो. ड्रायव्हर्स काळजीत पडल्यासारखे दिसून हातवारे करत जणू माझी दूर होण्यासाठी विनवणी करायला लागेपर्यंत मी थरथरणाऱ्या रुळांच्या मध्यभागी उभाच राहायचो. मग मी रुळावरून उडी मारायचो आणि गवताळ उतारावरून घसरत निलगिरीच्या झाडांच्या पायथ्यापाशी पोहोचायचो. संदीप तिकडे उभाच असायचा, हार मान्य करत; पण तरीही हसत. ज्याला खूप जगायची इच्छा आहे, असं निस्तेज हसू असायचं ते.

एके दिवशी दुपारी, वळणावरून अगदी सावकाश गाडी आली. तिच्या मागे आकाशात धुराचा लोळ वाहत होता; पण नेहमीप्रमाणे 'रांडेच्या माझ्या मार्गातून दूर हो' चा भोंगा वाजत नव्हता. माझ्या उडीची आणि घसरण्याची वेळ मनात धरून मी त्या गाडीनं केविलवाणं ओरडावं आणि ड्रायव्हारनं हातवारे करून मला हटायला सांगावं याची वाट पाहत होतो. त्यानं कोळशाच्या भुकटीनं भरलेला कोट घातला होता, त्यामुळे तो युद्धावर निघालेल्या गनिमासारखा वाटत होता. त्याच्या चेहऱ्यावरही निर्धार होता. स्वतःच्या फावड्यावर रेलून तो शांतपणे उभा होता. मग ती गाडी इतकी जवळ आली, की भट्टीत जळणाऱ्या कोळशांची ऊब मला जाणवली आणि मोठमोठ्या चाकांत दट्ट्यानं सरकवलेल्या वाफेचा वासही आला. थरथरत मी मार्गातून बाजूला झालो. गवताळ उतारावरून घसरण्याचंही मला भान राहिलं नाही. "भोसडीच्या," इंजिनच्या फुस्कारावरून आणि खडखडटातूनही मला ऐकू यावं म्हणून तो माणूस खाली वाकून खेकसला, "तुला मरायचं असलं, तर तुझ्या आईला सांग ना एक फास बनवून द्यायला." तो ओरडला. वाढत्या खडखडात त्याचा आवाज अस्पष्ट झाला.

"तुला मरणाची भीती नाही वाटत?" उतारावरून मी निलगिरीच्या सावलीत गेलो, तेव्हा संदीपनं विचारलं.

मी थरथरत होतो तरीही विजयानं हसलो. "छट्," मी म्हणालो. त्या गवताळ रस्त्यावरून मला उतरताना फक्त ड्रायव्हरनंच पाहिलं होतं. "मी मरणाला भीत नाही."

कधी कधी मला वाटतं, त्या गाडीच्या ड्रायव्हरसाठी, ज्यानं पाहिलं होतं की इतर सर्वांसारखाच मीही मरणाला कचरता- त्याच्यासाठीच मी ही चिठ्ठी लिहितोय. कदाचित, मला त्याला असं सांगावंसं वाटतंय, की त्या दिवशी मी त्याच्या मार्गातून बाजूला झालो याचा मला पश्चात्ताप होतोय. त्या कोंदट दुपारी त्याचे करवादलेले ते शब्द मला अजूनही आठवतात. मला तर अशी स्वप्नंही पडतात, की त्यानं पायफळीवर जोर दिलाय, मी असं धरून चाललोय, की इंजिनाचा वेग वाढण्याची पद्धत मोटारीसारखीच असते आणि मी त्याच्या मार्गातून बाजूला होऊ शकण्यापूर्वीच मला खाली पाडलंय.

मी हे शब्द लिहीत असताना बागेतून सोसाट्याचा वारा येतोय. सुरुवातीला पालापाचोळा उडवतोय. नंतर पडदे हलवतोय आणि मग ही पानं उलटवतोय. त्याच्या वाटेतली झाडं डोलतायत. विषय निघालाच आहे, तर मी या जुन्या झाडांबद्दल सांगतो. ती घरापासून दूर पुंजक्यानं मोठ्या धोरणीपणानं उभी आहेत. त्यांनी बंगल्याचा उदास आणि दुःखी दर्शनी भाग जणू बुरख्यानं झाकला आहे. खरं तर घराभोवती याहूनही जास्त झाडं होती. आमच्या अरेबिकचे पंडित असणाऱ्या बडे अब्बांनी ती सावली आणि वाऱ्यासाठी लावली होती. पुढच्या अंगणात साग, रोझवूड, महोगनी आणि देवदाराची झाडं आणि मागच्या परसात घनदाट पानांची चिंच, लाकडी छपरी मागचं उंच महोगनी. त्याच्याच आधारानं अम्मीला अभिमान असणारा मिरीचा वेल वाढला होता. या उंच उंच झाडांच्या रिंगणाच्या मध्ये सोफियानं लावलेली झुडपं आणि बागेतली झाडं आहेत. झाडं लावत असताना तिच्या तोंडी नेहमी रेडिओवरच्या जाहिराती असायच्या. 'लाइफबॉय है जहाँ, तंदुरुस्ती है वहाँ...'

त्यातली बरीच आता नाहीशी झालीयत. काही झाडं कापून टाकली. या वाईट, दुःखद वर्षांत बागही कोमेजून गेली. मागच्या वर्षी आम्ही परत बाग लावायचा विचार केला. अम्मीची कल्पना होती ती. ती म्हणाली, की ती नवी रोपटी लावेल. त्यांना खत, पाणी घालेल आणि आठवड्यातून एकदा बागेतलं तण काढेल; पण मला त्यात काहीच रस नव्हता. आम्हाला ते सगळं करता आलं असतं; रोपं लावायची, पाणी घालायचं, खत घालायचं आणि तण काढायचं; पण आम्हाला पूर्वीची तीच झाडं परत वाढवता आली असती का? परत त्याच फुलांना बहर आला असता का? त्यांच्यासारखी झाडं आली असती, पण तीच नाही. अम्मी थोडा वेळ तशीच स्तब्ध उभी राहिली. काही न बोलता. ती माझ्याकडे बारीक डोळे करून बघत होती; पण तिला काय म्हणायचंय, ते मला समजलं होतं. 'तुझं डोकं ठिकाणावर नाहीय, अमर. खूप पूर्वीच नाहीशा झालेल्या फुलांसाठी तू रडतोयस. जी पालवी कधीच फुटणार नाहीय, त्याचा विचार करतोयस.'

मी पाच वर्षांचा होतो आणि अकमल आठ. आमची सुन्ता करायला झाली होती. सोफिया सातची होती आणि जसिरा साधारण अकराची. आमच्यासाठी त्या रडायच्या बेतात होत्या.

ओझा मध्यमवयीन माणूस होता. ठेंगणा, ठुसका आणि लाल लाल बोटांचा. आमच्या लिंगांच्या पुढच्या टोकाची त्वचा कापून काढायच्या तो तयारीत होता.

अब्बा तेव्हा चाळिशीचे असतील; पण त्यांचे केस पन्नाशीत असल्यासारखे होते. पत्र्यासारख्या राखी रंगाचे आणि भगभगीत उजेड पडला की ते चमकायचे. त्यांनी आम्हाला खात्रीनं सांगितलं होतं, की या बाबतीत ओझा अगदी तरबेज होता. त्यानं आम्हाला किंचितच दुखवलं असतं. इतकं कमी, की त्याचा दुखणं म्हणून विचार करणंसुद्धा शरमेची गोष्ट होती.

अम्मी तिशीची वाटायची. तिनं आम्हाला दोघांनाही एकाच ताटात भरवलं होतं आणि दुखण्याचीही कल्पना दिली होती. मुंगी चावल्याइतकंही दुखणार नाही, असं ती म्हणाली. थोडंसं टोचेल. तुम्हाला वाटेल, की उघड्या झिपमधून एखादी मुंगीच आत शिरली की काय.

"तुला कसं माहीत?" जसिरानं विचारलं. "तू कधी असल्या दुखण्याचा अनुभव घेतला नाहीयस. मुलांनो, ओझा तुमचं टोक कापून टाकण्यापूर्वीच पळून जा कसे. मी बघितलंय, त्यांचे हात थरथरतायत."

"ही तुझी सगळ्यात थोरली ना गं अस्मा?" आमच्या आंधळ्या नानीनं विचारलं. ती सुन्ता समारंभासाठी आली होती आणि घरातलं लाकूडकाम हातानं चाचपडून बंगल्याचा अंदाज घेत होती. दर वेळेसच ती आली की हातानं चाचपडून बंगल्याच्या लाकूडकामाचा अंदाज घ्यायची. घर माणसांनी भरून गेलं होतं आणि मेजवानी म्हणून पानात पडण्यापूर्वी बकरे मागच्या अंगणात बेंबाटत होते.

"हो, अम्मा. दुसरं कोण इतकं फटकळपणे बोलणार?" अम्मी म्हणाली. जसिरा अकमलच्या तोंडाजवळ हात आणून काल्पनिक कातरीनं बोटाचे दोन तुकडे करत होती. तिच्या बारीक केलेल्या डोळ्यांत दुःख आणि खिन्नता दिसत होती. किती सहजपणे तिच्या चेहऱ्यावर दुःख दिसलं होतं आणि किती सहजपणे तिनं डोकं खांद्यावर टाकून आणि जीभ बाहेर काढून मेल्याचं सोंग केलं होतं. त्या दिवशी प्रत्येक जण किती दुखतं किंवा किती दुखत नाही, याचं आपापल्या परीनं वर्णन करत होता. नानीनंही तिच्या पद्धतीनं सांगितलं. ती म्हणाली, "सुन्ता करताना दुखतंच. दुखत नाही अशी कल्पना करणं वेडेपणाचं होईल; पण विजेच्या छोट्या झटक्यापेक्षा ते कमीच असेल. एका क्षणात ते संपेल." इतकी सगळी वर्णनं ऐकून माझं डोकं गरगरायला लागलं; पण जसिराच्या नाटकीपणाइतकं परिमाणकारक दुसरं काहीच नव्हतं.

“काळजी करू नका बाळांनो,” अम्मी म्हणाली. “तुम्ही चड्ड्या काढल्यात की ओझाचा हात अगदी स्थिर होईल.”

“बघू याच,” जसिरानं आव्हान दिलं. “ते किंचाळत बाहेर येतील ना, ते बघायला अम्मी तू इथंच थांब.”

जसिराच्या भविष्यवाणीप्रमाणे त्या अतिशय तरबेज माणसानं खूपच घोटाळा केला.

“च् च् च्” तो म्हणाला. जसा काही कोंबड्यांनाच तो बोलावत होता; पण ओझानं डोकं हलवत जेव्हा घोटाळा झाल्याचं सांगितलं, तेव्हाच मला दुखलेलं समजलं. मुंगीनं चावल्याइतकं नाही, तर कोणीतरी माझ्या आतड्यात धातूचा हुक अडकवावा इतकं पिळवटून दुखलं.

“त्याला आणखी घट्ट धरा,” ओझा म्हणाला. “तो हलला, तर उरलेलं अर्धं मला काढता येणार नाही.”

उरलेलं अर्धं! त्यानं सूचना देताना हात वर केले, तेव्हा मला ते रक्तानं बरबटलेले दिसले आणि मी तडफडत किंचाळायला लागलो. किंचाळण्यापेक्षा जास्त वळवळ करायला लागलो. अनेक हातांनी मला त्या खाटेच्या गुळगुळीत फळीवर घट्ट दाबून धरल्यामुळे मला खोड्यात अडकल्यासारखं वाटत होतं.

“याहूनही घट्ट धरा त्याला,” तो म्हणाला. “त्या मुलाला अगदी हलू देऊ नका.”

जास्तच जोर काढून त्यांनी मला खाटेवर दाबून ठेवलं. त्याच वेळी मला धीर द्यायलाही ते चुकचुकत होते, त्यामुळे तर माझी खात्रीच पटली, की माझी कीव करण्यासारखं काहीतरी झालंय. माझ्या किंकाळ्यांनी बंगला दणाणून गेला. त्या दुःखाच्या गोंधळातही मी कल्पना करत होतो, की माझ्या ओरडण्यानं फणसाच्या झाडावरची वटवाघळं जागी झाली असतील आणि लख्ख प्रकाशात घाईघाईनं इकडे-तिकडे करताना झाडावर आपटत असतील. माझा जर तार स्वर लागत असता, तर घरातल्या प्रत्येक खिडकीच्या खाली काचेच्या छोट्या तुकड्यांचा खच पडला असता. सतत आणि कर्कश किंचाळत होतो मी.

“त्याला गप्प करा,” ओझा हातवारे करत म्हणाला. एखाद्या भयानक सिनेमाच्या जाहिरातीत असावे, तसे त्याचे हात दिसत होते. त्याच्या मनगटापर्यंत रक्ताचे ओहोळ वाहत होते.

जसिरा काय म्हणत होती, ते आठवलं आणि मी किंचाळायचा एकदम थांबलो. क्षणातच, मी खाडकन मान एका बाजूला टाकली आणि जीभ बाहेर काढून मेल्याचं नाटक केलं. एकाएकी शांतता पसरली. तणाव निर्माण झाला. लोकांचा वाढलेला श्वास मला ऐकू यायला लागला. माझ्या हाता-पायांवरचे त्यांचे हात सैलावले

आणि मग माझ्या अंगावरून त्यांनी ते काढूनच घेतले. मी मोकळा झालो, पण त्यांनी मला जिथं फळीवर दाबून धरलं होतं, तिथं दुखायला लागलं.

"काय झालं त्याला?" सय्यद चाचानं हळूच विचारलं. त्याच्या आवाजात भीती होती.

"मला माहीत नाही," ओझानं सावधपणे उत्तर दिलं. "तो बेशुद्ध पडलायसं वाटतं. आतापर्यंत माझ्या व्यवसायात असलं काही घडलं नव्हतं."

"तुझ्या व्यवसायात हे पहिल्यांदाच घडावं आणि तेही या घरात, हे फारच वाईट झालं," सय्यद चाचा दुःखानं म्हणाला. तो तुरुंगावर कामाला होता.

दबक्या आवाजात घाईघाईनं चर्चा सुरू झाली. तोंडं कानाशी लागली. प्रश्नचिन्हासारखी बोटं वाकडी करून न बोलता प्रश्न विचारायला लागले. मी उडी मारून उठलो. त्या चर्चा करणाऱ्या माणसांना हुलकावणी दिली आणि पॅसेजमध्ये पळालो. नागडाच आणि किंचाळत. माझ्या झोंबणाऱ्या जखमेतून फरशीवर रक्ताची धार लागली होती. तसाच मी मागच्या अंगणातल्या वाळलेल्या पानांच्या गालिचावर गेलो. दाटीनं असलेल्या केळीच्या झाडांना वळसा घालून सटकलो. मी इतक्या जोरजोरात हात झटकत होतो, की जणू काही मला माझी बोटंच खाली पाडायची होती. शेवटी त्यांनी मला बांधून घातलं आणि काळजीपूर्वक आत नेलं. त्या मोकळ्या खाटेपर्यंत मला नेत असताना मी लाथा झाडत होतो आणि त्यांना शिवीगाळही करत होतो.

"अस्मा," नानी म्हणाली. "तुझ्या थोरलीपेक्षा या शेंडेफळाच्याच तोंडात जास्त जोर आहे."

"आंधळी कुत्री!" मी ओरडलो. "घाणेरडी आंधळी कुत्री!"

"त्याच्या तोंडात बोळा कोंबा," नानी हसतच म्हणाली.

"तुझ्याच गांडीत घाल!" मी ओरडलो.

"नोकर माणसाकडून तो ही असली घाणेरडी भाषा शिकतो," अम्मी म्हणाली.

"नोकर माणूस?" जसिरानं विचारलं. "पण आपल्याकडे तर नोकरच नाहीत."

मी त्यांच्या हातात अजूनही वळवळतच होतो. त्यांच्या तोंडावर माझी थुंकी उडत होती. तेव्हाच जवळून पाहता यावं म्हणून ओझा वाकला.

"हे अर्धवटच झालंय," माझ्याशी तो पहिल्यांदाच बोलला. "क्षणभर हलू नकोस. म्हणजे सगळं होऊन जाईल. दुखरा भाग तर होऊन गेलाय."

मी त्याच्यावर थुंकलो आणि त्यानं ते शिताफीनं चुकवलं.

"त्याला मोकळं सोडा," शेवटी एकदाचं अब्बा म्हणाले. "मला त्याची पुरेशी सुन्ता झाल्यासारखी वाटते. दुसऱ्या मुलाकडे त्यानं पळून जायचा प्रयत्न करण्यापूर्वी लक्ष द्या."

अकमलनं अजिबात विरोध केला नाही आणि अतिशय शांतपणे सुन्ता करून घेण्याला तोंड दिलं, याचं सर्वांना आश्चर्यच वाटलं. ब्लेडचा त्याला स्पर्श झाला तेव्हा त्यानं अगदी अस्पष्ट कुरकुर केली. मी मात्र गळा काढलेलाच होता. मला भीती होती, की नाहीतर अब्बांचं मत बदलेल. बंगल्यात थोडी शांतता झाली, तेव्हा पॅसेजमधून मला मुसमुसणं ऐकू आलं. ती सोफिया होती. तिला चिंचेच्या झाडाकडे नेलं, तोपर्यंत तिचं रडणं हळूहळू कमी होत थांबलं होतं.

"तुझी अर्धवटच सुन्ता झालीय." ओझा परत माझ्याजवळ आला. त्याला त्याचं काम नीट पूर्ण करण्याची इच्छा होती. "म्हणजे तू अर्धाच मुसलमान झालास. मला एक क्षण वेळ दे, म्हणजे सगळं पूर्ण होईल."

मी परत लाथा झाडायला, गळा काढून रडायला आणि थुंकायला सुरुवात केली.

अर्धी सुन्ता. अर्धा मुसलमान. मागे वळून पाहताना मी जेव्हा आमच्या सुन्ता समारंभाचा विचार करतो तेव्हा वाटतं, की त्या दिवशी मी फारच अविचारानं वागलो आणि मी जेव्हा माझ्या मांड्यांतल्या बेचक्याकडे पाहतो, तेव्हा मला मुक्या नाटकातल्या नटाचा अर्धवट रंगवलेला चेहरा आठवतो.

लवकरच ओझा तिथून गेला. त्याच्या टीका करायला जागा नसणाऱ्या इतिहासात, आमच्या गावात सर्वांत जास्त सुन्ता करण्याच्या नोंदीत भर घालून गेला; पण या पराक्रमाचा त्याला आनंद झाला होता असं काही दिसत नव्हतं. अब्बा आणि सय्यद चाचा आमच्या जांघांवर तंबूसारखं काहीतरी बांधण्याच्या उद्योगाला लागले. पहिल्यांदा त्यांनी आम्हाला चुरचुरीत पॉलिएस्टरच्या चादरींनी हनुवट्यापर्यंत झाकलं. आमच्या दुखऱ्या बोचींना चादरीचा स्पर्श होणार नाही, याची नीट खबरदारी घेतली. मग त्यांनी चादरीच्या मध्यभागी ट्वाइनचे दोरे बांधले आणि ते छताच्या हुकात अडकवून टाकले. सगळं झाल्यावर असं वाटायला लागलं, की आमचे अवयव फारच ताठरलेयत आणि त्यामुळे त्या पांढऱ्या चादरी तीन फूट तरी वर गेल्यायत.

मला घरात डांबण्यासाठी दारं बंद करून कड्या लावल्या होत्या. ती उघडली आणि पाहुण्यांची रीघ लागली. मेलेल्या माणसाचं दर्शन घ्यावं, अशा पद्धतीनं ते घोळक्यानं ओळीत आमच्या बाजूनं जात होते. काही जण थांबून आमच्या बोटांत अंगठ्या सरकवत होते, तर काही जण निरुत्साहानं तसेच पुढे सरकत होते. सोफिया आणि जसिरा आंधळ्या नानीला खोलीत घेऊन आल्या. तिच्या हातात बारीकशी अंगठी होती. ती माझी बोटं चाचपडायला लागली. तसं करत असताना ती पॉलिएस्टरला बांधून छताला टांगलेला ट्वाइन तोडणारच होती. सोफियाच्या डोळ्यांत अजूनही पाणी होतं. जसिरा मात्र माझ्या अर्धवट सुन्ता झालेल्या गोष्टीकडे नजर टाकून लबाडासारखी हसत होती.

रात्री सर्व पाहुणे गेले आणि घर नेहमीसारखं शांत झालं. अम्मी आमच्या दोघांच्या खाटांच्या मध्ये बसली आणि हातातच सर्व अंगठ्या तोलून पाहायला लागली. दोन ग्रॅम, चार ग्रॅम, सहा ग्रॅम, अख्खं सोन्याचं नाणं – हाताच्या वाटीत फासा खेळवल्यासारखं ती प्रत्येक अंगठी हलवून पाहत होती. तिनं नानीनं आम्हाला दिलेल्या अंगठ्यांचा मात्र अंदाज घेतला नाही. मला माहीत होतं, की त्या अम्मीच्याच दागिन्यांच्या पेटीतून आल्या होत्या. सोन्याच्या भेटी द्यायला नानी खूपच गरीब होती.

आमच्या भोवतीचं पांघरूण काढलं आणि आम्हाला काळजी न घेता सू करता यायला लागली. ते फारच विचित्र दिसत होतं, अर्धवट झालेल्या कामाचा पुरावा. तिनं आमच्या अंगठ्या काढून घेतल्या आणि स्वतःच्या बापड्या तिजोरीत ठेवल्या; पण तिकडे काही त्या फार दिवस टिकल्या नाहीत. जसिराच्या बांगड्या आणि कानातलं आणि सोफियासाठी कोयरीच्या आकाराचं पदक असणारी साखळी अशा स्वरूपात ते अवतरलं. मला साखळीचं विशेष वाटलं नाही, कारण ती सोफियाच्या गळ्यात होती; पण जसिरा स्वतःचे नवे दागिने घालायला लागली की प्रत्येक वेळी ओरडावंसं वाटायचं; त्या गोष्टीसाठी मी टोचून घ्यायची किंमत दिलीय.

आम्ही चौघंही एकाच शाळेत जायचो. आमची शाळा दोन मैलांवर समुद्राच्या जवळ होती. मुंबई मेल बोगद्यातून धडधडत गेली, की लगेच आम्ही निघायचो. आमच्या गावच्या आडबाजूनं वळण घेत जाणाऱ्या पायवाटेला लागायचो. वाटेत जसिरावर जीव टाकणारे लोक भेटायचे : दुसऱ्या शाळांत जाणारी मुलं, पाठीत वाकून बाल्कनीच्या कठड्यावर हात टेकून उभे असलेले तरुण, एक लग्नाला बरीच वर्षं झालेला, टक्कल पडायला लागलेला माणूस तर ती दिसली, की छातीवर हात ठेवून हृदयाचे ठोके चुकल्याचं नाटक करायचा आणि एका शिंप्याच्या दुकानावरून आम्ही जायला लागलो, की तो मशिनवर वेगानं पाय मारायला लागायचा; पण जसिराकडे बघून शीळ घालायची किंवा तिची छेड काढायची कोणाची हिंमत नव्हती. शिवणाच्या मशिनची वाढणारी खडखड सोडली, तर सकाळी सकाळी काही न बोलता बरेच जण तिच्यावर जीव ओवाळून टाकायचे.

सुरुवातीच्या वर्षांत, शाळेला जायला निघालो की बंगल्याबद्दल मला फार वाईट वाटायचं. अम्मी सोडली, तर तो रिकामाच असायचा. ती काही सुहुदा बुआसारखं विणकाम करायची नाही. सोफियासारखी तिला बागकामाची आवड नव्हती. रांगेनं उभं असणाऱ्या शेल्फांमधलं एखादं पुस्तकही ती हातात घ्यायची नाही. अगदी त्यावरची धूळ झटकण्यासाठीसुद्धा. मशिदीत बायकांना प्रवेश नसल्यामुळे प्रार्थना करण्यासाठी तिला कधी मशिदीतही जाता आलं नाही. मी अशी कल्पना करायचो, की वेळ घालवण्यासाठी ती ओसरीच्या पायऱ्यांवर बसून जाणाऱ्या गाड्यांचे डबे मोजतेय. कधी कधी अपघात घडलेयत असं पण मला सुचायचं.

वाटायचं की सागाचं कपाट कलंडलंय आणि त्या खाली ती अडकलीय. रक्त वाहत राहून ती मरणारेय. दुसरी कल्पना तर याहूनही वाईट होती. भली मोठी चूल अचानक दणकन तिच्या अंगावर पडलीय आणि ती कुजलेल्या ममीसारखी विद्रूप झालीय. या दुर्घटना खरंच घडणार आहेत असं वाटून माझे गुडघे दुखायला लागायचे आणि डोळे पाण्यानं भरून यायचे. डोळे भरलेले नेहमी सोफियाच्याच लक्षात यायचं आणि ती धीर द्यायला माझा हात हातात घ्यायची. असल्या वेडगळ मदतीची गरज वाटू नये इतका मी मोठा होईपर्यंत, कुठलीही कुरकुर न करता सोफिया माझं शाळेचं दप्तर स्वतः वाहून न्यायची.

शाळेचा मनोरा दिसला रे दिसला, की अकमल आमच्यापासून दूर व्हायचा आणि रस्ता ओलांडून दुसऱ्या बाजूला जायचा. सुरुवातीला मला वाटायचं, की मी रडतो म्हणून तो दुसरीकडे जातो; पण घराची आठवण होऊन वाईट वाटायचं माझं वय उलटलं, तरी त्याची ती सवय चालूच राहिली. परत येताना फक्त सोफिया आणि मी दोघंच असायचो. आम्ही मजेत आडरस्त्यानं जायचो. गल्ली-बोळांतनं फिरायचो. नारळाच्या बनातनं दौडत जायचो. तिकडे आधीच सांजावायला लागलेलं असायचं. भातशेतीतल्या चिकट पायवाटा त्यात बुद्धिबळाच्या पटावरल्या चौकड्यांसारखे भाग पाडायच्या. त्यावरून आम्ही जपून जपून चालायचो.

कुठंही फूल दिसलं, की सोफिया ते खुडायची. पायवाटेच्या कडेला आलेली, कुंपणावर चढलेल्या भोपळ्याच्या वेलींची, भिंतीवरून लोंबणाऱ्या बोगनवेलीची कसलीही फुलं तिला चालायची. कधी कधी गल्लीतल्या छान निगा राखलेल्या बागेतली फुलं ती मागून घ्यायची. एकदा तिनं मला तुटक्या जिन्याच्या पायरीवर बसवलं आणि देवळामागच्या शेवाळी तळ्यात धिटाईनं शिरली आणि लांब दांड्यांची कमळं घेऊन आली. त्यांच्या फिकट हिरव्या देठांचं पाणी तिच्या स्कर्टवर पडत होतं. ती अनोळखी लोकांच्या बागेत शिरली आणि गोडगोड बोलून मालकांकडून तेरड्यांची आणि चंद्रफुलं मागायला लागली, की मी जरा कचरायचोच. वसंत संपत आला की आमच्या पुढच्या अंगणातलं जांभळांनी भरून जाणारं झाड, एके काळी भातशेताजवळ असणाऱ्या मातीच्या घरापाशी असणारं इवलंसं रोपटं होतं. एके दिवशी दुपारी, ती जणू नैसर्गिक विधी करायसाठी तिथं बसली आणि उठली तेव्हा तिच्या हातात ते रोपटं होतं. त्याच्या मुळाला माती तशीच चिकटलेली होती. कोणीतरी पाठलाग करत असल्यासारखं आम्ही पळत सुटलो आणि शेतं बरीच मागे पडल्यावर हसत सुटलो.

शाळेमागचा समुद्र शांत असला, तर कधी कधी गाड्यांची धडधड आणि वाफेच्या इंजिनांच्या शिट्ट्या ऐकू यायच्या. बंगल्याला ओलांडून त्या जातायत हे लक्षात येऊन मी दुःखात बुडायचो. मी कल्पना करायचो, की आमच्या छोट्या

स्टेशनात गाडी शिरलीय आणि वडाच्या झाडाची कोळ्याच्या जाळ्यासारख्या आकाराची सावली सोडून लोक गाडीत चढतायत. मला असंही वाटायचं की गाडी अंधाऱ्या बोगद्याच्या तोंडाकडे निघालीय आणि अम्मी रिकाम्या नजरेनं तिकडे बघतेय. दुपारी उशिराची घंटा वाजली, कीच माझं दुःख संपायचं. आम्ही घराकडे पळायचो. वाटेत फुलं आणि फळं दिसली, की ती खुडायचो.

उन्हाळ्यात एके दिवशी सकाळी आम्ही एक उंच गोरा माणूस बघितला. त्यानं उन्हाची टोपी आणि खाकी रंगाची अर्धी चड्डी घातली होती. आमच्या पुढे थोड्याच अंतरावर तो मातीच्या रस्त्यावरून रमतगमत चालला होता. तो हळू चालत असल्यामुळे लवकरच आम्ही त्याच्यापर्यंत पोहोचलो आणि एकाच घोळक्यात असल्यासारखे चालायला लागलो. त्याचे हात बारीक होते. त्याच्यावरच्या निळ्या शिरा दिसत होत्या. त्याचे हात-पाय, विशेषतः मांड्या चमकत होत्या. जणू काही त्याला झिलई केली होती.

माझ्या अश्रूंकडे बोट करून त्यानं विचारलं, "हा काय रडतोय?"

आम्हाला सगळ्यांना त्याचं बोलणं जरी कळलं असलं, तरी फक्त जसिराच त्याला मोडक्यातोडक्या इंग्लिशमध्ये उत्तर देऊ शकली. संध्याकाळी मोठ्या अभिमानानं जसिरानं काय झालं ते अम्मीला सांगितलं; तोपर्यंत मला सगळं कोडंच वाटलं होतं.

"आम्ही शाळेत जातो," जसिरा तोतरत म्हणाली.

"त्याला शाळा आवडत नाही, म्हणून तो रडतोय का?" स्वतःच्या डोळ्यांखालच्या काळवंडलेल्या जागेवर हात फिरवत तो विदेशी माणूस म्हणाला.

"हो," जसिरा डोळे बारीक करत म्हणाली. पुढे काय विचारतो हा, अशी ती वाट बघत होती.

"सांग त्याला, मी लहान होतो तेव्हा मी पण रडायचो. त्याच्याइतकीच मलाही शाळा आवडायची नाही. आता मी प्रोफेसर आहे. माझं नाव टिम. मी लंडनला राहतो."

लंडन! तिकडे अम्मीचा धाकटा भाई काम करायचा; पण तो काही प्रोफेसर नव्हता. एका श्रीमंत भारतीय कुटुंबात स्वयंपाकी होता.

"आमचा मामा पण लंडनला आहे." जसिरानं अभिमानानं सांगितलं.

"छान! काय करतो तो?"

जसिरानं नुसतेच खांदे उडवले. तिला माहीत होतं, की कासीम मामू रोज फक्त स्वयंपाकच करतो. त्यानं लंडनहून आम्हाला पाठवलेल्या फोटोत तो धुराड्याच्या आतल्या भागाइतका काळाकुट्ट दिसत होता. (त्यानं वर्ल्ड कप ७४ असं छातीवर लिहिलेला पांढरा शर्ट घातला होता. मागच्या बाजूला एक घंटेच्या आकाराचं घर होतं. त्याचं छप्पर वेलींनी जवळ जवळ झाकून टाकलं होतं.)

तो विदेशी माणूस थोडं मागच्या बाजूला झुकला आणि त्यानं आमच्या प्रत्येकाकडे निरखून बघितलं. "तुम्ही सगळे एकाच कुटुंबातले आहात का?"

जसिरानं मान डोलावली. आम्ही शिंप्याच्या दुकानावरून चाललो होतो आणि मशिनचा आवाज धमकावल्यासारखा जोरजोरात यायला लागला.

"मला तर तुम्ही सगळे वेगळे दिसता." तो दयाळूपणे हसत म्हणाला. नंतर, जणू काही त्याच्या विचारांची साखळी तुटल्याप्रमाणे तो अचानक म्हणाला, "तू सोफियासारखी दिसतेस."

स्वतःचं नाव ऐकून सोफियानं झटकन मान वर केली. मला धीर देणारा तिचा हातही सुटला. गोंधळून जसिरानं सोफियाकडे पाहिलं. ती तर फक्त दहा वर्षांची सामान्य रूपाची मुलगी होती आणि ती स्वतः चौदा वर्षांची होती. तिचं सौंदर्य उमलायला लागलं होतं. तिच्या त्वचेची ती छान काळजी घ्यायची. सकाळी हळद दूध कालवून लावायची आणि रात्री निविया.

"ही सोफिया," तिनं सोफियाचं कोपर धरलं. "माझं नाव जसिरा."

"अं हं," तो विदेशी माणूस कपाळाला आठ्या घालत म्हणाला, "मला असं म्हणायचंय, की तू थोडीशी सोफिया लॉरेनसारखी दिसतेस. तुला माहितेय का सोफिया लॉरेन?"

तिच्या चेहऱ्यावरचा आनंदच सांगून गेला, की तिला सोफिया लॉरेन माहीत होती. तिनं आनंदानं मान डोलावली. "तुम्ही लंडनहून का आलात?" थोड्या वेळानं तिनं विचारलं.

"मी मजेखातर प्रवास करतो. मला समुद्र आवडतो."

परदेशी माणसानं केलेलं कौतुक ऐकून अम्मी जितकी घाबरली, तितकीच जसिरा आश्चर्यमुग्ध झाली होती. "प्रवाशांपासून लांब राहत जा," तिनं तंबी दिली. "त्यांच्या प्रश्नांना उत्तरं द्यायची नाहीत."

"पण तो तर म्हातारा आहे," जसिरा वाद घालायला लागली. "आणि तो सभ्य प्रवासी आहे. अमली पदार्थ ओढणाऱ्यातला नाहीय."

प्रोफेसर टिमशी आमची भेट झाली त्याला फार दिवस लोटले नव्हते, तोच कुठून कोण जाणे, जसिरा एक मासिक घेऊन आली. त्याच्या मधल्या दोन पानांवर मिळून सोफिया लॉरेनचं चित्र होतं. ते स्वतःच्या चेहऱ्याजवळ धरून ती बंगलाभर मिरवत होती. अम्मीची अगदीच निराशा झाली. "ही सोफिया लॉरेन की कोण तिच्यापेक्षा हेमामालिनी कितीतरी जास्त सुंदर आहे," ती म्हणाली. "आणि तिची केशरचना तरी बघ कशीय."

जसिराला कोणीतरी आदर्श हवाच असायचा. ती ते मधलं पानच जणू जगायला लागली. सोफिया लॉरेनसारखं दिसावं म्हणून तिनं कोणताच प्रयत्न

करायचा सोडला नाही. तिनं कधी सोफिया लॉरेनच्या चित्रपटाचं ट्रेलरही पाहिलं नव्हतं; पण आता ती स्वतःची सगळ्यात आवडती नटी सोफिया लॉरेन आहे, असं सांगायला लागली. स्वतःच्या भुवया बारीक कोरायला लागली. गाल सपाट दिसावेत म्हणून त्यांना सारखं सारखं मालीश करायला लागली. संधी दिली असती, तर तिनं सोफियाबरोबर नावाची अदलाबदलही केली असती. सोफिया सुंदर दिसण्यासाठी कधीच प्रयत्न करायची नाही. ते वायाच जातील हे ती जाणून होती.

उन्हाळ्यात आमच्या गावाला समुद्र पिंजून काढणाऱ्यांची गर्दी व्हायची. त्यातले बहुतेक जण यायच्या वेळी लोण्याच्या गोळ्यासारखे पांढरे असत आणि पावसाळा लागून परतायची वेळ होईपर्यंत नारळासारखे रापलेले दिसायला लागत. सावळं होण्यासाठी ते अंगाला लोशन लावून गावातनं हिंडत, रेल्वे फलाटावर वडाच्या झाडाखाली बसून प्रवाशांसाठी असणारी मार्गदर्शक पुस्तकं वाचत. कधी कधी भाड्यानं सायकली घेऊन वेगानं रस्त्यावरून चालवत. उन्हाळा सुरू झाल्यावर जसिराचा उत्साह वाढला. तिला वाटत होतं की प्रवासी तिला रस्त्यात थांबवतील आणि ती मिस लॉरेनसारखी दिसते याचं कौतुक करतील; पण प्रोफेसर टिमला जाणवलेलं साम्य दुसऱ्या कोणत्याच परदेशी माणसाला दिसलं नाही आणि कोणी थांबून तिच्याकडे दुसऱ्यांदा वळूनही पाहिलं नाही. एक एक उन्हाळा जायला लागला तसतशी ती अस्वस्थ व्हायला लागली; पण तिनं ते मधलं पानही सोडलं नाही आणि त्यातल्या बाईसारखं दिसायचा प्रयत्न करणंही सोडलं नाही.

त्यातल्याच एका उन्हाळ्यात गाड्या आमच्या गावातनं ये-जा करायच्या थांबल्या. स्टेशनवरून निघालेलं शेवटचं वाफेचं इंजिन बंगल्याला ओलांडून जाताना झुकझुक करत अगदी शववाहिनीइतकं सावकाश गेलं. बोगद्यातून जाताना तर त्यानं अगदी व्याकूळ झाल्यासारखी शिट्टी वाजवली. काही दिवसांनंतर एक कामगारांची फौज आली आणि धातूच्या पायातून त्यांनी रूळ उखडायला सुरुवात केली. रुळाखालील लाकडाचे ओंडके उचलून धूळवाटेच्या कडेला झाडाखाली एकत्र ठेवता ठेवता ते बडबडगीतासारखं काहीबाही गायचे.

रुळाच्या कडेला असणाऱ्या एका घरात मी गेलो,
माझ्या मर्जीनंच त्यातल्या बाईबरोबर झोपलो,
पोस्टमन जेव्हा टपाल घेऊन आला,
तेव्हा तिथून मी पोबारा केला.

सोफिया आणि मी भिंतीच्या आड बसून लोखंडाच्या खणखणाटापेक्षा टीपेच्या सुरात गायलेलं त्याचं गाणं ऐकून फिदी फिदी हसायचो. रोज आम्ही एक नवं गाणं शिकायचो; पण हे सोडून बाकी सगळी मी विसरलो. मला अजूनही त्या गाण्याचा म्होरक्या आठवतो. काळासा तगडा माणूस होता तो. हँडलच्या दांडीसारखी मिशी

आणि मांसाच्या तुकड्यांसारखी दाढी होती त्याची. ते सगळं जसं काही त्याच्याच आयुष्यात घडलंय, अशा रीतीनं तो गायचा आणि बाकीचे सगळे त्या प्रकरणाला साक्षी असल्यासारखं मध्येच साथ द्यायचे.

ती गाणी आणि टिकावांचा खणखणाट यांच्या आवाजात रेल्वेचे रूळ सावकाश काढून बाजूला रचले जात होते. आमच्या गावातून धावणाऱ्या गाडीच्या खुणा म्हणून फक्त लाकडी ओंडक्यांचे खांब, जोडपट्ट्यांचे डोंगर आणि रुळांच्या उतरंडी उरल्या होत्या. रेल्वेच्या इमारतीकडे आता कोणी फिरकतही नसे. गारगोट्यांच्या तुकड्यांचा खच गावभर पसरला होता. तो अगदी आटलेल्या नदीच्या पात्राच्या तळासारखा राखाडी दिसायचा. अचानक पूर येईपर्यंत गावातली मुलं त्या कोरड्या पात्रात निर्धास्त खेळत.

उन्हाळ्याची सुट्टी मीटर गेजच्या रुळांचा विनाश पाहण्यातच संपली. मी आता आठव्या इयत्तेत गेलो होतो. सोफिया नववीत. अकमल आणि जसिराचं शाळेचं शिक्षण पूर्ण झालं होतं. मी शाळेत दप्तर नेणं सोडलं होतं आणि पुस्तकांच्या गठ्ठ्याला काळा रबरबँड लावून ती खांद्यावर धरून न्यायला लागलो होतो. सोफिया आता 'मार्क्स ॲण्ड स्पेन्सर'असं छापलेली प्लॅस्टिकची पिशवी न्यायला लागली होती. ती पिशवी बंगल्यात कशी आली मला माहीत नाही आणि घरी येता येता झाडं पळवून आणायची पण थांबली होती. त्याची आता गरजही नव्हती. आमची बाग रंगीबेरंगी दिसायची. बंगल्याला तिचा अभिमान वाटावा इतकी. स्वयंपाकघराच्या मागच्या बाजूला तिनं भाजीचे वाफारेही बनवले होते. पालक, वांगी, टॉमेटो, भेंडी आणि वेगवेगळ्या प्रकारच्या मिरच्या. भाजीवाल्याची गरजच उरली नव्हती. स्वयंपाकघराच्या बाहेर पाऊल टाकलं की अम्मीला दिवसभर लागणाऱ्या गोष्टी मिळायच्या.

शाळा सुरू झाल्यानंतर महिनाभरानं तो हँडलच्या दांडीसारखी मिशी आणि मांसाच्या तुकड्यासारखी दाढी असणारा माणूस त्याची कामगारांची फौज घेऊन आला. त्याच्या बरोबरीनं गाणी आणि लोखंडाचा लोखंडावर आपटणारा आवाजही सुरू झाला. एकदा आम्ही धूळवाटेवरून जात असताना त्याच्या गाण्याच्या पोतडीतून एक नवंच गाणं अवतरलं :

तिची बाग निरुपयोगी झाडांनी भरली
मी तिथं बियांची दोन पोती टाकली.

सोफियानं मान वळवली. मी त्याच्याकडे रागारागानं पाहिलं. वाटलं त्याच्या डोक्यात दगड घालावा; पण त्यानं मला डोळा घातला आणि मांड्यांच्या बेचक्यातनं हात फिरवला.

मी तिची सगळी गरज जाणली

म्हणून तिला चांगली बियाणं दिली.

आता ते जे रूळ बसवत होते, ते काढून टाकलेल्या रुळांपेक्षा कितीतरी जास्त रुंद होते. दर दुपारी आम्ही शाळेतून परत आलो, की घातलेल्या नव्या रुळांची लांबी वाढलेली असायची आणि ते गाणारे कामगार बंगल्यापासून आणखी दूर गेलेले असायचे. एका आठवड्याला ते बोगद्याच्या तोंडाशी होते, तर पुढच्या आठवड्यात बोगद्याच्या आत कुठेतरी दूर कंदिलाच्या उजेडात गावातून रूळ टाकत पुढे सरकत होते.

ब्रॉडगेजच्या गाड्या जास्त मोठा आवाज करून धडधडत जायला आणि कर्कश आवाजानं आमचं गाव भरून टाकायला आणखी महिनाभर लागला. स्टेशनला लागलेली पहिली गाडी तोंडाच्या बाजूला वेगळीच दिसत होती. ते अवजड वाफेचं काळं इंजिन नाहीसं झालं होतं. नवीनवालं सडपातळ आणि गांडुळाच्या रंगाचं होतं. त्याचा आवाज पहिल्यांदा ऐकला तेव्हा मी थरकापलोच.

"ही डिझेलवर चालते," जे या आठवणीत फारसं तोंड उघडत नाहीत, ते अब्बा म्हणाले. या आठवणीत अब्बा फारसे येत नाहीत, बोलत नाहीत किंवा इतरांच्या सारखं काही करत नाहीत, यात माझी काहीच चूक नाही. ते तसे घुमेच होते. जमिनीचे व्यवहार पूर्ण करणं किंवा वापरलेल्या मोटारींना गिऱ्हाईक मिळवणं, एवढाच उद्योग ते करत आणि ते करतानाही अगदी कमीत कमी शब्द वापरत. मी त्यांच्याबद्दल लिहायचा विचार केला, तर वहीचं पानच मला कोरं राहण्याची भीती घालतं. ज्यानं स्वतःचं तोंड फक्त ढेकर द्यायला, आळस द्यायला किंवा सिगारेट ओढायलाच उघडलं असेल, त्याच्याबद्दल मी काय लिहिणार? त्यांच्याबद्दल मी पुढे केव्हातरी लिहीन. आता मला मोठ्या आणि नव्या गाड्यांबद्दल सांगायचंय. त्यांच्यापुढे जुन्या गाड्या खेळण्यातल्या असल्यासारख्या फालतू वाटायला लागल्या.

मी झोपेत त्यांना जोरात आवाज करत बोगद्यातून जाताना ऐकलं आणि दचकून जागा झालो. कसायाकडे नेत असलेल्या बकऱ्यांसारखा तो आवाज होता. त्या मला डोळे बंद करूनही दिसत होत्या. पुढच्या दिव्यांचा झगझगीत प्रकाश आणि त्यानंतर येणारी कमी प्रकाश असणाऱ्या खिडक्यांची रांग. कधी कधी तर माझ्या स्वप्नात त्या माझ्या अंगावरूनही जायच्या.

आयुष्यसुद्धा रडतखडत चाललं होतं. जसिरा कॉलेजात जायला लागली होती आणि अकमलचं नाव, त्याच्याच हट्टामुळे औद्योगिक शिक्षण केंद्रात घातलं होतं. त्यांना घालायला निळ्या रंगाचे मोठ्या खिशांचे डगले असत. मंडलाच्या फळ्या म्हणजे त्यांची पुस्तकं आणि डाग देण्याच्या कांड्या म्हणजे त्यांचं पेन असे. त्या शैक्षणिक केंद्रावर कितपत विश्वास ठेवायचा याबाबत मला पहिल्याच आठवड्यात

शंका यायला लागली होती. कारण मला आठवत असल्यापासून सुरळीत चालणारा आमचा मर्फी अकमलनं खोलला. त्याच्या आतल्या वायरींवर प्रयोग केले आणि तेव्हापासून तो खरखरायला लागला.

उसाच्या झाडांजवळ धुण्याचा दगड होता. तिथं बुचासारख्या लाकडाच्या तुकड्यावर जसिरा बेडकांना टोचून ठेवायची आणि मग कॉलेजच्या उपक्रमासाठी त्यांच्या पोटावर शस्त्रक्रिया करायची. मला वाटायचं की एकदा पोट उघडून आत काय आहे हे तिनं पाहिलं, की ती परत जखमा शिवून त्यांना सोडून देईल आणि ते घेरी येत लंगडत का होईना उड्या मारत परत सिग्नलच्या खांबाजवळच्या झाडाझुडपात जातील. विश्रांती घेऊन ठीक होतील आणि परत येतील; पण नारळाच्या झाडाखाली काठीनं केलेल्या उथळ खड्ड्यात ती त्यांना पुरून टाकायची. एखाद्या दिवशी तिला बेडूक भेटला आणि तिनं त्याचा मुका घेतला, तर त्यानं राजपुत्र बनून तिच्याशी लग्न करू नये. माझी मनापासून इच्छा होती, की त्याचा हिंस्त्र पशू बनावा आणि त्यानं तिला खाऊन टाकावं. सोफियानं खूप पूर्वी मला एक 'ब्यूटी ॲण्ड द बीस्ट'ची गोष्ट वाचून दाखवली होती. त्याचा शेवट सुखान्त होता; पण त्या अळणी शेवटापेक्षा मला माझी कल्पना जास्त छान वाटली. ती 'ब्यूटी ॲण्ड द बीस्ट'ची एक वेगळ्याच प्रकारची गोष्ट झाली असती.

किती जादापणा! इतक्या खूप बेडकांवर शस्त्रक्रिया करून आणि त्यांना मारून टाकून त्यानंतर जासिरानं डॉक्टर बनण्याची इच्छा बोलून दाखवली.

"वाईट नाही तुझी इच्छा जसी," अम्मी म्हणाली. "माझ्या कुटुंबात कोणी स्त्री डॉक्टर झालीच नाही." जणू काही तिच्या कुटुंबात मोठ्ठी कामं करणारे, कोर्टात मोठ्या हुद्द्यावर काम करणारे आणि दिवाणी सेवेत असणारे बरेच जण होते. लंडनमध्ये स्वयंपाक्याचं काम करणं ही मोठी किंवा छाप पाडणारी गोष्ट असेल तर कोण जाणे!

"तू पैशांची काळजी करू नकोस." तिनं बेपवाईनं सांगितलं. "लंडनहून कासीम तुझ्या शिक्षणासाठी पैसे पाठवेल. तू चांगले मार्क मिळवत राहा म्हणजे झालं."

"त्यात काही कठीण नाही." जसिरा म्हणाली. तिचे हात तीक्ष्ण चाकू घेऊन आणखी एका बेडकावर प्रयोग करायला शिवशिवत होते. तिच्या खिडकीत उशिरापर्यंत दिवा जळायला लागला आणि कधी कधी तिच्यावर जीव टाकणारा तो शीळ घालणारा, सिग्नलच्या खांबाजवळ उभा राहून खिडकीत अंधार पडेपर्यंत स्वतःची कला पेश करू लागला.

ती खूप अभ्यास करायला लागली. घरात फेऱ्या मारत वाचायला लागली आणि धुण्याच्या दगडावर शस्त्रक्रियांचा सराव करायला लागली; पण मला भीती

होती, की ती पळून जायची भीती घालायची तीच एखादे दिवशी खरी करेल आणि कॉलेजातून परतच येणार नाही. तसं झालं असतं तर आमच्या बंगल्याला अतिशय शरम आली असती. तिला दुपारी कॉलेजातनं यायला उशीर झाला, की माझ्या मनात एक सांगता न येण्यासारखी भीती दाटून यायची. मच्छर अगरबत्तीचं हिरवं वेटोळं हळूहळू जळत जातं तसं, आमच्या कुटुंबाला लागलेला पहिला काळिमा असेल तो, हा विचार मला जाळायचा. ही भावना वेटोळ्याचं शेवटचं टोक गाठून, जसिरा पळून गेली असं मी अम्मीला सांगणार, त्याआधीच ते फाटक वाजायचं आणि जसिरा अंगणातल्या रस्त्यावर चालताना दिसायची. अब्बा कधी नाही ते तोंड उघडतील आणि आरडाओरडीनं बंगला दणाणून सोडतील, या भीतीनं मी उगाचच इतका वेळ जळलेला असायचो.

संकटाची चाहूल लागतेय की काय यावर लक्ष ठेवण्यासाठी तुम्ही डोळे ताणून बसता, त्या वेळी काही होत नाही आणि जेव्हा तुम्हाला अजिबात शंका नसते, त्या वेळी ती चोहोकडून धबाबा अंगावर येतात. पूर्वसूचना मिळत नाही म्हणून मला संकटांची भीती वाटते; पण पूर्वसूचना मिळत नाही म्हणूनच संकटं उद्ध्वस्त करू शकतात. शोककारी घटनांची चाहूल लागते का, हे पाहण्यासाठी आपण लक्ष ठेवत असलो, तर ती मानसिक संतुलन बिघडल्याची खूण आहे का? मी लहान मुलगा होतो तेव्हाच मला डॉ. रोझकडे न्यायला हवं होतं, सव्वीस वर्षांचा घोडा झाल्यानंतर नाही. तोपर्यंत माझ्या मनात आतल्या आत पुष्कळ भीतीची वेटोळी जळली होती. माझ्या मनाच्या दरीत त्यांच्या राखेचे डोंगर साचले होते. मी याविषयी डॉ. रोझशी बोललो. मच्छरांना पळवून लावणारं हिरवं वेटोळं माझ्या छातीच्या मध्यभागी आहे या कल्पनेबद्दल.

"तशी का?" त्यांनी एका खिडकीच्या चौकटीकडे बोट केलं. त्यावर एक मच्छर अगरबत्ती होती. ती पेटवलेलीही नव्हती आणि तिच्याखाली राखेची रांगोळीही पडली नव्हती. डॉ. रोझच्या खिडक्यांना डास आत येऊ नयेत म्हणून जाळ्या लावलेल्या आहेत. इतक्या बारीक, की बहुतेक डोळे न ताणता डासच त्या पाहू शकतील. म्हणजे चौकटीवर ठेवलेलं ते वेटोळं म्हणजे त्यांचं एक साधन असावं. तिकडे बोट करून विचारायला, 'तशी का?'

मला एक हलकीशी शंका येते, की त्यांच्या खोलीत भरपूर साधनं असावीत. दुःखानं वाकलेल्या माझ्यासारख्या लोकांचं मोजमाप करता यावं म्हणून वापरली जाणारी. शोभेच्या वस्तू, सामान्य माणसाला निरर्थक वाटणारी चित्रं, दुसऱ्यांना विशिष्ट प्रकारची भीती जाणवून देणारी चित्रं, कोळशानं काढलेली चित्रं. म्हणजे त्यांच्याबद्दल प्रश्न विचारले, की तुम्ही तुमचे विचार सांगून टाकावेत अशी चित्रं. त्यांच्या फिरत्या खुर्चीमागे शेल्फवर एक सांगाड्याची छोटी प्रतिकृती होती. कदाचित

तो खराही असेल. माझ्या त्या चिमुकल्या बहन इतक्या छोट्या बाळाचे उरलेले अवशेष. मी जर त्यांना कधी सांगितलं, की माझ्याही मनाच्या कोपऱ्यात असे सांगाडे म्हणा, भुतं म्हणा, आहेत; तर ते लगेच पेन्सिलचं टोक त्या सांगाड्याच्या दिशेनं करून म्हणतील, 'तसे का?'

जेव्हा आमच्या शाळेमागचा समुद्र शांत असायचा आणि अनेक दिवस पाणबंधारे कोरडे असायचे, त्या वेळी गाडीची शिट्टी अगदी वर्गाच्या आत ऐकू यायची आणि आता दुर्भाग्य आमच्या घराचं दार ठोठावणार, अशी मला भीती वाटायची. एका मोसमात अनेक आठवडे समुद्र शांत होता आणि पुष्कळदा डिझेल इंजिनचा आवाज लहरत आत यायचा. तो विलाप केल्यासारखा सूर कानात भरला, की अभ्यासात लक्ष लागणं कठीण व्हायचं आणि कल्पनेच्या राज्यात रंगायला व्हायचं. वाईट घटनांपेक्षा इतर गोष्टीही मनात येऊ शकायच्या.

रुळाच्या कडेला असणाऱ्या एका घरात मी गेलो
माझ्या मर्जीनंच त्यातल्या बाईबरोबर झोपलो

एकदाच त्या दुर्भाग्याची शिकार अम्मी नव्हती, अब्बा होते. मला असं दिसलं, की अम्मी तिची सगळ्यात उत्तम, छानशा रंगाची जरीपदरी साडी नेसून झोपण्याच्या खोलीत जातेय. पुढचा दरवाजा तिनं उघडाच टाकलाय. केसांत फुलं माळली होती. हातांत आणि कानांत जसिराचे दागिने होते. डौलदार गळ्यात सोफियाचा हार होता.

अकरा तीसची मेल आमच्या वर्गावरून धडधडत गेली आणि अम्मीच्या त्या नटलेल्या छबीनं माझ्यावर जणू आघातच केला. तो हँडलबारसारख्या मिश्या आणि मांसाच्या गोळ्यासारखी दाढी असणारा माणूस घरात शिरला. त्यानं पुढचा दरवाजा स्वतःच्या मागे बंद केला आणि तो अम्मीच्या वेणीत माळलेल्या जाईच्या फुलांच्या गजऱ्याचा वास घेत घेत घरात शिरला.

तिची बाग निरुपयोगी झाडांनी भरली
मी तिथं बियांची दोन पोती टाकली

रसायनशास्त्राचा वर्ग चालू असताना मी मध्येच उभा राहिलो.

"काय झालं, अमर?" बाईंनी विचारलं. "रडतोयस का?"

"पोट बिघडलंय का तुझं?"

"नाही. ॲपेंडिक्स असेल." मी कण्हत म्हणालो.

त्यांनी परवानगी दिली आणि ॲपेंडिक्स जिथं असतं अशी माझी कल्पना होती, त्या ठिकाणी हात धरून कॉरिडॉरमधून कसाबसा चालत मी बाहेर पडत होतो तिथं त्या पाहत राहिल्या.

माझ्या आत काहीतरी जळायला लागलं होतं. नेहमीसारखं मच्छर अगरबत्तीचं

वेटोळं नव्हतं ते. मोठ्या आवाजाचा, लांब वातीचा, गोळ्यासारखा लाल फटाका होता तो आणि जसजसा मी बंगल्याजवळ पोहोचत होतो, तसतशी ती वात लहान होत चालली होती. धापा टाकत मी फाटकापाशी थांबलो.

पोस्टमन जेव्हा टपाल घेऊन आला
तेव्हा तिथून मी पोबारा केला

मी आवाज न करता फाटकाची कडी काढली आणि अंगणातल्या वाटेवरून पळत गेलो. मनात येत होतं, की आमचा आधीच डळमळीत असणारा आयुष्याचा गाडा गडगडत खाली येणार आहे आणि मासे पाळायच्या काचेच्या गोळ्यासारखा चकनाचूर होणार आहे. इतक्यात नेहमीच्या साध्या कपड्यांत अम्मीनं दार उघडलं आणि थोटकाइतकी छोटी वात झालेला तो फटाका फुसका निघाला.

मी तिची नजर चुकवतच पोटदुखीबद्दल सांगितलं. आलं आणि मिरीचं चाटण तयार करण्यासाठी ती स्वयंपाकघरात गेली, तेव्हा मी प्रत्येक खाटेजवळ जाऊन गुडघ्यावर बसून खाली डोकावून पाहिलं. त्या दिवसानंतर समुद्रानं अजिबात विश्रांती न घेता उसळत राहावं आणि गाड्यांनी गावातून पार होताना कुजबूजसुद्धा करू नये, अशी मी प्रार्थना करायला लागलो.

त्या दिवशी संध्याकाळी सोफिया अब्बांच्या खोलीतून बाहेर येताना शंभर रुपयांची नोट हवेत फडकवतच आली. तिच्या चेहऱ्यावर छद्मी हसू होतं. ती जसिराला वेडावत होती; कारण आमच्या गावापासून उत्तरेला ऐंशी मैलांवर असणाऱ्या तळ्याकडे अभ्यासासाठी जी सहल जाणार होती, तिकडे जायला सोफियाला मुळीच परवानगी मिळणार नाही, असं जसिरानं भविष्य केलं होतं. काही वर्षांपूर्वी फक्त पन्नास रुपये वर्गणी असणाऱ्या सहलीला जायला जसिराला परवानगी मिळाली नव्हती. जसिराला एक गोष्ट समजत नव्हती; पण मला ती समजत होती माझ्या आतल्या जळणाऱ्या उपजत ज्ञानामुळे. अब्बांना पन्नास रुपयांशी काही विशेष देणं घेणं नव्हतं, त्यांना काळजी होती, ती जसिरा कोणाच्या तरी प्रेमाबिमात पडेल याची. त्या तळ्याच्या काठी एखाद्या तरुण शिक्षकाच्या प्रेमात. सोफियाचं सुमार रूप आणि काळा रंग यांमुळे एखाद्या रम्य ठिकाणी सहलीला जायला तिला काहीच अडथळा नव्हता.

उरलेली संध्याकाळभर सोफिया हसत होती आणि जसिरा ओठ काढून बसली होती. बंगल्यात सर्वांत जास्त दुर्लक्ष तिच्याकडेच केलं जातं, असं म्हणत होती. रात्रीच्या जेवणाच्या वेळी तर तिनं जाहीरच केलं, की तिला कॉलेजच्या पुढच्या सहलीला जाऊ दिलं नाही, तर ती मुंबई मेल जायच्या वेळेला रुळावर उभी राहील.

अम्मीनं लगेचच तिला मुंबई मेलपुढे उभं राहायची परवानगी देऊन टाकली. रागारागानं जसिरा दणदण पाय आपटत निघून गेली. जाताना धाडधाड दारं आपटायलाही विसरली नाही.

आम्ही पूर्ण कुटुंब असं कधीच सहलीला गेलो नाही. खरं सांगायचं तर, आम्ही एकत्र असे कुठेच गेलो नाही. फक्त जवळच्या नात्यातल्या शादीला आणि मयताला सोडून. अम्मी तिच्या आंधळ्या अम्माला भेटायला गेली, की बहुतेकदा सोफिया किंवा मी तिच्याबरोबर जायचो. उन्हाळ्याच्या सुट्टीत जसिरा जेव्हा जेलच्या आवारातील सय्यद चाचाच्या घरात त्याच्या कुटुंबाबरोबर राहायला जायची, तेव्हा तिच्याबरोबर अकमल असायचा. बहुतेक तिनं पळून जाऊ नये म्हणून असेल. एकूण सोफियाच्या सहलीपूर्वी असं काही कधीच घडलं नव्हतं. आम्हा मुलांपैकी कोणीच एक दिशेनं ऐंशी मैलांचा प्रवास केला नव्हता.

सहलीच्या दिवशी सगळा बंगलाच लवकर उठला. अम्मीनं सँडविचेस बनवली. ती खेळण्यातल्या गाद्यांच्या चळतीसारखी दिसत होती. पिवळ्या चादरीसारखं त्यातून ऑम्लेट बाहेर आलं होतं. सोफिया बहुतेक रात्रभर जागीच होती. मनातल्या खळबळीमुळे ती फिकुटलेली वाटत होती. सहलीला जाताना केस कसे बांधावेत, हेदेखील तिला सुचत नव्हतं. शेवटी तिनं अंबाडा बांधला, त्यामुळे ती पंधरा वर्षांपेक्षा थोडी मोठी दिसायला लागली.

नारळाच्या झावळ्यांमागे लपलेला पूर्ण चंद्र खिडकीच्या कोपऱ्यातून डोकावत होता. त्याच्या तरल प्रकाशातच मी जागा झालो. खाली बागेत बघितलं. फिक्या पांढऱ्या प्रकाशात मला पानांचा आकार आणि फांद्यांवर चमकणारी जांभळं दिसली. रुळांवरून सारख्या धावणाऱ्या गाड्यांमुळे ते पॉलिश केल्यासारखे गुळगुळीत झाले होते. त्यावर रस्त्यावरचे दिवे आणि कदाचित चंद्रसुद्धा चमकत होते. शाळेला जाण्यासाठी अब्बांनी मागवलेली टॅक्सी धूळवाटेवरून येताना दिसली आणि मी सोफियाच्या सोबत जाण्यासाठी खाली धावलो.

जेवायच्या खोलीत ती हसऱ्या चेहऱ्यानं उभी होती. आमच्या छोट्याशा गावातून लांबवरच्या सहलीसाठी निघाली होती. आपलं हलकं सामान आणि अम्मीनं तयार करून दिलेला डबा तिनं 'मार्क्स ॲण्ड स्पेन्सर'च्या पिशवीत घेतला होता. "लवकर चला," अब्बा म्हणाले, "पाच वाजलेसुद्धा."

सुहुदा बुआनं पूर्वीच टाकलेले उंच टाचांचे बूट सोफियानं घातले होते. जसिराच्या मेकअपच्या डब्यातून तिनं आदल्या रात्री पळवलेली गुलाबी लिपस्टिक तिला मुळीच शोभत नव्हती. तिच्या ओठांच्या कोपऱ्यात स्ट्रॉबेरीचा जॅम चिकटल्यासारखा वाटत होता.

"जाते गं अम्मी," तिच्या हातात लिपस्टिक देत ती म्हणाली, "जसिराला

सांगू नकोस, मी तिची लिपस्टिक पळवली होती म्हणून.''

स्वतःची पिशवी उचलून ती जसिराच्या खोलीकडे गेली आणि माफी मागितल्यासारखं दारावर टकटक केलं. जसिरा नक्कीच जागी होती. तिच्या दरवाज्याखालून उजेडाची तिरीप येत होती. ''जसी,'' ती दाराशी कुजबुजली. ''दार उघड मी निघालेय.''

आतून काहीच उत्तर नाही. ''दार उघड.'' सोफियाचा आवाज क्षणभर चिरकला आणि मग सावरला. ''दार उघड. माझी निघायची वेळ झाली.''

दरवाज्याखालचा उजेड मिटला.

''पाच वाजून दहा मिनिटं झालीसुद्धा.'' जेवणाच्या खोलीतून अब्बांनी आवाज दिला. ''अजूनही आपण निघालो नाही, तर बस तुला घेतल्याशिवायच जाईल.''

आम्ही निघालो. थंडीमुळे हात स्वतःभोवतीच गुरफटून, ओसरीवर उभं राहून अम्मी आमच्याकडेच बघत होती. धूळवाटेवर पाण्याची डबकी साचली होती. सोफियासाठी तळ्याचे नमुने म्हणून. टॅक्सी गेली, की त्यात लाटा यायच्या. काळ्या घरांना, चंद्रप्रकाशात न्हायलेल्या झाडांना पार करत आम्ही चाललो होतो. खडबडीत रस्ता वळून जिथं डांबरी रस्त्याला मिळत होता, तिथं टॅक्सी थांबली. आमच्यासमोर कुंपणासारखी काळी बाह्याकृती वाटणारं रेल्वेचं फाटक बंद होतं. पुढच्या सीटवरून अब्बा धुमसत म्हणाले, ''घाई करायला सांगत नव्हतो का तुम्हाला? आता केव्हा फाटक उघडेल कोण जाणे!''

माझ्या शेजारी बसलेली सोफिया अस्वस्थ झाली. श्वास घेणंही तिला जड झालं. तिचे डोळे बोगद्याकडे लागले होते. आम्हाला थांबून पाच मिनिटंसुद्धा झाली नव्हती, तेवढ्यात बोगद्यातनं गाडी आली. ती आमच्या टॅक्सीजवळून धडधडत जात असताना अब्बांनी सोफियाला पन्नास रुपयांची करकरीत नोट दिली आणि काहीतरी सांगितलं. काय ते मला गाडीच्या आवाजात ऐकू आलं नाही.

मला अजूनही ते चंद्राच्या प्रकाशात चमकणारे सुनसान रस्ते आणि टॅक्सीपुढे गुंडाळी उलगडावी असा डांबरी रस्त्याचा गालिचा हे दृश्य आठवतं. मी पहिल्यांदाच चंद्रप्रकाशात आमची शाळा बघितली. हेडमास्तरांच्या खोलीत आणि त्याच्या शेजारच्या लायब्ररीत दिवा होता. सोफियाच्या वर्गातली मुलं आपापल्या पालकांबरोबर व्हरांड्यात उभी होती. बिघडलेल्या कारंज्याशेजारी एक बस उभी होती. तिच्या जाळीवर शाळेच्या नावाचा फलक बांधलेला होता. सोफिया टॅक्सीतून उतरली आणि निरोप घ्यायला लागली; पण एक अडचण होती. बस बंद पडली होती आणि काही जण तिच्या जाळीशेजारी उकिडवं बसून कंदिलाच्या उजेडात दुरुस्ती करत होते.

शाळेच्या मागे, खेळाच्या मैदानापुढे, नारळाच्या बागांच्या पलीकडे, लाल सुळक्यांच्या खाली, शेवाळं आलेल्या पाणबंधाऱ्यावर समुद्र आपटल्याचा खळखळाट चालूच होता. सोफिया परत टॅक्सीत बसली आणि पिशवीतून तिनं दुमडायचा

आरसा बाहेर काढला. टपावरचा दिवा लावून, त्या अंधूक प्रकाशात ती स्वतःचे ओठ न्याहाळायला लागली.

"जगात लिपस्टिकची एकही कांडी उरली नाही, तर तुमचं मुलींचं कसं होईल?" अब्बांनी विचारलं. बसचं काम करत असलेल्या लोकांकडे त्यांचं लक्ष होतं.

जेव्हा लायब्ररीच्या मागे सूर्य उगवला आणि खिडक्यांतले दिवे मंद झाले, तेव्हा मला संदीप दिसला. तो आमच्या जवळच्या एका झाडाखाली त्याच्या बहिणीबरोबर उभा होता. तीसुद्धा सोफियाइतकीच आतुर दिसत होती आणि त्याची आई अब्बांइतकीच वैतागलेली.

"इकडे कसे आलात?" अब्बांनी विचारलं. माझ्या मित्राशी आणि अकमलच्या मित्रांशीही बोलताना त्यांचा आवाज असा वेगळाच यायचा.

"ती सहलीला चाललीय." त्यानं सोफियाकडे पाहून हात हलवणाऱ्या मुलीकडे बोट केलं. सोफियानंही हात केला, पण त्यातून आपली सहल जाणार तरी की नाही, अशी शंकाच व्यक्त होत होती. दिवस उजाडल्यावर घोळके जरा विखुरले आणि परत वेगळ्या पद्धतीनं जमले. मोठे लोक एकत्र उभे राहून बसच्या स्थितीविषयी विनोद करत होते. मुली कठड्यावर बसून बसजवळ उकिडवे बसलेल्या माणसांकडे डोळे लावून होत्या.

अचानक आमच्या मागे बस आनंदानं आवाज करायला लागली. लायब्ररीच्या व्हरांड्यात झोंबाझोंबी सुरू झाली. खिडकीजवळची सीट मिळवण्यासाठी धावाधाव झाली. 'मार्क्स ॲण्ड स्पेन्सर'ची पिशवी छातीशी धरून सोफिया वेगानं पळाली. बसमध्ये शिरणाऱ्या सुरुवातीच्या मुलींत ती होती. बसच्या मधल्या जागेत इकडून तिकडे पळत कुठची सीट निवडावी, याचा ती विचार करत होती.

बस निघाली तेव्हा तिनं आम्हाला हात केला. तिचं हसू गुलाबी रंगात बंदिस्त होतं. बसच्या मागच्या बाजूचे तांबडे दिवे दिसेनासे होईपर्यंत मी हात हलवतच होतो; पण अब्बा फक्त अर्धवटच हसले. तेसुद्धा तिला दिसणार नाही इतक्या उशिरा. मग त्या नुकतीच जाग येऊ लागलेल्या, अंग ताणून आळस देणाऱ्या गावातून आम्ही दोघं गप्प गप्पच परतलो. टॅक्सीत शिरणारा वारा म्हणजे गावानं दिलेला आळसच वाटत होता.

त्या दिवशी रविवार होता. आळशी, पण उन्हं पडलेला रविवार. गावातला चौक शांत आणि जवळ जवळ रिकामाच होता. दुकानाच्या झडपाही खालीच केलेल्या होत्या. दुपारी टेलिव्हिजनवर लागणारा सिनेमा बघायसाठी मी संदीपच्या घरी गेलो. (त्यानंतर आणखी चार वर्षं जावी लागली, तेव्हा कुठे आमच्या बंगल्यात अठरा इंचांचा, काळा-पांढरा टी.व्ही आला आणि आमच्या छपरावर ॲंटेना बसली.)

दोन्ही बाजूला गवत असणाऱ्या मातीच्या रस्त्याच्या टोकाला एक उंच घर होतं. त्यात संदीप राहायचा. फाटकाचा आणि घराचा रंग मातकटच होता, पण तो शोभायचा. घरापर्यंत सरळ जाणाऱ्या अंगणातल्या वाटेला तारामाशाच्या आकाराची सिमेंटची फरशी बसवली होती. घरातला सोफा लाल रंगाचा आणि गुबगुबीत होता. भिंतीवर फोटोच फोटो होते : संदीप आणि त्याच्या बहिणीचे लहानपणीचे वेगवेगळ्या वयांतले फोटो, वेगवेगळ्या पार्श्वभूमीच्या समोर उभे असणारे त्याचे आई-वडील. घराच्या बाहेरच्या बाजूला असणाऱ्या जिन्यानं मी दुसऱ्या मजल्यावर गेलो. तिथं संदीपची खोली होती. त्याच्या खोलीत आमच्या बंगल्यात नसणाऱ्या कितीतरी गोष्टी होत्या. जागोजागी श्रीमंतीचा पसारा होता.

मी न्हाणीघरातला नळ वाहत असलेला आवाज ऐकला. त्या आवाजाच्या वर टीपेच्या सुरात संदीप गात होता. मी बाल्कनीत बसून त्याची वाट पाहायला लागलो. त्यांचं घर उतारावर असल्यामुळे तिथून गावचा चौक आणि त्याच्याभोवती असणारी गल्ल्या-बोळांची गुंतागुंत दिसली. वाहतूक नियंत्रणाच्या जागेला वळसा घालत आवाज न करता जाणाऱ्या मोटारी दिसल्या. गावच्या मशिदीवरील मनोऱ्याच्या बाजूनं उडणारे पक्षीही दिसले. प्रार्थना कक्षाच्या बाजूला असणारा, विधियुक्त स्नान करण्याचा तलाव चमचमताना दिसला आणि काजूच्या झाडापासून ते पार टोकापर्यंतच्या भिंतीपर्यंत पसरलेली दफनभूमीही दिसली. मी त्या छोट्या गावाच्या महत्त्वाच्या जागांकडे बघत असताना मला दफनभूमीवर होणारी हालचाल जाणवली. माजलेल्या तणाच्या मधल्या वाटेतून दोन माणसं इमामाला घेऊन चालली होती. नवीन कबरीसाठी ते जागा शोधत होते. आमच्या मशिदीच्या धार्मिक अमलाखाली असणाऱ्या परिघात कोणीतरी मेलं होतं. ते जेव्हा भिंतीजवळ आले, तेव्हा मी त्यांच्यापैकी एकाला ओळखलं. त्या तिघांपैकी सगळ्यात हडकुळा होता तो अब्बांचा दूरचा भाऊ होता; पण त्यानं जातीबाहेर शादी केल्यामुळे त्याला बंगल्यात मज्जाव होता. ते निर्विकारपणे बऱ्याच कबरींतून चालत हेते. एक मोकळीशी जागा दिसल्यावर ते थांबले. तिथल्या तणाकडे त्यांनी बोट केलं आणि खाली गेले.

संदीप टॉवेल गुंडाळून न्हाणीघरातनं बाहेर आला आणि कपडे करायला लागला. नंतर आम्ही खाली बैठकीच्या खोलीत गेलो आणि जाहिराती संपून सिनेमा सुरू व्हायची वाट बघायला लागलो. आम्हाला त्याची आई स्वयंपाकघरात काम करताना ऐकू येत होती. भांड्यांचा खणखणाट आणि फूड प्रोसेसरची घरघर.

आमच्या मागे फोन वाजला आणि तो घेण्यासाठी संदीपची आई बैठकीच्या खोलीत आली.

"संदीप," ती ओरडली. "आवाज हळू कर."

संदीप तसाच सोफ्यावर पसरून जाहिरात बघत राहिला.

"संदीप," तिचा आवाज चढला. ती रागानंच म्हणाली, "आत्ताच्या आत्ता आवाज हळू कर, नाहीतर परत कधीच तुला टी.व्ही. बघायला मिळणार नाही."

मी शरमून खुर्चीच्या टोकावर सरकलो. वातावरण जास्त बिघडलं तर चटकन सटकता यावं म्हणून; पण संदीप कुरकुरत उठला आणि त्यानं आवाज हळू केला. त्यानं परत आपली सोफ्यावरची जागा घेतली आणि आई फोनवर बोलायला लागली. "सॉरी, मला नीट ऐकू आलं नाही. काय म्हणालात तुम्ही?" तिच्या तोंडून अस्फुट किंकाळी बाहेर पडली आणि काय झालंय ते बघायला आम्ही वळलो; पण तोवर तिनं आमच्याकडे पाठ केली होती आणि कुजबुजत्या आवाजात बोलत होती. थोड्या वेळानं तिनं फोन खाली ठेवता आणि आमच्याकडे न बघताच आत निघून गेली. संदीप परत टेलिव्हिजनजवळ गेला. त्यानं आवाज मोठा केला आणि जाहिरातीच्या आवाजानं खोली भरून गेली.

"संदीप," शेजारच्या खोलीतून तिनं कठोरपणे हाक मारली आणि संदीपनं रागारागानं स्वतःचं डोकं खाजवलं. तणतणतच तो आत गेला. थांबावं की निघून जावं, हेच मला कळेना. या दुपारी आता काही चांगलं होणारच नाही, असं वाटायला लागलं होतं.

बाहेर आला तेव्हा संदीप बराच शांत झाला होता. थोडं फार हसलाही होता. त्यानं टेलिव्हिजन बंद केला. सावकाश सोफ्यावर बसला आणि म्हणाला, "आई म्हणतेय, तू आता घरी गेलास तर बरं. तिचं डोकं दुखतंय."

माझ्या मनाला फार लागलं ते. तरीही मी हसलो आणि चटकन उभा राहिलो. फर्निचरमधून वाट काढत मी पोर्चमध्ये पोहोचलो आणि दोन्ही बाजूला फुसकं गवत वाढलेल्या मातीच्या रस्त्यावरून निघालो.

निलगिरीच्या झाडांपर्यंत पोहोचेतोवर मला वाटलं, की धूळरस्त्यानं न जाता रेल्वेच्या बाजूनं जावं. रुळांच्या दोन्ही बाजूंना असणाऱ्या विरळ झाडांकडे बघताना माझ्या अपमानाचं दुःख थोडं कमी झालं. रुळांच्या बाजूनं चालत मी दुकानांची मागची बाजू, बंद पडलेला कारखाना आणि मशीद यांना ओलांडून बोगद्यात शिरलो.

बोगद्यातल्या अंधारालासुद्धा काळ्या रंगाच्या वेगवेगळ्या छटा होत्या. सुरुवातीला काही वाराचं अंतर राखाडी रंगाचा जास्त प्रभाव होता. जसं जसं बोगद्याच्या आतल्या भागात जावं, तसा तो गडद होत होता आणि मग एकदम काळाकुट्ट होत होता. चेहऱ्यावर जणू काळा पडदाच ओढला जात होता. हा रस्ता मी न चुकता अर्धवट दुडक्या चालीनं चालायचो. चेहऱ्यावरचा काळा पडदा दूर करायचा प्रयत्न करायचो. बोगद्याच्या या काळोख्या भागातनं मी झपाट्यानं जात होतो, तेव्हा मिनाऱ्यांच्या कर्ण्यांवर बोटं आपटल्यासारखा आवाज आला. संध्याकाळच्या प्रार्थनेसाठी मुएझ्झिननं आवाज द्यायची वेळ अजून झाली नव्हती. सूर्यास्ताला अजून तासभर तरी अवकाश

होता. इमामाचा आवाज ऐकू आला आणि घाईघाईत लिहिल्यासारखं एक काव्य त्यानं वाचलं. बोगद्यामुळे शब्द स्वच्छ समजत नव्हता. जे ऐकू येत होतं ते अर्थहीन वाटत होतं. मी बोगद्यातून बाहेर येईपर्यंत कर्ण्याचा आवाज थांबला होता.

आमच्या अब्बांचा चचेरा भाई, ज्याला दफनभूमीवर फिरताना मी संदीपच्या बाल्कनीतून पाहिलं होतं, तो सिग्नलच्या खांबाजवळ माझ्याकडेच बघत उभा होता. तो काही हसला नाही; पण मी हसलो, तेव्हा त्यानं थोड्याशा काळजीतच माझी नजर चुकवली. बंगल्यात काहीतरी भयंकर घडलं होतं. माझी खात्रीच झाली. धूळवाट ओलांडताना मी बघितलेल्या दुर्घटनेच्या तुकड्यांची सांगड घालायला लागलो. मशिदीमागे नवी कबर कुठे खणावी याची पाहणी करणारे लोक, तोंड फिरवून कुजबुत्या आवाजात बोलणारी संदीपची आई, कर्ण्यावर छोटासा निरोप सांगणारा इमाम. मी संदीपच्या घरी गेलो होतो, तेव्हा बंगल्यावर किंवा आमच्या भाईबंदांत कोणीतरी वारलं होतं. लोकांच्या घोळक्यातून वाट काढत मी घाईनं बंगल्यात शिरलो. अम्मी जिवंत आहे, हे मला बघायचं होतं. मी ओसरीवर शिरतानाच तिचा आवाज ऐकला. दुःखानं तो जडशीळ झाला होता. एखाद्या हरवलेल्या मांजरीच्या पिल्लाला हुकमी आवाजात बोलवावं, तसं ती म्हणत होती, ''सोफी... सोफी...''

आकाशाच्या कोपऱ्यात चंद्र पुन्हा उगवला होता. बागेत त्याचा पांढरा प्रकाश पडला होता. विशेषतः लाल जांभळ्या फळांनी बहरलेल्या जांभळाच्या झाडावर. सोफिया सकाळी ज्या तळ्याकडे जायला निघाली होती, तिथून जवळच्याच हॉस्पिटलमध्ये तिचं शव होतं; पण बंगल्यात शोक करणाऱ्यांची गर्दी झाली होती. सय्यद चाचा तुरुंग विभागात काम करत असला, तरी त्याचा काही विशेष उपयोग झाला नाही. मध्यरात्र होण्यापूर्वी काही शव घरी येणार नव्हतं.

शोक करणाऱ्यांमधून वाट काढत असताना, मी बोट कलल्याची काहीतरी कुजबुज ऐकली; पण मी जवळून जायला लागलो, की लोक गप्प होत. संदीपकडून मला सगळा तपशील कळला. मला खरं तर त्यातलं काही माहीत करून घ्यावंसं वाटत नव्हतं; पण विचारल्याशिवाय राहवतही नव्हतं. आम्ही रचून ठेवलेल्या लाकडाच्या ओंडक्यावर बसलो होतो. आमच्या डोक्यावर असणारे सिग्नलचे दिवे मधूनच लालचे हिरवे, हिरव्याचे लाल होत होते. आम्ही न बोलताच बसून राहिलो. येणाऱ्या-जाणाऱ्या गाड्यांच्या दिव्यांच्या उजेडात दोन काळ्या छाया मधूनच उजळत होत्या.

मला सकाळच्या अर्धवट उजेडात आमच्याकडे बघून हलणारे हात आणि फिकट होत दिसेनासे झालेले बसच्या मागच्या बाजूचे दिवेच आठवत होते.

''तुझी बहीण?'' मी घाबरत घाबरतच त्याला विचारलं.

थोडा वेळ तो काहीच बोलला नाही. मी परत तोच प्रश्न विचारणार होतो,

तेवढ्यात तो बोलला, "फक्त सोफियाच." त्यानं आवंढा गिळला. "बाकी सगळ्या वाचल्या."

मध्यरात्रीच्या सुमाराला, जर बोट उलटली नसती, तर सहल परत यायची वेळ झाली असती. त्या वेळी तळ्यावर काय घडलं असेल, याची मला अगदी स्पष्ट कल्पना करता येत होती. मला दिसलं की तो अंडाकृती आकाराचा, शेवाळी रंगाचा तलाव होता. जी बस त्यांना तळ्यावर घेऊन गेली होती, तशाच निळ्या रंगाची बोट होती. मला दिसलं, की हात लांब करून कमळं खुडायला सोफिया वाकली आणि बोट कलली. पावसाचे थेंब पडून कागदाच्या बोटी उलटत्या होतात, तसंच आणि तळ्याच्या पृष्ठभागावर जोरात आपटली. पाण्याच्या लहरींनी तिच्या हाताला वेढलं आणि कमळ हातात न आलेला तो हात हळूहळू खाली गेला.

चंद्रप्रकाश जरा प्रखर झाल्यासारखा वाटला आणि माझे डोळे चुरचुरले. मी माझ्या खोलीत जाऊन एकट्यानंच बसलो. चंद्रप्रकाश येऊ नये म्हणून खिडकीचा पडदाही ओढला. गोठ्यातल्या जळाऊ लाकडांच्या ढलप्यांच्या मागे मांजराचं पिल्लू लपलेलं असावं आणि त्याला बाहेर बोलवायचा प्रयत्न करावा, अशा रीतीनं जसिरा आणि अम्मी आळीपाळीनं सोफियाला हाका मारत होत्या.

ज्या गोष्टी करायच्या असतील, त्यांची यादी करून ठेवायची सोफियाला आवड होती. जुन्या वहीच्या पानांवर तशा याद्या करून ती घरभर जिकडे तिकडे ठेवायची. जसिरा जसे तिचे गुंतवळ टाकायची, तसंच पुस्तकांतून, वापरात नसलेल्या कप-बश्यांतून, गाद्या-उश्यांच्या खाली, फुलदाणी आणि चहाचे कप ठेवायच्या चकत्यांखाली त्या पिवळ्या कागदावरच्या कामात बहुधा नोंद असायची, ती रोपट्यांची परत लावणी करण्याची, लायब्ररीची पुस्तकं परत करायची, वाढदिवसाच्या तारखांची, अकमल आणि कधीतरी अम्मीला दिलेले पैसे परत मागण्याची. भिंतीवरचं फडताळ उघडताना कधीतरी सोफियाच्या हस्ताक्षरातला कागद दोन पुस्तकांच्या मधून डोकावेल की काय, असं मला वाटत राहायचं; पण एकही सापडला नाही. कदाचित तिनं पुस्तकाच्या आत ठेवला असेल. तिची एखादी तरी चिठ्ठी सापडावी, अशी मला प्रबळ इच्छा झाली. कदाचित त्यातल्या एखाद्या चिठ्ठीत तिनं येऊ घातलेल्या मरणाच्या वाटणाऱ्या भीतीविषयी लिहिलं असेल.

मी एक मधलंच कुठलंतरी पुस्तक उचललं आणि शून्य मनानं त्याची पानं उलटायला लागलो. पुस्तकाच्या पानांना माझा हात लागला, की धूळ उडायची. तिचा मला वास येत होता. शेवटच्या पानावर शेवटच्या परिच्छेदाच्या खाली मला एक साधीशी सही दिसली- 'जावी.' त्यात काहीच दिखाऊपणा किंवा गिचमीड नव्हती. इतका काळ उलटल्यावर त्याची निळी शाईही फिकट झाली होती. त्याच्या खाली ओळ मारून दोन ठिपके दिले नसते, तर मी त्याला सही म्हटलंच नसतं.

तशी तर एखाद्या लहान मुलालाही बनावट सही करता आली असती. सही केल्याच्या दिवसाची तारीख आणि वेळही तिथं लिहिली होती. १२ मे १९५२. सायंकाळी ८.३०. मी ते पुस्तक परत ठेवलं. दुसरं उचललं आणि चाळलं. त्याच्याही वर जावीनं सही, तारीख आणि वेळ लिहिली होती. ७ डिसेंबर १९५४. दुपारी १२.०० मी आणखी काही पुस्तकं बाहेर काढली आणि अरेबिकप्रमाणे मागच्या बाजूनं उलटली. तीच सही. वेगवेगळ्या तारखा. हा जो कोणी जावी होता ना, तो बहुतेक पुस्तकातला किडा होता; पण त्याची इतकी सारी पुस्तकं आमच्या घरात का असावीत, या विचारानं माझं गोंधळलेलं मन जास्तच बावचळून गेलं. आमच्या अम्मीच्या किंवा अब्बांच्या कोणाच्या कुटुंबात या नावाचं कोणीतरी आहे, याची मला काहीच कल्पना नव्हती. आमच्या अब्बांच्या मित्रमंडळीतसुद्धा 'जावी' नावाचं कोणीच नव्हतं.

चंद्राचा प्रकाश कमी व्हायला लागला का, हे बघण्यासाठी मी पडदा जरा बाजूला केला, तेव्हा मला धूळवाटेवरून दोन दिवे येताना दिसले. क्षणभर मला वाटलं सोफियाला शाळेत न्यायला टॅक्सी येतेय. अजून सहल जायचीच आहे. सोफिया वारल्याचं मला दुःस्वप्न पडलं होतं आणि आता मी त्यातून जागा झालोय. दुसऱ्याच घटकेला मला ड्रायव्हरच्या डोक्यावरचा भयसूचक फिरता लाल दिवा दिसला आणि ती ॲम्ब्युलन्स असल्याचं उमगलं. नशिबानं ती नेहमीसारखा केकाटलेला आवाज काढत नव्हती. मी 'जावी'चं पुस्तक परत त्याच जागेला ठेवून दिलं; पण मला खाली जायचा धीर झाला नाही.

सोफियाचं दफन केल्यानंतर आठवडाभर मी शाळेलाच गेलो नाही. सारा वेळ मी माझ्या खोलीतच बसलेला असायचो आणि तिनं लिहिलेल्या कामाच्या चिठ्ठ्या कुठं सापडतात का, शोधत बसायचो; पण माझ्या बहननं मागे ठेवलेल्या खुणांऐवजी एका अनोळखी माणसाच्या खुणाच परत परत माझ्या हाताला लागायच्या.

मी असं धरून चाललोय की 'जावी'पुस्तक वाचल्यानंतर त्यावर सही करायचा. तसं असेल, तर त्यानं बरीच पुस्तकं वाचली होती. लहान मुलानं केल्यासारख्या सहीबरोबर असणाऱ्या तारखा लक्षात घेतल्या, तर तो वर्षाला सहज डझनभर जाडी जाडी पुस्तकं वाचायचा. कधी कधी तर ही संख्या दोन डझनांपेक्षा जास्त असायची; पण १९६०च्या मध्यावर ती संख्या एकदम कमी व्हायला लागली. सहावरून चारवरून तीनवरून एकवर. पुस्तकावर शेवटची सही होती ५ नोव्हेंबर १९६८. दुपारी १.४०. त्या शोकाकूल दिवसांत मला आश्चर्यच वाटलं. माझा जन्म ५ नोव्हेंबर १९६८चा होता. माझ्या जन्मवेळेची मला काही कल्पना नव्हती; पण मला दाट शंका होती, की या जगात येण्यासाठी मी भल्या पहाटेची निवड केली असावी. मग कोणीतरी बोललेलं अंधूक आठवलं. बहुतेक आमची आंधळी नानीच असेल.

ती म्हणाली होती, की मध्यरात्रीनंतर जन्म घेणारी बाळं दिवसा उजेडी खूप झोपतात आणि रात्र जागवतात. असं म्हणायचे की माझा जन्म झाला, तेव्हा मी रात्रभर बंगल्याला जागं ठेवायचो.

संदीप पुष्कळदा येऊन गेला. त्या वेळी मी धुळीनं भरलेल्या पुस्तकांची चळत पुढ्यात घेऊन बसलेलो असायचो. माझ्या जुन्या वहीत पुस्तकातल्या तारखांची अचूक कालक्रमानुसार व्यवस्थित नोंद करत असायचो. त्या वहीला मी 'जावीची डायरी' असं नाव दिलं होतं. का ते मलाही सांगता येणार नाही.

"जावी कोण?" एका भेटीत संदीपनं विचारलं.

मी खांदे उडवले.

"तू या सगळ्या तारखा कशासाठी लिहितोयस?"

मी नुसतीच डोळ्यांची उघडझाप केली. त्यानं क्षणभर नजरेला नजर मिळवली आणि जाण्यासाठी उठला. "आई म्हणाली, तू टी.व्ही. बघायला केव्हाही आलास तरी चालेल; फक्त रविवारीच यावंस असं नाही."

आणखी दोन दिवस, शोक करणाऱ्यांची बंगल्यावर गर्दी होती. त्यानंतर मात्र चमत्कारिक शांतता पसरली. रडण्याच्या उमाळ्यानं ती एखादे वेळीच मोडायची. कोण जास्त कोसळून गेलंय, हे मला ठरवता येत नव्हतं. जसिरा की अम्मी. एखाद्या माणसानं वादळात मैलोन्‌मैल वाट तुडवावी, पिंजारलेले केस, तारवटलेले डोळे आणि फिकुटलेली त्वचा अशा त्या दिसायला लागल्या. रिकाम्या नजरेनं त्या खिडकीतून बाहेर गवताच्या गंजीकडे किंवा फणसाच्या झाडाला लागलेल्या बुरशीकडे बघत बसायच्या. कुफी टोपी डोक्यावर चढवून अकमल नमाज पढण्यासाठी पाच वेळा मशिदीवर जायचा. अब्बा ओसरीवर बसून दाढी कुरवाळत राहायचे. तीन दिवसांचे खुंट आता मोठी राखाडी दाढी झाले होते. तसा विचार केला तर, सोफियाच्या मृत्यूनंतर माझ्याच मनाचा समतोल टिकला होता.

जेव्हा मी शोक करायचा थांबवून शाळेला जायला सुरुवात केली, तेव्हा मी घरातून निघत असताना अब्बांनी मला सावध केलं, "रेल्वे रूळ ओलांडताना नेहमी दोन्ही बाजूला बघत जा." रेल्वे रुळावरून जाताना सावधगिरी बाळगायला त्यांनी यापूर्वी मला कधीच सांगितलं नव्हतं. अगदी मी खूप लहान असतानासुद्धा. जणू काही सोफिया जिवंत असेपर्यंत, माझ्या अंगावरून गाडी गेली असती, तर त्यांना काही पर्वा नव्हती.

मी रागारागानं मातीच्या रस्त्यानं निघालो. रस्त्याच्या दोन्ही बाजूंना जी घरं होती त्यांच्या बागांतच सोफिया चोरपावलांनी जायची आणि फुलं पळवून आणायची. दूरवर नारळाच्या आणि केळीच्या बागा होत्या. भातशेतीही होती. त्या सगळ्यातून मी सोफियाच्या बरोबर कधी ना कधी हुंदडलो होतो. मी डोळ्यांची उघडझाप केली

आणि परत तिचा विचार मनात आणायचा नाही असं ठरवलं; पण आत्ता आत्तापर्यंत ती जिवंत होती याची जाणीव देणाऱ्या खुणा सगळीकडेच होत्या. तिला बागकामाच्या असणाऱ्या वेडाची आठवण मला फार छळायची. एका दृष्टीनं तिच्या कष्टांची फळं लवकरच कोमेजून जायला लागली, त्यामुळे मला थोडी सुटकाच वाटली. पुढच्या अंगणातले फुलांचे ताटवे पंधरवड्याच्या आतच सुकून गेले. स्वयंपाकघरामागचा भाजीचा मळा थोडा जास्त जगला; पण तो मरणार आहे, याच्या खुणा आधीपासून दिसत होत्या. जांभळाच्या झाडाला मात्र तिच्या निगराणीची गरज उरली नव्हती. फळांनी लगडलेलं ते झाड बागेच्या मध्यभागी ताठ उभं होतं. अब्बा फाटक उघडंच टाकायचे. मनाला येईल तेव्हा शेजारपाजारची मुलं आत येऊन जांभळं पाडून न्यायची. ज्या दिवशी मी बघितलं, की अम्मी त्या मुलांना हुसकून लावतेय, त्या दिवशी माझ्या लक्षात आलं की सोफियाचा शोक आता संपलाय.

जसिरा परत भुवया कोरायला लागली. ती तोंडाला कसलासा लेपसुद्धा लावायला लागली. तसा लावला की ती छताकडे तोंड करून, डोळ्यावर काकडीच्या चकत्या ठेवून बराच वेळ आरशासमोर बसायची. अब्बांनी दाढीवरून वस्तरा फिरवला आणि ते दोन उन्हाळे कमी पाहिल्यासारखे दिसायला लागले; पण ते जास्तच घुमे बनत चालले होते. कित्येकदा डोळ्यांच्या कोपऱ्यातून माझ्याकडे बघत असताना त्यांना मी पाहिलं.

अकमलचं कुफी टोपी घालणं आणि पाच वेळा नमाज पढणं चालूच होतं. तो जेव्हा काब्याच्या दिशेनं वाकून बसलेला नसेल, त्या वेळी डाग देण्याची कांडी घेऊन मंडलफळ्यांशी झटापट करत असायचा किंवा बॅटऱ्या आणि वायरींनी चालणारी उपकरणं दुरुस्त करत असायचा आणि दिव्यांना मिचकवायला लावायचा.

माझं काय चाललं होतं? मी डोळ्यांची उघडझाप केली. मी जावीची पुस्तकं चाळली. मी डोळ्यांची उघडझाप केली. मी जावीच्या डायरीत नोंद केली. मी डोळ्यांची उघडझाप केली.

"अमर, तसं करू नकोस." एके दिवशी संदीप म्हणाला. तो सिगारेटचे झुरके घेत घेत खोकत होता. आम्ही पहिल्यांदाच सिगारेट ओढत होतो. सूर्याच्या उजेडापासून थोडं लांब, आम्ही बोगद्यात रुळांवर एकमेकांकडे तोंड करून बसलो होतो. "तशी डोळ्यांची उघडझाप करू नकोस."

"ते माझ्या हातात नाही रे." सिगारेट ओढत असल्यामुळे आधीच आपण काहीतरी पाप करतोय असं मला वाटत होतं. "ते आपोआपच होतं."

"त्यामुळे तुला टोपणनाव पडलंय. थट्टा करतात तुझी." त्यानं सिगारेट माझ्याकडे दिली.

"माहितेय मला," मी सिगारेट हातात घेतली; पण झुरका घ्यायची इच्छा मला झाली नाही.

"ओढ आणि इकडे दे ती," तो उतावीळपणे म्हणाला.

झुरका न घेताच मी ती त्याच्यापुढे केली.

"नको तुला?"

मी मान हलवली आणि सिगारेट त्याच्या हातातच कोंबली. बोगद्याच्या दुसऱ्या टोकाला मला दोन आकृत्या येताना दिसल्या. एक जाडाजुडा पुरुष आणि दुसरा आमच्या दोघांसारखाच उंच आणि रोड. जाड्यानं बोगद्यात विजेरीचा प्रकाश टाकला आणि दुसऱ्यानं जिभेनं चुचकारल्यासारखा आवाज केला. तो मिकी, मिकी अशा हाका मारत होता.

"असिफ आणि त्याचे अब्बा दिसतायत." रुळावर सिगारेट विझवत संदीप म्हणाला, "त्यांच्या मांजराला शोधतायत."

असिफ आमच्या वर्गात होता. डॉ. इब्राहिमचा एकुलता एक मुलगा. एका शुक्रवारी इमामानं मला बाजूला घेऊन तंबी दिली होती, त्या वेळी माझे अब्बा म्हणून मी ज्यांच्याकडे बोट केलं होतं, ते हेच. ते रेल्वे रुळाच्या अगदी जवळ राहायचे. त्यांचं मागचं फाटक उघडलं, की उतारावर जिना होता. तो थेट बोगद्याजवळ पोहोचायचा.

"चल, लप," संदीप म्हणाला. "आपण मिकी बनू या."

सिमेंटच्या पुढे आलेल्या भागाजवळ काळा मिट्ट अंधार होता. तिथं आम्ही दुडकत गेलो आणि ठिपक्याएवढा प्रकाश जवळ येण्याची वाट पाहायला लागलो. बाप-बेटा सावधपणे बोगद्यात सरकत होते. मध्ये मध्ये थांबून विजेरीचा प्रकाश सगळीकडे पाडत होते.

"मिकी," असिफनं आवाज दिला. "मिकी माऊ."

"चुक् चुक् चुक्," डॉ. पाद्र्याबाबानं त्यात सूर मिसळला.

आम्ही बोगद्याच्या भिंतीला चिकटून उभे होतो. काहीतरी धाडस करायच्या कल्पनेनं आमचा श्वास जोरात होत होता. काळ्या आकृत्या, खोल वाटणारा आवाज आणि प्रसिद्ध उंदराचं नाव मिरवणारं हरवलेलं मांजर.

"मिकी," असिफ म्हणाला.

"म्याऽऽऽव." संदीप दुखत असल्यासारखा कळवळला.

"तिकडंय ते." विजेरीचा झोत वळवत डॉक्टर विजयानं म्हणाले; पण उजेड आमच्यापर्यंत पोहोचला नव्हता. फक्त एका काटेरी झुडपांच्या दाटीवर पडला होता.

"मिकी," असिफनं परत मोठ्यानं आवाज दिला.

"म्याऊ" त्याचे अब्बा म्हणाले.

संदीपनं माझ्या हाताला चिमटा घेऊन उत्तर न देण्याची सूचना केली. आम्ही त्या काळ्यामिट्ट अंधारात गप्प उभं राहून लयीत चालणारा आमचा श्वास ऐकत होतो.

"मिकी म्याऊ, मिकी," असिफनं हाक मारली.

"मिकी इकडे ये," डॉ. पाद्र्याबाबानं म्हटलं.

"इथं नाहीय ते, पपा. चला, पुढे जाऊ."

"पण मला वाटतं, मी म्याव् ऐकलं."

"पण मी नाही ऐकलं."

ते अंधाऱ्या वाटेवरून उजेडाकडे चालायला लागले.

"म्याव्, म्याव्," परत संदीप कळवळला. दूध हवं असल्यासारखा.

डॉक्टर चालता चालता थांबले. कानाशी हात नेऊन ते म्हणाले, "परत ऐकलं मी."

"हो, मीसुद्धा ऐकलं," असिफ म्हणाला. "म्याऊ."

या वेळी संदीपनं काही म्हणण्याआधी मीच म्याऊ म्हटलं.

"पपा," असिफ म्हणाला. "मिकी त्या घाणरेड्या कुत्र्याच्या पिल्लाबरोबर आहे. त्याला केकाटताना मी ऐकलं."

संदीप तोंडावर हात धरून खिदळायला लागला. असिफ आणि त्याचे अब्बा परतून अंधारात आले आणि आमच्या दिशेनं त्यांनी प्रकाशाचा झोत टाकला.

"मिकी तू आहेस का तिकडे?" आमच्या वर्गमित्रानं विचारलं.

"हो, मीच आहे." खोल गेलेल्या आवाजात संदीप म्हणाला. ते वाकून अंधारात टक लावून बघत असलेलं आम्ही पाहिलं.

"कोणंय तिकडे?" डॉ. इब्राहिम रागानं ओरडले. "कुणाची चेष्टा करताय?"

"म्याव," संदीप म्हणाला; पण या वेळी आवाज बरोबर आला नाही. मी त्याच्या हातावर थापटी मारली, आता माझी वेळ होती.

"कोणंय ते?" डॉ. इब्राहिमनी परत विचारलं.

"पर्र्र्र्र..." मी त्यांच्या दिशेनं एक तुकडा टाकला.

"काय?" ते परत रागानं ओरडले.

"पर्र्र्र्र... पर्र्र्र्र..." पुष्कळ वेळा म्हणून माझे ओठ हुळहुळायला लागले.

"फस्स्स्" संदीपला मशिदीत काय घडलं ते माहीत होतं. त्यानं मोठ्यानं पादल्याचा आवाज केला.

डॉ. इब्राहिम वाकले आणि त्यांनी रुळावरून खडी उचलली.

"फस्स्स् ..."

चिडून त्यांनी अंधारातच खडी मारली. माझ्या पायाच्या अंगठ्यावरच ती पडली; पण मी वेदनेची कळ गिळून टाकली. मग खडीचा माराच व्हायला लागला. बाणासारखी ती वेगानं यायची. आमच्या बाजूच्या भिंतीवर आपटायची आणि आमच्या पायांजवळ पडायची. मध्येच मारा थांबला तेव्हा ते खाली वाकून आणखी

खडी उचलताना मी बघितलं.

"पळ, पळ," मी संदीपला म्हणालो. आम्ही सिमेंटच्या पुढे आलेल्या भागावरून धूम पळत सुटलो. धावता धावताच मला एक गंमत सुचली आणि मी मोठ्यानंच ओरडलो, "अकमल, जोरात पळ."

डॉ. इब्राहिम लाल सोफ्याच्या टोकावर बसले होते. स्वतःच्या बुटांकडे ते इतकं टक लावून बघत होते, की जणू काही अब्बांनी त्याचं कौतुक करावं अशी त्यांची अपेक्षा होती. अंगणातल्या वाटेत ताडाच्या झाडाखाली त्यांची काळी फियाट उभी होती. मोटारीच्या टपावर इतकी मणी आणि पिसांसारखी घाण होती, की ती फुलं होती की फळं, तेच कळत नव्हतं. अब्बा ओठ घट्ट मिटून बसले होते. त्यांची नजर निर्विकार होती. त्यांना वाटलं, डॉ. इब्राहिम शोक व्यक्त करायला आलेत. सोफियाच्या मृत्यूनंतर तीन महिने उशिरा. (डॉ. इब्राहिम आणि असिफ दोघंही श्रद्धांजली वाहायला आले होते. चंद्रप्रकाशात सिग्नलच्या खांबापाशी संदीप आणि मी बसलो होतो, तेव्हा आमच्या जवळनंच ते गेले होते.)

डॉ. इब्राहिमनी चहाला नको म्हटलं. ते दिवसातनं दोनदाच चहा प्यायचे. एकदा सकाळी, एकदा संध्याकाळी. अधे मधे कधीही नाही.

"हम्साभाई, इकडे यावं की नाही याबद्दल मला जरा शंकाच होती." त्यांनी चाचरत सुरुवात केली. "तुमच्यावर आणि अस्माबहनवर काय वेळ आलीय याची मला कल्पना आहे; पण अल्लाच्या मर्जीपुढे आपलं काहीच चालत नाही."

विचारपूर्वक मान डोलावत अब्बांनी सहमती दाखवली. अजूनही त्यांना वाटत असावं, की डॉक्टर तीन महिन्यांपूर्वीची जखम उघडायला आलेयत. जखम कितपत भरलीय बघायचंय त्यांना. डॉ. इब्राहिम आमच्या घरी आले यात मला काही आश्चर्य वाटलं नाही; पण ते अब्बांशी जसं वागत होते त्याचं आश्चर्य वाटलं मला. अब्बा, अम्मींना भाई-बहन म्हणण्याइतकी त्यांची ओळख असेल, याची मला कल्पना नव्हती.

"पण या बंगल्यातला मुलगा, कार्टं म्हणण्याइतका उर्मटपणा करायला लागलेलं माझ्याच्यानं पाहवत नाही." पहिल्यापेक्षाही चाचरत ते म्हणाले.

अब्बांनी चमकून वर बघितलं. त्यांच्या रुंद कपाळावर आठ्या पडल्या. डॉ. इब्राहिम दोन दिवसांपूर्वी बोगद्यात आणि वर्षभरापूर्वी मशिदीत काय घडलं, याचं वर्णन करत असताना त्या जास्तच वाढल्या. डॉ. इब्राहिम हातवारे करत सौम्य आवाजात बोलत होते आणि एकदा शांतपणे पूर्ण तक्रार करून झाल्यानंतर त्यांनी ग्लासभर पाणी मागितलं. कदाचित त्यांना असं दाखवून द्यायचं असेल, की

बंगल्याशी त्यांचं काहीच वाकडं नव्हतं.

माझ्या हातातून पाण्याचा ग्लास घेताना ते माझ्याकडे पाहून हसले. खरं तर त्या ग्लासात मी उगाचंच थुंकलो होतो आणि ते एका झटक्यात पिऊन टाकलं.

"तू अमर ना?" ग्लास परत देताना त्यांनी मला विचारलं.

त्यांना माझं नावही माहीत होतं!

"असिफ म्हणतो, की तू वर्गातला सर्वांत शांत मुलगा आहेस. तुझी त्याच्याशी मैत्री आहे का?"

"हो," मी नाखुशीनंच म्हणालो.

"छान. तू पण वर्गातला सर्वांत हुशार मुलगा आहेस का?"

"नाही. असिफय."

"हा... हा... " ते थोडंसंच पण मोठ्यांदा हसले आणि उभं राहिले. "निघतो मी हम्साभाई."

ताडाच्या झाडाखाली ते एक पाय मोटारीत ठेवून आणि कोपर गाडीच्या टपावर ठेवून उभे राहिले आणि आमच्या मोडकळीला आलेल्या घराच्या दर्शनी भागाचं निरीक्षण करायला लागले. "मी इकडे जावीबरोबर यायचो आणि अस्माबहन आमच्या सगळ्या कंपूला खाऊ-पिऊ घालायची."

"हो. आठवतं मला," अब्बा म्हणाले.

डॉ. इब्राहिमनी माझ्याकडे निरखून बघितलं आणि हसत म्हणाले, "अमर जावीसारखा दिसतो. मी तर म्हणेन, की त्याच्याइतकाच रुबाबदार." त्यांनी सीटवर बसून दार लावलं आणि मोटार सुरू केली. मोटार अंगणातल्या वाटेवरून जात असताना तिच्या टपावरच्या पिसासारख्या गोष्टी कागदाच्या अक्षतांसारख्या उडाल्या.

मी जावीसारखा दिसतो? शेल्फमधल्या पुष्कळ पुस्तकांवरच्या फिकट होत चाललेल्या सह्या मला आठवल्या. पुस्तकात पाहून मी जावीच्या डायरीत लिहून ठेवलेल्या तारखा मला आठवल्या. त्यातली शेवटची तारीख माझी जन्मतारीख होती. जावी चोरट्या पावलांनी माझ्याजवळ येत चाललाय, असं मला जाणवलं.

डॉ. इब्राहिमशी बोलत असताना अब्बांनी बराच संयम राखला होता; पण त्यांची फियाट धूळवाटेवरून दिसेनाशी होताच त्यांच्या रागाचा स्फोट झाला.

थरथरत्या हातांनी त्यांनी लिंबाची एक डहाळी तोडली. त्याची पानंही खुडून टाकली. "अकमल," ते जोरात ओरडले. "ताबडतोब इकडे ये. या क्षणालाच."

पण अकमल मशिदीत प्रार्थना करायला गेला होता. दुपारची उशिराची प्रार्थना झाल्याशिवाय तो काही घरी आला नसता.

"तो वेडपट मशिदीत आहे, अब्बा," जसिरा म्हणाली. "कदाचित अल्लाची चेष्टा करत असेल."

अब्बांनी अकमलच्या दारावर खाडकन लाथ मारली. ते थकल्यासारखं कुरकुरत उघडलं. बंगल्यातल्या प्रत्येक खोलीत खूप कपाटं होती. इतकी, की त्यात राहणाऱ्या माणसाकडे ती कपाटं भरून टाकण्याइतक्या वस्तूच नसायच्या. अब्बा कपाटातल्या गोष्टी वर-खाली करायला लागले आणि त्या सगळ्या जमिनीवर टाकून त्यांनी कपाटं रिकामी केली. इतकं मन लावून काम त्यांनी घराचा व्यवहार करताना किंवा जुन्या गाड्या विकतानासुद्धा केलं नसेल. ते पुटपुटत शिव्या घालत होते आणि जसिरा त्यांच्या आजूबाजूला घुटमळत त्यांना जमिनीवरच्या ढिगाऱ्यात काहीतरी शोधायला मदत करत होती. ते नेमकं काय शोधत होते, हे मला माहीत नव्हतं. बहुतेक त्यांनाही माहीत नसावं; पण एखादं सिगारेटचं पाकीट किंवा संदीप बोगद्यात आणायचा आणि आम्ही आधाशासारखं पाहायचो तसलं चावट मासिक मिळालं असतं, तर मजा आली असती. तपासात तसलं काहीच सापडलं नाही. मंडळाच्या फळ्या आणि बॅटरीचे सेल्स, स्क्रू ड्रायव्हर्स, डाग देण्याची कांब, तस्बीह, प्रार्थनेची पुस्तकं यांनीच अकमलचं जग भरलेलं होतं.

सूर्य जेव्हा खिडकीच्या कठड्याखाली गेला, तेव्हा अब्बांचा राग थोडा मावळायला लागला. ते रागारागानं खाली टाकलेल्या गोष्टी, टेबलावर नाहीतर शेल्फवर ठेवायला लागले. अकमलचे कपडे हँगरला लावून अंधाऱ्या आणि कोंदट कपाटात टांगायला लागले. लिंबाच्या छडीचे दोन तुकडे करून त्यांनी ते खिडकीतून बाहेर टाकले; पण मशिदीतून अकमल परत आल्यावर त्यांचा राग पुन्हा उफाळला.

अकमल पूर्णपणे गोंधळून गेला होता. दुखावलाही होता. त्यांचा ओळखण्यात बहुतेक गैरसमज झाला असावा, असं सांगण्याचाही त्यानं प्रयत्न केला; पण अब्बा अजूनही इतके चिडलेले होते, की क्षणभरही तो विचार लक्षात घ्यायला ते तयार नव्हते. त्याची कुफी टोपी हातात घेऊन अकमल उभा होता. टोपीच्या नागमोडी किनारीवर त्याची बोटं फिरत होती. त्यानं डॉ. इब्राहिमची बोगद्यात चेष्टा करणं आणि मशिदीत इमामाची नक्कल करणं दोन्ही गोष्टी नाकारल्या. ''तो अमर नसेल कशावरनं?'' त्यानं रागानं विचारलं. ''नेहमी नेहमी मीच कसा सापडतो?''

अब्बांनी माझ्याकडे एक नजर टाकली. असा खोटानाटा आळ घेत असल्याबद्दल मला फार धक्का बसल्यासारखा डोळे विस्फारून मी त्यांच्याकडे बघत राहिलो.

''पण डॉ. इब्राहिम स्वतःच म्हणाले, की अमर वर्गातला सगळ्यात शांत मुलगा आहे, म्हणून.'' माझी लाडकी बहीण जसिरा पचकली. कोणीही पाहुणा बंगल्यावर आला, की पडद्याच्या आड लपून सगळ्या गोष्टी चोरून ऐकण्याची तिची सवयच होती.

''तू गप्प बस.'' अकमल तिच्यावर खेकसला. ''तू नेहमी स्वतःच्या फायद्याचं असेल तेव्हाच तोंड उघडतेस. आत्ता बंद ठेव ते.''

"बोलीन मी." कोरलेली भुवई वर उडवत ती फुसफुसली. अम्मीला चाललं असतं त्याच्यापेक्षा कितीतरी जास्त बारीक केली होती तिनं भुवई. "तू कोण मला गप्प बसवणारा? मला बोलायचं असेल तेव्हा मी बोलीन."

"हो ना. तू फक्त तुला हवं असतं तेव्हाच बोलतेस. बिचाऱ्या सोफियाशी तू कसं वागलीस ते माहितंय मला. त्या दिवशी, तिनं येऊन तुझं दार वाजवलं, तेव्हा तू एक शब्दही बोलली नाहीस..." त्याचा आवाज चिरला. प्रयत्न करून त्यानं त्यावर ताबा मिळवला... "तशीच गेली ती."

क्षणभर शांतता पसरली. मला वाटतं, तो एक क्षण असा होता, की आम्ही सगळेच सोफियाचा विचार करत होतो. गुलाबी स्वेटर आणि निळी मऊ पँट घातलेली, केसांचा आंबाडा घातलेली, आंबाड्यात भरपूर पिना खोचलेली सोफिया आमच्या डोळ्यांसमोर आली. तो क्षण संपला आणि जोरात हुंदका ऐकू आला. आपल्या नाजूक हातात डोकं खुपसून जसिरा रडत होती.

"तू सापटीत सापडलीस की लगेच रडायला लागतेस." अकमल हातानं केस मागे सारून त्यावर कुफी टोपी ठेवता ठेवता म्हणाला.

"बस झालं," म्हणत अब्बा उभे राहिले. "बस झालं. यापुढे तुझ्याविरुद्ध एकही तक्रार येता कामा नये." ते धूळवाटेनं सावकाश चालत गेले. रेल्वेच्या इमारतीजवळ सूर्यास्त होत होता. त्या दिशेनं ते गेले. त्यांच्या चालण्याच्या पद्धतीवरून असं वाटत होतं, की अकमलच्या खोलीत पसारा केल्याचं त्यांना वाईट वाटतंय आणि कदाचित संध्याकाळचं फिरून परत येताना ते अकमलची समजूत घालण्यासाठी काहीतरी घेऊन येतील : कोंबडीचे तळलेले तुकडे किंवा तसंच काहीतरी.

"सूवर," जसिरा हुंदके देत देतच अकमलला म्हणाली. "तू रोज जरी दहा वेळा नमाज पढलास तरी सूवरच राहशील."

"तुला कधीच चांगला नवरा मिळणार नाही," अकमल म्हणाला. "तुझ्या माकडासारख्या तोंडाला कितीही रंगरंगोटी केलीस तरी."

"या घरात तर सगळे एकमेकांचे शत्रूच आहेत." अम्मीनं जाहीर केलं. "या घरावर एक उपकार कराल? तुमचे हात-पाय धुवा आणि भांडणं करण्यापेक्षा निदान शंभर वेळा धिक्र तरी म्हणा. तुम्हाला स्वर्गात बक्षीस मिळेल त्याचं. रमजानचा महिना येणारंय आता."

बघता बघता रमजानचा महिना उजाडला. सोफियाच्या मृत्यूनंतर मी माझी कुराणाची कोरी करकरीत प्रत बंद करून टाकली होती. आमच्या प्रत्येकाकडे स्वतःची प्रत होती. माझी सगळ्यात जास्त चकाचक आणि अकमलची जास्तीत जास्त जीर्ण झालेली. ती परत कधीही न उघडण्याची मी शपथ घेतली होती. त्याच्या

गुळगुळीत पानांकडे बघून मी कधीच प्रार्थना म्हणणार नव्हतो. आमच्या अब्बांच्या कुटुंबात एक साम्यवादी विचारसरणीचा माणूस होता. बुटका, टकलू. पुष्कळसा लेनिनसारखा दिसायचा तो. त्याचं टोपणनाव लेनिन पडलं होतं आणि त्याला ते आवडायचंही. त्याच्याप्रमाणेच आपणही नास्तिक आहोत, असं मी समजायला लागलो होतो. आमचा स्थानिक लेनिन रमजानच्या पवित्र दिवसांत थेट मशिदीच्या फाटकाबाहेर उभं राहून केळ्यांचा फणा फस्त करण्याइतका बेडर होता. मला मात्र धर्माबाबत मी जो नवा पवित्रा घेतला होता तो अम्मीला बोलून दाखवायचीसुद्धा हिंमत नव्हती. त्याऐवजी मी आपला स्वतःशीच बोलत बसायचो. आपल्या स्वर्गातल्या पाप-पुण्याच्या हिशेबात जमेच्या बाजूला काही भर पडणार नसली, तर उपास करण्यात मतलबच काय? सगळ्यात महत्त्वाचं म्हणजे, माझी सुन्ता अर्धीच झाली होती. मी अर्धाच मुसलमान होतो. उपास करायला काही कारणच नव्हतं.

बंगल्यातल्या पद्धतीनुसार रमजान म्हणजे तीस दिवस दिवसभर उपासमार आणि रात्री पोट फाटेपर्यंत मेजवानी. दिवसभर स्वयंपाकघर थंड असायचं आणि सूर्यास्तापूर्वी तासभर त्याला जाग यायची. अम्मी कणीक मळायला लागायची. मिरच्या, कांदे बारीक कापायची. कलिंगडाचा दाट लगदा बनवायची. गाळणीतून खाली जाऊ नये इतका दाट. जसिरा घरातल्या सगळ्यात उत्तम अशा बश्या जेवणाच्या टेबलवर मांडायची आणि प्रत्येक बशीच्या कडेवर दोन खजूर ठेवायची. मुएझ्झिननं कर्ण्यांतून आवाज दिला, की आम्ही सगळे खाली बसायचो आणि बारापेक्षा जास्त तास उलटून गेल्यानंतर आमच्या तोंडात पहिला घास पडायचा. कधी कधी आम्हास इफ्तारची मेजवानी द्यायचा मान मिळायचा. सोफिया होती तेव्हा ती तिच्या मित्रमंडळाला आमच्या बरोबर जेवायसाठी घेऊन यायची. मी न चुकता संदीपला बोलवायचो. त्याचे वडील बोटीवर जायचे. अब्बा दर वर्षी संदीपला त्याच्या वडिलांबद्दल तेच प्रश्न करायचे. मी बावळटासारखं समजून चाललो होतो, की संदीप जी चावट मासिकं आणायचा, ती त्याच्या वडिलांनीच आणलेली असत. जसिरा कोणालाच बोलवायची नाही. मला शंका यायची, की आमच्या मोडकळीला आलेल्या घराची स्थिती कोणी बघू नये, असं तिला वाटत असणार. दुसरे द्यायचे त्या इफ्तारला अकमल पुष्कळदा जायचा; पण त्यानं कधी कोणाला आमच्या घरी बोलावलं नाही.

फरशी घासूनपुसून स्वच्छ केली गेली. छताची जळमटं काढली आणि पवित्र महिन्याचं स्वागत करायला वाणसामान भरून ठेवलं. त्या वेळी मी बंडखोरपणे रमजानच्या एका वेगळ्याच आवृत्तीची तयारी करायला लागलो. वसंत ऋतूतल्या खारीसारखं मी येऊ घातलेल्या धार्मिक हिवाळ्यात स्वतःचं भरणपोषण करण्यासाठी सामान गोळा करायला लागलो. दाण्याची पाकिटं, नारळाच्या वाट्या, कच्ची अंडी,

पाण्याचा तांब्या, गुळाचा खडा, चिंचेचा गोळा, जांभळं. अम्मी बागेत असताना मी हे सगळं चोरून वरच्या मजल्यावर नेलं आणि शेल्फवर जावीच्या पुस्तकांच्या मागे लपवलं. पवित्र महिना अगदी जवळ आल्यावर मी आमच्या अम्मी-अब्बांचे पैसे चोरायला लागलो. इतकी मामुली रक्कम, की त्यांच्या लक्षातही येऊ नये. अब्बांच्या खणातून दहा रुपये, मसाल्याच्या बाटल्यांमागे अम्मी ठेवायची त्यातलं पाच रुपयांचं नाणं... इतपतच. मी ते सगळे पैसे एका जुन्या मोज्यात घालून अकमलच्या खाटेखाली लपवले. म्हणजे अम्मी-अब्बांना ते सापडले, तरी अकमलच दोषी ठरला असता. स्वतःचा निरपराधीपणा सिद्ध कसा करावा, हे न कळणारा भाई असणं किती फायद्याचं होतं.

शेवटी एकदाचं कसंबसं रमजानच्या चंद्रकोरीचं दर्शन झालं. सरकणाऱ्या ढगांनी झाकली गेलेली एक धूसर पांढरी खूण. "उद्यापासून उपासाला सुरुवात," आनंदानं अकमल बागेतूनच ओरडला. घरातली कुराणाची प्रत्येक प्रत, अर्थात माझी आणि सोफियाची सोडूनच, उघडली आणि घाईघाईनं दबक्या आवाजात त्याचं वाचनही झालं. संध्याकाळपर्यंत भुकेला तोंड देता यावं म्हणून सूर्योदयापूर्वी करण्याच्या जेवणासाठी अम्मी मांस कापायला लागली. जसिरा कांदे आणि कोबी. अकमल चमच्यानं कलिंगडाचा गर काढण्यात रंगून गेला. सूर्योदयापूर्वी एक तास आधी गावातून गाडी धडधडत गेली आणि आम्ही उपास सुरू करण्यापूर्वीचं जेवण जेवण्यासाठी बसलो. इतकं भरपेट खाल्लं, की मला वाटलं पुढचे दोन दिवससुद्धा खाण्यावाचून काढता येतील.

पण दिवस नीट वर आल्यावर मला इतकं वखवखायला झालं, की नवलच वाटलं. खूप लवकर खाल्ल्यामुळे, माझी धर्माला अमान्य असणारी भूक काही कमी झाली नव्हती. दररोज सकाळी, मला तशीच भूक लागून जाग यायची. छोट्याशा ट्रान्झिस्टरसारखा माझ्या पोटातून गुरगुरल्याचा आवाज यायचा आणि दार बंद करून, कल्पनासुद्धा कराविशी वाटणार नाही अशा गोष्टी मी एकाच वेळी खायचो. गूळ आणि खारवलेली चिंच, कच्ची अंडी आणि दाणे, जांभळं आणि नारळाचं खोबरं. यापेक्षाही वाईट गोष्ट तर सांगायचीच आहे. सूर्यास्त जवळ आला, की खूप भूक लागल्यासारखं दाखवणं मला कठीण जायला लागलं. सगळे जण घाईघाईनं खात असताना मी मात्र सावकाश जेवायचो आणि एखादा पदार्थ दुसऱ्यांदा घ्यायला तर नाहीच म्हणायचो.

जावीच्या पुस्तकांच्या कोनाड्यात मागच्या बाजूला गोळा करून ठेवलेला माझा साठा हळूहळू कमी व्हायला लागला होता आणि त्यात पुन्हा भर टाकणं कठीण झालं होतं. कारण अम्मी पूर्ण दिवस दिवाणखान्यात प्रार्थना करायच्या गालिचावर बसलेली असे आणि तिथून स्वयंपाकघर अगदी स्पष्ट दिसायचं. मी परत अब्बांच्या

खणांकडे वळलो; पण त्यांनी उघडायला दाद दिली नाही. मग मी आपला निसर्गाला शरण गेलो. बंगल्याभोवती लाकडी कुंपण घातल्यासारखी जी झाडं होती, त्यावर मी हल्ला चढवला. झाडावरची शेवटची जांभळं खाल्ली. चिकूच्या झाडाखाली बसून चिकाचे कच्चे चिकू खाल्ले. गुजबेरीच्या झाडावर चढून झटपट जेवण केलं. किती अवास्तव भूक ही! जणू काही, अल्लाच्या अस्तित्वाबद्दल मनातल्या मनात का होईना अविश्वास दाखवल्याबद्दल त्यानं मला समाधान न होणाऱ्या भुकेचा शाप दिला होता. झाडं बोडकी झाल्यावर मी मीठ लावून गुलाबाच्या पाकळ्या खायला लागलो. मार्कर पेन्सचा वास घेतला की माझी भूक थोडी कमी व्हायची.

अडीच आठवडे उलटल्यावर माझ्या पोटात बारीक कळा यायला लागल्या आणि मी बिछान्यावर तळमळायला लागलो. अम्मीनं रामबाण उपाय म्हणून तिचं नेहमीच आलं, लिंबू आणि मिरीचं मिश्रण मला चाटायला दिलं; पण त्यानं दुखणं आणखीनच बळावलं.

''माझी बॅरलगनची एक गोळी दे त्याला, अम्मी.'' जसिरानं आजारी माणसाच्या खाटेजवळ बसलेल्या देवदूताचा आव आणला. डोक्यावरून दुपट्टा घेऊन, मी लवकर बरं व्हावं म्हणून पटपट सुराह म्हणत असताना ती जास्तच सुंदर दिसत होती.

''नको.'' अम्मीच्या काळजीनं भरलेल्या चेहऱ्यावर थोडंसं हसू आलं. ''बॅरलगन फक्त मुलींच्या पोटदुखीसाठी असतं. उद्या सकाळी लवकरच मी त्याला डॉक्टरकडे घेऊन जाईन.''

सकाळी मला मशिदीजवळच्या पॉलिक्लिनिकमध्ये नेलं. तिथे पानांची नक्षी असणाऱ्या खिडक्यांच्या खोलीत बसवलं.

''अस्मा बहन!'' डॉ. इब्राहिम खुर्चीतून उठले. त्यांनी हृदयाजवळ हात ठेवला होता. त्यांच्या खुर्चीची सीट आणि हात गुबगुबीत आणि चामड्याचे होते.

''इब्राहिम,'' ती म्हणाली. ''बरेच दिवस झाले भेटून.''

''खरंच, खूपच दिवस झाले बहन.'' महिन्यापूर्वी बंगल्याला दिलेली भेट त्यांनी सोईस्करपणे नजरेआड केली.

तिनं त्यांना 'डॉक्टर' असं म्हटलं नाही, याचं मला आश्चर्य वाटलं आणि आनंदही झाला. ती नेहमी डॉक्टरांच्या समोर विनयानं वाकून उभं राहायची; पण इथं डॉ. इब्राहिमच्या खोलीत तिनं सरळ खुर्ची ओढली आणि त्यावर बसली. ''या मुलाला पोटाचा त्रास होतोय, इब्राहिम. रात्रभर तो कण्हत होता.''

डॉ. इब्राहिमनी त्यांच्या जवळच्या स्टुलावर हात मारला. मी त्यावर बसल्यावर, माझं पोट म्हणजे जणू रबराचा कर्णा आहे अशा रीतीनं ते दाबलं.

''शौचाला कसं होतंय?'' त्यांनी विचारलं.

उत्तम. मला ओरडावंसं वाटलं. दर अर्ध्या तासानं मी संडासला भेट देत होतो,

पण उत्तरादाखल मी फक्त कसंनुसं हसलो.

"त्याचं पोट फारच बिघडलंय, इब्राहिम," ती म्हणाली.

"काय खातोय तो, बहन?"

नारळ, चिंच, जांभूळ, दाणे; कधी कधी सगळ्याचं एकत्र सॅण्डविच करून आणि त्यावर कच्चं अंड फोडून तसंच घशात घालतोय.

"त्याचं खाणं आजकाल कमीच झालंय." तिनं तक्रार केली. "खरं तर त्याची भूक चांगली होती."

"बघतो मी काय झालंय ते." डॉ. इब्राहिमनी माझं तोंड, डोळ्यांच्या पापण्या तपासल्या. छोट्या विजेरीचा उजेड पाडून माझ्या कानातही बघितलं. अचानक माझ्या मनात डॉ. इब्राहिम आणि असिफ विजेरीचा झोत टाकत बोगद्याच्या आत येत असलेलं चित्र उभं राहिलं. हसू फुटेल की काय अशी मला भीती वाटली.

"छोट्या प्रमाणात अन्नातून विषबाधा झालीयसं दिसतं, बहन. काळजीचं कारण नाही." त्यांनी कागदावर औषधपत्र लिहिण्यासाठी पेन सरसावलं, पण ते मध्येच थांबले आणि त्यांनी आपल्या जवळच्या औषधाच्या कुप्या आणि गोळ्या टेबलावरून उचलल्या. त्या एका पिवळट रंगाच्या पाकिटात घातल्या आणि त्यावर औषधाचं प्रमाण लिहिलं.

"तीन दिवसांत तो बरा होईल बहन." पिवळं पाकीट देत ते म्हणाले. "नाही झाला, तर बुधवारी परत या."

अम्मीनं तिची छोटीशी चामड्याची पर्स उघडली. डॉ. इब्राहिम घाईनंच उठले. "मला पैसे द्यायचा विचारही करू नकोस, अस्मा बहन."

"नाही, नाही," तिनं विरोध केला. "पैसे दिले नाहीत, तर औषधांचा उपयोग व्हायचा नाही."

"तुझ्या वेडगळ कल्पना." त्यांनी पैशाकडे बोट केलं. "आधी पर्स बंद कर."

"अरे, थोडीच तर फी आहे, इब्राहिम," अम्मीनं विनंती केली.

"पण जिला मी माझ्या कुटुंबातलीच समजतो, तिच्याकडून कसे पैसे घेणार, बहन?" डॉ. इब्राहिमचा स्वर थोडा दुःखी झाला.

तिचं तोंड बंद झालं आणि पर्ससुद्धा. आम्ही निघालो तेव्हा गावातनं धडधडत गाडी गेली आणि डॉक्टरांच्या शेल्फवरच्या बाटल्यासुद्धा हलल्या. तेसुद्धा आमच्याबरोबर उठले. शर्टाची टोकं पँटमध्ये खुपसत झरझर पुढे होऊन त्यांनी आमच्यासाठी दार उघडलं. मी जेव्हा वळून त्यांच्याकडे पाहून हसलो, तेव्हा ते माझ्या चेहऱ्याकडे टक लावून पाहत होते.

"अस्मा बहन," ते घुटमळत म्हणाले. "मी हम्साभाईंनासुद्धा हेच सांगितलं. हा मुलगा जास्त जास्तच जावीसारखा दिसायला लागलाय."

ती त्यांच्याकडे पाहून खिन्नपणे थोडीशी हसली. जणू तिला त्या विषयावर बोलायचं नव्हतं. आम्ही अर्धा कॉरिडॉर गेलो, तरी डॉक्टरांनी दार उघडच ठेवलं होतं. मी मागे वळून पाहिलं, तेव्हा दाराच्या मुठीवर हात ठेवून ते माझ्याकडे लक्ष देऊन पाहत होते. त्यांच्या मागे मला त्या नक्षीदार खिडक्यांतून निळ्या आकाशात पोहोचलेला मनोरा दिसला.

दफनभूमीच्या मागच्या भिंतीची सावली पडली होती, त्या सावलीतून भिंतीच्या कडेकडेनं आम्ही घरच्या वाटेला लागलो. आम्हाला काजूच्या झाडाला लागलेल्या पाडाच्या फळांचा वास येत होता. त्या वासात काही जिवंतपणा नव्हता. अचानक अम्मी माझ्यामागे एक पाऊल चालायला लागली. माझ्या लक्षात आलं, की ती झाडांच्या शेंड्याकडे दुःखानं पाहत होती. त्याच झाडांच्या खाली कुठंतरी एका वळणावर काटेरी झुडुपात सोफियाची कबर होती. एकाच दगडत कोरलेला हिरव्या रंगाचा मिनार लावून ती अब्बांनी सुशोभित केली होती. अम्मी शुक्रवारी अकमलबरोबर त्या कबरीवर लावण्यासाठी उदबत्त्यांचा जुडगा पाठवायची आणि तिच्यातर्फे एक जास्तीची फतिहा म्हणायला सांगायची. तो कबरीवरचा दगड लावल्यापासून मी तिकडे फिरकलोच नव्हतो. एखादं गूढ दुःख माझ्यावर कोसळेल आणि आयुष्यभर मला छळत राहील, अशी मला भीती वाटायची.

विचार केला, तर ताडाच्या झाडापासून बनलेल्या शवपेटीत ठेवून सोफियाला घेऊन गेले तेव्हापासून पहिल्यांदा अम्मी तिच्या इतकी जवळ आली होती. त्यामुळे मी समजू शकलो, की ती भिंतीवर इतक्या प्रेमानं का हात फिरवतेय ते. रंग उडालेली विटांची भिंत संपून फुलझाडं लागेपर्यंत तिचा हात तसाच फिरत होता.

आम्ही रूळ ओलांडून धूळवाटेला लागलो, तेव्हा मी सहजपणेच विचारल्यासारखा प्रश्न केला. "जावी कोण होता?" ती दुःखात इतकी हरवली होती, की तिनं प्रश्न ऐकला की नाही याचीच मला शंका आली.

"हा जावी म्हणजे कोण?" मी परत विचारलं.

"माझा भाई," तिच्या चेहऱ्यावरचे भावच सांगत होते, की तिला जास्त बोलायची इच्छा नव्हती.

"आत्ता कुठंय तो?"

आकाशात विहरणाऱ्या, साबणाच्या फेसासारख्या ढगांकडे तिनं नजर वळवली.

"वारला?"

"हो," ती कठोरपणे म्हणाली. तिच्या कपाळावर आठ्यांचं जाळं पसरलं.

"तो माझ्यासारखा दिसायचा का?"

"थोडासा."

जावी म्हणजे एक तुकडे जोडायचं कोडं होता. त्या कोड्यातला छोटासाच

तुकडा सुटला होता. चेहऱ्याचा. घरी परतत असताना मी बाकीचे तुकडे जुळवण्याचा प्रयत्न केला. "तो खूप पुस्तकं वाचायचा?" प्रश्न म्हणण्यापेक्षा मी विधान करत होतो; पण तिनं संमतिदर्शक मान हलवली.

जावी तिचा भाई होता. त्यानं खूप पुस्तकं वाचली होती आणि तो वारला होता. मी शोधत असलेली महत्त्वाची माहिती मिळाली होती; पण कोड्यातल्या एका तुकड्याची जागा सापडत नव्हती. त्याची पुस्तकं बंगल्यातल्या शेल्फमध्ये का होती? लाकडाच्या वखारीच्या मागे राहणाऱ्या आमच्या आंधळ्या नानीच्या घरात असायला हवी होती ती. जांभळाच्या झाडाचं आमच्या अम्मीसाठी जे महत्त्व होतं, तसं त्या पुस्तकांबद्दल नानीला वाटायला हवं होतं, आपल्या वारलेल्या मुलाची आठवण.

"त्याची सगळी पुस्तकं बंगल्यावर कशी? नानीच्या घरी का नाहीत?"

"कारण तो बंगल्यावर मोठा झाला. नानीच्या घरी नाही." तिनं निरसपणे सांगितलं.

"का?"

तिनं चालण्याचा वेग वाढवला. मी दोन पावलं मागेच पडलो. बंगल्याच्या भोवती असणारी झाडं दियायला लागली.

"तो नानीकडे न राहता आपल्याकडे का राहायचा?" मी विचारलं. एक गूढ उलगडलं असतं तर एक काळजी कमी झाली असती.

"कारण माझी तशी इच्छा होती," तिनं रागानंच उत्तर दिलं. "कारण तुझे अब्बा नेहमी बाहेर जायचे आणि बंगल्याएवढ्या मोठ्या घरात मला एकटं वाटायचं. तुझ्या अब्बांनी जावीला कॉलेजात घातलं. त्याची फी भरली आणि घर मुलाबाळांनी भरायला लागल्यावरसुद्धा त्यांनी जावीला जाऊ दिलं नाही."

"तो वारला तेव्हा किती वर्षांचा होता?"

मला वाटलं होतं, ती थोडा विचार करेल. हाताची बोटं मोजून त्याचं आयुष्य ठरवेल; पण पटकन उत्तर आलं, "सव्वीस."

एकदम छाप पाडणारं उत्तर होतं ते. सव्वीस वर्षांचा होईपर्यंत त्यानं दोनशेपेक्षा जास्त पुस्तकं वाचली होती. त्यातली कितीतरी टेलिफोनच्या डिरेक्टरीइतकी जाड होती आणि पंधराव्या वर्षी मी आमच्या अभ्यासक्रमात दिली होती, त्यातली अर्धीच पुस्तकं वाचली होती आणि संदीप चोरून बोगद्यात आणायचा ती पुस्तकं. शिवाय जावीनं त्याच्या पुस्तकावर केलेल्या सह्या.

"कसा वारला तो?"

माझ्याशी काही न बोलताच ती पुढे गेली. जाता जाता तिनं बोगद्याच्या दिशेनं क्षणभर एक नजर टाकली.

"माझा जन्म झाला त्याच दिवशी तो वारला का?" मी अंधारतच तीर मारला होता; पण तिच्या चेहऱ्यावरचं आश्चर्य बघून मला समजलं, की नेम बरोबर लागला होता.

"कोणी सांगितलं तुला हे सगळं?"

"मी नुसती कल्पना केली. तो वारला त्या दिवशी त्यानं जे पुस्तक वाचून संपवलं होतं, त्याचं नावही मला माहीत आहे. लेडी चॅटर्लीज लव्हर."

"हे सगळं तुला कसं माहीत?" तिनं माझ्याकडे असं बघितलं, की जणू मला भुतानं झपाटलं होतं आणि ताबडतोब ताईत-गंडा काहीतरी बांधायला हवं होतं. त्या वेळी मला काहीच कल्पना नव्हती, की मला खरंच झपाटलेलं होतं आणि त्याच्यावर ताईत उतारा ठरला नसता.

"वारलेल्या माणसांबद्दल मला काही विचारू नकोस," ती म्हणाली. झाडांच्या मधून आम्हाला बंगला दिसायला लागला होता. भोवतीच्या हिरव्या पानांत त्याचा तपकिरी रंग उदास वाटत होता. "मी तुला काही सांगणार नाही."

बंगल्यातून आम्ही अर्धा तासच बाहेर गेलो असू. तेवढ्या वेळात जसिरानं माझ्या आजाराचं निदान डॉ. इब्राहिमपेक्षाही चांगलं केलं होतं. स्वतःच्या शोधाचा पुरावा तिनं स्वयंपाकघराच्या कट्ट्यावर मांडून ठेवला होता : अंड्यांची कवचं, जांभळाच्या बिया, नारळाच्या करवंट्या खाता न आलेली खूप आंबट चिंच, मूठभर दाणे, ब्रेडचे तुकडे आणि मुरंब्याची रिकामी बाटली.

"तो चोरून खात होता अम्मी," जसिरानं बातमी दिली. "वेडपट नुसता. रात्रभर कुत्र्यासारखा केकाटत बसला, तर काही नवल नाही."

"हे सगळं तुला कुठे सापडलं?" अम्मीनं माझ्याविरुद्ध कट करत असल्यासारखं तिला विचारलं.

"त्याच्या खोलीत," जसिरा विजयानं म्हणाली. "सगळं व्यवस्थित प्लॅस्टिकच्या पिशवीत गुंडाळून खाटेखाली ठेवलं होतं."

दुःखानं विव्हळत असताना, मी माझ्या जेवणाच्या पापातल्या उरल्यासुरल्या खरकट्याची वासलात लावायला विसरलो होतो. श्रद्धेचा सुवास दरवळणाऱ्या घरात, त्या स्वयंपाकघराच्या कट्ट्यावर ठेवलेल्या वस्तूंचा धर्मनिंदा करणारा घाण वास पसरला होता. मी सगळं सांगून टाकायचं ठरवलं.

"काय पुटपुटतोयस?" अम्मी दात-ओठ खात म्हणाली, "मोठ्यानं बोल."

"तुला मी आधी सांगितलं नाही, ही माझी चूक झाली." मी सावधपणे सुरुवात केली. अब्बा येतायत की काय म्हणून माझी नजर हॉलकडे वळत होती.

"एखादी गोष्ट सांगतोय की काय?" जसिरानं उपकार केल्यासारखा आव आणला.

"नाही जसी," मी शांतपणे म्हणालो. "मी तुम्हाला खरं तेच सांगणारंय."

"कुठल्यातरी नाटकातला संवाद म्हणतोय तो." जसिरानं अम्मीला कोपरानं ढोसलं. "आधी ऐकलंय मी हे."

"खरं का?" अम्मीनं जसिराला विचारलं.

"नाही. हे सगळं खरं आहे," मी म्हणालो.

स्वतःचे लांब कुरळे केस पाठीवर टाकत जसिरा जोरात हसली. सोफिया बुडाल्यापासून पहिल्यांदाच मी तिला असं हसताना पाहिलं.

"जसी, तसं हसू नकोस. हा रमजानचा महिना आहे," अम्मी म्हणाली. "आणि अमर, तू तुला काय म्हणायचंय ते, मला समजेल अशा भाषेत सांग."

लेनिन चाचा अब्बांशी कसा वाद घालायचे ते मला आठवलं. हसऱ्या चेहऱ्यानं, शांत आवाजात ते बोलायचे. त्यामुळे त्यांचा आदरही व्हायचा. या साम्यवादी विचारसरणीच्या भाईनं बोललेल्या सगळ्या गोष्टींशी अब्बांचं दुमत होत असलं तरी. म्हणून मी शांत आवाजात, चेहऱ्यावर हसू आणत सुरुवात केली. "आपल्याला जन्मतः काही गोष्टी करण्याचं स्वातंत्र्य असतं. बोलण्याचं स्वातंत्र्य, आचार विचारांचं..."

जसिरा आठ्या घालत हसली. "हे त्याच्या इतिहासाच्या पुस्तकात आहे."

"एका प्रश्नाचं उत्तर दिलंस तरी पुरेसंय, अमर," अम्मी म्हणाली. "इतके दिवस तू उपास करत होतास की खात होतास? अब्बा परत येण्यापूर्वी मला सांग."

अब्बा घरात नव्हते?

"माझा अल्लावरचा विश्वास केव्हाच उडालाय."

दोघींनी एकमेकींकडे संशयानं पाहिलं. जसिराच्या ओठांवरचं हसू मावळलं. "काय?" अम्मीनं विचारलं. माझ्या खांद्यावर तिनं जोरात एक गुद्दा मारला. "काय म्हणालास तू?"

"मी म्हणालो की मी काही आता धर्मपालन करणारा मुसलमान नाही, अम्मी."

"मला नको अम्मी म्हणूस. इतके सगळे दिवस तू खात होतास? तेवढंच सांग मला."

"हो. मी खात होतो."

"काळजी करू नकोस अम्मी," जसिरा म्हणाली. "उपासाचे दिवस संपले, की परत तो धार्मिक बनेल."

"नाही जसी. मी नाही बनणार."

"रेडिओवर नाटक चालत असल्यासारखं बोलू नकोस. अब्बा परत आले की चट तुझा अल्लावर विश्वास बसायला लागेल."

"अब्बा? तो माणूस नाही माझा विचार बदलवू शकणार."

"तू अब्बांना 'माणूस' म्हणालास?" जसिरानं भयानं डोळे विस्फारले. "तू

त्यांना ‘माणूस’ म्हणालास?’’

‘‘हो. मी त्यांना ‘माणूस’ म्हटलं.’’

‘‘तो अब्बांना ‘माणूस’ म्हणाला.’’ जसिरा अम्मीकडे बघत ओरडली. ‘‘तू ऐकलं नाहीस का?’’

अम्मी काहीच बोलली नाही. आमचा किरकोळ वाद हमरीतुमरीवर यायला लागला, की ती जशी दगडासारखी कठोर व्हायची, तशी ती दिसली.

‘‘त्यानं अब्बांना ‘माणूस’ म्हटलं,’’ जसिरा परत ओरडली. ‘‘तू ऐकलं नाहीस का?’’

‘‘ऐकलंय सगळं मी.’’ तिनं नशिबावर हवाला ठेवल्यासारखा उसासा टाकला. ‘‘आणि मला तर सगळ्या घराची वाताहत होणारंय असं वाटतंय. दोघंही लक्षात ठेवा. हा रमजानचा महिना आहे.’’

‘‘मी काय चूक केलीय?’’ जसिरा रागारागानं म्हणाली. ‘‘हा रमजानचा महिना आहे हे मी एकदा तरी विसरलेय का?’’

अम्मीची नजर खिडकीबाहेर लागली होती. तिथं पूर्वी भाज्यांचा मळा होता. हिरवी आणि जांभळट पालकाची भाजी दिसायची. आता तिकडे रानटी झाडाचं तण माजलं होतं.

‘‘तू बिचाऱ्या सोफियाशी जसं वागलीस ना, त्याबद्दल मी तुला कधीच माफ करणार नाही.’’ माझाच आवाज माझ्या कानांवर पडला. ‘‘ती तुझा शेवटचा निरोप घ्यायला आली होती, तेव्हा तू दार उघडायचीही तसदी घेतली नाहीस.’’

अम्मीनं मारलेल्या थपडेनं माझं थोबाड झणझणलं. ‘‘तुमच्या भांडणात परत सोफियाला ओढू नका.’’ ती म्हणाली. ‘‘तिच्या आत्म्याला तरी शांतता लाभू दे.’’

अपेक्षेप्रमाणेच जसिरानं हुंदके द्यायला सुरुवात केली. तिनं मनगटं भुवयांजवळ दाबली आणि स्वत:च्या दाट केसांत बोटं खुपसली; पण मागच्या वेळी तिला अकमलनं रडवलं होतं, तेव्हापेक्षा आताचं रडणं खोटं आणि नाटकी वाटत होतं.

‘‘या भिकारड्या घरातून मी निघूनच जातो कसा,’’ मी जाहीर केलं. त्या दोघींना तात्पुरता समेट करण्यासाठी मी संधी दिली.

‘‘बरं होईल,’’ जसिरानं चेहऱ्यावरचे हात बाजूला करून प्रार्थना करत असल्यासारखं जोडले. ‘‘प्लीज तसंच कर. म्हणजे मग हे घर कमी भिकारडं होईल.’’

कधीच परत न यायची शपथ घेऊन मी बाहेर पडलो. फाटकाशी थांबून घराचं शेवटचं दर्शन घेतलं. नंतर विचार केला, दोन एक दशकांनंतर आपण या घराला परत भेट देऊ. खूप श्रीमंत आणि त्याहूनही जास्त प्रसिद्ध आसामी बनून. मी आणलेल्या पैशांनी भरलेल्या थैल्या ओसरीच्या पायऱ्यांवरून ओढत नेताना जसिराचे पायसुद्धा सटपटतील. तो अंतिम विजयाचा क्षण इतका निश्चित येणारसा वाटत

होता, की माझ्या डोळ्यांसमोर चित्रच उभं राहिलं, की शतकाच्या शेवटी मी उन्हात चमकणाऱ्या मोटारीत बसून म्हाताऱ्या माणसांनी आणि वय होण्यापूर्वीच म्हातारं झालेल्या माणसांनी भरलेल्या या घरी परत आलोय; पण त्या दूरच्या भविष्यातला तो अतिशय आनंदाचा आणि समाधानाचा क्षण आकाराला यावा म्हणून मी कोणती वाट निवडायची, हेच मला माहीत नव्हतं.

अम्मी-अब्बांचे मारलेले पैसे माझ्या खिशात खुळखुळत होते. थोडेसेच सुटे पैसे. त्या श्रीमंत भविष्याच्या वाटेवर जाण्यासाठी पहिलं मैलभर अंतर तोडायलासुद्धा मला ते पुरले नसते. म्हणून गाडीनं जायच्या ऐवजी मी रेल्वे स्टेशनच्या मागच्या बाजूला असणाऱ्या दुकानातून भाड्याची सायकल घेतली. संध्याकाळी सायकली मोजत असताना, एक सायकल कमी दिसल्यावर दुकानदाराला काय वाटेल, हाच विचार माझ्या मनात येत होता. त्या दुकानदारानं बंगल्यावर जाऊन चोरलेल्या सायकलबद्दल संगितल्यावर जसिरा कशी परत रडायला सुरुवात करेल, याचीही मी कल्पना केली. मला तिचं काहीच प्रेम उरलं नव्हतं; पण मला आमच्या अम्मी-अब्बांबद्दल वाईट वाटत होतं. एक मूल बुडून गेलं, दुसरं परागंदा झालं आणि वारलेल्या मुलांपेक्षा परागंदा झालेल्या मुलाचं दुःख जास्त भयानक असतं.

मी गावाच्या चौकातून सावकाश पाय मारत चाललो होतो. डॉ. इब्राहिमच्या पॉलिक्लिनिकला ओलांडून, मशिदीला ओलांडून, मग आमच्या शाळेकडे जाणाऱ्या उतारावरच्या डांबरी रस्त्यावरून. मी प्रवासाचा कुठलाच मार्ग निश्चित केला नव्हता. मनात आलं, की वाट बदलायची. शाळेजवळ पोहोचल्यावर मला नारळाच्या बागेतून येणारी समुद्राची गाज ऐकू आली आणि मी समुद्राच्या दिशेनं सायकल वळवली.

मी उंच नारळांच्या खालून सायकल चालवली. थंड आणि मोकळ्या मळ्यातून उगाचच भटकलो. झाडं संपत होती तिथं समुद्राचा निळा तुकडा दिसत होता. त्याच्या कडेला सुळक्यावरचा रस्ता होता. त्या सुळक्यावरच्या रस्त्यावर पोहोचल्याशिवाय कळायचंच नाही की समुद्र बराच दूर आहे, खूप खोल, एका अरुंद खोल घळीच्या खाली. त्या रस्त्याला तारेचं कुंपण घातलं होतं. ते बऱ्याच ठिकाणी तुटलंही होतं. हवा-पाण्यानं खराब झालेल्या त्या कुंपणाच्या पुढे जाऊ नका, असा इशारा देणाऱ्या पाट्या प्रवाशांसाठी जागोजागी लावल्या होत्या. बागांच्या कडेला रांगेत काही उपाहारगृहं होती. आत अंधार, डोक्यावर गवताची छपरं असा त्यांचा अवतार होता. प्रवेशदारावर त्यांची नावं रंगवली होती ती मात्र विदेशी पद्धतीची होती. त्यांच्या रूपाला न शोभणारी. गवताच्या पुढे आलेल्या छपराखाली बसून, प्रवासी कौतुकानं समुद्राकडे बघत होते. झोपड्यांच्या काळ्या आणि ठिसूळ भिंतींच्या पार्श्वभूमीवर त्यांची गोरी कातडी शोभत नव्हती. मी त्यातल्या एका झोपडीपुढून सायकलवर जात

असताना त्या निळ्या चमकत्या समुद्राच्या पार्श्वभूमीवर माझा फोटो काढण्यासाठी एक बाई उठली. तिला मी फोटोत हवा होतो की मी अचानक तिच्या फोटोत आलो, हे सांगता येणं कठीण आहे. सूर्याचा प्रकाश आल्यावर तिनं पटकन फोटो काढला. काहीही असो, मी त्या फोटोला माझा शेवटचा फोटो समजलो. म्हणजे, मी पिशव्या भरून पैसे घेऊन, छद्मीपणे हसत परत येईपर्यंत. तो फोटो छापला जाण्यापूर्वी, माझं अख्खं आयुष्य जिथं गेलं तिथून मी खूप लांब गेलेला असेन.

सुळक्याच्या रस्त्यावर कुठंतरी नारळाच्या बागेतून नारळ धपधप जमिनीवर आपटत असल्याचा आवाज येत होता. मला उंच झाडावर चढलेला एक माणूस दिसला. हातातल्या कोयत्यानं तो नारळाच्या घडावर सपासप वार करत होता. मी बागेच्या जवळ आल्यावर मला मध्यभागी एक नारळाचा रचलेला डोंगर दिसला. बागेच्या वेगवेगळ्या भागांतून माणसं डोक्यावर वाहून नारळांनी भरलेल्या टोपल्या आणत होते आणि त्यात ओतत होते. त्याच्या शेजारीच एक नारळाच्या झावळ्यांचा ढीग होता. त्यावर मांडी घालून बसलेला मुलगा मलाच बोलवत होता.

"अमर, इकडे काय करतोयस?"

तो कोण आहे हे ओळखायला मला थोडा वेळच लागला. मी पाय मारायचा थांबलो. "मी कुठंतरी चाललोय संदीप."

"कुठं?" त्यानं विचारलं. झावळ्यांच्या ढिगावरून घसरत तो खाली आला.

मी काहीच बोललो नाही.

"ये. शहाळं घे आणि नीघ."

मला एकदम तहान जाणवली. पोटात कळा येऊ लागल्या तेव्हापासून कालच्या रात्रीनंतर मी अन्नाचा कणसुद्धा खाल्ला नव्हता आणि पुन्हा केव्हा खायला मिळेल याचीही शाश्वती नव्हती. मी सायकल बागेकडे वळवली आणि नारळाच्या झावळ्यांच्या ढिगाला लावली. संदीपच्या तीन एकरांच्या नारळाच्या बागेत समुद्रावरून सतत वारा येत होता. आजूबाजूला झोपड्या नसल्यामुळे वाऱ्याला अडथळाच नव्हता.

"कुठं चाललायस म्हणालास तू?"

मी त्याच्या शेजारी बसलो आणि शहाळ्याचं पाणी पिता पिता त्याला सगळं सांगून टाकलं. मी नास्तिक बनल्यापासून ते त्या बाईनं माझा फोटो काढेपर्यंत सगळं काही. माझ्या खात्रीनं यश मिळवायच्या वाटेवर, नवख्या ठिकाणी मला ज्या हालअपेष्टांचा सामना करायला लागणार होता, त्याच्या कल्पनेनं जडावलेल्या आवाजात मी सांगितलं, की मी पळून चाललोय.

"चुकीचा रस्ता घेतलायस, अमर," तो तोंड फाकत हसला. "इथून अर्धा मैल पुढे गेलास की पहाड लागेल. फकीर बनून एखाद्या पहाडावरच आयुष्य घालवायची तुझी इच्छा नसेल, तर तुझा रस्ता चुकलाय. घरापासून फक्त चार मैलांवर

पोहोचशील तू.''

माझ्या भौगोलिक ज्ञानाबद्दल मी स्वतःलाच एक सणसणीत शिवी हासडली. पुढचे काही क्षण शांततेत आणि शरम वाटण्यात गेले. अचानक माझी पळून जाण्याची इच्छा बारगळतेय, असं मला जाणवलं. मी हातात शहाळं घेऊन त्याच्या सालीवरच्या वाकड्या तिकड्या रेघांकडे बघत बसलो.

''तू काय सुचवशील?'' माझी कोणी का होईना हलकीशी जरी समजूत घातली असती, तरी मी परत घराच्या वाटेला लागलो असतो.

''तू गाडीनं जा,'' तो उलटंच म्हणाला. ''जितकं लांब जाशील तितकं चांगलं.''

माझं मन जास्तच खट्टू झालं. ''माझ्याकडे गाडीच्या तिकिटासाठी पैसे नाहीत.''

''लोक काही खिसाभर पैसे घेऊन पळून जात नाहीत.'' तो हसत सुटला. ''मला नाही वाटत तुला कुठं जायचंय असं.'' तो उठला आणि नारळतोडीवर देखरेख करत बागेत हिंडायला लागला.

खाली समुद्राची गर्जना चालूच होती. जास्त दूरचा रंग गडद निळा दिसत होता. मला वाटायला लागलं, माझा जुन्या काळातला जानी दोस्त जावी कधीतरी इथं आला होता. अगदी मी बसलो होतो त्या झावळ्यांच्या ढिगावर बसला नव्हता; पण सुळक्याच्या रस्त्यावर कुंपणाजवळ उभं राहून खालच्या पाणबंधाऱ्याला समुद्राचं पाणी गोंजारताना पाहत होता. माझा जन्म झाला त्या दिवशी त्यानं खिंडीतून उडी मारली होती का? आणि मरून खडकावर पडला होता का?

''तू घरी चाललास?'' संदीपनं विचारलं. माझ्या उत्तराची वाट न पाहताच तो पुढे म्हणाला, ''अर्धा तास थांबतोस का? मी येतो तुझ्याबरोबर.''

झाडांवर चढलेल्यांचं काम संपल्यावर हमाल सगळे नारळ तीन बैलगाड्यांत भरायला लागले. क्षितिज गडद राखाडी दिसायला लागलं होतं आणि फिक्या निळ्या समुद्रात मधून मधून घोंगावणाऱ्या लाटांचा फेस दिसत होता. आता मी बंगल्यावर परत जायचं ठरवल्यानंतर, मी किती तास बंगल्याबाहेर घालवले होते, याची मला फार जाणीव झाली. बंगल्यात काळजी वाटून गडबड सुरू झाली असेल. अकमल आणि अब्बा गाव धुंडाळून मला शोधत असतील. येता येता खड्ड्यात आणि रस्त्यावरच्या लहान पुलाखालीही वाकून पाहत असतील. अम्मीनं नक्कीच गळा काढला असेल आणि जसिरा पुन्हा अनावर हुंदके द्यायला लागली असेल. घरी गेल्यानंतर आपल्याला काय शिक्षा मिळेल या भीतीनं, पळून जाण्याचा बेतच परत चांगला वाटायला लागला.

मी घरी पोहोचलो तोपर्यंत सूर्यास्त होऊन गेला होता. अजून ओसरीवरचा दिवा लागला नव्हता; पण खिडक्यांतून फिकट उजेड दिसत होता. अब्बांचा रागावरचा

ताबा सुटेल या भीतीनं घाबरत घाबरतच मी त्या शांत घरात प्रवेश केला; पण ते घरात असल्याचं चिन्ह दिसत नव्हतं. मी जेवणघरात पाय टाकला आणि मुएझ्झिननं कण्र्यावरून दिलेली हाक खिडकीतून ऐकू आली.

सूर्यास्तानंतरच्या मेजवानीसाठी टेबल मांडलेलं होतं आणि अम्मी मुख्य जागेवर बसली होती. (याचा अर्थ अब्बा अजून आलेले नव्हते. बहुतेक सय्यद चाचाच्या तुरुंगाच्या परिसरातल्या घरी गेले असावेत.) जसिरा आणि अकमल आमनेसामने बसले होते आणि कोरड्या पडलेल्या ओठांवरून लिंबाची फोड फिरवत होते. टेबलाच्या दुसऱ्या बाजूला, जिथं माझी नेहमीची जागा होती तिथं चौथी बशी मांडलेली होती. तिच्या काठावर तीन सुरकुतलेले खजूर ठेवले होते. म्हणजे मी बाहेर गेलो होतो तेव्हा काहीही विशेष घडलं नव्हतं. माझ्या नसण्याची कोणी दखलही घेतली नव्हती. मी त्या चौथ्या बशीसमोर बसलो आणि अधाश्यासारखी ती भरून घेतली. जसिरा खी खी हसायला लागली; पण अम्मीनं माझ्या बाजूला नजरही वळवली नाही.

उरलेला रमजानचा महिना, अम्मीनं माझं बंगल्यावर असणं ध्यानातही घेतलं नाही. तिच्या खिजगणतीतही मी नव्हतो; पण थोडंसं सकाळचं जेवण बनवून ती जसिराच्या हाती माझ्या खोलीवर चोरून पाठवायची. मी तिच्याकडे कृतज्ञतेनं पाहायला लागलो, की जसिरा नजर चुकवायची. ती दाराला कडी घालायची आणि महोगनीच्या कोरलेल्या चौकटीत बसवलेल्या पूर्ण उंचीच्या आरशासमोर उभं राहायची आणि वेगवेगळ्या कोनांतून स्वतःला न्याहाळायची. मी काही न बोलता घाईघाईनं जेवण उरकायचो. माझं जेवण झालं की एकही शब्द न बोलता, हातातल्या बश्यांचा आवाज होऊ न देता सांभाळून ती स्वयंपाकघरात घेऊन जायची.

माझ्या आयुष्यातला सर्वांत मोठा वाटलेला रमजानचा महिना कासवाच्या गतीनं संपायला आला. अम्मी आणि जसिरा ओसरीच्या पायऱ्यांवर बसून चंद्रकोरीचा शोध घ्यायला लागल्या. थोड्याशाच चांदण्या दिसायला लागल्या होत्या. चंद्राचा अजून पत्ताच नव्हता. अकमलनं स्वतःच वाट लावलेला रेडिओ लावला होता आणि चंद्रकोर दिसल्याची बातमी ऐकण्यासाठी कान टवकारले होते. त्या रात्री जर चंद्र दिसला नसता, तर आणखी एक दिवस उपास करावा लागला असता. एकदाचा तो दिसला असं कुरकुर आणि खरखर करणाऱ्या रेडिओनं अकमलला सांगितलं.

आता ईद होती. बंगल्यातल्या अभागी मुलांना माहीत असलेला सगळ्यांत मोठा सण; पण या वर्षी नवीन कपडे मिळणार नव्हते. कारण अजूनही आम्ही सुतकातच होतो. त्यामुळे ईद साधेपणानंच साजरी होणार होती. ईदच्या दिवशी अम्मीनं उदबत्त्यांचा मोठा जुडगा सोफियाच्या कबरीवर लावायसाठी पाठवला. तिच्याशिवायच ईद साजरी करण्याच्या कल्पनेनं अम्मीला रडू फुटलं. जसिरा थोडा

वेळ तिच्या बरोबर बसली; पण अम्मीचं काही सांत्वन होत नाहीये हे लक्षात आल्यावर तिथून उठली आणि चेहऱ्याची सफेदी करणं आणि भुवया कोरणं या आपल्या दर आठवड्याच्या कामाला लागली.

अम्मी प्रार्थनेच्या जाजमावरून उठली नाही आणि भल्या पहाटे उठून, कष्ट करून बनवलेल्या पदार्थांची चवसुद्धा घ्यायला तिनं नकार दिला. दुपार होईपर्यंत तिचे डोळे लाल लाल झाले होते. संध्याकाळ होता होता तिला भोवळ आली.

"कोणीतरी डॉ. इब्राहिमना घेऊन या." जसिरा ओरडली. ती अम्मीजवळ गुडघे टेकून बसली होती. डॉ. इब्राहिमचं नाव ऐकताच अकमलनं तोंड कसंनुसं केलं. धावत स्वयंपाकघरात जाऊन तो पाण्याचा ग्लास घेऊन आला. अब्बा संध्याकाळची फेरी मारायला बाहेर पडले होते. म्हणजे मी एकटाच उरलो. मी धूळवाटेवरनं धावत गेलो. बोगद्यातून वाऱ्यासारख्या वेगानं गेलो. खडीच्या चढावावरनं गेलो आणि धापा टाकत डॉ. इब्राहिमच्या अंगणात पोहोचलो.

"आज काही सल्ला वगैरे मिळणार नाही," असिफची अम्मी म्हणाली. "आमची ईद आहे."

"मी बंगल्यावरनं आलोय," मी धापा टाकतच होतो. "आमच्या अम्मीला भोवळ आलीय."

तिनं क्षणभर विचार केला. तिच्या चेहऱ्यावरच्या आठ्याच सांगत होत्या, की बंगल्याविषयी तिचं काही चांगलं मत नव्हतं. तरीही मण्यांचा पडदा बाजूला सारून ती आत गेली आणि लगेच डॉ. इब्राहिमना घेऊन बाहेर आली.

"तू आहेस होय!" ते म्हणाले. "अस्मा बहनला भोवळ आलीय? असिफ, माझी मोटारीची किल्ली आणि बॅग आण."

असिफ किल्ली आणि डॉक्टरांची तपकिरी रंगाची बॅग घेऊन आला आणि त्यानं ती त्याच्या अब्बांकडे दिली. माझ्याकडे त्यानं पूर्ण दुर्लक्ष केलं.

"असिफ, हा म्हणतो तू वर्गात सगळ्यात हुशार आहेस. खरं का?"

असिफ शर्टाच्या बटणाशी चाळा करत अम्मीकडे बघून लाजत लाजत हसला.

आम्ही डॉ. इब्राहिमच्या फियाटमध्ये बसून काही न बोलताच चाललो होतो. धूळवाटेवरून धक्के खात जात असताना त्यांची बॅग माझ्या मांडीवर डुचमळत होती. माझ्या डोळ्यांपुढे चित्र येत होतं, की अम्मीनं जसिराच्या मांडीवर प्राण सोडलाय आणि अकमल स्वतःच्या मनगटाभोवतीची तिची बोटं जोर लावून सोडवतोय. डॉ. इब्राहिम शांतपणे गिअर बदलत होते. रस्त्यातले खाचखळगे चुकवत होते आणि मधून मधून मागचा रस्ता दाखवणाऱ्या आरशात स्वतःचा भांगही निरखत होते.

बंगल्यात अम्मीला ज्या ठिकाणी भोवळ आली होती, तिथंच ती होती; पण

तिचे डोळे उघडे होते. जसिरानं तिच्या शेजारी बसून तिचे हात आपल्या हातात घेतले होते. अकमल नाहीसा झाला होता.

"काय झालं तुला अस्मा बहन?"

"तिला भोवळ आली," जसिरा म्हणाली. "सकाळपासून ती रडतेय."

"तूसुद्धा रडतेयस बेटी. आता थांबली नाहीस, तर तुलाही भोवळ येईल."

तिनं डोळे पुसले आणि केविलवाणं हसली. त्या क्षणी ती फार सुंदर दिसली. डॉ. इब्राहिमनी तिच्या खांद्यावर थोपटलं. कदाचित तिच्या सौंदर्याकडे पाहून त्यांना तिला हात लावावासा वाटला असेल. मग ते गुडघे टेकून बसले आणि अम्मीला तपासलं. "तू फार काळजी करतेस बहन. तुला त्याचाच त्रास होतोय."

"आज अख्खा दिवस तिनं काही खाल्लं नाही," जसिरानं तक्रार केली.

"ते फारसं काळजीचं कारण नाही, बेटी," डॉ. इब्राहिम अम्मीकडे पाहत गमतीनं म्हणाले. "या लठ्ठ बाईला अचानक आपल्या वजनाची जाणीव झालीय आणि ती चोरून जेवण थोडं कमी करतेय. हो ना, बहन?"

"इब्राहिम," तिनं हसतच त्यांच्या हातावर चापट मारली.

"चल, ऊठ!" त्यांनी तिला उभं राहायची खूण केली. ती जसिराच्या खांद्यावर हात ठेवून उभी राहिली. हळूहळू ती प्रार्थनेच्या जाजमावरून बाहेर आली आणि कठड्याचा आधार घेऊन उभी राहिली. पडताना ती जमिनीवर आपटली होती तिथे कपाळावर एक मोठंसं टेंगूळ आलं होतं. डॉ. इब्राहिमनी बर्फाचे तुकडे मागितले. मी पळत शेजारी जाऊन ते घेऊन आलो. त्यांनी एक तुकडा तिच्या कपाळावर दाबून धरला. अगदी तो विरघळून जाईपर्यंत. त्याचं पाणी त्यांच्या हातावरून घसरत येऊन कोपराशी मण्यांसारखं गोळा झालं. "आता सांग मला, तू का रडत होतीस?"

"काल रात्री माझ्या स्वप्नात सोफी आली होती," तिनं सांगितलं. "ती म्हणाली, मला ईदच्या मेजवानीबरोबर आइस्क्रीम हवंय."

डॉ. इब्राहिमनी आवंढा गिळला. आजूबाजूला बघत त्यांनी विचारलं, "हम्साभाई कुठंयत?"

"ते बाहेर गेलेयत," जसिरा म्हणाली. तिचे डोळे परत भरून आले होते.

"तिला काहीतरी खायला दे बेटी आणि अस्मा बहन, खाण्यावर ताबा ठेवणं चांगलंच; पण ईदच्या दिवशी नाही." त्यांनी बॅग बंद केली. "लवकरच कधीतरी माझ्या दवाखान्यात ये. तुझा रक्तदाब बघायचाय मला."

ते औषधपत्र लिहायला लागले, तेव्हा जसिरा हातांनी खाणाखुणा करत अम्मीला विचारायला लागली, की आता ते आलेयत, त्याबद्दल डॉ. इब्राहिमला किती फी द्यायची. खाणाखुणा न समजल्यामुळे डोकं हलवून अम्मी परत परत काय असं विचारायला लागली. जसिरा आणखीच रागानं हातवारे करायला लागली.

"अस्मा बहन, तुला तिचा प्रश्न कळत नाहीय का?" डॉ. इब्राहिमनी विचारलं. "ती तुला माझ्या फीबद्दल विचारतेय."

"ओह जसी," अम्मी हसत म्हणाली. "मी त्याला पैसे द्यायला लागले, तर तो मला मारूनच टाकेल."

"अस्मा बहन, या मुलानं मला घाबरवूनच सोडलं होतं." डॉ. इब्राहिमनी माझ्या खांद्यावर हात ठेवला. "माझ्या घरी आला तेव्हा हा जवळ जवळ रडायला लागला होता."

अम्मीनं थोडंसं कुत्सितपणे माझ्याकडे पाहिलं; पण तिच्या ओठांवर हसू फुटायला लागलं होतं. डॉ. इब्राहिमच्या हातातला बर्फ जितका पटकन वितळून पाणी झाला होता, तशीच तीही माझ्या बाबतीत विरघळायला लागली होती.

"निघतो मी, बहन," डॉ. इब्राहिम म्हणाले. "परत भोवळ येऊन पडायचा विचार मनात आणलास, तर या मुलाला सरळ माझ्याकडे पाठव. घरीचंय मी."

ताडाच्या झाडाखाली उभं राहून बॅग फियाटमध्ये ठेवता ठेवता डॉ. इब्राहिमनी बंगल्याकडे लक्ष लावून पाहिलं. "तुझं नाव विसरलो मी."

"अमर," मी म्हटलं.

"अमर," त्यांनी मोटारीच्या टपावर ताल धरला. "परत नाही विसरणार मी तुझं नाव; पण नावाला तितकंसं महत्त्व नसतं, चारित्र्याला असतं, खरं ना? तुझ्या अम्मीच्या समोर मी चुकून तुला जावीच हाक मारणार होतो."

हसऱ्या चेहऱ्यानं त्यांच्याकडे बघत मी डोळ्यांची उघडझाप केली.

"तू नेहमी असं करतोस का?" त्यांच्या आवाजात आश्चर्य होतं.

"काय?" मी परत डोळ्यांची उघडझाप करत विचारलं.

"अशी तुझ्या डोळ्यांची उघडझाप. नेहमी करतोस का तसं?"

"हो," मी थोडासा अस्वस्थ झालो. "काही चुकलंय का?"

"नाही. महत्त्व देण्यासारखं काही नाही; पण तू आपला डोळ्यांच्या डॉक्टरांना दाखव. माझ्या मनात येतं, की तुला अमरच्या ऐवजी जावीच म्हणावं. तो सारखं तसंच करायचा. तशी डोळ्यांची उघडझाप." मी अस्वस्थ होतोय हे त्यांच्या लक्षात आलं आणि ते माझ्याकडे बघून हसले. "ईद मुबारक," मोटारीत बसता बसता ते म्हणाले.

"ईद मुबारक," मी म्हटलं आणि परत डोळ्यांची उघडझाप केली.

वर्ष संपेपर्यंत मी जावीविषयी इतका विचार केला होता, की तो माझ्या ओळखीचाच माणूस असल्यासारखं मला वाटायला लागलं होतं. कोणीतरी अशी आसामी, की

जी बंगल्यात पुष्कळदा येऊन जाते; पण माझ्याशी बोलण्याचे कष्ट घेत नाही. जावी म्हणजे चित्राच्या तुकड्यांच्या कोड्यातला माणूस वाटायला लागला होता. अगदी माझीच हुबेहूब प्रतिमा असणारा माणूस बंगल्यात, बहुतेक माझ्या खोलीतच राहत होता आणि तो लहान वयात वारला या सगळ्या गोष्टींनी मला गोंधळवून टाकलं होतं.

एके रात्री, आपल्या मामूला बघण्याची मला इतकी तीव्र इच्छा झाली, की मी त्याचं रेखाचित्र काढायला सुरुवात केली; पण माझा जन्म झाला त्याच दिवशी ज्यानं या जगाचा निरोप घेतला होता आणि पुस्तकं सोडल्यास दुसरी कोणतीही नामोनिशाणी ज्यानं मागे सोडली नव्हती, त्याचं चित्र मी कसं काढायचं? डॉ. इब्राहिमच्या शब्दांनी मला मार्ग सुचवला. मी आरशासमोर बसलो आणि माझ्याकडे पाहत त्याचं चित्र काढायला लागलो.

मी जावीच्या रेखाचित्रावर काम करायला लागलो आणि चित्र काढणं किती कठीण आहे ते माझ्या लक्षात आलं. त्या चित्रावर मी तासभर घालवला; पण चित्रातला माणूस काही माझ्यापेक्षा मोठा दिसत नव्हता : सोळा वर्षांचा, काहीसा चंचल,कांजिण्या आल्यासारख्या दोन्ही गालांवर पसरलेल्या पुळ्या. मी सरळ नाकाखाली जाड मिशी काढली आणि कल्ले वाढवून ओठाच्या खाली इंचभर अंतरावर छानशी दाढी काढली. तिच्यामुळे मिश्या थोड्याशा झाकल्या गेल्या. मी जर दहा वर्षांनंतर असा दिसणार असलो, तर मला काही माझ्या रूपाचा अभिमान वाटला नसता. नाव लिहिल्याशिवाय ते चित्र अर्धवटच वाटत होतं म्हणून मी वरच्या बाजूला जावीचं नाव लिहिलं आणि ज्या वहीत जावीनं वाचलेल्या पुस्तकांची यादी मी करत होतो, त्या वहीत चिकटवून टाकलं. मग मी काळजीपूर्वक त्या चित्राखाली सही केली आणि तारीख व वेळही लिहून टाकली; पण मी जेव्हा पहिल्यांदा दाढी केली, तेव्हा घाईघाईनं मला त्या चित्रात सुधारणा करावी लागली.

माझं शाळेचं शिक्षण पूर्ण झालं होतं. मला आणखी एक दाखला मिळाला होता. तो बघताना जसिरानं भोवळ आल्याचं नाटक केलं. संदीप कॉलेजात जायला उतावीळ होता, तो नापास झाला होता. असिफला अर्थातच सगळ्यात जास्त मार्क मिळाले होते आणि जणू खिजवण्यासाठीच डॉ. इब्राहिमनी बंगल्यावर मिठाईची पेटी पाठवली होती. माझं कॉलेज सुरू व्हायला महिनाभरही नव्हता आणि नव्या आयुष्याला सामोरं जायच्या तयारीला मी लागलो.

अब्बा संध्याकाळची फेरी मारायला गेले होते. मी त्यांच्या खोलीत गेलो आणि त्यांचा वस्तरा उचलला. त्याची ब्लेड ओलीच होती. त्याला जसिराच्या काखेतले केस चिकटले होते. मी वाटीत भरपूर फेस तयार केला आणि हनुवटीवर फासला. एकावर एक थर चढवायला लागलो. शेवटी मी थोडासा सॅन्टाक्लॉजसारखा

दिसायला लागलो. फेसाची दाढी मी काढली आणि एकदम वेगळाच माणूस दिसायला लागलो.

जसिरानं मला जिन्यात बघितलं आणि वाकून कुर्निसात केला. तिच्या अंगाला ओल्ड स्पाइसचा वास येत होता. "अम्मी लवकर ये. एक देखणा माणूस तुला भेटायला आला आहे."

अम्मीनं बांबूच्या पडद्याआडून बघितलं. तिच्यावर दडपणच आलं, की जसिरा कोणा प्रियकराला घरी घेऊन आलीय की काय.

"काय बेटा?" संध्याकाळच्या उजेडात पडद्याच्या फटींतून ती मला जोखत होती. तिच्या चेहऱ्यावर चिडकंच हसू होतं. डोक्यावरून शाल ओढली होती. "जसिराचे अब्बा घरात नाहीयत."

जसिरा पोटावर हात धरून वाकली आणि खो खो हसत सुटली. "काय बेटा? जसिराचे अब्बा घरात नाहीयत." तिनं नक्कल केली. "अम्मी, हा तुझाच रिकामटेकडा मुलगाय. अमर. त्याची विनोदी मिशी काढून टाकलीय त्यानं."

अम्मी बांबूच्या पडद्यामागून बाहेर आली. डोळे बारीक करून तिनं माझा चेहरा न्याहाळला. तिला माझं नवं रूप आवडलं की नाही हे कळत नव्हतं; पण तिच्या चेहऱ्यावर मला दुःखाची छाया पडल्यासारखं वाटलं. "मीसुद्धा माझ्या अम्मासारखी आंधळी होत चाललेय की काय," ती पुटपुटली. "पण क्षणभर तू माझ्या ओळखीच्या एका माणसासारखा वाटलास."

त्या रात्री मी जावीच्या चित्रातली छोटी दाढी खोडून टाकली.

त्या दिवशीपर्यंत अम्मीनं जावीच्या बाबतीत आपले ओठ शिवून घेतले होते. आता जावीबद्दल बोलणं तिला थांबवता येत नव्हतं. मी मिशी काढल्यामुळे तिच्या आठवणी जाग्या झाल्या होत्या आणि तिच्या भाईबद्दल ती फक्त माझ्याशीच बोलायची. तिला वाटायचं, की जसिरा आणि अकमल अब्बांच्या माणसांशी इमान राखतात आणि मी आणि सोफिया तिच्या. मला कोणत्याच एका बाजूविषयी इमान वाटत नसे, त्यामुळे या विचारामागचं अजब तर्कशास्त्र मला समजत नव्हतं. कदाचित आम्ही सुट्ट्या घालवायला बंगल्याबाहेर गेलो की कुठे जात असू, त्यावरून तिनं तसं ठरवलं असेल. जसिरा आणि अकमलला सय्यद चाचाच्या तुरुंगाच्या परिसरातील घरात सुट्टी घालवायला आवडायचं आणि सोफिया आणि मी आंधळ्या आजीच्या छोट्या घरी जायचो. त्यामुळे उन्हाळ्याच्या सुट्टीची आठवण झाली, की मला ओल्या लाकडाचा वास येतो आणि मोठमोठ्या करवतींची करकर ऐकू येते.

अब्बा फेरी मारून येईपर्यंत, संध्याकाळच्या वेळी आम्ही ओसरीच्या पायऱ्यांवर बसायचो. त्या वेळी अम्मीच्या तोंडून जावीच्या आठवणी धबधब्यासारख्या बाहेर पडायच्या. तो आठवणींचा मुसळधार प्रवाह दुःखानं कुरकुरत माझ्या आयुष्यात

सहजपणे सामावून जायचा आणि माझ्या मनातली पोकळी भरून टाकायचा. मला तर कल्पनाही नव्हती, की माझ्या मनात इतकी पोकळी आहे म्हणून.

आत्ता मी जे लिहितोय आणि यानंतर जे लिहिणार आहे, ती या आठवणींतली सगळ्यात जास्त सहजतेनं लिहिलेली पानं असतील, कारण ते सगळं अम्मीच्याच तोंडून बाहेर पडलंय. तिचे शब्द, तिच्या आठवणी. मी फक्त त्यांची नोंद करायचीय. माझ्या आयुष्यातल्या सगळ्यात मोठ्या रहस्याचं वर्णन करणारे शब्द. गळून पडलेली पानं पुन्हा भूतकाळाच्या फांद्यांना चिकटवणारे शब्द. ती पानं पुन्हा प्रकाशापासून अन्न बनवायला लागतील. वसंत ऋतू बहराला आला, की गडद व्हायला लागतील आणि शेवट आला, की देठांच्या टोकाशी पिवळी होऊन पुन्हा एकदा झाडावरून गळून पडतील.

"त्यांचा तिघांचा कंपू होता," तिनं मला एका संध्याकाळी सांगितलं. "जावी, इब्राहिम आणि सज्जाद." तिच्या बहुतेक आठवणींत इब्राहिम डॉक्टर नव्हता, तर मोठेपणी कोणीतरी बडा आसामी बनण्याची स्वप्नं उराशी बाळगणारा एक तरुण होता. डॉक्टर किंवा तसंच कोणीतरी व्हायचं होतं त्याला, ज्यामुळे त्याची श्रीमंत मुलीशी शादी होऊ शकली असती. सज्जाद, एक लोभस उडाणटप्पू मुलगा होता. तो नात्यानं अब्बांचा दूरचा भाई लागायचा. सोफिया बुडाली त्या दिवशी मी त्यालाच तर संदीपच्या बाल्कनीतनं पाहिलं होतं. तोच झाडाझुडपांत हिंडून कबरीसाठी जागा शोधत होता. हा कंपू एकाच कॉलेजात होता आणि बहुतेकदा आठवड्यांचे शेवटचे दिवस बंगल्यावर माझ्या खोलीत एकत्र घालवायचा, चोरून सिगारेटी ओढत.

एकटा असला, की जावी पाय खाली सोडून खिडकीच्या कठड्यावर बसायचा आणि तासन्तास पुस्तकं वाचायचा. त्या काळात बंगल्यामध्ये आताच्या मानानं बराच आनंद असायचा. जसिरा नुकती पावलं टाकायला लागली होती. ती भिंतीवरचे पोपडे उकरून तोंडात टाकायची. अकमल पोटावर झोपून हात-पाय मारायचा आणि तोंडाच्या बोळक्यात हाताची बोटं घालायचा. सोफियाचा जन्म झाला, त्या वेळी जावीनं आपल्या आंधळ्या अम्माकडे परत जायची तयारी दाखवली; पण अब्बांनी त्याला जाऊ दिलं नाही. त्यांना मसाल्याचा धंदा करायचा होता आणि त्यासाठी वरचेवर मलबारच्या किनाऱ्याला जावं लागलं असतं. ते गेलेले असताना बंगल्याचा मुख्य म्हणून जावीलाच जबाबदारी सांभाळायला लागणार होती.

"हे बघ, तू पुष्कळ पुस्तकं वाचत असतोस," सोफिया नाव ठेवण्याइतकी मोठी झाली, तेव्हा अब्बांनी त्याला सांगितलं. "या बेटीसाठी एक नाव सुचव."

जावीनं लगेचच दोन नावं सुचवली, सोफिया आणि समीरा. अब्बांनी असं दाखवलं, की केवळ सुंदर नावं सुचवली म्हणूनच नाही, तर ज्या तत्परतेनं त्यानं ती सुचवली त्याचा त्यांच्यावर प्रभाव पडला. ते म्हणाले, की दुसरंही तितकंच छान

आहे; पण त्यांना सोफिया जास्त पसंत पडलं आणि जावीच्या मांडीवरच्या मुलीला त्यांनी तेच नाव दिलं.

"माझं नाव कोणी निवडलं?" मी अम्मीला विचारलं.

"मी," ती रागानं म्हणाली. "का? तुला ते बदलून दुसरं चांगलं ठेवायचंय का?" नंतर हेटाळणीच्या सुरात ती जे काही बोलली, त्यातून मला तिच्या रागाचं कारण उमगलं. "मलबारला मसाले आणायसाठी जायचे. सफेद झूट सगळं."

यापूर्वी कधीच तिनं त्यांच्यावर आरोप केलेले मी ऐकले नव्हते; पण अब्बांच्या मलबारच्या फेऱ्यांबद्दल जास्त काही न विचारणं मला शहाणपणाचं वाटलं. तिला थोडं जरी टोकलं असतं, तरी तिनं विषय बदलला असता आणि मग जावीच्या कथेचा धागा तुटला असता, कदाचित कायमचाच.

जेव्हा बंगल्यावरून अब्बा आठवडे आठवडे गायब असायचे, तेव्हा अब्बांनी जी लालूच दाखवली होती, ती भूमिका जावी करायचा. मुलं आजारी पडली की त्यांना दवाखान्यात घेऊन जायचा. घरांतले पैसे संपत आले, की उसने मागायला जायचा आणि कोणी उसनं देईनासं झालं, की अम्मीचे दागिने थोड्या दिवसांसाठी बँकेत गहाण टाकायला जायचा. जेव्हा अब्बा मलबारहून हसत हसत मसाले घेऊन येत, तेव्हा त्यानं कधीही कुठलीही तक्रार सांगितली नाही. व्यवसाय करता यावा इतक्या प्रमाणात कधीच मसाले आणलेले नसायचे (वेलदोड्यांची एक छोटीशी पुडी, मूठभर मिरी, छोट्या बाटलीत लवंगांचं तेल आणि जिऱ्याचा डबा); पण हसू मात्र तोंडभर असायचं. मग जावी परत स्वतःच्या आधीच्या भूमिकेत शिरायचा. स्वतःच्या खोलीत जायचा. खिडकीजवळ बसून दर्जेदार पुस्तकं वाचण्यात गुंग व्हायचा.

अब्बांच्या मलबारला होणाऱ्या फेऱ्यांची संख्या वाढली. बंगल्यापासून ते जास्त काळासाठी दूर राहायला लागले. कधी कधी अगदी पंधरावडाभरही. एकदा ते तीन आठवडे झाले तरी आले नाहीत. मग जावीनं त्यांचा शोध घ्यायसाठी जायचं ठरवलं. त्याला मलबारला जाण्यासाठी पैसे हवेत, म्हणून अम्मीनं जसिराच्या चिमुकल्या हातातल्या दोन बारीक बांगड्या काढल्या आणि त्याला बँकेत पाठवलं. आठवड्याभरानं तो थकला-भागला, पडेल चेहऱ्यानं परत आला. अब्बा वेगवेगळ्या प्रकारच्या मसाल्यांचा शोध घेण्यासाठी मलबारच्या आतल्या भागात फिरत असल्यामुळे त्यांची भेट होऊ शकली नाही असं म्हणाला; पण अब्बा दुसऱ्याच दिवशी परत आले, नेहमीसारखं थोडेसे मसाले आणि तोंडभर हसू घेऊन. त्याशिवाय त्यांनी जावीसाठी एक खास बक्षीसही आणलं होतं. अत्तराची ती पारदर्शक बाटली त्यांच्या नजरेला नजर न देताच जावीनं घेतली.

"पण ते सारखे मलबारला कशाला जायचे?" शेवटी मी विचारलंच.

"मला काय माहीत?" ती खेकसली. "कदाचित त्यांच्यासाठीच मलबार

एक्स्प्रेस सुरू केली असेल.''

मलबार एक्स्प्रेस ही गाडी रोज थोड्या वेळाकरता आमच्या स्टेशनवर थांबायची. मला तिच्या विनोदामुळे हसू आलं. ''तू कधी विचारलं नाहीस?''

''कोणाला विचारायचं? तुझे अब्बा अठरा वर्षं माझ्याशी बोलले नाहीयेत.''

ही गंमतच होती! मी सोळा वर्षांचा होतो आणि माझे अम्मी-अब्बा अठरा वर्षं एकमेकांशी बोलले नव्हते. मी तिच्या तक्रारीतली चूक तिच्या लक्षात आणून दिली. तिनं डोळे बारीक केले. जणू ती म्हणत होती, फार शहाणा झाला बेटा, अति शहाणा.

''मग पंधरा समज. तुझे अब्बा माझ्याशी पंधरा वर्षं बोलले नाहीयेत.''

''पण मी पहिल्यांदा शाळेत गेलो, तेव्हा तुला आणखी एक बाळ झालं होतं ना?''

या वेळी मात्र तिनं माझ्याकडे असं पाहिलं, की तू फारच वाहवत चालला आहेस आणि कोणाशी काय बोलायचं याचा पाचपोच तुला नाहीये.

''दहा वर्षं, तुझे अब्बा माझ्याशी दहा वर्षं बोलले नाहीयत. झालं समाधान?''

''बरं, पुढे काय झालं?''

''पुढे काही नाही झालं. जा आता.''

''मला जावीबद्दल सांग ना,'' मी आग्रह केला.

''जावी? मी तुला त्याच्याबद्दल आणखी एक अक्षरही सांगणार नाही. जा आता.''

पण तीच घाईघाईनं निघून गेली. घरात अंधार पसरत होता. आत जात असताना छातीकडे तोंड करून हलकंसं हसताना मी तिला पाहिलं.

◆

शादी

माझी शाळा समुद्राजवळ होती, तर माझ्या कॉलेजच्या बाजूला टेकड्यांची रांग होती. चहाचा जुना कप घेऊन मातीचे छोटे छोटे डोंगर घालावेत, तशी मैलोन्‌मैल लांब टेकड्यांची रांग होती. सुरुवातीच्या मोठ्या टेकडीपासून हळूहळू लहान होत गेलेल्या मातकट टेकड्या. गाड्यांच्या भोंग्याचा आवाज जेव्हा चुकूनमाकून येत असे, तेव्हा खेळण्यातल्या तुतारीइतका अस्पष्ट येई. पाहता क्षणी त्या जागेबद्दल माझ्या मनात तिटकारा निर्माण झाला. रुंद कॉरिडॉर्स, पुष्कळ खिडक्या असल्यामुळे भरपूर उजेड पडणारे वर्ग, पांढऱ्या रंगाच्या बऱ्याच इमारती. हसणं. बडबड. ज्याला बंदिस्त जागा आणि बंद खिडक्या आवडायला लागल्या असतील, त्याच्यासाठी ही जागा म्हणजे संकटच होतं.

मलबारहून परत आल्यानंतर एकाएकी जावीला उघड्यावर जायचा अतिशय तिटकारा वाटायला लागला. तो स्वतःच्या खोलीतून बाहेर पडेनासा झाला. खिडक्या बंद करून आणि पडदे ओढून तो पुस्तकं वाचत बसायला लागला. अब्बा मसाल्यांच्या शोधात गेले, की जी भूमिका इतके दिवस तो विनातक्रार पार पाडायचा, ती करायला त्याच्यावर जोर टाकायला लागायचा. तो बँकेत जायला नाराज असायचा. एखाद्या दिवशी बँकेतनं पैसे घेऊन परत न येता तो कुठेतरी पळून गेला असता, तर अम्मीला नवल वाटलं नसतं. कॉलेजला- तेच टेकड्यांच्या रांगा दिसणारं कॉलेज- तो नियमितपणे जायचा नाही आणि गेला तरी दुपारपूर्वीच परत यायचा; पण रोज तो कॉलेजला जायसाठी कपडे करायचा आणि शेवटच्या क्षणी त्याचा विचार बदलून खोलीत बसून दुसरं पुस्तक वाचायला लागायचा. इब्राहिम आणि सज्जाद बंगल्यावर आले, की त्यांना त्याच्या खोलीच्या दारावर बराच वेळ टकटक करायला लागायची. मगच तो त्यांना आत घ्यायचा. अब्बांच्या लक्षात आलं होतं, की दिवसेंदिवस जावी जास्तच उदास होत चाललाय; पण त्यांनी तिकडे दुर्लक्ष केलं आणि मलबार किनाऱ्यावरून परत येताना ते त्याच्यासाठी बक्षिसं आणतच राहिले.

मग एके दिवशी, जावीचं मानसिक संतुलन बिघडत चाललंय असं स्पष्ट

दिसणारी गोष्ट घडली. अम्मी स्वयंपाकघरात असताना पाळण्यातली सोफिया सूर काढून रडायला लागली. अम्मी धावतच खोलीकडे गेली आणि तिकडचं दृश्य बघून भाईइतकीच वेडं होण्याची तिच्यावर वेळ आली. सोफियाच्या पाळण्याखाली पुस्तकांच्या एका छोट्या गठ्ठ्याला आग लागली होती आणि खाटेच्या टोकावर बसून जावी उंच जाणाऱ्या ज्वाळा बघत होता. जणू काही सोफिया म्हणजे रश्शाचं पातेलं होती आणि जेवणासाठी तो ते गरम करत होता. "माझ्या मुलीला जाळून मारणारंयस का?" वरच्या टिपेच्या आवाजात ओरडत तिनं सोफियाला पटकन बाजूला घेतलं; पण तो जागचा हलला नाही. त्याचे डोळे धगधगणाऱ्या ज्वाळांकडे लागले होते. सोफिया अजूनही रडत होती; पण आगीपासून ती सहीसलामत वाचली होती. (तिच्या नशिबात जर पाण्यात बुडून मरण होतं, तर आग तिला कसा त्रास देऊ शकणार होती?) अब्बांनी आग विझवली आणि जावीला ते शांतपणे समजावत राहिले म्हणून अम्मीनं सुस्कारा सोडला. "जावी," ते म्हणाले, "तुला तुझ्या अम्माकडे परत जायची इच्छा होती. आता मी तुला परवानगी देतोय." पण जावीनं मान हलवली. "नको, नाही जात मी. थँक्यू."

तसं बोलत असलेला तो माझ्या डोळ्यांसमोर आला. थोडासा मोठा मी, थोड्याशा तरुण अब्बांशी तसंच बोलतोय असं मला दिसलं. "नको, नाही जात मी. थँक्यू." मी वारशानं त्याच्याकडून खूप गोष्टी घेतल्यात : तोंडावळा, डोळ्यांची उघडझाप करायची सवय, खंडीभर पुस्तकं, ती बावळटसारखी सही. ज्या दिवशी त्यानं माझ्या बहनच्या पाळण्याखाली पुस्तकांची होळी केल्याची गोष्ट मी ऐकली, त्या दिवशी एक भयानक विचार मला छळायला लागला : त्याचा मानसिक संतुलनातला बिघाडही माझ्यात उतरला असेल का? पुष्कळ वर्षांनंतर मी डॉ. रोझना तो प्रश्न विचारला. त्यांनी छताकडे नजर लावून थोडा विचार केला. मला भीती वाटायला लागली, की ते बहुतेक हो म्हणतील; पण शेवटी ते माझ्याकडे पाहून त्यांच्या पद्धतीनं हसले आणि म्हणाले, "नाही. तुझ्या मामूची मनःस्थिती तुला काही वारशानं मिळायची नाही. तशी शक्यता नाही."

जावीला जेव्हा त्याच्या आंधळ्या अम्माकडे परत जायची परवानगी एकदाची मिळाली, तेव्हा त्यानं परत जायला नकार दिला. इब्राहिम आणि सज्जादला बोलावणं गेलं. त्यांनी अख्खी दुपार, त्यानं डॉक्टरकडे चलावं म्हणून समजवण्यात घालवली; पण त्याचा उपयोग झाला नाही. आपल्याला एक पुस्तक वाचून संपवायचंय असं सांगत तो त्याच्या खोलीत गेला. दोन दिवसांत तो ठीक झाला. तसा उदासच होता; पण मुलांशी हसायला लागला. अम्मीनं डोळे उघडे ठेवले होते आणि त्यांच्या आसपास जावी दिसला, की ती मुलांना तिथून उचलायची. त्यानं कॉलेजला जाणं पूर्णच थांबवलं होतं. बहुतेक वेळ तो आपल्या खोलीतच घालवायला

लागला. त्यानं पडदे ओढून आणि पडदे नसलेल्या खिडक्यांवर चादरी बांधून खोलीत पूर्ण अंधार केला होता. त्याच्या खासगी जगात प्रवेश करायला बारीकशा सूर्यकिरणांनासुद्धा बंदी होती.

पहिली आग लागून महिना झाला होता, तेव्हा घरात दुसरी आग लागली. अब्बा परत मसाल्याच्या शोधात गेले होते. अजूनही ते मलबारला नेहमी जायचे; पण जावीच्या मानसिक स्थितीमुळे पहिल्याइतके जास्त दिवस राहायचे नाहीत. धुराचा माग घेत जाण्यापूर्वी अम्मीनं स्वतःची मुलं मोजून पाहिली. जावी आगीत फोटो टाकत होता. सगळे त्याचे स्वतःचेच आणि आगीच्या परिघाबाहेर उडणारे तुकडे काठीनं परत आगीत ढकलत होता.

"असं का करतोयस तू?" अम्मीनं त्याला सावधपणेच विचारलं.

"मी जेव्हा इथून जाईन, तेव्हा माझी कुठलीच गोष्ट मला मागे सोडायची नाहीये," त्यानं नम्रपणे उत्तर दिलं.

एकदाचा तो बंगला सोडून चालला म्हणून अम्मीला सुटका वाटली. "तू परत चाललायस याचा मला आनंद आहे बेटा; पण अम्माला उगाच त्रास देऊ नकोस. ती आंधळीय हे लक्षात ठेव."

तिला वाटलेली सुटका क्षणजीवीच ठरली. "मी अम्माकडे चाललो नाहीये," जावी ठामपणे म्हणाला. "मी हे जगच सोडून चाललोय."

"तुला जायचं असेल तर जा बापडा; पण माझ्या घराची राखरांगोळी करू नकोस." पायानं आग विझवत ती म्हणाली. जावीनं पुन्हा आग पेटवली नाही. ते अर्धवट जळलेले फोटो उचलले, त्याचे छोटे तुकडे केले आणि मोठ्या आदरानं तिच्यापुढे केले.

"तूच ठेव ते," तो म्हणाला.

वसंतात बंगल्याकडे शिंपी पक्षी यायला लागले. जांभळाच्या झाडाला बहर आला होता. त्याच्या फांद्यांवर ते इकडून तिकडे खेळायला लागले. ते घाबरत घाबरत फुलांवर चोच मारायला लागले, तेव्हा पायऱ्यांवर बसून तिकडे बघत अम्मीनं आदल्या दिवशीची गोष्ट पुढे चालू केली.

जावीनं दुसरी आग पेटवली त्याच्या दुसऱ्या दिवशी, अम्मी मागच्या अंगणात रताळ्याच्या झाडाजवळ उभं राहून ओकली. ती माझी पहिली चाहूल होती. अमर हम्सानं आपल्या आगमनाची इच्छा जाहीर केली होती. माझ्या होऊ घातलेल्या जन्माबद्दल बोलत असताना तिच्या चेहऱ्यावर रंग चढला. १९६८ साल होतं. सोफिया बंगलाभर रांगायला लागली होती. जसिरा आणि अकमल बागेत हुंदडायला

लागले होते. तिच्या पोटात माझी हालचाल होत होती. नोव्हेंबरच्या सुरुवातीला तिच्या पोटातून बाहेर यायची माझी तयारी चालली होती. मुलांना जन्म देण्याचा तिला दांडगा अनुभव असला, तरी ती जाणून होती, की ही वेळ जास्त यातनादायक आहे. तिचा शौहर मसाले आणण्यासाठी वरचेवर मलबारला जायचा आणि जवळ जवळ नेहमीच रिकाम्या हातानं परत यायचा. तिच्या भाईचं मानसिक संतुलन बिघडलं होतं आणि तो नेहमीच घरी असायचा. आपल्या मुलांकडून काही संकटकाळची हाक येते की काय, यासाठी तिला कान टवकारलेले ठेवावे लागत होते आणि आगीचा वास येतो की काय, म्हणून नाकही तयार ठेवावं लागत होतं.

तिनं दुपारी झोप घेणं बंद केलं. रात्रीसुद्धा जावी आणि त्याची आत्महत्येची धमकी याबद्दल विचार करत ती जागीच राहायची; पण नंतर तिच्या डोळ्यांतले अश्रू आटले, कारण एका नव्याच भीतीनं तिच्या मनात घर केलं. तिची खात्री व्हायला लागली, की पोटातलं मूलही तिच्या दुःखात सहभागी होऊन हुंदके देत पोटात रडतंय. तिला होणाऱ्या सततच्या त्रासाचा त्याच्यावर वाईट परिणाम होतोय. ते मेलेलंच जन्मलं तरी तिला फारसं वाईट वाटलं नसतं. जेव्हा गर्भ पोटात ढुश्या मारायचा थांबला, तेव्हा तिला तसंच होणारंय असं वाटायला लागलं; पण नोव्हेंबरच्या एका रात्री मी तिला आश्चर्याचा धक्काच दिला. गुटगुटीत आणि हातीपायी सुखरूप अशा मी जन्म घेतला. तिच्या मनात येणाऱ्या कुठल्याही शंकाकुशंकांचं लक्षण माझ्यात दिसत नव्हतं. तिच्या मनातली भीती कमी झाली असली, तरी वर्षभराचा होऊन मी पहिला शब्द उच्चारेपर्यंत ती तणावाखालीच होती. तो पहिला शब्द होता : सूवर. दुधाचे दात येण्यापूर्वीच मी अब्बांना सूवर म्हणतोय, म्हणजे मी फार प्रतिभावान आहे असं तिला वाटलं. एरवी मी इतरांच्या सारखाच सामान्य मुलगा होतो.

"अब्बा आले बघ," ओसरीच्या पायऱ्यांवरून उठत ती म्हणाली. रेल्वे रुळांजवळ रचून ठेवलेल्या लाकडाच्या ओंडक्यांना ओलांडून अब्बा धूळवाटेवरून आले.

"अमर, मी तुझ्याशी जावीबद्दल बोलले हे कोणाला सांगू नकोस आणि त्याच्याबद्दल पुन्हा प्रश्नही विचारू नकोस," ती म्हणाली.

मला कॉलेजबद्दल वाटणारा तिटकारा वाढत होता आणि मनातल्या मनात मी त्याबद्दल जावीलाच दोषी धरत होतो. आमचं कॉलेज भलं मोठं आणि पांढऱ्या रंगाचं होतं. माझ्या मनाची अशा गोष्टीसाठी तयारी नव्हती, त्यामुळे माझा विरसच झाला. माझ्या रूपावर भाळून कुणी माझ्याकडे दुसऱ्यांदा नजर टाकली नाही, की डोळ्यांची उघडझाप करण्याच्या माझ्या सवयीमुळे मला कोणी टोपणनाव ठेवलं नाही. रोज सकाळी, डॉ. इब्राहिमची फियाट उंच फाटकातून आत येऊन असिफला कँटीनजवळ

सोडताना मला दिसायची. असिफ मला ओळख न देताच कॉरिडॉरमधून जायचा. संदीपची गैरहजेरी मला फारच जाणवायला लागली. तीन महिन्यांनंतर तो पुन्हा परीक्षा देणार होता आणि पुढच्या वर्षी कॉलेजला आला असता. तो म्हणाला, की तो अगदी मन लावून अभ्यास करतोय आणि झोपेमुळे अभ्यासाचं खोबरं होईल असं वाटलं, तर झोपेला पळवून लावायला थंड पाण्याच्या बादलीत पाय सोडून बसतो तो.

दिवस उजाडण्यापूर्वी, खिडक्यांच्या काचांना राखाडी कापूस चिकटल्यासारखा दिसत असतानाच तिला जाग आली. तिला चोरीचीच शंका आली. क्षणभर तिला वाटलं, की तिनं अख्खी रात्र बागेतच घालवली की काय, कारण तिच्या आसपास ओल्या मातीचा वास येत होता; पण गादीवरून उठण्यापूर्वीच तिच्या लक्षात आलं, की पुढचा दरवाजा उघडा होता. बागेचा वास आत शिरून घरात पसरण्याइतका वेळ तो उघडाच टाकला गेला होता. माझ्या जन्मापूर्वीच्या महिन्यांत तिच्या इंद्रियांची शक्ती खूपच प्रबळ झाली होती. डोळ्यांना दिसण्यापेक्षाही दूर अंतरावर झाड असलं, तरी तिला त्याला लागलेल्या आंब्याचा वास यायचा. तुला नाही कळायचं ते असं ती म्हणाली; पण गरोदरपणी आपल्या नाकाची शक्ती तीव्र होते. आपल्या सगळ्याच इंद्रियांची शक्ती तीव्र होऊ शकते. इतकंच काय, पण पुष्कळ वर्षांपूर्वी कुणीतरी ओकल्याची आठवण होऊन भडभडून ओकायलाही होऊ शकतं.

ओल्या मातीच्या वासानं ती धडपडत उठली आणि घाईनं पुढच्या दाराशी गेली. तिला शंका आली होती, तसा पुढचा दरवाजा उघडा होता. दिवसाच्या उजेडात तिला दिसलं, की फाटकही उघडंय. सोनं गहाण पडलं होतं, त्याचा मिळालेला पैसा संपला होता. घरातून लुटून नेण्यासारखं काहीच नव्हतं, म्हणजे चोरांच्या मनात बोजड फर्निचर वाहून न्यायचं नसेल तर. ती जिन्याच्या पायथ्याशी गेली आणि जावीला हाका मारून लवकर खाली यायला सांगितलं. तिच्या हाकांना काहीच उत्तर मिळालं नाही, तेव्हा ती धडपडत वर गेली. पोटात मी डुलत होतोच. जावीच्या खोलीत दिवा होता; पण जावी मात्र नव्हता.

इब्राहिम आणि सज्जादला बंगल्यावर बोलावलं गेलं आणि जावीला शोधायला पाठवलं. इब्राहिम त्याला शोधण्यासाठी गाव पिंजून काढत होता आणि सज्जाद गाडीनं नानीच्या गावाला गेला. पहिला रिकाम्या हातानं परत आला आणि दुसरा कोळशाच्या वखारीतल्या माणसांशी बोलून, जावी अम्माकडे परतलेला नाही, अशी खात्री करून घेऊन दुपारी परतला.

अम्मीनं त्या दिवशीच्या आठवणीनंच मोठा उसासा सोडला. जावीनं परत येऊन

आपल्या गैरहजेरीचं कारण सांगावं, अब्बांनी मलबारहून परत येऊन सगळं ठाकठीक करावं, या काळजीत तिच्या डोळ्यांतल्या पाण्याला खळ नव्हता. तिसऱ्या दिवशी दुपारच्या सुमाराला इब्राहिमला नशिबानंच जावी सापडला. ते कंपूनं ज्या ज्या ठिकाणी जात असत, त्या सर्व जागा त्यानं पालथ्या घातल्या होत्या. तिसऱ्या दिवशी त्याला आठवलं, की जावी जेव्हा पहिल्यांदा बंगल्यावर राहायला आला, तेव्हा ते एका समुद्रकिनाऱ्याला गेले होते. त्या रिकाम्या किनाऱ्यावर इब्राहिम या टोकापासून त्या टोकापर्यंत चालत गेला. त्याला सुळक्यावर कोणीतरी दगडाला टेकून उभा असलेला दिसला. सुळका चढून तो त्या मोठ्या दगडापर्यंत गेला. तिकडेच तो बसला होता. पाय दुमडून, गुडघ्याभोवती हात वेढून. समुद्राच्या वाऱ्यानं त्याचे केस उडत होते आणि त्याच्या सुकलेल्या ओठांवर हसू होतं.

"त्याला सॉमनॅमब्युलिझम म्हणतात," मी म्हणालो.

"कशाला काय म्हणतात?" अम्मीच्या जाड भुवया एकमेकींना जुळल्या.

"झोपेत चालणं," मी स्पष्ट केलं. अंधाऱ्या गावातून, त्यांच्या सीमेवरून, बंद दुकानं आणि शांत घरं ओलांडून, बागा-मळ्यातून, सुळका चढून दगडाला आपटून उभा राहीपर्यंत चालत असलेला तो माझ्या डोळ्यांसमोर आला. त्यालाच इंग्लिशमध्ये सॉमनॅमब्युलिझम म्हणतात.

"तो कधीच झोपेत चालत नव्हता," ती म्हणाली. "त्या काळात तर तो क्वचितच झोपायचा."

संदीपच्या नारळाच्या बागेत बसून जावी जिथे उभा असल्याची मी कल्पना केली होती, त्याच्या जवळच तो डॉ. इब्राहिमना सापडला होता ना? मला नव्हतं का वाटलं, की जावी कधीतरी तिथं उभा होता, सुळक्याच्या टोकाशी बसला होता आणि तिथून उडी मारण्याच्या विचारात होता? आमच्या दोघांत काहीतरी घडत होतं. काहीतरी अद्भुत शक्ती आम्हाला एकमेकांच्या जवळ आणत होती. इतकं जवळ, की आम्ही दोघांनी एकच बनावं. आमचं अस्तित्व एकमेकांत विरघळून जावं. माझ्या मनात एक भीती उत्पन्न झाली. एखादे वेळी मी माझ्या प्रतिबिंबाकडे पाहीन आणि मला तिथं तोच दिसेल अशी शक्यताही वाटायला लागली. त्याच्या आत्म्यासाठी मी मूस बनल्याबद्दल आणि माझा जन्म झाला त्या दिवसापासून जे रस्ते त्याला पायाखालून घालता आले नाहीत, त्यावरून परत एकदा जाण्याची संधी दिल्याबद्दल तो हसून माझे आभार मानेल.

मी विचार न करताच पटकन उभा राहिलो. अम्मीच्या चेहऱ्यावर स्वतःलाच दोष देत असल्यासारखी भावना तरळली. "हे सगळं मी तुला सांगितलं ते चुकलंच," ती पश्चात्तापाच्या सुरात म्हणाली. "अमर, परत मला जावीबद्दल काही विचारू नकोस. मी एक शब्दही बोलणार नाही."

जावी क्वचितच गावच्या चौकात जायचा; पण एके दिवशी तो तिथं गेला आणि काथ्याच्या दोरखंडाचा गुंडा घेऊन आला. (अम्मीच्या स्वभावाप्रमाणे ती विसरून गेली, की तिनं जावीबद्दल काहीही विचारायला मला बंदी घातलीय. रेल्वेच्या इमारतीजवळ सूर्य लाल रंगाचा व्हायला लागला, की आम्ही ओसरीच्या पायऱ्यांवर बसायचो. त्या वेळी पुन्हा जुन्या आठवणींना उजाळा द्यायची तिची नवी सवय जागी व्हायची. जसिरा बहराला आलेल्या वाळुंजीच्या झाडाखाली होती. बुंध्याला दोन्ही हातांचा विळखा घालून ती इतकी जोरात मागेपुढे झुलत होती, की तिच्या वेणीची मोठी कमान होत होती आणि डाळिंबाच्या फांद्यांना तिची टोकं लागत होती. ती एकामागून एक हेलकावे घेत होती आणि वाळुंजीचं झाड तिच्यावर फुलांचा वर्षाव करत होतं. तिच्या चेहऱ्यावर पडणाऱ्या फुलांच्या गुलाबी पाकळ्यांचा मुका घेण्यासाठी तिनं ओठांचा चंबू केला होता, जणू काही ती सोफिया लॉरेनच होती आणि आकाशात ठेवलेला कॅमेरा तिच्या हालचालींचं चित्रण करत होता.)

दोरखंड कागदात बांधलेला होता; पण गाठ मारलेलं त्याचं एक टोक कागदाच्या बाहेर लोंबत होतं. जावी सावकाश जिना चढून वर गेला आणि अम्मी आवाज न करता त्याच्या मागे गेली. त्यानं दरवाजा बंद करून कडी घातली. किल्ली लावायच्या भोकाला डोळा लावून तिनं आत पाहिलं. त्यानं दोराचा फास तयार केला. तिच्या ओटीपोटातल्या गर्भानं लाथ मारल्यामुळे तिला जर दुखलं नसतं, तर ते बघून तिनं किंचाळून घर डोक्यावर घेतलं असतं.

"सॉरी," मी म्हणालो आणि सतरा वर्षांपूर्वी मी तिला जिथं दुखवलं होतं तिथं चेपायचा प्रयत्न केला. ती हसायला लागली. "पुरे, मस्करी पुरे तुझी!" वाळुंजीच्या झाडाच्या सावलीतून जसिरानं डोळे वर करून आमच्याकडे पाहिलं. तिकडे ती सोफिया लॉरेनच्या थाटात उभी होती. ओसरीच्या पायऱ्यांवर काय चाललंय, याचं तिला अचानक कुतूहल वाटायला लागलं. मी थांबलो. मला भीती वाटली, की जसिरा आमच्या इकडे येऊन बसेल आणि अम्मी जावीबद्दल बोलायचं परत थांबवेल. सुदैवानं, परत झाड हलवत, स्वतःच्या चेहऱ्यावर वाळुंजीची फुलं पाडून घेण्यात ती हरवून गेली.

आलेल्या कळेतून सावरत अम्मीनं परत किल्लीच्या भोकातून बघितलं. जावी अजूनही खाटेवरच बसला होता आणि त्या फासावरून साबणाची वडी फिरवत होता. मग त्यानं दोरखंड खाटेवर ठेवला आणि तिच्या नजरेच्या टप्प्यातून बाहेर गेला. तिला न्हाणीघराचं दार बंद केल्याचा आवाज आला आणि दुसऱ्याच क्षणी पाण्याचा नळ सुरू झाला. जावीला खूप वेळ अंघोळ करायची सवय होती. कधी कधी ती एक ताससुद्धा चालायची. ती भरभर जिन्यावरून खाली आली आणि सज्जादला बोलावणं पाठवलं. तो लगेचच इब्राहिमला घेऊन उगवला. त्या वेळपर्यंत

इब्राहिम डॉक्टर झाला होता आणि त्याची शादीही झाली होती. त्यांनी जावीच्या खोलीच्या दारावर टकटक केलं. नवल म्हणजे, दुसऱ्याच टकटकला जावीनं दार उघडलं आणि मिसेस इब्राहिमला तिच्या शौहरच्या प्रिय मित्राला भेटावंसं वाटतंय असं सांगितल्यावर लगेच जायला तो तयारही झाला.

सज्जाद मागेच थांबला आणि अम्मीबरोबर तोही दोरखंडाचा गुंडा शोधायचा तातडीनं प्रयत्न करायला लागला. शेवटी त्यांना तो धुवायचे कपडे ठेवलेल्या टोपलीत सगळ्या कपड्यांच्या खाली सापडला. तिनं सुटकेचा निःश्वास टाकला, जणू काही तो दोरखंड सापडल्यामुळे तिला जावीच्या मनातला आत्महत्येचा विचार कायमचा पुसून टाकता आलाय. तिला त्या दोरखंडाविषयी एक सोपी युक्ती सुचली. तो खाली न्यायचा आणि गोठ्याजवळच्या सरपणाच्या ढिगाऱ्यात लपवायचा. "ते बरोबर नाही व्हायचं, बहन," सज्जाद म्हणाला. "त्यात काहीच शहाणपणा नाही. त्याला दोरखंड सापडला नाही, तर तो एखादा कापडाचा तुकडा वापरेल. पर्याय शोधणं सोपं असतं, बहन."

रोज रोज ताणाखाली असणारं तिचं मन खचलंच एकदम. स्वतःवर ताबा ठेवता न आल्यामुळे ती सज्जादच्याच अंगावर ओरडायला लागली, "आणखी काय? आणखी काय करू मी त्या मूर्ख मुलासाठी? तो असं करत असताना मी गप्प राहून बघत बसू का?"

"मला वाटतं, तू त्याला एकदा तसं करायची संधी दे," सज्जाद निर्विकार चेहऱ्यानं म्हणाला.

"सज्जाद, तू..."

तिला गप्प करायला त्यानं हात वर केला. "एकदा ऐकून घे. जन्म आणि मृत्यूबद्दल विचार करायला आपण जावीला आणखी एक संधी द्यायला हवी. तो एकदा प्रयत्न करून त्यात अयशस्वी व्हायला हवा. एकदा तो अयशस्वी झाला, की आत्महत्या करणं किती कठीण आहे, याची त्याला कल्पना येईल."

"आणि तो अयशस्वी झाला नाही तर?" तिनं रागानंच विचारलं.

"तो होईल अशी आपण आशा करू या."

"नुसती आशा करायची?" ती रागानं थरथरायला लागली. "तुझं नुसती आशा करायला काय जातंय? काही झालं तरी तो माझा भाई आहे."

"हो ना, तुझा भाई आहे; पण माझाही तो कोणीतरी लागतोच ना. हम्साभाईमुळे माझं तुझ्याशी नातं आहे; पण आजकाल मी बंगल्यावर येतो ते केवळ तुझ्या भाईसाठी."

सज्जादला तिनं दुखवलंय, त्याच्या अंगावर ती विनाकारण ओरडलीय आणि तेसुद्धा तिनंच तातडीनं त्याला बोलावलेलं असताना हे सगळं तिला समजत होतं.

त्याची माफी मागावी असं वाटत असलं, तरी अजून ती चिडलेलीच होती. दुसरं काही न सुचून तिनं आपल्या वाढलेल्या पोटावर हात ठेवले आणि त्या काथ्याच्या दोरखंडाकडे बघत बसली.

"सगळं काही ठीक होईल, बहन." सज्जादनं आपल्या छातीवर हात ठेवत तिला खात्री दिली. "हा एक मानसशास्त्रीय पवित्रा आहे."

"तू काय बी.ए.ला मानसशास्त्र घेतलंयस?" रागाच्या अश्रूंतूनही ती हसली. तिच्या लक्षात आलं, की तीसुद्धा सज्जादच्या खुळचट कल्पनेच्या आहारी जायला लागलीय.

"खरं तर ही कल्पना माझी नाहीये. इब्राहिमची आहे," तो म्हणाला. "ते परत येण्यापूर्वी मला एक चाकू दे, म्हणजे मी माझं काम करेन."

विश्वास बसला नव्हता, तरी ती स्वयंपाकघरात जाऊन एक चाकू घेऊन आली. खिडकीजवळ उभं राहून तिनं धूळवाटेवर पाळत ठेवली. सज्जादनं फासापासून अर्ध्या अंतरावरची एक जागा निवडली आणि त्यावर चाकूनं काम करायला लागला. दोरखंडाचा एक एक पेड हळूहळू त्यानं चाकूनं कापला. शेवटी दोन दोरखंडांना जोडणारा एकच पेड उरला.

"थोडा धुण्याचा साबण आण, बहन."

तिनं साबणाची मळकट रंगाची वडी आणली. त्यानं त्यातला तुकडा काढला आणि कापून काढलेले पेड एकेक करून पुन्हा जुळवायला लागला. त्याचं काम अगदी फसण्याइतकं प्रभावी झालं होतं; पण तरीही ती साशंकच होती. "त्याच्या लक्षात आलं तर काय सज्जाद?"

"त्याच्या अजिबात लक्षात येणार नाही, बहन," सज्जाद म्हणाला. त्यानं तो दोरखंड परत टोपलीत ठेवला आणि त्यावर धुवायचे कपडे पसरले. "बहुतेकदा अशी गोष्ट रात्रीच करतात. अंधारात आणि घाईघाईनं."

जावी आणि इब्राहिम परत येईपर्यंत पुष्कळ तास उलटले होते. जावीच्या ओठांवर हसू खेळत होतं आणि त्याच्या उदास डोळ्यांत आठवणी रिंगण घालत होत्या. सर्कस बघून आल्यानंतर तोफेतून उडवलेल्या विदूषकाचे विचार मनात घोळत असावेत तशा. जावीच्या मागे उभं राहून इब्राहिमनं मान हलवूनच अम्मीला दिलासा दिला. त्या तिघांच्यात सज्जादच जास्त नाटकी होता. ते दोघं बंगल्यातून इतका वेळ नाहीसे झाल्याबद्दल राग आल्याचा त्यानं आव आणला. "दोघं कुठे गेला होतात, इतका वेळ? इथं बसून, त्या गाड्या बघत मी वेळ घालवतोय आपला."

बोलणं ऐकू जाण्याच्या अंतराबाहेर जावी गेला आणि इब्राहिमनं अम्मीला काळजी करणं थांबवायला सांगितलं. "जावी वेड्यासारखं काहीही करणार नाही. लवकरच एखाद्या दिवशी तो डॉक्टरकडेही जाईल," तो म्हणाला.

"तू दोरखंडाबद्दल बोललास?" तिनं विचारलं.

"नाही," इब्राहिम म्हणाला. "पुढच्या आयुष्यात त्याला काय काय करता येईल, त्याबद्दलच फक्त मी बोललो. जसं की, तू लवकरच जन्म देणार असणाऱ्या बाळाबद्दल. तो म्हणाला, तुझं बाळ जन्माला येण्यापूर्वी तो त्याच्यासाठी छानसं नाव शोधून ठेवेल. बहन, तुला काळजी करण्याचं काहीच कारण नाही."

पण ती उदासच राहायची. विशेषतः रात्रीच्या वेळेला. मध्यरात्रीसुद्धा, काहीतरी हलल्याचा जोरात आवाज आला की ती, तो आवाज कलंडून पडलेल्या खुर्चीचा किंवा दोरखंड तुटून जमिनीवर पडलेल्या जावीच्या शरीराचा नसू दे, अशी प्रार्थना करायची. दररोज, जावी अंघोळीला गेला, की ती टोपलीत हात घालायची. तो तळाशीच होता. तिच्या हाताच्या बोटांना तो दोरखंडाचा गुंडा दिसायचा. त्याला लावलेल्या साबणाला तडे जायला लागले होते.

दुसऱ्या बाजूला, जावी परत माणसात यायला लागला. त्यानं पडदे उघडले. खिडक्यांना बांधलेल्या चादरी काढल्या. त्याच्या राज्यात पुन्हा सूर्यप्रकाश खेळायला लागला. तो बऱ्याचदा खाली यायला लागला. मुलांना बोलवायसाठी शीळ घालायला लागला; पण मुलांनी परत त्याच्याकडे जायचं नाकारलं. अर्थात त्यामुळे अम्मीला बरंच वाटलं. तो अम्मीचे निरोप पोहोचवायला लागला. पैशांचा खडखडाट झाला, की बँकेत गहाण टाकायला एखादा दागिना न्यायला लागला. हे सगळं तो आपण होऊनच करायला लागला. हळूहळू ती टोपलीत हात घालून दोरखंड चाचपेनाशी झाली. उलट, येणाऱ्या बाळासाठी त्याला दोन्ही प्रकारची नावं शोधायला सांगितलं तिनं. मुलांची जास्त, कारण पोटात बसणाऱ्या लाथांमुळे तिला वाटत होतं, की ही काही मुलगी नसेल.

इब्राहिम पुष्कळदा यायचा. बहुधा एकट्यानंच. कधीतरी शादीच्या वेळी घातलेल्या दागिन्यांनी मढलेली त्याची जोरूही असायची बरोबर. बिचारी दागिन्यांच्या वजनानं वाकून जायची.

"तू एम.बी.बी.एस.साठी मानसशास्त्र हा विशेष विषय म्हणून निवडला होतास का?" अम्मीनं त्याला एकदा विचारलं. जावी आसपासच घुटमळतोय हे ती विसरली होती आणि इब्राहिमच्या पाठीवर हात मारून जावीनंच उत्तर दिलं होतं. "विशेषज्ञ मूर्ख लोक बनतात. तो साधा डॉक्टर बनणारंय, क्लिनिक उघडणारंय आणि खोऱ्यानं पैसा ओढणारंय."

प्रत्येक वेळी इब्राहिम आला, की तो जावीची नजर चुकवून अम्मीला दोरखंडाबद्दल विचारायचा. ती दर वेळी त्याला सांगायची, की दोरखंड अजून त्याच जागी आहे. खरं तर, वाढलेल्या पोटामुळे मुश्कील वाटून ती वर जावीच्या खोलीत जायची थांबली होती.

तिला शेवटचा महिना लागला होता, तेव्हा परत दोरखंड दिसला; पण या वेळी ती शांतपणे त्याच्याकडे बघत होती. अब्बांनी दोरखंड हातात घेऊन काऊबॉयच्या थाटात गोफणीसारखा फिरवून फेकला आणि तो फणसाच्या फांद्यांत अडकवला. त्याच दिवशी सकाळी ते मलबारच्या किनाऱ्यावरून परत आले होते. मुलांना झोपाळा बांधून द्यायचं त्यांनी वचन दिलं होतं आणि ते पूर्ण करायला त्यांनी दोरखंड शोधला होता.

ते झोपाळा बांधत होते आणि ती पोटावर हळुवार हात फिरवत होती. जसिरानं सोफियाला कडेवर घेतलं होतं आणि अकमल तिच्या शेजारी उभा होता. तिघांनाही झोपाळ्यावर पहिलं बसायचं होतं; पण अब्बा म्हणाले, की तेच बसतील आणि झोपाळा पक्का आहे ना याची खात्री करतील. त्यानंतर तिघांनी नावाच्या पहिल्या अक्षराच्या क्रमानुसार बसायचं. साबणाचा दिलेला लेप वाळला होता आणि दोरखंडापेक्षा वेगळा ओळखता येत नव्हता. जेव्हा त्यांनी अर्धवर्तुळाकारात झोका घ्यायला सुरुवात केली. वरच्या बाजूला जाताना पाचोळ्यावर पाय टेकून जोर दिला, तेव्हा साबणाच्या सांध्याला दोरखंड तुटून धपकन ते चिखलात पडतील असं वाटून तिचा जीव गोळा झाला.

काहीच झालं नाही. मुलांना ओलांडताना त्यांच्याकडे पाहून ते गमतीदार ओरडले. तो दोरखंड तुटावा असं फार वाटलं तिला! तिला फक्त स्वतःशीच खात्री करायची होती, की एखाद्या रात्री जावीनं त्याचा वापर कला असता, तरी तो अजूनही जिवंत असता. तो दोरखंड संध्याकाळपर्यंत तसाच टिकून राहिला, तेव्हा ती सज्जादला इतकी मूर्खासारखी कल्पना सुचवल्याबद्दल आणि इब्राहिमला ती शोधून काढल्याबद्दल शिव्या घालायला लागली.

"रोज संध्याकाळी तुम्ही दोघं काय बोलत असता?" जसिरा वेगळ्याच पद्धतीनं चालत ओसरीकडे आली. तिच्या उंच गळ्याभोवती तिनं वाळुंजीच्या फुलांचा हार घातला होता. गळ्याभोवतीच्या जांभळ्या पाकळ्यांमुळे ती वन्यसुंदरी वाटत होती. "तुमच्या दोघांत काय चालतं तरी काय?"

"तो आधी गळ्यातनं काढ," अम्मीनं तिला जरबेनं सांगितलं.

"त्यात काय वाईटंय?" जसिराच्या चेहऱ्यावरचं हसू जाऊन कपाळावर आठ्या पडल्या.

"मुस्लिम मुलीनं फुलांचा हार गळ्यात घालायचा नसतो," अम्मी म्हणाली. "विशेषतः दिवेलागणीच्या वेळेला."

"काहीतरीच मुस्लिम नियम," जसिरा फुरफुरली. "शिवाय इकडे आसपास कोणीच नाहीय."

"मी सांगितलं, की तो गळ्यातून काढ आधी," अम्मीनं आवाज चढवला.

''वाद घालू नकोस. नाहीतर मीच तो ओढून काढेन.''

''तू नाही काढायचा.'' गळ्यातल्या हारावर हात ठेवत जसिरा म्हणाली.

अम्मीनं फुलांच्या हाराकडे हात नेला, जसिरा मागे सरकली. ''त्याला हात लावू नकोस. तुला जर फुलांचे हार वाईट असतात असं वाटत असेल, तर तू घालू नकोस. माझ्यासाठी काय चांगलंय ते मला कळतंय. मी तो काढणार नाही.''

''हो ना, तुला तुझं भलं चांगलं कळतं,'' अम्मी गुरगुरली.

प्रोफेसर नासिर प्रोफेसर असायला फार तरुण वाटत होता. एखाद्या कोनातून बघितलं तर तो २१ वर्षांच्या अकमलपेक्षा जराही मोठा वाटत नव्हता. त्याचे केस लांब होते. त्यानं टोकदार बूट, डेनिमची पँट आणि गडद जांभळ्या रंगाचा शर्ट घातला होता. तो अर्थशास्त्राचा प्रोफेसर होता. त्याला काही देखणा म्हणता आलं नसतं; पण त्याची उंची आणि प्रमाणबद्ध शरीर यामुळे लोक त्याच्याकडे दुसऱ्यांदा नजर वळवत, कधी तिसऱ्यांदासुद्धा. तो जेव्हा पहिल्यांदा बंगल्यावर आला, तेव्हा पायावर पाय घालून आणि त्यावर हात ठेवून बसला होता. त्याच्याबरोबर एक बुटका, सुजीर डोळ्यांचा माणूस आला होता. तोच बोलायचं काम करत होता.

''माझी दोन मुलं तुमच्याच कॉलेजात शिकतात, प्रोफेसर,'' त्या बुटक्या माणसानं प्रोफेसरची ओळख करून दिली, तेव्हा अब्बा म्हणाले.

''माहीतंय मला,'' प्रोफेसर नासिरचा आवाज थरथरला.

''माझी सगळ्यात मोठी मुलगी अर्थशास्त्राची विद्यार्थिनी आहे.'' त्यांनी अभिमानानं सांगितलं. जसिरानं डॉक्टर बनण्याची इच्छा केव्हाच गुंडाळून ठेवली होती. तिची नवी महत्त्वाकांक्षा काय होती, हे मात्र तिनं आम्हाला सांगितलं नव्हतं.

''म्हणूनच तर आम्ही इथं आलोय,'' तो बुटका माणूस गालातल्या गालात हसत म्हणाला. त्यानं स्वतःची ओळख नासिरचा भाई अशी करून दिली. त्याचं नाव शराफ होतं आणि त्याचा बांधकामाचा व्यवसाय होता.

पहिल्यांदाच, जसिरा पडद्यामागे लपून चोरून ऐकत नव्हती. ती जिन्याजवळच्या तिच्या खोलीत फेऱ्या मारत मनातल्या मनात वाचत होती. अकमल पाहुण्यांना दिसणार नाही अशा तऱ्हेनं भिंतीला कान लावून बाहेरच्या खोलीतलं संभाषण ऐकत होता.

''माझ्या भाईची या कुटुंबाशी संबंध जोडण्याची इच्छा आहे,'' शराफ म्हणाला. ''आम्ही त्याच्यासाठी मुलगी शोधतोय; पण आम्ही दाखवलेल्यातली कुठलीच मुलगी या भल्या माणसाला पसंत पडली नाही.''

आपल्या खोलीत जसिरा पुस्तक छातीशी धरून भरभर चालत होती आणि जे

वाचलं त्याची स्वतःशी उजळणी करत होती. अम्मी गोठ्यात होती. बाहेरच्या खोलीत काय चाललंय याचा तिला पत्ताच नव्हता.

"मग त्यानं आम्हाला सांगितलं, की त्याच्या वर्गातली एक मुलगी योग्य वाटतेय. ती म्हणजे तुमची मुलगी जास्मिन."

"नाही. जास्मिन नाही. तिचं नाव जसिरा आहे." प्रोफेसर नासिर म्हणाला.

अब्बा बराच वेळ खिडकीतून बाहेर बघत होते. अंगणातल्या वाटेत वळणावर उभ्या असणाऱ्या ताडाची पानं जणू ते मोजत होते. जसिरा येरझारा घालायची थांबली आणि तिनं काळजीनं अकमलकडे पाहिलं. प्रोफेसरनं स्वतःची बोटं एकमेकांत गुंतवली आणि भिंतीवरच्या फोटोंकडे तो रस घेऊन बघायला लागला.

"तुम्ही चहा, कॉफी काय घेणार?" अब्बांनी विचारलं.

"माझ्यासाठी कडक चहा. नासिर चहा, कॉफी काहीच घेत नाही. त्याला सरबत चालेल."

"तेसुद्धा नको." प्रोफेसर नासिरनं फोटोवरची नजर अब्बांकडे वळवली. "नुसतं थंड पाणी चालेल."

अब्बा जेवणाच्या खोलीत आले आणि अकमलच्या तोंडी त्यांनी स्वयंपाकघरात निरोप पाठवला. मग अम्मीनं घाईनं साडी बदलली आणि गालावरनं पावडरचा हात फिरवला. ती चहा आणि मिठाईचा ट्रे घेऊन बाहेरच्या खोलीत निघाली, तोच जसिरा वाऱ्यासारखी स्वयंपाकघरात शिरली.

"थांब, तुझी रंगरंगोटी फारच स्पष्ट दिसतेय," ती म्हणाली. दुपट्ट्याच्या टोकानं तिनं अम्मीच्या गालावरची पावडर पुसली. "तू नुसतीसुद्धा सुंदर दिसतेस. बाहेर जाताना चेहरा हसरा ठेवायला विसरू नकोस," जसिरानं उपदेश केला.

"शराफ, ही माझी मिसेस." अब्बा म्हणाले. अकमलनं पडदा बाजूला केला होता आणि ट्रे घेऊन अम्मी बाहेरच्या खोलीत प्रवेश करत होती. "अस्मा, हे प्रोफेसर नासिर. ज्यांच्याबद्दल मी तुला आत्ताच सांगितलं."

"अस्सलाम आलेकुम," अम्मीनं त्या भावांचं स्वागत केलं. फक्त मोठ्या भावानंच परत अभिवादन केलेलं आम्हाला ऐकू आलं.

"वालेकुम अस्सलाम. फार थोड्या वेळात तुम्ही मेजवानीच बनवलीत."

"छे, छे. त्यात काय विशेष." तिच्या हातातल्या कपबश्या थरथरायला लागल्या. अचानक खिडक्यांवर पाऊस झोडायला लागला.

"मला फक्त ग्लासभर पाणी हवं होतं, अम्मी," प्रोफेसर नासिर म्हणाला.

इतक्यातच अम्मी!

"ते ग्लासभर पाणीच आहे बेटा. त्यात थोडंसं लिंबू पिळलंय," ती म्हणाली.

"हा, हा," अब्बा हसायला लागले. "छानंय विनोद."

''पाहुण्यांची चेष्टा करणं चांगलं नाही,'' माझ्या बाजूला उभी असलेली जसिरा रागानं कुजबुजली. ''एरवी ते दोघं एकमेकांशी बोलतसुद्धा नाहीत; पण जेव्हा कोणाची तरी चेष्टा करायची असते, तेव्हा त्यांची एकमेकांना चांगली साथ असते.''

पण बाहेरच्या खोलीतली बोलणी आनंदात पुढे सरकली होती. अम्मीनं पाहुण्यांना परत एकदा मिठाई घेण्याचा आग्रह केला. मग अकमलनं पुन्हा पडदा बाजूला केला आणि जवळ जवळ रिकामा ट्रे घेऊन अम्मी आत आली.

बाहेरच्या खोलीतल्या संभाषणाची गाडी शादीवरून हवामानावर, नंतर राजकारणावर आणि शेवटी बाबरी मशिदीवर घसरली. जसिराचा फार विरस झाला.

''त्यांनी जर ती पाडली, तर त्याचा आम्ही सूड घेऊ,'' धमकीच्या सुरात शराफ म्हणाला.

''मला नाही तुझ्यासारखं वाटत भाई,'' प्रोफेसर नासिर म्हणाला. ''बाबरी मशीद, मशीद बनण्यापूर्वी काय होती, हे कोणालाच माहीत नाहीय. कदाचित हिंदू म्हणतायत त्याप्रमाणे ते देऊळही असू शकतं.''

''वाट्टेल ते बोलतोयस!'' शराफचा पारा चढला. ''ती कधीही मशिदीशिवाय दुसरं काहीही नव्हती. इस्लामचा पुराणवस्तू संशोधन विभाग आहे.''

''आपल्याला खात्रीनं काहीच सांगता येणार नाही,'' प्रोफेसर नासिर समजुतीच्या सुरात म्हणाला. ''नाही तरी, खऱ्या मुसलमानाला प्रार्थना करण्यासाठी मशिदीची गरज नसते.''

पाऊस जास्त जोरात पडायला लागला आणि बंगल्याच्या आजूबाजूला आवाज व्हायला लागला. खिडक्यांवर आपटून पाईपमधून जोरात खाली वाहणाऱ्या पावसाच्या आवाजात चर्चेचा तपशील ऐकू येईनासा झाला. थोडा आवाज कमी झाल्यावर अब्बांनी घसा खाकरला आणि ते बोलायला लागले, ''तुम्ही माझ्या बेटीशी शादी करायची इच्छा व्यक्त केलीत, हा मी बहुमान समजतो; पण एक छोटीशी अडचण आहे.''

जसिरानं तोंड वाकडं केलं आणि ती केसांची बट ओढायला लागली. पावसाच्या आवाजातूनही अब्बांचं बोलणं ऐकू यावं म्हणून अम्मीनं कान टवकारला.

''काय?'' प्रोफेसर नासिर म्हणाला. ''ही छोटी अडचण काय ते तरी कळू दे.''

''माझ्या एका भाच्यानं, इंजिनिअर आहे तो, माझ्या बेटीशी शादी करण्यासाठी विचारलंय. त्याची अम्मी शादीचा दिवस पक्का करायसाठी माझ्या फार मागे लागलीय.''

''पण त्यांचा कोणीच भाचा इंजिनिअर नाहीय,'' जसिरा फुत्कारली. अम्मीनं तोंडावर बोट ठेवून जसिराला गप्प राहण्याची खूण केली.

''आपल्याला थोडा उशीर झाला, नासिर,'' शराफ म्हणाला. खुर्ची सरकवल्याच्या

आवाजानं तो उभा राहिल्याचं कळलं.

"पण अजून काहीच नक्की झालं नाहीय." त्या भावांना थांबवण्यासाठी आता अब्बा उतावीळ झाले. "जसिराच्या आईला वाटतं, फार जवळच्या नात्यात मुलगी देऊ नये."

"मला वाटतं, त्यांच्या विचाराला सबळ आधार आहे," प्रोफेसर नासिर म्हणाला. "जवळच्या नात्यात शादी केली, तर पुष्कळदा मतिमंद मुलं पैदा होतात. आधुनिक विज्ञान या गोष्टीच्या फार विरुद्ध आहे."

"पण माझं माझ्या सख्ख्या चुलत बहिणीशी लग्न झालंय," शराफ वाद घालायला लागला. "माझी मुलं मतिमंद नाहीयत. त्यातलं एकसुद्धा नाहीय."

"तुझी मुलं मतिमंद नसतील," पडद्याकडे बोट करून जसिरा पुटपुटली; "पण बांधकाम करणाऱ्या कंत्राटदारा, तू मात्र आहेस. अगदी नक्की."

"मी म्हणतो तशी ती अडचण लहानशीच आहे. मला त्या इंजिनिअर मुलाच्या अम्मीशी बोलू दे. माझी चचेरी बहनच लागते ती." अब्बा मोठेपणा दाखवत म्हणाले, "पण ते करण्यापूर्वी तुमच्या अपेक्षा काय आहेत, ते तर कळू दे."

"काही फारशा मागण्या नाहीत," प्रोफेसर नासिरच्या आवाजात उत्सुकता आणि उद्विग्नता दोन्ही जाणवत होतं. "मला वाटतं..."

"नासिर," त्याचा भाई मध्येच म्हणाला, "त्या गोष्टीबद्दल मला बोलू दे. हे बघा हम्साभाई, आम्ही काही हावरट माणसं नाही. कोणीतरी जास्त पैसे देतोय म्हणून आम्ही आमचा मुलगा त्याला विकणार नाही."

"मला तसं म्हणायचं नव्हतं," अब्बा पडत्या आवाजात म्हणाले.

"तुम्ही तसं म्हणालात असं माझं म्हणणं नाही. मला फक्त एवढंच म्हणायचंय, की नासिरच्या दर्जाच्या मुलाला सोयरिक करताना साधारण काय दिलं जातं, याची तुम्ही चौकशी करा. आम्हाला तेवढं पुरेसंय. त्याहून जास्तीची आमची अपेक्षा नाही."

"मी तुम्हाला दोन दिवसांत काय ते सांगतो," अब्बा म्हणाले, "पण आत्ता माझ्यापुढे सवाल आहे तो म्हणजे, मी त्या इंजिनिअर मुलाच्या अम्मीला नाही कसं सांगू."

"आधी स्वतःलाच सांगा," जसिरा दात-ओठ खात म्हणाली. "तुमची चचेरी बहन आणि तिचा तो इंजिनिअर मुलगा अस्तित्वात आहेत, यावर कोणीच विश्वास ठेवणार नाही."

"मला मुलगी पाहता येईल का?" शराफनं विचारलं. लगेच जसिराचा हात कंगव्याकडे गेला.

"जसिरा घरी नाहीय," अभावितपणे अब्बा म्हणाले. "ती माझ्या बहनकडे गेलीय."

“ते आणखीनच गोंधळ करतायत,” जसिरा म्हणाली. “मी एखाद्या नारळ उतरवणाऱ्याचा हात धरून पळून गेले, म्हणजे समजेल त्यांना.”

पाऊस पूर्ण थांबला होता आणि दोघं भाई निरोप घ्यायला लागले. अम्मीला परत बाहेरच्या खोलीत बोलावलं आणि अकमलनं एखाद्या पहारेकऱ्यासारखा पडदा बाजूला केला.

अब्बा त्यांच्याबरोबर फाटकापर्यंत गेले. धूळवाटेवरून टॅक्सी निघून गेली, तरी थोडा वेळ तिथेच उभे राहिले. अम्मी जेवणाच्या खोलीत परतली. त्या भावांना निरोप देताना ती हसली होती, ते अजूनही तिच्या ओठांवर रेंगाळत होतं. जसिरा खिडकीच्या गजांना धरून उभी होती. फणसाच्या झाडाची पानं खाली मातीत पडत होती. तिकडे तिचं लक्ष होतं.

“चांगला सभ्य मुलगा दिसतोय.” अम्मी जसिराला म्हणाली.

“मग त्या चांगल्या सभ्य मुलाला, तुझ्या शौहरनं त्याला नसलेल्या भाच्याबद्दल खोटं का सांगितलं?” ती रागानं थरथरत अम्मीच्या अंगावर ओरडली.

“ते डावपेच असतात, जसी. म्हणजे त्यांच्या मागण्या खाली येतात.”

“इतक्या स्वस्तात कसा पटेल तो?” एकाच आकड्याच्या फरकामुळे जॅकपॉट हातून निसटल्यासारखी ती दिसत होती. “बंगल्यात मी एकटीच तर मुलगीय. त्यांच्या मागण्या मान्य करायला काहीच अडचण नव्हती.”

“आम्ही नाही मान्य केल्या, तर?” तुम्ही ओळखलंच असेल, की हे मी बोललो.

“मी आश्रमात जाऊन जोगिणीची दीक्षा घेईन.” ती विचार न करताच बोलली.

मी हसतच सुटलो.

“अमर,” अम्मी कठोरपणे बोलली, “तुला मुलीच्या भावना समजत नाहीत. तसं हसू नकोस.”

जसिरा माझ्याशी काही भांडण उकरून काढायच्या आधीच अकमलनं तारणहाराची भूमिका घेतली. “अम्मी, बंगल्यात जसी एकटीच मुलगी आहे. तिच्यासाठी माझा वाटा द्यायला मी तयार आहे. मला जे द्यायची तुझी इच्छा आहे, ते तिला दिलंस तरी चालेल. माझी त्याला काही हरकत नाही.”

मोटारीखाली आलेल्या कुत्र्याकडे मी ज्या नजरेनं बघतो, तशा नजरेनं जसिरानं अकमलकडे पाहिलं. अम्मीचे डोळे भरून आले. “साधारण सव्वीस वर्षांपूर्वी अगदी असंच घडलं. माझी शादी ठरत होती आणि माझ्या एका भाईनं त्याच्या वाटणीचं मलाच द्यावं, असं अम्माला सांगितलं. अल्लाची कृपा आहे, की आपल्या घरात अशी दयाळू माणसं आहेत.”

तिनं भाईचं नाव सांगितलं नसलं, तरी मी जाणून होतो की तो जावी होता.

"भाईचं हे कर्तव्यच असतं, की आपली बहन चांगल्या घरी पडावी यासाठी प्रयत्न करायचे," ती पुढे म्हणाली.

अकमलला आता फक्त संगमरवरी दगडाची बैठक आणि नक्षीदार काम केलेली तबकडी यांचीच गरज होती. प्रोफेसर नासिरचं आमच्या घरातलं स्थान पक्कं झालं, की जसिरा तेही करेलसं वाटत होतं.

"अमर, जसिराबाबतचं माझं कर्तव्य मी केलं. तू काय करणारंय ते सांग," अकमलनं डिवचलं.

अकमल मदर तेरेसासारखं आणि जसिरा मार्गरेट थॅचरसारखं वागायला लागले, की माझा पारा चढायचा. मी थोडा वेळ विचार केला. जसिरा माझ्याकडे उत्सुकतेनं पाहत होती. आनंदानं आणि कृतज्ञतेनं रडायच्या तयारीत ती होती.

"काहीच नाही," मी सांगून टाकलं. "मला पुढच्या भागातले दहा टक्के किंवा मागच्या भागातला वीस टक्के वाटा हवा. उरलेला जसिराला दिला, तर चालेल."

"बघितलंस," जसिरा थरथरायला लागली. "जेमतेम वीस वर्षांचा होतोय आणि मनातल्या मनात वाटण्या करायला लागला. तुला माहीतंय का अम्मी, हा मुलगा सिगारेटी फुंकतो आणि मुलींच्याकडे बघून घाणेरड्या शिळा घालतो."

"हो का रे अमर?" अम्मीनं विचारलं; पण तिचं मन दुसऱ्याच कुठल्यातरी विचारात गढलं होतं. खूप दिवसांपूर्वी तिनं कुठेतरी बरेच पैसे लपवून ठेवले असणार आणि कोणाचं लक्ष नाहीसं पाहून ते परत ताब्यात कसे घ्यायचे, याचा विचार ती करत असणार.

प्रोफेसर नासिरबद्दलचं जे बोलणं चाललं होतं, त्यात मी फक्त श्रोत्याची भूमिका घ्यायचं ठरवलं. अम्मी तिच्या तंद्रीतून बाहेर आली आणि म्हणाली, "तो साधासुधा माणूस वाटतो. मला 'अम्मी' म्हणाला."

"तूसुद्धा काही कमी हुशारी नाही दाखवलीस," जसिरा म्हणाली. "तू त्याला 'बेटा' म्हणालीस."

"मोटारीत बसण्यापूर्वी त्यानं माझा हात हातात घेतला आणि 'थँक्यू' म्हणाला." शादीसाठी पैसे पुरवणारा आणि जसिराची पाठराखण करणारा नवा देवदूत अकमल म्हणाला.

"हो का?" जसिरानं उत्सुकतेनं विचारलं. "कॉलेजमध्येसुद्धा तास संपला की तो 'थँक्यू' म्हणतो."

"मागच्या रविवारी," चुटकी वाजवून मी अम्मीचं लक्ष माझ्याकडे वेधलं आणि बोलायला सुरुवात केली, "मी एका भिकाऱ्याचा हात हातात घेतला आणि तोसुद्धा मला 'थँक्यू' म्हणाला."

"आम्हाला नाही तुझ्या मित्रांविषयी काही ऐकायचं," जसिरा म्हणाली आणि

अकमल गालातल्या गालात हसायला लागला.

"तो चहा-कॉफी पीत नाही आणि सिगारेटही ओढत नाही. काही जण पाळण्यातनं बाहेर आल्या आल्याच त्याला सुरुवात करतात," माझ्या दिशेनं मान उडवत जसिरा म्हणाली.

"पण त्याची एक गोष्ट मला पटत नाही," अकमल हळूच म्हणाला.

"काय रे अक्कू?" जसिरानं कान टवकारले. तिच्या डोळ्यांत अविश्वास होता.

"बाबरी मशीद कधीच देऊळ नव्हतं आणि हिंदूंचा त्यावर काहीच अधिकार नाही."

"भाई, प्रत्येकाचं स्वतःचं मत असतं." जसिरानं अकमलच्या पाठीवर समजावल्यासारखं थोपटलं. "पण या बाबतीत मी तुझ्या बाजूची आहे. प्रोफेसरच्या नाही."

"बाबरी मशीद म्हणजे काय?" आपण संभाषणातून वगळले जातोय असं वाटून अम्मीनं विचारलं.

जसिरानं अपेक्षेनं अकमलकडे बघितलं. तो पुढे झुकला आणि समजावून सांगायला लागला. अम्मी कान देऊन ऐकत असल्यासारखं वाटलं, तरी तिचं मन दुसरीकडेच धावत होतं. तिचं पैशाचं डबोलं परत मिळवायचा दुसरा उपाय शोधायला गेल्यासारखं.

आमची आंधळी नानी आमच्या बंगल्यावर येऊन राहायला आणि तिचं आणि आमचं आयुष्य बदलून जायला, प्रोफेसर नासिरचा जसिरातला रसच अप्रत्यक्षपणे कारणीभूत ठरला. अम्मीनं मला किंवा अकमलला घेऊन नानीच्या घरी खूप फेऱ्या केल्या. जास्त वेळा मीच बरोबर गेलो. ती तिच्या आंधळ्या अम्माच्या शेजारी बसून प्रोफेसर नासिरचं आणि त्याच्या कुटुंबाचं गुणगान करायला लागली, की जावीसंबंधीचा काही धागादोरा मिळतो का, यासाठी अंधाऱ्या खोल्यांतून धुंडाळा घेत मी हिंडायचो. त्या घरात पुस्तकं नव्हती. घरातल्या कुठल्याही फोटोत जावी नव्हता. जणू काही त्या कोंदट घरात जावीनं कधी पायही टाकला नव्हता. त्यानं कधी लाकडाच्या वखारीचा खिडकीतनं येणारा आवाजही ऐकला नव्हता आणि त्या घरातल्या अर्धवट उदासीत राहणाऱ्या माणसांनाही तो भेटला नव्हता.

नानीच्या घरी जाऊन आलं, की प्रत्येक वेळी अम्मी जास्तच नाउमेद व्हायची आणि काय झालं ते अकमलकडून अब्बांना कळलं, की ते जास्तच उतावीळ व्हायचे. कोणत्या झाडाला जास्तीत जास्त विषारी फळं लागत असतील, असा विचार जसिरा उघडपणे बोलून दाखवायला लागली.

एके दिवशी, दुपारी उशिरा, रेल्वे इमारतीत असणाऱ्या टेलिफोनकडे अम्मी

मला घेऊन गेली. एका लिफाफ्याच्या मागच्या बाजूला एक लांबलचक नंबर लिहिला होता. बरेचसे नऊ आणि एक आणि त्यांच्यात मध्ये मध्ये शून्य. तिनं तो नंबर फिरवून, लंडनमध्ये स्वयंपाकी म्हणून काम करणाऱ्या तिच्या भाईला फोनवर बोलवायला मला सांगितलं.

लंडनमध्ये फोन बराच वेळ वाजला. फोन एका बाईनं उचलला. तिचा आवाज झोपेत मध्येच उठल्यासारखा आणि घाबरलेला वाटला. 'मदर?' अशा प्रकारचं इंग्लिश मी फक्त सिनेमातच ऐकलं होतं.

"प्लीज. मला मि. कासीम मामूशी बोलता येईल का?" परदेशी माणसाशी बोलण्याची माझी पहिलीच वेळ होती. साहजिकच माझा आवाज कापत होता.

"मदर," ती बाई चकचक आवाज करून म्हणाली, "किती वाजलेयत बघितलंस का? दुसरं कोणीतरी आहेस असं नाटक करायची थांब आणि तुला काय हवंय ते पटकन सांग. तीस सेकंद मी वेळ देते तुला."

"माझं नाव मि. अमर आहे. मी इंडियातला," मी घाईघाईत बोललो. तिनं तिच्या मदरला दिलेल्या वेळात मी जास्तीत जास्त माहिती देण्याचा प्रयत्न केला, "मी मिसेस अस्मा हम्साचा मुलगा. ती मि. कासीम मामूची बहीण. माझ्या मदरला..."

"कासे, ऊठ," तिनं हाक दिली. "इंडियातून कोणालातरी तुझ्याशी बोलायचंय. तो काय बोलतोय त्यातला शब्दही मला कळत नाहीय."

लगेचच माझ्या मामूचा खर्जातला अनोळखी स्वर ऐकू आला. "मी कासीम बोलतोय," मी फोन अम्मीकडे दिला आणि मागे सरकलो.

"कासीम," माझ्या अम्मीचा रडका सूर लंडनला पोहोचला. टेलिफोनच्या टपरीवर वरच्या बाजूला लावलेल्या, पैसे किती झाले ते दाखवणाऱ्या यंत्राकडे तिचं लक्ष होतं. "नाही, नाही. अम्माची तब्येत चांगलीय. तुझा बहनोईही चांगलाय. मीच अडचणीत आलेय." मग तिनं जसिराच्या ठरलेल्या शादीबद्दल थोडक्यात कासीम मामूला सांगितलं. आंधळ्या अम्मानं जर घर विकून दहेजसाठी पैसे द्यायला नाकारलं असतं, तर ती शादी मोडलीच असती. तिचा चेहरा हळूहळू उजळायला लागला. फोन ठेवायची वेळ होईपर्यंत तिच्या गालावर समाधानाची लाली पसरली होती. "तो माझा सगळ्यात धाकटा. त्याला तू पाहिलंच नाहीयस. तो अगदी आपल्या जावीसारखा दिसतो. बोल त्याच्याशी दोन शब्द."

तिनं माझ्या कानाशी फोन धरला आणि दुसऱ्या बाजूनं कंटाळलेल्या आवाजात हॅलो म्हटलेलं ऐकू आलं. "या अल्ला," वरच्या बाजूला वाढत चाललेले पैसे दाखवणाऱ्या यंत्राकडे पाहून अम्मी किंचाळली. "इतके झाले का?" फोनवर बोट ठेवून तिनं तो बंद केला.

तिचं दुःख, आशीर्वाद, थट्टा आणि निरोप घेताना दाखवलेली कृतज्ञता या सगळ्यांची तिला एकशेवीस रुपये किंमत पडली होती; पण ज्याच्यासाठी हे सगळं केलं ते साध्य झालं होतं आणि परत एकदा जसिराच्या मनासारखं झालं.

पंधरवड्यानंतर नानी एखाद्या हद्दपार केलेल्या राणीसारखी टॅक्सीत बसून आली. तिच्या दोन्ही बाजूला दोन गाद्यांसारख्या आकाराच्या गुंडाळ्या ठेवल्या होत्या. सिंहासनाच्या बाजूला हातटेकू असतात, तशा त्या दिसत होत्या. तिच्या मागून अर्धवट भरलेल्या छोट्या व्हॅनमधून बाकीचं सामान येत होतं. त्यात थोडंसं फर्निचर होतं आणि अगदीच रया गेलेलं लोखंडी कपाट होतं. तिचं स्वागत करायला अब्बा ओसरीवर आले. ''अम्मा,'' पुढे होऊन त्यांनी तिचे हात हातात घेतले. त्या आंधळ्या बाईसाठी त्यांनी स्वतःचं क्वचितच ओठांवर येणारं हसू फुकट घालवलं नाही. ''ओळख कोण.''

''हम्सा?'' तिनं विचारलं. ''पुष्कळ दिवसांत तुझा आवाज ऐकला नाही.''

''काय करायचं, अम्मा?'' तिच्या हातावर हात फिरवत ते म्हणाले. ''हातातोंडाची गाठ घालण्यासाठी कामात अडकायला होतं.''

''हम्सा, कधी कधी तुला हातातोंडाची गाठ घालण्यासाठी आंधळ्या बाईची मदत लागते.''

''खरंय, अम्मा,'' आता अब्बा हसले; पण ते हसू म्हणजे राग तर आलाय, पण उलटून टोला तर मारता येत नाहीय, अशा माणसाचं होतं. ''जसी, नानीला सोफियाच्या खोलीत ने. तिथं पूर्ण दिवस हवा खेळती असते आणि शांतही असतं.''

महिनाभर, शांतता या शब्दाचा अर्थच बंगल्याला कळला नाही. कारण जसिराच्या भव्य शादी सोहळ्याच्या तयारीला लगेचच सुरुवात झाली. एके दिवशी रंगारी आले आणि बंगल्याची बाहेरची बाजू फिक्या निळ्या रंगानं रंगवायला लागले. अकमलला आणि मला बंगला आतून स्वच्छ करायला सांगितला. माळ्यावरून जुन्या पडद्यांची गाठोडी, कसरीनं खालेल्या पुस्तकाचे गठ्ठे, सुहुदा बुआचं गंगावन, अब्बांनी कधीच घातलेल्या बघितल्या नव्हत्या अशा चुण्यांच्या पॅण्ट्स, अम्मीच्या जुन्यापुराण्या ब्रा आणि ज्याच्याशी मी खेळलोय असं न वाटणारी लाकडाची खेळणी अशा गोष्टी निघाल्या.

अकमल टेबलावर स्टूल ठेवून त्यावर चढला. त्यानं स्वतःचा चेहरा पांढऱ्या फडक्यानं जास्तीत जास्त झाकला आणि निन्जासारखा दिसायला लागला. तो एकामागून एक माळे रिकामे करायला लागला आणि मी जमिनीवर बसून त्या वस्तूंचे ढीग करायला लागलो. एका ढिगात, संध्याकाळी फणसाच्या झाडाजवळ शेकोटी पेटवायच्या वस्तू ठेवल्या. झोपेत चालत असल्यासारखी जसिरा हळुवार पायांनी खोलीत आली. खाटेच्या टोकावर बसली आणि स्वतःच्या बोटांकडे बघत

स्वतःशीच हसायला लागली.

"जसी," मी फक्त सोफियाशी बोलताना काढायचो, तशा आवाजात मी हाक मारली.

"काय, मुला?" तिनं स्वतःच्या नादातच डोकं हलवलं. "कसला त्रास होतोय तुला?"

"सॉरी म्हणायचंय." मी आवंढा गिळला.

"कशाबद्दल रे?" तिनं पुढे झुकून माझ्या खांद्यावर थापटी मारली. "आपली भांडणं व्हायची त्याबद्दल वाईट नको वाटून घेऊस. हे बघ, जेव्हा तुम्ही मुलं स्वतःचे संसार थाटाल ना, तेव्हा आपल्या या वादांची आठवण झाली की हसू येईल."

"तुला मी शादीचा एक छोटासा तोहफा देणारंय, पण ते तुझ्या उपयोगाचं आहे का ते मला माहीत नाही, जसी."

"असू दे रे." तिच्या डोळ्यांत पाणी तरळलं. "माझ्या शादीचा पहिला तोहफा म्हणून मी ते जपून ठेवीन; पण तो घ्यायला तुझ्याकडे पैसे कुठून आले?"

"प्रोफेसर नासिर बंगल्यावर आला, तेव्हापासून मी साठवतोय पैसे." माझा कंठ दाटून आला. आवाज चिरकला. "तोहफा छोटासाच आहे. कदाचित, तुझ्या प्रोफेसरला आवडणार नाही तो."

"असं का वाटतं तुला? तो चांगला माणूस आहे. आता या शंकाकुशंका थांबव आणि तुझा खास छोटा तोहफा मला दे. अकमल, त्यानं तो दिला की टाळ्या वाजव बरं का. तो अजूनही आपल्या घरातला छोटा बाळच आहे."

"डोळे बंद कर आणि हात पुढे कर." लहान मुलाच्या निर्व्याजपणे मी म्हटलं.

"सिनेमातल्यासारखं?" तिनं हातांची ओंजळ माझ्यापुढे धरली.

"डोळे बंद कर."

"ओह! हा छोटा बाळ ना!" तिनं डोळे गच्च बंद केले. डोळ्यांवर मोरपिशी रंगाची आयशॅडो लावली होती. अम्मीच्या जादूच्या पोतडीतून मी एक जुनी ब्रा उचलली आणि तिनं पुढं केलेल्या हातावर ठेवली. अकमलनं टाळ्या वाजवल्या. तो इतक्या जोरात हसत होता, की तो उभा असलेलं स्टूल कलंडलं असतं.

टुणकन उडी मारून ती उठली आणि ती ब्रा माझ्या तोंडावर फेकून दाराकडे निघाली. मग ती दाराशीच थबकली आणि मोठमोठ्यानं हसायला लागली. मला नवलच वाटलं. "मला तुमची फार आठवण येईल, मुलांनो." ती म्हणाली आणि तरंगतच तिथून निघून गेली.

जादूची पोतडी म्हणजे एक वाकडीतिकडी झालेली छोटीशी ट्रंक होती. तिच्यात जुने कपडे आणि साठच्या दशकातलं किडुकमिडुक काहीतरी होतं. त्यात

डांबराच्या गोळ्याही घातलेल्या होत्या. ट्रंकेच्या झाकणाला आतल्या बाजूला दोन पिवळ्या रंगाचे सॅटिनचे ओघळलेले खिसे होते. एक रिकामाच होता. मी दुसऱ्या खिशात हात घातला. त्यात चौघडी करून ठेवलेलं एक वर्तमानपत्र होतं आणि जुने झाल्यामुळे पिवळट पडलेले दोन लिफाफे होते. वर्तमानपत्र खूपच जुनं होतं. माझ्यापेक्षा दोनच दिवस लहान. जाड्या लिफाफ्यावर पत्ता किंवा पोस्टाचा शिक्का नव्हता. पातळ लिफाफ्यावर अम्मीचं नाव लिहिलं होतं. लहान मुलानं लिहिल्यासारखं वाटणारं ते जावीचं हस्ताक्षर मी लगेच ओळखलं. पहिल्या लिफाफ्यात मी नुसती नजर टाकली आणि लक्षात आलं, की त्यात जावीच्या फोटोचे अर्धवट जळलेले तुकडे होते. मी ते वर्तमानपत्र आणि लिफाफे माझ्या खिशात कोंबले आणि अकमल माळ्यावरून उतरवत होता, त्या कचऱ्याची घाईघाईनं छाननी करायला लागलो.

संध्याकाळी, मागच्या अंगणात जेव्हा त्या जुन्या कचऱ्याची राख होत होती, तेव्हा मी त्या जाड लिफाफ्यातले तुकडे गादीवर ओतले आणि उशीवर ते मांडायला लागलो. ते फोटोंचे तुकडे अम्मीनं एकदा आगीतून वाचवले होते आणि तसं पाहिलं तर मीही पुन्हा आगीतूनच वाचवले होते. जावी, तुकडे जोडून चित्र बनवायचं एक कोडं. त्याच्या चेहऱ्याचे वेगवेगळ्या नकाशासारखे तुकडे झाले होते. एका तुकड्यात त्याचे केस दिसत होते. तर एकात हनुवटीचं टोक. मी ते तुकडे व्यवस्थित जुळवून एका कागदावर चिकटवले. जे कोडं कोणी सोडवावं म्हणून बनवलेलं नव्हतं, असं कोडं मी सोडवून पार झालो होतो. त्या जुळवाजुळवीला खरं तर अर्थ नव्हता. तरीही मी ते जावीच्या डायरीत चिकटवलं आणि वहीच्या बाहेर येणारे तुकडे कात्रीनं कापून टाकले.

मग मी माझ्या जन्मानंतर दोन दिवसांची तारीख असलेल्या वर्तमानपत्राकडे वळलो. त्याची छपाई तिरकी आणि नीट मांडणी न केलेली होती. चौथ्या पानावर इतर शोचनीय घटनांमध्येच जावीच्या मृत्यूची बातमी होती. काहीशा अनास्थेनं लिहिलेली. बोगद्यात, सिमेंटच्या पुढे आलेल्या अरुंद भागाशी समांतर जाणाऱ्या खड्ड्यात त्याचं शव मिळालं होतं. त्याला गावातल्या मशिदीच्या दफनभूमीत पुरलं होतं. तो फक्त सव्वीस वर्षांचा होता. त्याच्या जवळच्या नातलगांच्या यादीत आमच्या आंधळ्या नानीचं, तिच्या लंडनमधल्या मुलाचं आणि आमच्या अम्मी-अब्बांची नावं होती. डॉ. इब्राहिमकडे मला अम्मी घेऊन गेली होती, तिथून परत येतानाची मला आठवण झाली. मी तिला जावीच्या मृत्यूबद्दल विचारलं होतं आणि तिची नजर बोगद्याच्या दिशेला वळली होती.

मागच्या अंगणातली आग जोरात पेटली होती. झाडांच्या शेंड्यांवर राखेची फुसकटं उडत होती आणि मी तिच्या तावडीतून वाचवलेल्या गोष्टी घेऊन बसलो होतो. मी जावीच्या मृत्यूची बातमी वर्तमानपत्रातून कापली आणि त्याच्या वहीच्या

शेवटच्या पानावर चिकटवली. मध्ये मी बरीच पानं मोकळी सोडली होती. भविष्यकाळात जर दुसरं काहीतरी सापडलं, तर त्याच्यासाठी जागा असावी म्हणून. तेवढ्यात मला त्या दुसऱ्या लिफाफ्याची आठवण झाली. जावीनं अम्मीच्या नावानं लिहिला होता तो. मी तो उघडला.

आत्महत्येच्या चिठ्ठीपेक्षा दुसरं काहीच जास्त अर्थपूर्ण असत नाही. इतका नेमकेपणा, बिलकूल अनिश्चितता नाही, शिस्तबद्ध अलिप्तता- आत्महत्येची चिठ्ठी सोडली, तर दुसरीकडे कुठे हे सारं पाहायला मिळेल? आपण शेवटचा निरोप घ्यायचा निश्चय केला, कीच फक्त इतकं निर्दोष लिहिता येतं. मला विचाराल तर, तेच फक्त यातलं वैगुण्य म्हणता येईल.

प्रिय अस्मा बहन,

आत्ताच मी बाळाला बघून आलो. सगळी नवजात बाळं दिसतात, तितकाच तोही कुरूप आहे. आशा आहे, की मोठा झाल्यावर तो डोळ्यांना इतका खुपायचा नाही.

तुला कबूल केलं होतं, त्याप्रमाणे मी त्याच्यासाठी नाव शोधून ठेवलं नाही याबद्दल माफी मागतो. तुला कळा यायला लागल्या, तेव्हा मी डझनभर नावांची यादी करायला बसलो. सहा नावं मुलांची आणि मुलगा नसला तरची सहा नावं; पण तुझा कळवळून ओरडत असलेला आवाज माझ्या कानांवर पडत होता आणि मला काही सुचतच नव्हतं. पुढच्या वेळी इतक्या जोरात कळवळू नकोस. आणि जन्म देणं इतकं वेदनामय असलं, तर पुन्हा तशी वेळच येऊ देऊ नकोस.

तो मुलगा ज्या पद्धतीनं आढ्याकडे डोळे लावून बघतो ना, ते बघून मला असं वाटतं, की हासुद्धा आपल्या अम्मासारखा ठार आंधळा असेल की काय. आलेल्या संकटाला घाबरून चालणार नाही. इब्राहिमला सांगून बाळाचे डोळे तपासून घे.

मी बोगद्याकडे चाललोय. गोष्टी फारच बिघडल्या नाहीत, तर मी परत येणार नाही. निरोप घेण्यापूर्वी मी तुला एक गुपित सांगणारंय. मला माहीत आहे तुला गुपितं फार आवडतात. कासीमनं एका इंग्लिश बाईशी लग्न केलंय. मोठ्या घरची किंवा कुणी उमरावीण वगैरे नाही; पण एक कामगार वर्गातली बाई, जिला पहिल्या लग्नाची दोन मुलं आहेत आणि त्यानं कधीही परत न येण्याची शपथ घेतलीय. कधीही परत येण्याची इच्छा नसलेले दोन भाई असल्यामुळे, आपली आंधळी अम्मा केवळ तुझीच आहे आणि तिची आहे ती थोडीफार मालमत्ता.

सोफियाच्या पाळण्याखालच्या आगीबद्दल मला मनापासून पश्चात्ताप वाटतो; पण मला अजूनही उमगत नाही, की मी ती का पेटवली.

परत विचार केल्यावर मला बाळासाठी एक नाव सुचलंय. विचार करून ठरवलेलं नव्हे, आपोआपच सुचलेलं. तुला आवडलं तर त्याचं नाव अमर ठेव. ते नाव मुस्लिम आहे का, हे मला माहीत नाही आणि मला स्वतःला ते फार खास नावही वाटत नाही. माझ्या माहितीप्रमाणे अमर म्हणजे खूप वर्षं जगणारा. मी तर आता त्या बोगद्यात शिरणारंय, पण या नावातून सूचित होणारं दीर्घ आयुष्य माझ्या ओठांवर हसू आणतंय.

तुझा, जावी
५ नोव्हेंबर १९६८, दुपारी २.१०.

चारी बाजूंनी बंगल्याच्या भिंती अंगावर येत असल्यासारखं मला वाटायला लागलं आणि ताप भरल्यासारखा मी थरथरायला लागलो. बंगल्यातून निघून जाण्याचा निर्णय घेतल्यावर, वीस एक वर्षांनंतर जावी परत घरी आला होता. एस.जी. वेल्सच्या अदृश्य माणसासारखा. ज्याचे कपडे माझेच होते. साध्याशा फॅशनचं विटलेलं जॅकेट. माळ्यावरच्या अम्मीच्या ट्रंकमध्ये ते पत्र इतकी वर्षं पडून होतं, मला त्याचा शोध लागायची वाट पाहत, असा विचार मनात येत होता. मी म्हणजे, ज्याचं नाव जावीनं स्वतःच्या आत्महत्येच्या चिठ्ठीत अलिप्तपणे सुचवलं होतं, तोच. मी जर आस्तिक असतो, तर मला यात अल्लाची लीला दिसली असती; पण मला मात्र त्या शोधात गाझ्या स्वतःशिवाय दुसऱ्या कोणाचा हात दिसला नाही. मी ती आत्महत्येची चिठ्ठी जावीच्या डायरीत वर्तमानपत्राच्या कात्रणासमोर चिकटवली. मला त्यात एक आकृतिबंध दिसायला लागला. जावीचा जीवनपट उलगडायला लागला. जिन्यावरून खाली जात असताना कोणीतरी माझ्या बरोबरीनं जिना उतरतंय असं मला वाटलं. ज्याचे विचार माझ्या विचारांशी एकरूप झाले होते असं कोणीतरी.

जेव्हा रंगारी त्यांचं काम पूर्ण करून गेले. तेव्हा बंगला बुटांच्या एखाद्या मोठ्या खोक्यासारखा दिसायला लागला. डिस्टेंपरचे थर देऊन रंगवलेलं जाडजूड बांधकाम अगदी स्पष्ट दिसायला लागलं होतं. आतून ते इस्पितळासारखं दिसत होतं. पांढऱ्या आणि ओक्याबोक्या भिंती. खिळ्यांना परत फोटो अडकवण्याची तसदी कोणीच घेतली नव्हती. अकमलनं स्वतःच्या खाटेजवळ दोन चित्रं टेपनं चिकटवली. त्यातलं पहिलं चित्र अम्मीच्या मते आमच्या दादाजींसारखं दिसत होतं. माझ्या मते दुसरं काहीसं जीझससारखं वाटत होतं.

"हा आयातुल्ला खोमेनी," त्यानं दादाजींसारखं दिसणाऱ्या माणसाची अम्मीला ओळख करून दिली. ज्याला मी ख्रिस्ताचा चुलत भाऊ समजत होतो, त्याच्याकडे बोट करून तो म्हणाला, "हा ओसामा बिन लादेन."

"कोण आहेत ते?" दोघांकडे आदरानं बघत अम्मीनं विचारलं.

"ते पर्शियाचे पारमार्थिक पुढारी आहेत," अकमल अभिमानानं म्हणाला.

"जर मला कधी पैसे मिळाले," नंतर सोफियाच्या खोलीत अम्माला भरवत असताना अम्मी तिला सांगत होती, "तर मी अकमलला हजला पाठवीन. तो फारच धार्मिक आहे."

"पैशांची काळजी कशाला करतेस, अस्मा?" नानी म्हणाली. "तुझ्या शौहरला सांग मला गहाण टाकायला, नाहीतर घाऊक विकूनच टाकायला." जसिरासाठी घर विकावं लागलं, याचा राग अजूनही तिच्या मनात होता- ज्या घरात तिचं सारं आयुष्य गेलं होतं आणि जे तिनं कधीच बघितलं नव्हतं.

"अम्मा, तुला माझ्या मुलीचं, जसिराचं आयुष्य मार्गी लागलेलं पाहवत नसलं, तर मी जसिराच्या अब्बांना तुझं घर परत विकत घ्यायला सांगते."

"तुझा शौहर माझं घर परत विकत घेणार?" तिनं हात लांब करून अम्मीचा हात, मनगटं, गळा आणि शेवटी कानाची पाळी चाचपडून पाहिली. "तुझ्या अंगावर तर त्यानं गुंजभरही सोनं ठेवलं नाहीय."

अम्मीनं काळजीनंच हॉलकडे नजर टाकली. जसिरा कॉरिडॉरमधून तरंगत चालली होती. तिच्या हातात वाळुंजीचं फूल होतं. त्या फुलाशीच ती बोलत होती.

"अम्मा, जसिराच्या अब्बांना तुला आनंदात ठेवायचंय." तिनं सुस्कारा सोडला. "तुझ्यासाठी ते टेलिव्हिजन आणणार आहेत." चूक लक्षात आल्यावर तिनं जीभ चावली; पण तोवर उशीर झाला होता.

"तुझा शौहर किती विचारी आहे गं, अस्मा. आंधळ्या बाईसाठी टेलिव्हिजन आणतोय. पुढच्या वेळी तो बहुतेक माझ्यासाठी मोटारसायकल आणेल."

अर्धा दिवस टेलिव्हिजनवर चमचमणाऱ्या मुंग्यांशिवाय दुसरं काही दिसलं नाही. ज्या क्षणाला पडद्यावर पहिलं चित्र दिसलं, त्या क्षणाला नानी ताठ बसली आणि तिनं विचारलं, "कोण बोलतंय?"

"राजीव गांधी बोलतोय," अब्बांनी उत्तर दिलं.

परत त्या चमचमणाऱ्या मुंग्या पडदाभर फिरायला लागल्या. जागच्या जागीच. कुठंही जात नव्हत्या त्या. आणखी अर्धा तास ती अँटेना वेगवेगळ्या दिशांनी फिरवल्यावर पडद्यावर पुन्हा चित्र आलं.

"आता कोण बोलतंय?" परत नानीनं विचारलं.

"अजून राजीव गांधीच आहे," जसिरा म्हणाली.

टेलिव्हिजनवर दाखवत होते त्या सगळ्या फालतू गोष्टी बघत आम्ही उशिरापर्यंत जागलो; पण रेडिओ दुरुस्त करायला शिकणारा अकमल मात्र त्याच्यापासून मैलभर दूर होता. मला एकदम आठवलं, गावातल्या छपरांवर अँटेना उगवायला लागल्या होत्या, तेव्हा एका शुक्रवारच्या प्रार्थनेच्या वेळी इमामानं टेलिव्हिजनच्या विरुद्ध उपदेश केला होता.

''आता कोण बोलतंय?'' नानीनं विचारलं. ती भिंतीकडेच बघत होती.

''मिनी माऊस आहे, नानी,'' जसिरा टी.व्हीच्या पडद्यावरचे डोळे बाजूला न करता म्हणाली.

''ती काय रबरी बाहुली आहे की काय? आवाज तर तसाच येतोय.''

''तसंच समज,'' जसिरा वैतागून म्हणाली. या आंधळ्या बाईच्या पैशांतूनच आम्ही टेलिव्हिजन घेतला होता. फिका निळा डिस्टेंपर आणि पांढरा इमल्शनचा रंग घेतला होता. सर्वांत महत्त्वाचं म्हणजे, तिच्याशी शादी करायला प्रोफेसर नासिरचा होकार मिळाला होता. या साऱ्याचा तिला विसर पडला.

''अम्मा,'' जसिरानं वैतागून केलेल्या मूर्ख बडबडीची भरपाई करण्याकरता अम्मी तिला समजवायला लागली. ''ही मुलं याला कार्टून म्हणतात. एक मिकी नावाचा उंदीर आहे आणि एक मिनी नावाचा आणि त्यांच्यामुळे सगळ्यांना अडचणी येतात. आत्ता तो एका कुत्र्याच्या शेपटीला फटाका बांधतोय.''

''जरा तुझं भाष्य थांबवशील का?'' जसिरानं विनवणी करायला हात जोडले. ''मिकी माऊस मोठ्या माणसांसाठी नाहीय.''

दाणकन आवाज आला आणि जोरदार जाहिरातीनं कार्यक्रम संपला आणि बातम्यांना सुरुवात झाली.

''परत राजीव गांधी आला,'' नानी विजयानं म्हणाली.

आठवडाभर इमानानं टेलिव्हिजन बघितल्यानंतर प्रेक्षकांची संख्या घटायला लागली. जसिराच्या शादीच्या धामधुमीत सगळ्यांनी स्वतःला झोकून दिलं. पाहुण्यांच्या नावांची यादी केली होती. चांगली लांबलचक होती ती. त्यात अम्मीपेक्षा अब्बांच्या बाजूच्या लोकांची जास्त नावं होती. जसिरा आणि अम्मी बऱ्याचदा सोनाराकडे जाऊन आल्या आणि जसिराची मापं घ्यायला दर दिवसाआड शिंपिण यायला लागली. कपडे घालून बघण्यात जसिरा गुंतलेली नसली, की ती अकमलला कोरी कॉफी आणि बिस्किटं नेऊन द्यायची. तो बिचारा लिफाफ्यांवर स्टॅम्प्स चिकटवून जेवणाच्या टेबलावर त्यांची चळत रचत असायचा.

नानी टेलिव्हिजनजवळ एकटीच असायची आणि दर अर्ध्या तासाला ती जाहीर करायची, ''राजीव गांधी बोलतोय.''

''तुझ्या शौहरला अमिना बीबीलासुद्धा आमंत्रण करायची आठवण कर. विसरायचा

नाही तर.'' अम्मी तिला हातांनी भरवत असताना नानी म्हणाली.

''शऽऽऽ!'' अम्मी कळवळत म्हणाली.

''शऽऽऽ काय? मी तुझं बोट चावलं का?''

''नाही गं अम्मा, नाही; पण आजूबाजूला मुलं आहेत.''

''अमिना बीबी कोण?'' अकमलनं विचारलं. तो फक्त टेलिव्हिजन बंद असतानाच नानीच्या खोलीत यायचा.

''माझी चचेरी बहन आहे.'' घाईघाईनं अम्मी म्हणाली.

''अस्मा, तिला तुझी बहन म्हण. ते जास्त योग्य होईल.''

''अकमल, सज्जादलासुद्धा आमंत्रण धाड.'' अम्मीनं विषय बदलला आणि एक मोठा घास नानीच्या तोंडात कोंबला. त्यामुळे थोडा वेळ तिचा आवाज बंद झाला.

''तो तुझ्या अब्बांचा चचेरा भाई लागतो.''

''नाही पाठवता यायचं,'' अकमल म्हणाला. ''त्याचं नाव पाहुण्यांच्या यादीत नाहीय.'' एव्हाना त्याची सर्व यादी तोंडपाठ झाली होती.

''पाहुण्यांची यादी,'' अम्मीनं टोमणा मारला. ''घाणेरड्या बायकांची आणि दारूड्यांची नावं कागदावर लिहायची आणि त्याला पाहुण्यांची यादी म्हणायचं. काळजी करू नकोस. मीच बोलवीन त्याला. माझ्या अम्माच्या पैशांच्या जोरावर ही शादी होतीय, त्यांच्या नाही.''

''असं वरचेवर बोलण्याचं धाडस कर, अस्मा,'' नानीनं दाद दिली. ''म्हणजे तुला गुलामासारखं वागवणार नाहीत आणि तुझी इच्छा असेल, त्या सगळ्यांना बोलाव. तुझ्या अम्माच्या पैशानं शादी होतीय. कासीमलाही आमंत्रण कर. त्यानं जर मला लंडनहून ते संमतीचं पत्र पाठवलं नसतं, तर मी काही माझं घर विकलं नसतं.'' तिनं गादीखाली हात घालून एक दुमडलेला कागद बाहेर काढला. ''पुन्हा जर तुझा शौहर शहाणपणा दाखवायला लागला, तर हे पत्र त्याच्या तोंडावर फेक,'' ती म्हणाली.

लंडनहून आलेलं ते पत्र पाहून अम्मीचा चेहरा लाल लाल झाला. अकमलनं ते घेण्यापूर्वीच तिनं झडप घालून ते पत्र ताब्यात घेतलं. मी लगेच ओळखलं, की ते अम्मीनं स्वतःच लिहिलं होतं आणि नानीला त्या छोट्या अंधारी घरात भेटायला गेलेलं असताना, कधीतरी कचाट्यात सापडून वाचून दाखवलं होतं.

''कासीम मामूला आमंत्रण पाठवलंसुद्धा नानी. मी स्वतःच्याच हातानं पत्ता लिहून ते पत्र पोस्टात टाकलंसुद्धा. खात्री बाळग. मि. आणि मिसेस कासीमला मि. आणि मिसेस हम्सानं अगत्याचं बोलावणं केलंय.''

''मि. आणि मिसेस?'' नानीच्या कपाळाला आठ्या पडल्या. ''पण त्याची तर

मिसेस नाही.''

''अम्मा, त्याला असं म्हणायचंय की ज्या कुटुंबाकडे तो काम करतो. त्या कुटुंबालाही आमंत्रण केलंय.'' अम्मी घाईनं म्हणाली आणि अकमलला आणखी एक शब्दही न बोलण्याची तिनं खूण केली.

''टेलिव्हिजन लावा,'' नानीनं सूचना केली. ''बातम्यांची वेळ झाली.''

टेलिव्हिजनचं नाव ऐकताच अकमल खोलीबाहेर गेला आणि मी पुढे होऊन टी.व्ही. चालू केला.

''अमर,'' अम्मी धिटाईनं म्हणाली, ''चल माझ्याबरोबर. मीच जाऊन सज्जादला प्रत्यक्ष आमंत्रण देते.''

गावच्या चौकात सज्जादचं फळांचं दुकान होतं. त्याच्या मागेच एका छोट्याशा घरात सज्जाद राहायचा. त्यानं एका हिंदू बाईशी शादी केली होती. तो बंगल्याच्या मर्जीतून उतरण्याचं तेही एक कारण होतं. मी आनंदानं तिच्याबरोबर गेलो. तिकडे मला कदाचित जावीचा फोटो बघायला मिळेल, अशी आशा होती; पण त्याच्या घराच्या भिंतीवर अंधारच होता. उघड्या विटांवर अधून मधून अननसाच्या चकत्यांची चित्रं चिकटवली होती. एका दार निघालेल्या कपाटाच्या आतल्या बाजूला लेनिनचं चित्र चिकटवलं होतं. मी अंदाज केला, की अब्बांचा समाजवादी भाई- ज्याला आम्ही लेनिन चाचा म्हणायचो, त्यानंच सज्जादच्या आणि या हिंदू बाईच्या शादीत पुढाकार घेतला होता.

''अस्सलाम आलेकुम, बहन,'' सज्जादच्या फळाच्या दुकानातून आम्ही एका छोट्याशा झोपायच्या खोलीत प्रवेश केला, तेव्हा सज्जादच्या जोरूनं आमचं स्वागत केलं. ''आम्ही तुमची वाटच पाहत होतो.''

''वालेकुम अस्सलाम,'' अम्मीनं मनापासून म्हटलं. ''तुला भेटायला यावंसं वाटत होतंच; पण बंगल्यावर काय चालतं हे सज्जादला माहीतच आहे.''

''तिला सगळं माहितंय, बहन,'' सज्जाद म्हणाला. तो खूपच बारीक होता आणि त्यामुळे जास्त तरुण वाटायचा. त्याच्या पुढच्या दोन दातांत फट होती. त्यामुळे तो बोलायला लागला की शीळही वाजवतोयसं वाटायचं. ''जागा मिळेल तिथं बसून घ्या.''

उघड्याबोडक्या भिंतींमध्ये काथ्याचे दोर बांधले होते आणि त्यावर धुणं वाळत पडलं होतं. त्यामुळे खोलीत एक ओलसर दमट वास भरून राहिला होता. खिडकी बाहेरच्या गल्लीत उघडत होती आणि समोरच एका हॉटेलचा भटारखाना होता.

''आमच्या जसिराची शादीय.'' अम्मीनं त्या बाईच्या हातात आमंत्रण पत्रिका

दिली. अकमलकडून बळजबरीनंच मिळवली होती ती. "आणि तुम्ही दोघांनीही न विसरता बंगल्यावर शादीसाठी यायचं."

"इन्शा अल्ला," ती बाई लाजत म्हणाली. बोलताना तिनं आपल्या शौहरकडे एक चोरटी नजर टाकली.

"सज्जाद, तू तिला अरेबिक शिकवलंयस?" अम्मीवर खूपच प्रभाव पडला. विटांच्या भिंतीवर काब्याचं चित्र हिरव्या चिकटपट्टीनं लावलं होतं. त्यावर दिव्याचा ओकाबोका प्रकाश पडला होता.

"मला येतं ते सगळं मी तिला शिकवलं, बहन," सज्जाद अभिमानानं म्हणाला. "ती शुक्रवारचा नमाजसुद्धा पढते."

"मी उपाससुद्धा ठेवते, बहन."

अम्मीनं माझ्याकडे रोखून बघितलं. ती जणू म्हणत होती, बघ, बघ, तू काफिराची संतान; पण तिला एक गोष्ट दिसली नव्हती, ती म्हणजे चाळीस वॅटच्या दिव्याच्या जरा पलीकडे एक हिंदू देवाची तस्वीर होती. मी पाहत असलेल्या चित्राच्या बाजूला सज्जादची नजर वळली आणि त्यानं एक वाळत घातलेली साडी त्या तस्वीरीवर ओढली. हळूच मला डोळाही घातला. मग तो पुढच्या बाजूला असणाऱ्या फळांच्या दुकानात गेला. रस काढायच्या यंत्राचा आवाज आला. तो परत आला तेव्हा त्याच्या हातात संत्र्याच्या रसानं काठोकाठ भरलेले दोन मोठे मग होते. त्यात बर्फही तरंगत होता.

"कशाला, कशाला! याची काय गरज होती?" असं म्हणत अम्मीनं मग घेतला.

"हल्ली मशिदीत दिसत नाहीस तू," आम्ही निघायसाठी उठलो तेव्हा सज्जाद म्हणाला.

"म्हणजे? तू ऐकलं नाहीस का सज्जाद?" अम्मीनं आश्चर्याचा धक्का बसल्याचा आव आणला. "वर्तमानपत्रातसुद्धा आलं होतं. या माणसाचा अल्लावर विश्वास राहिला नाहीय. त्याला वाटतं, मशिदीत जाणं म्हणजे वेळ वाया घालवणं."

"जावीसारखंच," सज्जाद म्हणला. घरामागे छोटासा जमिनीचा तुकडा होता. त्यावर सिताफळाच्या झाडातून येणाऱ्या प्रकाशानं उभी आडवी नक्षी घातली होती. तिथंच त्याची नजर लागली होती. "आपण त्याला बदलवायचा किती प्रयत्न केला, बहन; पण शेवटी काही उपयोग झाला नाही."

आणखी एक शोध! माझ्यासारखाच जावीही नास्तिक होता. माझं आयुष्य म्हणजे जावीच्या भूतकाळात केलेला प्रवास वाटायला लागला होता. मी आशा करायला लागलो, की माझं भविष्यही त्याच्याच वळणानं जाणार नाही. फळाच्या दुकानातून रस्त्याला लागताना माझ्या मनात आलं, की आमचं दोघांचं आयुष्य किती

सारखंय. न जाणो, मीही एक दिवस बोगद्यात शिरेन आणि दुसऱ्या बाजूनं बाहेर पडणार नाही.

जसिराच्या शादीच्या दोन दिवस आधी पुढच्या फाटकातून धातूचा खणखणाट आणि माणसांचा ओरडा ऐकू आला. "रशीद," अब्बांनी ओसरीच्या पायऱ्यांवरून हाक दिली. "ये. ये. हेच ते घर."

रशीद म्हणजे आमच्या गावचा प्रसिद्ध स्वयंपाकी. उंच, टकलू माणूस. बोलताना पोटावर हात ठेवायची त्याला सवय होती. त्याचे मदतनीस भाले हातात घेतल्यासारखे झारे परजत होते. छोटी तळी म्हणावं, इतक्या मोठ्या आकाराची पितळीची भांडी त्यांच्या हातात होती. त्यांच्या लवाजम्यात एकमेव बाई होती. तिनं पुष्कळ सुऱ्या पात्याच्या बाजूनं हातात धरल्या होत्या. एखादं सफरचंद किंवा भोपळा दिसला, तर ती सपासप त्या मारायला सुरुवात करेल, असा आव होता तिचा.

"तुझा चेहरा मला ओळखीचा वाटतो," रशीदची मदतनीस मागच्या अंगणात आली तेव्हा अम्मी तिला म्हणाली. "यापूर्वी तू कधी इथं आली होतीस का?"

"छे," ती म्हणाली, "कधीच नाही."

"मग मी तुला बघितलं तरी कुठे?" अम्मीनं डोकं खाजवलं. "तुझा चेहरा खूप ओळखीचा वाटतोय मला."

"अम्मी," जसिरा हसतच म्हणाली. "तू कधीही तिला भेटलेली नाहीयस. तिचा चेहरा ओळखीचा वाटतो, कारण ती हुबेहूब नेल्सन मंडेलाच्या बायकोसारखी दिसते."

काळी, गुबगुबीत, बसकं नाक आणि छोटे छोटे कुरळे केस. ती बाई बरीच विनी मंडेलासारखी दिसत होती. तिच्या काळ्या अंगावर सोन्याचे दागिने कसेतरीच दिसत होते. बिलकूल शोभत नव्हते ते. जणू काही तिनं याआधी ज्या घरात काम केलं होतं तिथून ते ढापले होते. मला आठवलं, रविवारच्या पुरवणीत मंडेला आणि त्याच्या त्या वेळच्या बायकोला हात करणाऱ्या काळ्या लोकांचा फोटो आणि लेख आला होता.

"जसिरा, नोकरांचा असा अपमान करू नये," अम्मीनं ताकीद दिली.

"तिला रागावू नका, बहन," रशीद म्हणाला. तो अधाशीपणे जसिराच्या खमीजच्या गळ्याकडे पाहत होता. त्याचा हात पोटावर होता. "कोणीतरी कोणासारखं तरी दिसतं असं म्हणणं म्हणजे अपमान नव्हे."

सुरुवातीला मला वाटलं बोलताना आदर दाखवायला रशीद पोटावर हात ठेवतो; पण माझी त्याच्याशी ओळख वाढली तेव्हा मला समजलं, की त्याची अंतर्गळाची (हार्नियाची) शस्त्रक्रिया नुकतीच झाली होती. त्यामुळे त्याला तसं करावं लागत होतं. त्यानं मला त्याचा शर्ट वर करून माकडहाडाजवळचा एक व्रण दाखवला होता. वाळूत हजार पायांची गोम चालावी, तसे त्याच्या जखमेवरचे टाके दिसत होते.

तो आल्यापासून तासभर जायच्या आतच लक्षात आलं, की त्याच्या दृष्टीनं सर्वांत महत्त्वाचं काम म्हणजे मला अंगाखाली घ्यायचं. मी त्याच्याकडे पाहून दोन-चारदा डोळ्यांची उघडझाप केली आणि त्याचा अर्थ त्यानं असा लावला होता, की मी त्याला झोपायचं आमंत्रण देतोय. त्यामुळे पुष्कळदा त्यानं नको तितकी लगट केली.

त्याची माणसं चिंचेच्या झाडाखाली तात्पुरता भटारखाना उभा करत होती, त्या वेळी त्यानं मला विचारलं, "तू लिपस्टिक लावतोस?"

"छट्!" मी वैतागून म्हणालो, "का?"

"एखाद्या सुंदर मुलीइतके तुझे ओठ गुलाबी आहेत. ती तिकडे रांड आहे ना, ती तुझ्यासारखे ओठ मिळावे म्हणून काय वाटेल ते करायला तयार होईल." त्यानं मिसेस मंडेलाकडे बोट केलं. ती एका झाडाच्या सावलीत बसून स्वतःच्या कानांतले डूल कुरवाळत होती. संध्याकाळ होईपर्यंत त्यांचा तात्पुरता भटारखाना बांधून झाला होता. विटांनी बांधलेल्या चुल्हाणांवर त्यांनी मोठमोठी पितळी भांडी ठेवली होती. रशीद माझ्याभोवतीच घुटमळत होता. सारखा माझ्या खांद्यावर हात ठेवायचा. माझ्या मानेवर त्याची जाडजूड बोटं गोलाकार फिरवायचा. त्यानं तसं केलं, की माझ्या पोटात ढवळायचं; पण त्याच्या त्या गिळगिळ्या बोटांना झटकून दूर होणं मला जमत नव्हतं. का ते नाही सांगता येत.

"मी झोपायला गच्चीत जाणारंय," फणसाच्या झाडावर पौर्णिमेचा चंद्र दिसत होता, तिकडे बघत तो म्हणाला. "सगळे घोरायला लागले की गच्चीवर ये. मी तुला अशा गोष्टी सांगेन, की कल्पनेपेक्षा जास्त ताठरशील तू."

त्यानं स्वतःचं अंथरूण पसरायला धुराड्याजवळची जागा निवडली होती. गच्चीला चिकटून फणसाचं झाड होतं आणि त्याला वेढे घेत चढलेली जुईची वेल त्याच्या फांद्यांवरून लोंबत होती. रात्रीच्या वेळेला त्या धुराड्याजवळ आणि आजूबाजूला जुईचा नुसता घमघमाट सुटत असे.

एकूण रशीदनं गच्चीवर, चंद्रप्रकाशात, सुवासिक पांढऱ्या फुलांनी लगडलेल्या वेलीखाली मला अंगाखाली घ्यायचा बेत आखला होता.

अकमल त्याच्या खोलीत जसिराच्या शादीच्या कपड्यांना इस्त्री करत होता. तो अतिशय सावकाश आणि काळजीपूर्वक रेशमाच्या कशिद्याजवळ आणि भरतकामाच्या टिकल्यांच्या जवळ गरम इस्त्री येणार नाही, अशा तऱ्हेनं तिचा लाल लाछा इस्त्री करत होता. "रशीद तुला बोलावतोय," मी त्याला सांगितलं.

"कशाला?" स्वतःचं लक्ष अजिबात विचलित होऊ न देता त्यानं विचारलं.

"ते नाही बोलला काही," मी म्हणालो. "तो गच्चीवर धुराड्याजवळ तुझी वाट पाहतोय."

त्यानं इस्त्री बाजूला ठेवली आणि जिन्यानं वर गेला. आयातुल्ला खोमेनी आणि

ओसामा बिन लादेनच्या फोटोखाली त्याच्या खाटेवर बसून मी वाट पाहायला लागलो. एखाद्यानं बॉम्ब पेरून ठेवला असावा आणि दूर सुरक्षित जागी उभं राहून तो फुटण्याची वाट पाहत राहावं, तसा.

मला वाटलं होतं त्यापेक्षा लवकरच स्फोट झाला आणि सारा बंगला हादरला. जेव्हा मधल्या वाटेतला दिवा लागला, तेव्हा अकमल स्वतःच्या ओठांवर हात ठेवून जिन्यावर उभा होता. रशीद स्वतःच्या पोटावर हात ठेवून थोड्या अंतरावर उभा होता.

"कोण किंचाळलं?" अब्बांनी जिन्याच्या तळाशी उभं राहून विचारलं.

"हा मुलगा, सर," रशीदनं उसनं हसू आणलं. "त्याला वाटलं, मी चोर आहे म्हणून तो ओरडला आणि मला वाटलं तो चोर आहे, म्हणून मी त्याला पकडायचा प्रयत्न केला. गंमतच म्हणायची."

अकमलनं डोळे वटारून रशीदकडे पाहिलं आणि स्वतःच्या ओठातून रक्त येतंय का याचा अंदाज घेतला. तो जरी काही बोलला नाही, तरी त्याच्या हावभावांवरून मला चांगलंच समजत होतं. *त्यानं माझ्या ओठांवर मुका घेतला आणि माझ्या गोट्याही दाबल्या.*

"मुला, शादीच्या वेळेला फक्त पाहुणेच येत नाहीत," रशीदनं उपदेश करण्याचा आव आणला. "तर चोरही येतात. अंधारात असा मांजराच्या पावलांनी चालू नकोस."

"खरंय ते!" अब्बा म्हणाले.

"तू काय नेहमी चोराला 'डार्लिंग' म्हणतोस का?" अकमलनं चिडून विचारलं. अत्याचाराच्या काही खुणा दिसतात का म्हणून तो आपली कोपरं तपासत होता.

"डार्लिंग? मुला, मी तर तुला 'बदमाश' म्हणालो. माफ कर त्याबद्दल."

"जाऊ दे रशीद," अब्बा म्हणाले. "तू म्हणालास तशी सगळी गंमतच झाली."

"गंमत?" जसिरानं विचारलं. तिचा आवाज रडवेला झाला होता. "माझं हृदय बंद पडायची वेळ आली होती. कधी कधी आयुष्यातील सर्वांत जास्त आनंदाच्या घटनेपूर्वी काहीतरी भयानक घडतं आणि सगळं रद्द करावं लागतं. मी ती किंकाळी ऐकली, तेव्हा मला वाटलं नानी गेली की काय!"

अम्मी हाताची मूठ वळत एक पाऊल पुढे आली; पण अब्बांना जसिराबद्दलच्या सहानुभूतीचं भरतं आलं होतं. "काही नाही व्हायचं बाळा. जा शांत झोप." त्यांनी तिला थोडंसं जवळ घेतलं आणि तिच्या केसांचा मुका घेतला. अब्बांचे ओठ जसिराच्या केसांना टेकत असताना रशीद त्यांच्याकडे स्वप्नाळू डोळ्यांनी पाहत होता. क्षणभर वाटलं, की तो त्यांच्या जवळ जाऊन त्यांना आपल्या केसाळ हातांच्या मिठीत घेईल आणि दिलासा देईल.

“अजूनही तू इतका उशिरापर्यंत झोपतोस का?” मी जिना उतरून हॉलमध्ये आलो, तेव्हा सुहुदा बुआनं विचारलं. तिच्याबरोबर तिची मुलगी रझिया होती. मला बघून ती लाजली.

“बघ, रझियाचे गाल कसे लाल झालेयत,” जसिरानं सुहुदा बुआला कोपरानं ढोसलं.

उंच आणि गोंडस रझियाचं सौंदर्य जसिरापेक्षा वेगळ्या प्रकारचं होतं. तिच्या जुळलेल्या भुवयांवर केसांची लाडीक बट रुळली होती. ओठ पातळ आणि स्ट्रॉबेरीसारखे लाल होते. मी तिच्या छातीकडे चोरटी नजर वळवली. छाप पडण्याइतकी ती उभार झाली होती. तिच्या छातीची टोकं लाल बेदाण्यांसारखी असावीत अशी मी कल्पना केली. आकार आणि रंग दोन्हीही. तिनं दुपट्ट्यात बोट अडकवलं आणि तो खाली खेचला. आम्ही लहान होतो आणि त्यांना जेव्हा नुकता आकार यायला लागला होता, त्या वेळी मी अगदी निर्दयपणे त्यांना पिळलं होतं, अशा त्या दोन गोष्टी तिनं झाकून टाकल्या. ती अकरा वर्षांची आणि मी तेरा वर्षांचा चावट मुलगा होतो, त्या वेळी मी तिच्या रेशमी पोटावरून हात खालीही सरकवला होता. माशाच्या गळासारखं माझं बोट तिच्यात अडकण्यापूर्वी, त्याचा शेवटचा टप्पा गाठण्यापूर्वी, माझ्याकडे खाऊ की गिळू अशा नजरेनं पाहत ती सुळकन नाहीशी झाली होती.

“तुझं कॉलेज कसं चाललंय, अमरभाई?” माझे डोळे परत तिच्या चेहऱ्याकडे वळले तेव्हा तिनं लाजत विचारलं.

“मला ते अजिबात आवडत नाही,” मी तिला खरं काय ते सांगून टाकलं; पण माझ्या कानांनाही ते बढाया मारल्यासारखं वाटलं. जणू काही मी बंडखोर असल्याची प्रतिमा मला तिच्या मनावर बिंबवायची होती.

“मी पुढच्या वर्षी कॉलेजला जाणार,” ती पुटपुटली.

“हो का?” सुहुदा बुआनं विचारलं. “मी तर तुझी या वर्षाच्या शेवटी शादी करून द्यायच्या विचारात होते. बघ, तुझ्या शादीचं नाव काढल्यावर अमर निघून चालला.”

लाकडाच्या छपरी शेजारी बांधलेल्या तात्पुरत्या भटारखान्यात मिसेस मंडेला कांदे चिरत होती. तिनं डोळे कांद्याच्या चकत्यांपासून दुसरीकडे वळवले होते. कापण्याच्या फळीवर ती फटाफट सुरी आपटत होती. त्याच्या तालावर तिच्या कानांतले डूल वर-खाली हलत होते. तिचं सगळं शरीर हलत असलं, तरी तिनं तोंडात एका बाजूला घट्ट धरलेली आगकाडी मात्र स्थिर होती.

“मस्त आहेत कानांतले डूल,” मी म्हणालो.

ती खी खी हसली.

"तू तोंडात आगकाडी कशाला धरलीयस?"

"कांदे चिरताना तशी धरली म्हणजे डोळ्यांतून पाणी येत नाही." परत ती हसली. "शास्त्रच आहे तसं."

असं शास्त्र की जे खरं नव्हतं. तिचे डोळे ओलेच होते. "पण तुझ्या डोळ्यांत तर पाणी आहे."

"ओह! ते कांद्यामुळे नाही, दुःखामुळे आलंय." ती आणखी एकदा खी खी हसली.

रशीद भटारखान्यात कुठे दिसत नव्हता. "तो मागच्या बाजूला तुझ्या वयाच्या एका मुलाशी बोलतोय."

छपरीतून बाहेर आलो, तर मला दिसलं की रशीद चिंचेच्या झाडाला टेकून संदीपशी गप्पा मारत होता.

"ये, ये," त्यानं संदीपच्या खांद्यावरचा हात काढला. "तुझा मित्र कंटाळायला लागला होता."

"स्वतःची गांड सांभाळ," रशीद भटारखान्यात गेल्यावर मी संदीपला म्हटलं. "काल रात्री त्यानं अकमलवर बलात्कार करायचा प्रयत्न केला."

संदीप गालातल्या गालात हसायला लागला. त्याला वाटलं मी विनोदच करतोय.

"त्यानं तुझ्या मानेवरून असा हात फिरवला का?" मी त्याच्या खांद्यावर हात ठेवून मानेवर गोल गोल बोटं फिरवायला लागलो. "असा?"

"हो."

"त्यानं तुला गोष्टी सांगितल्या का काही?"

"नाही; पण मी रात्री थांबलो, तर सांगायचं वचन दिलंय."

"तर मग," मी विजयानं म्हटलं, "स्वतःची गांड सांभाळ."

"त्यालाच स्वतःची सांभाळायला सांग," तो म्हणाला, "मी आज रात्री राहणारय. आईनं परवानगी दिलीय."

आम्ही भटारखान्यात शिरलो, तेव्हा रशीदनं मान वर करून पाहिलं. संदीपशी गोड हसून तो उठला आणि बाहेर गेला. माझ्याशी काही तो तितकं गोड हसला नाही. मिसेस मंडेलानं टेबलावर कांद्याच्या चकत्यांचा डोंगर रचला होता. ती आणखी कांदे चिरत होती. आगकाडी जिभेनं ओठांमध्ये फिरवत होती. जिभेवर छोटे काळे डाग पडले होते.

"हे खरं सोनंय की खोटं?" तिच्या एका डुलाकडे बोट करून संदीपनं विचारलं.

"चोवीस कॅरेट," एकाच वेळी ती खी खी हसली आणि तिनं डोळेही पुसले.

"केशरचना कुठून करून घेतलीस?"

"तुझी आई करते ना, तिथूनच," एकाएकी ती रागानं ओरडली. तिनं इतकं रागवायला काय झालं ते मला कळलंच नाही. ती आगकाडी ओठातल्या ओठात फिरवायची थांबली होती आणि तोंडात एका बाजूला घट्ट धरली होती. संदीप टेबलासमोरच्या बाजूला बसला आणि शर्टचा गुंडाळलेला हात खाली करून त्यानं एक चुरगळलेली सिगारेट बाहेर काढली. मग पॅण्टच्या खिशातून लायटर काढला. त्याचे ओठ सिगारेट ओढून काळे पडले होते. त्याची रशीदला घाण कशी वाटली नाही, याचं मला नवल वाटलं. त्यानं सिगारेट पेटवली. सिगारेटचं टोक जळायला लागल्यानंतरही त्यानं ज्योत तशीच ठेवली. ती ज्योत मिसेस मंडेलाकडे वळेल अशा रीतीनं त्यानं ज्योतीवर फुंकर घातली. मग अनपेक्षितपणे सराइतासारखा त्यानं लायटर टेबलाच्या त्या बाजूला नेऊन तिच्या ओठांतली आगकाडी पेटवली.

"मादरच्योद." मिसेस मंडेला किंचाळली. तोंडातली जळती काडी तिनं थुंकून टाकली. हातातली सुरी हवेत उभारून ती क्षणभर स्तब्ध उभी राहिली. एखाद्या हाणामारीच्या सिनेमाच्या पोस्टरसारखी. "हिंमत असेल, तर परत तसं करून दाखव. नाहीतर तुला असलं, तर तुझं लिंग दाखव. दोन तुकडेच करते त्याचे."

संदीप हसत होता. "बाई, मी रात्री इथंच राहणारय. तुझा राग निवळला, की बोलू आपण."

"तू परत जर इथं आलास, तर मी ही सुरी तुझ्या गोट्यांतनं आरपार काढीन," तिनं स्वतःच्या तळहातावर सुरीची धार अजमावली. "आणि डोळे मिचक्या अक्करमाशा, तुझ्यासुद्धा."

"वेडेवाकडे शब्द काढू नका इकडे, प्लीज," रशीद दारातून डोकावला. "आणि वेडंवाकडं वागायचंही नाही. हे शादीचं घर आहे."

संध्याकाळला सुरुवात झाली, तेव्हा संदीपनं अकमलला ताडाच्या आणि जांभळाच्या झाडाभोवती दिव्यांच्या माळा गुंडाळायला मदत केली. त्या वेळी मी मात्र बंगलाभर रझियाला शोधत होतो. मला एकाएकी तिच्या कपाळावरची लाडिक बट आवडायला लागली होती. शोधत शोधत मी माझ्या खोलीशी आलो. जावीची डायरी हातात घेऊन सुहुदा बुआ खाटेवर बसली होती. पुस्तकांच्या शेल्फचं एक दार उघडं होतं. तीन फळ्यांवर पेंग्विनची केशरी, कागदी बांधणीची पुस्तकं ठेवली होती आणि इतर ठिकाणी जाडजूड बांधणीची खिळखिळी झालेली पुस्तकं दिसत होती.

डायरी शेवटच्या पानावर उघडी होती, जिथं मी समोरासमोर जावीची आत्महत्येची चिठ्ठी आणि वर्तमानपत्रातलं कात्रण चिकटवलं होतं. पुष्कळ वर्षांपूर्वी, रमजानमध्ये जसिराला माझ्या खायप्यायच्या गोष्टी सापडल्या होत्या, तेव्हापासून मी माझ्या गुपितांबद्दल जास्त सजग राहायला लागलो होतो. म्हणून मी ती डायरी पुस्तकांच्या

रांगेच्या मागे लपवली होती. त्याहून जास्त काळजी घ्यायचं काही कारणच नव्हतं. कारण पुस्तकांच्या मागे धुंडाळायला कोणी गेलंच नसतं. जसिराला अंधारात लपलेली भूतं शोधायचा छंद होता; पण तीही तिकडे फिरकली नसती. माझ्या माहितीप्रमाणे सुहुदा बुआला वाचनाची आवड अजिबातच नव्हती. तिनं पुस्तकांच्या मागे हात घालून ती डायरी कशी काढली, हे रहस्यच होतं.

तिच्यावर माझी सावली पडली, तरी तिनं मान वर केली नाही. तिच्या डोळ्यांतून अश्रू अगदी हनुवटीपर्यंत वाहत होते, हे लक्षात यायला मला थोडा वेळच लागला.

"बस, अमर," तिनं बिछान्यावर स्वतःशेजारी मला जागा दिली.

"तुझी आहे का ही वही?" मी तिच्याशेजारी बसलो, तेव्हा तिनं विचारलं.

"हो."

"तुला माहीतंय जावी कोण होता?"

"हो. अम्मीचा सगळ्यात छोटा भाई आणि..." मी मध्येच थांबलो.

"आणि?" तिनं मला पुढे विचारलं. ती माझ्या डोळ्यांत खोलवर बघत होती. मला तिच्या डोळ्यांच्या बाहुल्यात माझा चेहरा दिसत होता. दोन मी. जसं काही कोणीतरी मला पिंपात बंद करून ठेवलंय आणि मला यातना देणाऱ्याकडे मी अजिजीनं बघत, त्याची करुणा भाकतोय. माझं काय चुकलंय हेच मला माहीत नाहीय. "आणि?"

"आणि मी थोडासा त्याच्यासारखा दिसतो."

"थोडासा नाही. खूपच."

"आणि मी त्याच्यासारखीच डोळ्यांची उघडझाप करतो," मी मुद्दामच दुःखी आवाजात म्हणालो. माझ्या मनात रझियाचा विचार आला होता.

"बिच्चारा." तिनं माझ्या पाठीवरून हात फिरवला. तिनं हात बाजूला केला तेव्हा फुलांचा छान सुवास आला. "तुझा काही दोष नाही रे त्याच्यात. आणखी काय माहीतंय तुला त्याच्याबद्दल?"

"अम्मीला माहीतंय ते सगळं तिनं सगळं मला सांगितलंय. त्याच्या मित्रांबद्दल..." मी परत चाचरलो... "आणि त्याच्या मानसिक असंतुलनाबद्दलही."

मी बोलत होतो ते तिला ऐकू जात होतं का, ते मला कळलं नव्हतं. तिचे डोळे परत डायरीकडे वळले होते. आत्महत्येची चिठ्ठी चिकटवताना मी नीट खळ लावली नव्हती, त्यामुळे त्यावर बुडबुडे दिसायला लागले होते. पानावर सगळ्यात खालच्या बाजूला अश्रू वाळत होते. त्या परिच्छेदात जावीनं माझं नाव शोधल्याबद्दल लिहिलं होतं. "हे कुठं सापडलं तुला?"

"माळ्यावरच्या एका ट्रंकेत विसरल्यासारखं राहिलं होतं ते. आम्ही साफसफाई करत होतो."

"आणि त्याच्या नावाची ही डायरी सुरू करायला कसं सुचलं तुला?"

मला झोप लागायची नाही त्या सगळ्या रात्री मीसुद्धा स्वतःलाच हा प्रश्न केला होता आणि त्याचं उत्तर मलाही माहीत नव्हतं. मी अगतिकपणे सुहुदा बुआकडे पाहिलं. तिच्या वळलेल्या चेहऱ्याला खिडकीची चौकट लाभली होती. त्यातून आत येणाऱ्या संध्याकाळच्या उजेडात चाळिशीची ती जास्तच मोठी वाटत होती. तिच्या वेणीत एक चुकार पांढरी बटही चमकत होती. माझ्या लक्षात आलं, की एके दिवशी जसिराही सुहुदा बुआसारखीच हतबल दिसेल. केसात पांढऱ्या बटा, बदामाच्या आकाराच्या डोळ्यांखाली काळी वर्तुळं. आयुष्याच्या ओझ्याखाली दबून तीही अशीच रिकाम्या नजरेनं खिडकीबाहेर बघत बसेल.

"तुला हवं असेल, तर त्यानं मला लिहिलेलं पत्र मी तुला देईन. बहुतेक त्याचं शेवटचं पत्र."

"तू त्याला चांगलं ओळखत होतीस?" मी दबकतच विचारलं. मला भीती वाटली, की काहीतरी सांगता न येण्यासारख्या कारणामुळे तिला हा प्रश्न आवडायचा नाही; पण ती माझ्याकडे पाहून दुःखानं हसली. "त्याला माझ्याइतकं चांगलं कोणीच ओळखत नव्हतं, अमर. म्हणूनच त्यानं मलाही आत्महत्येची चिठ्ठी लिहिली."

माझं नशीब अगदी जोरावर होतं. मी सहजच ती डायरी तयार केली होती. त्यानं वाचलेल्या आणि सही केलेल्या पुस्तकांच्या नावांची नुसती यादी केली होती. आमच्या घरच्या वाचनालयासाठी अनुक्रमणिका तयार करण्यापलीकडे माझा दुसरा काही हेतू किंवा अपेक्षा नव्हती. मग मला अचानकच ज्याला मी शेवटचं पत्र समजत होतो, ते मिळालं आणि त्याच्या मृत्यूची वर्तमानपत्रातली बातमी आणि आता मला आत्महत्येची दुसरी चिठ्ठी मिळणार होती. आयुष्यात याच्यापेक्षा आश्चर्यकारक असं काय माझ्यासमोर येणार होतं?

तिनं फोटोच्या पानावर उघडलेली डायरी तशीच माझ्या हातात दिली. "आम्ही घरी परत गेलो, की तुला ती आत्महत्येची चिठ्ठी पाठवीन," ती म्हणाली. आवाज न करता तिनं सुस्कारा सोडला. मग सावकाश जिना उतरून खाली गेली. ती गेल्यानंतरही फुलांचा मंद मादक सुवास रेंगाळतच होता.

संधिप्रकाश झाला तेव्हा ताडाच्या आणि जांभळाच्या झाडांवरच्या दिव्यांच्या ओळी लागल्या आणि रात्रभर तशाच मिचकत राहिल्या. त्या प्रत्येक मिचकण्याबरोबर नानीचे सगळे पैसे पंख फुटून आमच्या आयुष्यातून दूर उडून चालले होते. त्या वेळी नानी जसिराच्या बाजूला एखाद्या शोभेच्या वस्तूसारखी बसून होती. ही पैशांची उधळपट्टी तिला दिसतच नव्हती. परत एकदा बंगला माणसांनी भरून गेला होता. गर्दीमुळे मला बंगल्याची रचनाच समजेनाशी झाली. सोफियाच्या अंत्ययात्रेला दिसला होता, त्यापेक्षा बंगला आता अनोळखी वाटत होता. याला कारण म्हणजे

भिंतींना दिलेला नवा रंग आणि त्यांच्यावरच्या फोटोंची झालेली उचलबांगडी. मला मात्र थोडंसं एकाकीच वाटत होतं. सुहुदा बुआ जावीची डायरी घेऊन बसलेली असताना तिची-माझी भेट झाली, त्यानंतर रझिया मला एकदाच चुटपुटती दिसली. हिरव्या रंगाच्या साडीत दिसली होती. कपाळाच्या मध्यभागी ती केसांची लाडिक बट तशीच रुळत होती. नंतर ती इंद्रधनुषी रंगांचे कपडे घातलेल्या बहिणींच्या घोळक्यात हरवून गेली. त्या बहिणी मात्र माझ्याकडे कौतुकानं बघत एकमेकींच्यात माझ्या रूपाबद्दल कुजबुजत होत्या.

पुन्हा ती मला दिसली, त्या वेळी तिनं कपडे बदलून पिवळ्या रंगाचा सलवार खमीस घातला होता. त्याच्या गळ्याजवळ आणि बाहीच्या टोकाला जाळीकाम केलं होतं. ती जांभळाच्या झाडाजवळ एकटीच बसली होती. दिव्यांच्या ओळींतून पडणाऱ्या प्रकाशानं तिच्या मांडीवर तरल रांगोळी घातली होती; पण तिच्याबरोबर कोणीतरी बसलंय हे दिसल्यावर माझा आनंद मावळला.

अकमल तिच्याकडे तोंड करून थोडासा फणसाच्या झाडाआड बसला होता. तिच्याशी हळूहळू, पण ठामपणे बोलत होता. जर पूर्ण चंद्र उगवलेला नसता, तर मला कमी वाईट वाटलं असतं; पण तो तर रेल्वेच्या इमारतीवरून डोकावत होता. त्याचे किरण झाडांवर एखाद्या अर्धपारदर्शक जाळीसारखे पसरले होते. सकाळी मला एका सौंदर्याच्या पुतळीचं दर्शन झालं होतं. संध्याकाळपर्यंत मी तिच्या प्रेमात आकंठ बुडालो होतो आणि बंगल्याभोवती रात्र गडद होत होती, तेव्हा माझाच भाई तिला माझ्यापासून हिरावून नेत होता. लालसर प्रकाश मिचकत होता. तो जणू डोळ्यांची उघडझाप करण्याच्या माझ्या सवयीची टर उडवत होता. मी परत जाण्यासाठी वळलो, पण अकमलनं अधिकारवाणीनं मला हाक मारली. त्याला रझियाला दाखवायचं होतं, की तो माझ्याहून मोठा आहे, जसा काही अब्बांच्या जागीच आहे. ज्या घरातून जसिराची पाठवण होणार होती, त्या घराण्याची भावी जबाबदारी उचलण्यासाठी त्याला नेमलं होतं. "अमर इकडे ये आणि बस. मला वाटतं, तू पण इथं असावंस."

मी जांभळाच्या झाडाला टेकून बसलो. झाडांवर लावलेल्या दिव्यांच्या ओळींच्या सतत होणाऱ्या उघडमिटीमुळे जमिनीवर हलक्या गुलाबी रंगाचा नाच होत होता. रझियानं स्वतःचा चेहरा ओंजळीत घेतला आणि बोटांनी गालावर ताल धरायला लागली.

"अमर," अकमल म्हणाला, "तूसुद्धा लक्ष देऊन ऐक."

जसिराच्या शादीमुळे बऱ्याच जणांच्या दिलाचे तुकडे होणार होते. तो शीळ वाजवणारा, तो शिंपी, सिग्नलच्या खांबावर ज्यानं तिचं नाव कोरलं होतं तो आणि इकडे माझा भाईच माझं दिल तोडत होता. दिलाचे तुकडे करणाऱ्यांचं कुटुंब

होतो आम्ही.

"मी रझियाला तिचं डोकं झाकायचं महत्त्व सांगत होतो. सर्व मुस्लिम स्त्रियांनी तसं करायला हवं."

"कारण?" रझियानं भुवया उंचावल्या.

"ती सुन्नत आहे, बहन, सर्व स्त्रियांनी केलीच पाहिजे अशी गोष्ट."

"जसी नाही करत तसं," ती हसत म्हणाली; पण तिच्या स्वरात असूया होती.

अकमलनं क्षणभर त्यावर विचार केला. "मी तिच्याशी काल रात्री बोललो. ती म्हणाली, ती लवकरच तसं करायला लागेन. आपल्या कुटुंबातील सगळ्या मुलींना मी तसं करायला सांगणार आहे."

म्हणजे जांभळाच्या झाडाजवळ त्यांचं प्रेम चाललं नव्हतं. रेल्वे इमारतीवरचा चंद्र लगेच चमकत्या कागदाचा गोल वाटायला लागला आणि झाडं म्हणजे पातळ कागदात गुंडाळलेले पुष्पगुच्छ.

"रझिया, तुझा आवडता विषय कोणता?" अकमल ओळखीच्या कोणाची तरी नक्कल करतोयसं वाटलं. बहुतेक आम्ही लहान असताना आम्हाला कुराण शिकवायला यायचा त्याची.

"शास्त्र," रझिया म्हणाली.

"कुठलं शास्त्र?"

"पदार्थविज्ञान," ती पटकन म्हणाली. तिला जर पदार्थविज्ञान आवडत असलं, तर मलाही तेच आवडतं, असं मी ठरवलं. अर्थात जर अकमलनं मलाही तोच प्रश्न विचारला असता तर. "पदार्थविज्ञान, ठीकंय. मला सांग, चंद्रावर सर्वांत आधी कोणी पाय ठेवला?"

"जॉन एफ. केनेडी?" तिनं भीत भीत विचारलं.

"नील आर्मस्ट्राँग," अकमल मोठ्यानं हसण्याआधीच मी तिची चूक सुधारली. अगदी घायाळ करणारे डोळे आणि लाडिक बटा असल्या म्हणून काय झालं, जॉन एफ. केनेडी म्हणजे जरा अतिच होत होतं.

"नील आर्मस्ट्राँग," रुंद हसत अकमल म्हणाला. "चंद्रावर उतरल्याबरोबर त्याच्या कानांवर पहिल्यांदा काय पडलं माहीतंय का?"

"चंद्रावर काही आवाजच नाहीय. तिथं पूर्ण शांतता आहे." मी घाईघाईनं म्हणालो. रझिया उगाच वेड्यासारखं काहीतरी बोलली असती आणि माझ्या नजरेतनं उतरली असती.

"चूक, पूर्णपणे चूक." अकमलनं मांडीवर थाप मारली. "तुला काय वाटतं रझिया?"

"नाही माहीत, भाई," ती हतबल आवाजात म्हणाली. जशी काही दुसऱ्या

दिवशी अकमलची परीक्षा होती आणि उत्तरं शोधण्यात त्याला ती मदत करू शकली नव्हती.

"ठीकंय. तो चंद्रावर उतरल्यावर त्याला मुएझ्झिननं केलेला पुकारा ऐकू आला."

"त्याला कसं कळलं, की मुएझ्झिन पुकारा करतोय?" मी त्याला विचारलं. "त्याला काही ते पाठ होतं का, की ऐकल्या क्षणाला त्याला समजावं, की नमाज पढण्याची वेळ झालीय?"

"चांगलाय प्रश्न. त्या वेळी त्याला माहीत नव्हतं, की हा मुएझ्झिननं केलेला पुकाराय." अकमलनं हसून क्षणभर चंद्राकडे बघितलं. "तो पृथ्वीवर परतला आणि एकदा मशिदीजवळून जात असताना त्याला तो परत ऐकू आला. शेजारून जात असणाऱ्या माणसाला त्यानं विचारलं, की हे काय आहे आणि त्या वेळी त्याला ते समजलं. त्याच दिवशी त्यानं मुस्लिम धर्माची दीक्षा घेतली आणि पुढच्या शुक्रवारी तो जुम्माच्या प्रार्थनेला हजर राहिला. तिथं जमलेल्या लोकांना त्यानं काय सांगितलं माहीतंय? तो म्हणाला, की मुएझ्झिनच्या पुकाऱ्यानंच त्याला त्याचं कार्य पूर्ण करण्याचं बळ मिळालं. ही काही छोटी गोष्ट नाही, रझिया."

माझ्या डोळ्यांसमोर आलं, की चंद्रावर पूर्ण शांतता आहे. त्या शांततेनं उदास होऊन, जाडजूड बूट घालून चालणारा नील आर्मस्ट्राँग पायातल्या पायात अडखळला आणि पडला. ताऱ्यांनी भरलेल्या आकाशात एक काळी आकृती हात-पाय हलवत, धडपडत वेगानं खाली येतेय. कसलीच कल्पना नसणाऱ्या एका गावाकडे येतेय. शेवटी रेल्वे इमारतीमागे असणाऱ्या वडाच्या झाडानं त्याला फांद्यात धरून सावरलंय. खाली डोकं, वर पाय अशा अवस्थेत तो लटकलाय. आजूबाजूला जमलेल्या लोकांना तो विचारतोय, 'मी कुठंय? मी कोणंय?'

"नील आर्मस्ट्राँग मुस्लिम झालाय का?" रझियानं पूर्ण चंद्राकडे अविश्वासानं पाहिलं. "मला माहीत नव्हतं ते. त्याचं नवं नाव काय?"

"अकमल लेगस्ट्राँग," मी म्हणालो. पुढचा काही वेळ आम्ही दोघं खदखदा हसत होतो आणि ज्याच्या नशिबात नेहमीच हार लिहिलीय असा अकमल, त्यानंच लावलेल्या उघडमिट करणाऱ्या दिव्यांकडे बघत बसला होता. बंगल्याजवळनं गाडी गेली आणि त्या गाडीच्या खडखडाटात माझ्याकडे झुकून तिनं मला म्हटलं, "प्लीज, मला अमकलभाईपासून वाचव."

शेवटी जेव्हा सगळ्यांनी थोडा वेळ झोपायचं ठरवलं, तेव्हा बंगल्यात एकदम उश्या, रग आणि चादरी कमी पडायला लागल्या. जवळचे नातलग गाद्यांवर झोपले. दूरचे जमिनीवर चादरी अंथरून झोपले. रझिया आणि तिच्या बरोबरच्या मुलींनी माझी खोली ताब्यात घेतली. तात्पुरत्या कामावर घेतलेल्या नोकरांनी ओसरी. रशीद

स्वयंपाक्यानं धुराड्याजवळच्या जुईच्या वेलाजवळ पथारी पसरली.

जसिराची सगळ्यांनी थट्टा केली होती, की मधुचंद्र संपेपर्यंत तिला काही नीट झोपायला मिळणार नाहा, म्हणून आज तिनं शांत झोप घ्यावी. ती नानीच्या खोलीत तिच्याजवळ झोपली. तिच्या चेहऱ्यावर हसू होतं. हातांवर आणि कोपरांपर्यंत मेंदी काढली होती; पण तिला पांघरायला रग नव्हता. नानीच्या अंगाभोवती रग गुंडाळला होता. तो तिच्या मुलानं खूप वर्षांपूर्वी लंडनहून पाठवला होता. दर वर्षी तो नेमानं दोनदा धुतला जायचा, पण अजूनही त्याला लंडनचा वास येत होता. तिनं हात एकमेकांत गुंतवून छातीवर ठेवले होते. तिच्या रगाच्या झिरमिळ्या गळ्याला चिकटल्या होत्या. शिरच्छेद करणाऱ्या यंत्राच्या दातांसारख्या त्या दिसत होत्या. अकमल जांभळाच्या झाडाजवळ तीन लोखंडी खुर्च्यांवर आडवा झाला होता.

मला झोप येत नव्हती. संदीपच्या शेजारी लाकडी फळ्यांवर मी लोळत होतो. बागेच्या दुसऱ्या टोकाला असणाऱ्या माझ्या खोलीकडे माझे डोळे लागले होते. संदीप ढाराढूर झोपला होता. मस्तपैकी घोरत होता तो. त्याचा आवाज तालात वर-खाली जात होता. कधी मिटक्या मारल्यासारखा, कधी गुरगुरल्यासारखा.

संध्याकाळी मी खूपच कामात होतो. जावी आणि सुहुदा बुआबद्दल विचार करायला मला वेळच मिळाला नव्हता. आता चंद्रप्रकाशात न्हाऊन निघत असताना मी अम्मीचा भाई आणि अब्बांची बहन यांचा विचार करायला लागलो. जावीनं सुहुदा बुआला आत्महत्येची चिठ्ठी का पाठवली असावी? त्यांचं प्रेम असेल का? जावीची डायरी बघून तिला रडू का आलं? प्रेमभंग झाला म्हणून तो बोगद्याकडे गेला असेल का?

आमच्या बाजूनं एक मालगाडी धडधड आवाज करत बोगद्यात शिरली. खोल बोगद्यात जिथं चंद्रकिरण पोचत नव्हते, तिथं गाडीच्या मागच्या बाजूच्या दिव्यांचा मंद प्रकाश दिसत होता.

तासभर झाला असावा. माझ्या खिडकीत दिवा लागला. खिडकीच्या गजाला डोकं टेकून रझिया उभी राहिली. ती खाली बागेत बघत होती. मी तिला हात केला; पण तिनं बागेतली नजर रेल्वे इमारतीकडे वळवली होती. अचानक आलेल्या वाऱ्यानं तिचे केस उडाले. मग ती तिथून गेली आणि खिडकीत अंधार झाला.

मला डोळे मिटलेले आठवत नाहीत; पण उघडले तेव्हा संदीप माझ्याशेजारी नव्हता. मला एकदम कुठल्या जाणिवेनं भीती वाटली असेल, तर मी रेल्वे रुळाच्या किती जवळ होतो त्याची. जर गाडी रुळावरून घसरली असती आणि येऊन लाकडी फळ्यांना धडकली असती, तर मी तिथल्या तिथं मेलो असतो आणि जसिराची शादी पुढे ढकलली गेली असती. त्याचीच तिला खूप भीती होती, असं तीच म्हणाली होती. सगळं काही सुरळीत चालू असावं आणि शेवटच्या क्षणी काहीतरी विपरीत घडून तिची शादी थांबवावी लागली असती, अशी भीती. मी फळ्यांवरून घसरत

उतरलो आणि बागेत गेलो. अकमल फारच बेपर्वा होता. जांभळाच्या पिकलेल्या घोसाखाली तोंड उघडं टाकून झोपला होता. समजा, वाऱ्यानं झाड हललं असतं आणि एक जांभूळ त्याच्या तोंडात पडलं असतं आणि उठून बसून शेवटची प्रार्थना करण्यापूर्वीच तो मेला असता तर? मग अकमल मेल्यापासून निदान सहा महिने तरी जसिराची शादी पुढे ढकलावी लागली असती. मी तो धोक्याचा घोस तोडला आणि दूरवर फेकला.

एकाएकी मला जिकडे तिकडे धोके जाणवायला लागले. थोड्या वेळापूर्वी त्या गोष्टी माझ्या मनातसुद्धा नव्हत्या. संदीप दिसत नसल्यामुळे माझ्या मनात एक दुसराही विचार आला. तो परत परीक्षेत नापास झाल्यामुळे पळून गेला असेल. समजा, त्यानं नानीच्या खोलीत शिरून टेलिव्हिजन जवळच्या कपाटातल्या एकशे एक मोहरा घेऊन पळून जायचा बेत आखला असला तर? त्यानं ४.३० ची हैद्राबाद मेल पकडली, तर जसिरा जागी होऊन आरशापुढे उभी राहील, त्यानंतर कोणीतरी तिला कपडे आणि दागिने चढवणार असेल तोपर्यंत तो बराच दूर पोहोचला असेल आणि दागिने जागेवर नसतीलच, तर मग तिची शादी कायमचीच रद्द होईल. नुसती पुढे ढकलायची नाही, तर रद्द करायची. मी धावत बंगल्यात शिरलो आणि जमिनीवर पसरलेल्या पाहुण्यांतून सावधपणे वाट काढत गेलो. नानीच्या खोलीचं दार अर्धवट उघडं होतं. त्यातून हॉलमध्ये उजेडाची तिरीप येत होती. मी आत डोकावून पाहिलं. अम्मी नानीची एकमेकांत गुंतलेली बोटं काळजीपूर्वक सोडवत होती. मग तिनं त्या आंधळ्या बाईचे हात पूर्ण उघडले आणि रग काढून घेतला. जसिराच्या अंगावर तो रग घालत असताना तिच्या डोळ्यांत ममता दिसत होती आणि नानी गाढ झोपेत काहीतरी पुटपुटत होती.

"काय हवंय तुला अमर?" दरवाज्याचा आवाज झाला, तेव्हा तिनं विचारलं.

"विजेरी," मी म्हणालो.

संदीप गेला तरी कुठे? मी धडधडत्या हृदयानं त्याला शोधत होतो. जर त्यानं माझ्या एखाद्या मावस किंवा चुलत बहनवर बलात्कार केला आणि ती मेली, तरी जसिराची शादी पुढे ढककली जाईल, रद्द नाही होणार. मी जिना चढून गेलो आणि माझ्या खोलीचं दार उघडायचा प्रयत्न केला. त्याला आतून कडी होती. मी अर्धा जिना उतरलोसुद्धा होतो आणि मला रशीदनं आदल्या रात्री अकमलला काय केलं होतं ते आठवलं : आणखी एक भयंकर शक्यता! जर त्या स्वयंपाक्यानं माझ्या मित्रावर बलात्कार केला आणि मला खात्री होती, की आधीच्या रात्रीचा वचपा काढायसाठी तो अगदी पशूसारखा वागेल, तरीही घराला बट्टा लागेल; पण शादी रद्द व्हायची शक्यता कमी. मी हळुवार पावलांनी धुराड्याजवळ गेलो आणि रशीदवर विजेरीचा झोत टाकला. तो इतका निरागस दिसत होता, की सांगता येणार नाही.

त्याच्या उशीवर जुईची फुलं पडली होती. तीन तर त्याच्या टकलाभोवती एखादं तेजोवलय असावं तशी दिसत होती.

पण इतक्यात निःश्वास टाकता येणार नव्हता. सकाळ उजाडण्यापूर्वी मला संदीपला शोधून काढायला हवं होतं. त्याची आई शादीला यायच्या आधी. ओसरीत तात्पुरते कामावर घेतलेले नोकर झोपले होते. त्यांच्यात मी त्याला शोधलं. घराच्या मागच्या बाजूला शोधलं. गोठ्यातही डोकावलो, मग मी परत सिग्नलच्या खांबाजवळच्या लाकडी फळ्यांकडे गेलो. त्याला शोधत सारं घर मी पालथं घालत होतो, त्या वेळी तो परतला असेल अशी आशा करत होतो. तो काही तिकडे नव्हता. मी रुळांवर नजर टाकली. बोगदा. बोगद्यात तर गेला नसेल ना तो? तो तितक्या रात्री तिकडे कडमडायला जाईल, याचं मला काही कारण तर दिसत नव्हतं. हां असं झालं असेल तर माहीत नाही, की जावीं आत बोगद्यात बसलाय आणि गोड गाणं म्हणत मला मोहवायचा प्रयत्न करतोय, त्याच्याकडे बोलावतोय आणि ते गाणं चुकीच्याच माणसाच्या कानांवर पडलंय. मी अकमलला गदागदा हलवून उठवायच्या बेतात होतो, तेवढ्यात मला एक जागा आठवली. तिथं मी शोधलं नव्हतं. मग मी चिंचेच्या झाडाखालच्या तात्पुरत्या भटारखान्याकडे वळलो.

मी विजेरीचा प्रकाश भटारखान्यात टाकला. तो तिकडेच होता!

नागव्यानं गुडघ्यावर बसला होता. पितळीच्या मोठ्या भांड्याच्या कडेवर त्यानं दोन्ही हात टेकलेले होते. मी विजेरीचा प्रकाश खाली वळवला आणि मिसेस मंडेलानं डोळ्यांवर हात घेतला. त्या भांड्यावर ती आडवी झाली होती. तिचं डोकं एका बाजूनं लोंबत होतं आणि पाय दुसऱ्या.

"चालता हो," मी त्याच्या कुल्ल्यांवरून विजेरी फिरवली, तेव्हा संदीप गुरगुरला.

मागच्या भिंतीवर बकऱ्यांची मुंडकी ठेवली होती. त्यांच्या धडांची कातडी सोलून काढली होती आणि ती चिंचेच्या झाडाला टांगली होती. त्याकडेच ती बघत होती. रेल्वेच्या इमारतीवर चंद्र रेंगाळत असतानाच खाटीक आले होते. अजून आकाशात उजेड दिसायला अर्धा तास तरी अवकाश होता. भटारखान्यात आगीच्या मोठमोठ्या ज्वाळा भांड्यांच्या तळाला चाटत होत्या. मिसेस मंडेला परत कांदे चिरायला लागली होती. तिनं ओठांत आगकाडी धरली होती आणि तरीही डोळ्यांतून पाणी वाहत होतं.

बंगल्यात जसिरा चुलत, मावस बहिणींच्या घोळक्यात बसली होती. एकशे एक नोटांच्या गुंडाळ्या करून तिच्या सरीत, पदकात, बांगड्यांत, कानातल्यांत

आणि पायलमध्ये ठेवल्या होत्या. मुली तिला चिडवत होत्या आणि मग मोठ्यानं हसत होत्या आणि जसिरा लटक्या रागानं डोळे मोठे करत होती.

सकाळ मध्यावर आली तेव्हा मला डॉ. इब्राहिम ओसरीवर दिसले. त्यांनी दाताच्या डॉक्टरसारखा पांढरा कोट घातला होता. छातीवर हाताची घडी घालून ते उभे होते. अगदी कोलगेटच्या जाहिरातीसारखे दिसत होते. ते सुहुदा बुआशी बोलत होते. असिफ लाजरं हसत स्वतःच्या अब्बांशेजारी उभा होता आणि रझिया तिच्या अम्मीच्या मागे उभी राहून लाजत होती. मी खोलवर दुखावलो गेलो आणि त्यांच्या भोवतीच घुटमळत राहायचं ठरवलं.

"त्याला वैद्यकीय क्षेत्र निवडायचंय," डॉ. इब्राहिम म्हणत होते, "आणि मलाही वाटतं, काय हरकत आहे? एक दिवस माझ्या व्यवसायाचाही तोच वारस ठरणारंय. माझा दवाखाना दुसरं कोण सांभाळणार?"

"मला वाटतं, तसंच होईल." सहुदा बुआनं त्याच्या पाठीवर शाबासकी दिली.

"पण असिफ, तुला शास्त्रात पंचाऐंशी टक्के मार्क मिळतील ना? तसं झालं तरच वैद्यकशाखेकडे प्रवेश मिळू शकेल," डॉ. इब्राहिमनी असिफला विचारलं. जणू काही या विषयावर ते आधी कधी बोललेच नव्हते.

"मला पंचाण्णव टक्क्यांपेक्षा कमी मिळणार नाहीत." असिफ लाजतच म्हणाला.

"माझी मुलगीसुद्धा वैद्यकीय क्षेत्रच निवडायचा विचार करतेय," सुहुदा बुआ अभिमानानं म्हणाली; पण त्या बातमीनं रझियाला धक्काच बसल्यासारखं वाटलं. "माझ्यामागे लपू नकोस बेटी. पुढे ये. चाचांना तुझ्याकडे नीट बघू दे."

स्वतःच्या पायांकडेच नजर ठेवून रझिया तिच्या अम्मीच्या मागून बाहेर आली आणि बेंबीच्याजवळ दोन्ही हात धरून उभी राहिली.

"ही मिस इंडिया कोण?" डॉ. इब्राहिम उद्‌गारले. रझियाच्या डोक्यावर त्यांनी छोटीशी टपली मारली. मी तुम्हाला सांगितलं नाही का, की ढुम्म पाद्रेबुवांना सुंदर मुलींना हात लावल्याशिवाय राहवायचं नाही?

"सुहुदा, तुझी मुलगी फारच सुंदर आहे. शिवाय तिला डॉक्टर बनण्याचीही इच्छा आहे. दुहेरी फायदा."

असिफनं माझ्या बुआच्या मुलीकडे एक चोरटी नजर टाकली; पण तिचं नीट निरीक्षण करण्याची हिंमत नसल्यामुळे लगेच वळवली.

"कुठच्या कॉलेजात आहेस तू मुली?" डॉ. इब्राहिमनी तिला विचारलं.

"मी अजून शाळेतच जाते, चाचा," रझिया अपराधी स्वरात म्हणाली. "पुढच्या वर्षी कॉलेजात जाईन."

"छान!" डॉ. इब्राहिमनी आपण कोणीतरी महत्त्वाचे असल्यासारखं डोकं

हलवलं. “आत्ताच वैद्यकीय व्यवसायाची स्वप्नं पाहायला लागलीस तू... फार दूरवरचा विचार करतेस.”

“बेटी,” सुहुदा बुआनं रझियाला सुचवलं. “चाचांचा फोन नंबर घे. म्हणजे तुला शास्त्रात काही शंका वाटल्या, तर त्या घेऊन या बिचाऱ्या अम्मीकडे यायला लागायचं नाही. असिफला फोन केलास, की तो तुला सगळं समजावेल आणि असिफलासुद्धा आपला नंबर दे, म्हणजे तू फोन करशील त्या वेळी तो घरी नसला, तर तो नंतर फोन करू शकेल.”

त्यांनी नंबरांची देवाण-घेवाण केली का, हे मला कळलं नाही, कारण त्याच वेळी सय्यद चाचा मोठमोठ्यांदा मला हाका मारायला लागले. जणू बंगला म्हणजे तुरुंग होता. ते त्याचे व्यवस्थापक आणि मी तिथलं मागचं अंगण झाडणारा कैदी. “अमर, तिकडे लोकांची तोंडं बघत ठोंब्यासारखा उभा राहू नकोस. पाहुण्यांच्या चहापाण्याचं बघ जरा.” त्या चौघांनी वळून माझ्याकडे पाहिलं; पण फक्त डॉ. इब्राहिमच्या हसण्यात सहानुभूती होती.

मी घराच्या शेजारून भटारखान्याकडे निघालो होतो, तेवढ्यात माझं डोकं गरगरलं. एखाद्या झाडाला धरण्यापूर्वी किंवा खाली बसण्यापूर्वीच मला अंधारी आली आणि वेगळंच काहीतरी दिसायला लागलं.

रेल्वेच्या रुळांवर चंद्रप्रकाश चमकत होता. त्यावरून संदीप घाईघाईनं बोगद्याच्या दिशेनं पळत होता. पळता पळता, तो मला हाक मारत होता. खूप दिवसांपूर्वी डॉ. इब्राहिमनी त्यांच्या मांजराला मारली होती तशी. “अमर, इकडे काय करतोयस तू?” त्यानं अंधारातच विचारलं. “मी जागा झालो आणि शेजारी तू नव्हतास. मग तू बोगद्यात शिरताना मला दिसलास. काय झालंय काय तुला? मला तुझं तोंडही दिसत नाहीय.” पुष्कळसा माझ्यासारखा दिसणारा एक तरुण त्या अंधाऱ्या पोकळीतून बाहेर आला आणि चंद्रप्रकाशात उभा राहिला. संदीप घाबरून मागे सरकला. “तुला झालंय काय, अमर? तू वेगळाच दिसतोयस. एकाएकी मोठा झाल्यासारखा.”

“माझं नाव अमर नाही,” जावी म्हणाला. “अर्ध्या तासापूर्वीच अमरचा त्या घरात जन्म झाला.” त्यानं बोगद्याच्या बाहेर धूळवाटेच्या टोकाला एक घर होतं, तिकडे बोट केलं. त्या घराच्या फाटकात एकुलता एक मंद दिवा जळत होता. तो जर स्थिर नसता, तर संदीपला तो काजवाच वाटला असता. “थोड्या वेळापूर्वी आपण तिथंच तर होतो, अमर,” संदीप हसतच जावीशी बोलायला वळला; पण बोगद्यात त्याच्याशिवाय दुसरं कोणीच नव्हतं.

जितका एकाएकी आकाशात अंधार झाला होता, तितकाच अचानक परत उजेड झाला. साबूदाण्याच्या झाडाच्या पानांमधून प्रखर उजेड दिसायला लागला. मी लाकडाच्या पडवीजवळ जमिनीला पाठ टेकून पडलो होतो. माझ्या आजूबाजूला

जमलेले लोक काळजीत पडल्यासारखे माझ्याकडे बघत होते. मी एक एक चेहरा बघायला लागलो. सगळे मला ओळखता येत होते : मिसेस मंडेला, रशीद स्वयंपाकी, संदीप, एक खाटीक, दोन स्वयंपाकातले मदतनीस, माझी दूरची तीन भावंडं आणि माझ्याशेजारी गुडघ्यावर बसलेले डॉ. इब्राहिम. त्यांच्या हातात पाण्याचा ग्लास होता.

"काय झालं?" मी हाताच्या मागच्या बाजूनं चेहऱ्यावरचं पाणी पुसलं.

"तुला भोवळ आली होती," डॉ. इब्राहिम म्हणाले. "पण आता तू एकदम ठीक आहेस."

मी उठायला लागलो; पण डॉ. इब्राहिमनी माझ्या छातीवर हात ठेवला. "थोडा वेळ पडला राहा अजून. गरगरणं थांबू दे." पडल्या पडल्या मला आठवण झाली. ईदच्या दिवशी अम्मीला भोवळ आली होती, तेव्हा मी धावत डॉ. इब्राहिमकडे गेलो होतो.

"आम्ही सगळे तुला दिसतोय का?" घड्याळाकडे बघत त्यांनी विचारलं.

धूळवाटेवर लावलेल्या फटाक्यांच्या माळेचा आवाज मागच्या अंगणात ऐकू आला, म्हणजे भाड्याच्या मर्सिडिस बेंझमधून प्रोफेसर नासिर आला होता आणि अकमल त्याला हार घालायच्या बेतात होता. पुढच्याच आठवड्यात फोटोंचा भला मोठ्ठा अल्बम आला. त्यात बघून मला हा तपशील समजला. त्या वेळी मात्र मी मान हलवून डॉ. इब्राहिमना मला सगळं दिसत असल्याची आणि नीट ऐकूही येत असल्याची खात्री दिली.

"किती बोटं आहेत ही?" मला त्यांनी वर धरलेली दोन बोटं दिसत होती. त्यांनी घातलेल्या अंगठीवर कोरलेलं मिसेस इब्राहिमचं नावही वाचता येत होतं.

"दोन," मी म्हणालो.

घोळक्यातले लोक एकमेकांकडे पाहायला लागले. "त्याला नीट दिसत नाहीय बहुतेक," रशीद स्वयंपाकी म्हणाला.

तेवढ्यात मला तिसरं बोट दिसलं. त्यांनी रणरणत्या उन्हात ज्या कोनातून हात माझ्या समोर धरला होता, त्यात ते दोन बोटांच्या मागे लपलं होतं. "तीन," मी म्हणालो.

"परत दिसायला लागलं वाटतं त्याला," मिसेस मंडेला स्वतःचं डोकं आणि डूल हलवत संदीपला म्हणाली.

परत मी उठायचा प्रयत्न केला; पण डॉ. इब्राहिम मला उठू देत नव्हते. "काय घाई आहे? मी तुला थोडे प्रश्न विचारतो, म्हणजे तू खाली पडलास तेव्हा तुझं डोकं जमिनीवर आपटलं नाही, याची खात्री होईल."

मी नाइलाजानंच होकार दिला.

"तुझं नाव काय?"

"अमर," मी म्हटलं. नंतर क्षणभर मला वाटलं, माझं नाव अकमल तर नाहीय ना?

"पूर्ण नाव सांगशील का प्लीज?"

"अमर हम्सा."

"हा फारच सोपा प्रश्न झाला. मढ्याला पण त्याचं उत्तर देता आलं असतं," एक खाटीक म्हणाला. त्याच्या शर्टाची पुढची बाजू रक्तानं माखली होती.

"त्याला जरा कठीण प्रश्न विचारा."

खाटकानं मध्येच तोंड घातलेलं त्यांना आवडलं नाही, पण डॉ. इब्राहिमनी क्षणभर विचार केला आणि स्वतःच्या कपाळावर बोटांनी ताल धरला.

"आता डॉक्टरांना प्रश्न आठवणं कठीण जातंय," रशीद स्वयंपाकी म्हणाला आणि मिसेस मंडेला खिदळायला लागली.

"आता मला सांग, अमर," खोडकर मुलासारखं हसत त्यांनी प्रश्न विचारला, "तुझ्या वर्गात सगळ्यांत हुशार मुलगा कोणंय?"

"जॉन," आता मला उभं राहायची घाई झाली होती.

त्यांच्या हसण्यातला खोडकरपणा गेला आणि लगेच चेहऱ्यावरचं हसूही पुसलं गेलं. आता ते खरंच काळजीत पडल्यासारखे दिसले. त्यांच्या दुःखाचं कारण लक्षात यायला मला थोडा वेळच लागला. "डॉक्टर, असिफ आता माझ्या वर्गात नाहीय. मी कॉमर्स शिकतो आणि तो विज्ञान शाखेला आहे."

"ओह! ओह!" ते उद्गारले. "ऊठ आता, पण फार हालचाल करू नकोस. जमलं तर आराम कर थोडा."

रशीद आणि मिसेस मंडेलानं मला बळजबरीनंच भटारखान्यातल्या लांब टेबलावर झोपवलं. त्याला कांद्याचा वास येत होता फार. संदीप माझ्याशेजारी बसून सिगारेट ओढायला लागला. आमच्या आजूबाजूला भटारखान्यात भरपूर वर्दळ सुरू झाली.

"तू काल रात्री अजिबातच झोपला नाहीस म्हणूनच तुला भोवळ आली."

"तू झोपलास का नीट काल रात्री?" मिसेस मंडेलाकडे पाहत मी त्याला विचारलं.

त्यानं स्वतःच्या ओठात आगकाडी ठेवली आणि बोटानं खोटे खोटे कांदे चिरायला सुरुवात केली. "तुला माहीतंय तिनं केशरचना कुठे केली? पोलीस स्टेशनमध्ये. काल रात्रीच मी बातमी काढली."

आमचं दबलेलं हसू ऐकून तिनं वर बघितलं. हवेत सुरी फिरवून तिनं आम्हाला दोघांनाही खच्ची करण्याची भीती दाखवली; पण तीही हसत होती.

बंगल्याचं दार पोस्टमन दुर्भाग्यापेक्षा कमी वेळा ठोठावायचा. तो फाटकाजवळ उभं राहून आत डोकावत होता. अम्मी बागेतला पालापाचोळा झाडून जांभळाच्या झाडाच्या बुंध्याशी गोळा करत होती. तिची त्याच्याकडे पाठ होती. सुहुदा बुआनं मला काय पाठवायचं वचन दिलं होतं, ते आठवून मी जिन्यावरून दडदडत खाली आलो. वाऱ्यासारखा माजघरातून धावलो. लिहिल्यापासून इतक्या वर्षांनंतर अम्मीला जावीची आत्महत्येची दुसरी चिठ्ठी वाचायला मिळाली तर काय होईल, या विचारानं मी गारठलो.

पण उशीर झाला होता. पोस्टमन आला आणि गेलासुद्धा. अम्मी हातात एक गुलाबी लिफाफा घेऊन ताडाच्या झाडाखाली उभी होती. त्यावर ताडाच्या पानांची नक्षीदार सावली पडली होती.

"माझ्यासाठी आहे ते," धापा टाकत मी म्हणालो. लिफाफा घ्यायला मी हात पुढे केला.

"तुझं नाव मिसेस अस्मा हम्सा आहे का?" तिनं विचारलं. "ते मला आलंय. माझ्या भाईकडून."

"कोणता भाई?" मी खुळचटासारखं विचारलं.

"कोणता भाई?" तिनं उलटा प्रश्न केला. "मला किती भाई आहेत असे? कासीमकडून आलंय." तिनं लिफाफा वळवून माझ्यासमोर धरला. सूर्यप्रकाशात त्याच्यावरील पोस्टाचा शिक्का चमकला. कासीम मामूचं हस्ताक्षर मोठं आणि गिचमिड होतं. बरचसं जावीसारखं. काळ्या शाईत लिहिलं होतं.

अम्मी ओसरीच्या पायऱ्यांवर बसली. तिला पत्र उघडायचं होतं. "इकडे का घुटमळतोयस तू? हा पत्रव्यवहार मोठ्या माणसांच्यातला आहे. तुला यात नाक खुपसायचं काही कारण नाही." पण मग तिच्या चेहऱ्यावरचे भाव बदलले. जसिराच्या शादीत मी कसा भोवळ येऊन पडलो होतो, ते तिला आठवलं असावं. माझ्या कोपरावर मुक्या माराचे डाग अजूनही दिसत होते. तरी त्यांना मी रोज बरनॉल लावत होतो. तिनं माझ्या हातात ते पत्र दिलं. "वाच ते. मोठ्यानं वाच."

पत्राला यार्डलीचा वास येत होता, असं मला वाटलं. मला लंडनमधलं यार्डली हे एकच सुवासाचं नाव माहीत होतं. बेवन स्ट्रीट इथून ते आलं होतं. त्यावर राणीच्या एका बाजूनं दिसणाऱ्या चेहऱ्याचे तीन स्टॅम्प्स होते. लिफाफ्याचं झापड उघडताना मी कल्पना केली, की कासीम मामूनं ते पत्र इंग्लिश दिव्याच्या भरपूर उजेडात लिहिलं असावं. त्या वेळी खिडकीच्या बाहेर कीस घातल्यासारखा बर्फ भुरभुरत असावा. ते पत्र नकाशाच्या पुस्तकात ठिपक्या ठिपक्यांचा मार्ग दाखवतात, त्या मार्गानं प्रवास करत, कागदाच्या विमानाइतक्या सहजतेनं सगळे खंड पार करत, शेवटी रेल्वे रुळावर चमकणाऱ्या एप्रिलच्या रणरणत्या सूर्याकडे पाहत ओसरीच्या पायरीवर बसलेल्या बंगल्यातल्या बाईच्या हातात कसं अलगद उतरलं, याचीही मी कल्पना केली.

“अमर, पत्र उघड,” ती उतावीळ झाली होती. “झापडाशी खेळ करत वेळ घालवू नकोस.”

मी झापड उकलली आणि एक पातळ पांढरा कागद बाहेर काढला. त्याला एक गिफ्ट चेक जोडला होता. त्यावर छानदार नक्षी होती आणि जसिराला पाच हजार रुपये मिळावेत, असं सुंदर अक्षरांत लिहिलं होतं.

“हा कासीम, ना,” अम्मी अर्धवट तक्रारीच्या, अर्धवट कौतुकाच्या स्वरात म्हणाली, “इतकं सारं त्यानं आपल्यासाठी केलं आणि आता माझ्यासाठी पाच हजार रुपयांचा चेकसुद्धा पाठवलाय. मला गरिबीत राहायला लागेल, ही कल्पना माझ्या भाईंना सहनच झाली नसती.”

“पण पैसे जसिरासाठी पाठवलेयत, तुला नाही.” अकमल येऊन तिच्याशेजारी बसला. त्यानं डोकावून पत्र वाचलं.

“नाही. हे पैसे तिला मिळणार नाहीत,” ती तावातावानं म्हणाली. “एकशे एक मोहरा, दोन लाख रुपये आणि अर्धा एकर जमीन. आता जसिराला आणखी काही नाही. मला आणखीही मुलं आहेत. त्यांचीही काळजी घ्यायला हवी.”

“अम्मी, मला एक कल्पना सुचतेय,” अकमल तिच्याजवळ सरकला. “पुढच्या वर्षीपर्यंत मला रेडिओ दुरुस्तीचा परवाना मिळेल. या पैशातून आपल्याला दुरुस्तीचं दुकान घालता येईल का?”

“त्याचा विचार आपण पुढच्या वर्षी करू,” ती म्हणाली. अकमलच्या बेतात तिला रस दिसला नाही. “मध्यम आकाराच्या फ्रिजला किती पैसे पडतात रे, अमर?”

मी डोकं नकारार्थी हलवलं. अकमलनं घुमेपणानं मान वळवली.

“मी सुचवू का काहीतरी?” माझ्या डोक्यात एक भन्नाट कल्पना आली होती. तिच्या प्रकाशात सोफिया उभी होती. तिचं काहीतरी स्मारक उभारावं म्हणून विनवत होती.

“सुचव,” अम्मी म्हणाली. “तिनं ऐकलं म्हणून काही हा चेक नाहीसा होणार नाही. सांग तर, खरा.”

मी जे सुचवणार होतो, त्यानं ती प्रभावित होईल, अशी माझी जवळजवळ खात्री होती; पण मला अशीही भीती होती, की ते ऐकल्यावर तिच्या मनात पांढरा झगा घातलेली सोफिया येईल आणि तिला अनावर रडू येईल. म्हणून मी सावधपणेच सुरुवात केली. “या पैशानं आपण सोफियासाठी काहीतरी करत का नाही?”

तिनं डोळे मिटले. थोड्या वेळानंतर डोळे उघडून थेट माझ्या डोळ्यांत खोलवर पाहिलं. “काय करायचं?”

माझं उत्तर तयारच होतं. बोचऱ्या कल्पना मला अगदी सहज सुचतात. “आपण तिच्या नावानं काहीतरी बक्षीस सुरू करू. सोफिया मेमोरियल मॅरेथॉन.”

"चांगली आहे कल्पना; पण याहीपेक्षा जास्त चांगलं काहीतरी तुला सोफियासाठी करता येईल," मशिदीच्या दिशेनं बोट दाखवत ती म्हणाली. "दर शुक्रवारी तिच्या कबरीकडे जा आणि तिच्यासाठी एक फतेहा म्हण. त्यासाठी तुला पैचासुद्धा खर्च येणार नाही. आता वाच ते पत्र."

मी पत्र वाचून संपवलं नाही तोच अम्मी रडायला लागली. जसिराच्या शादीचा आणि बंगल्याच्या नव्या रंगाचा आनंद एकदम नाहीसाच झाला. त्यानंतर आठवडाभर तणावच जाणवत होता. तेव्हा तिनं इतक्या वेळा ते पत्र वाचलं, की मला गिनतीच करता आली नाही आणि तितक्याच वेळा ती रडलीही. ते पत्र वाचत असताना तिला दबलेला ढगांचा गडगडाट ऐकू येत असे आणि हलकीशी वीज चमकलेली दिसत असे की काय, याची मला कल्पना नाही; पण मी जेव्हा ते पत्र माझ्या आनंदात असलेल्या अम्मीला आणि घुमेपणानं बसलेल्या भाईला वाचून दाखवलं होतं, तेव्हा मला मात्र गावातून घोंगावत, उसळी मारत जाणाऱ्या वाऱ्याचा आवाज ऐकू आला होता.

प्रिय बहन अस्मा,

जसिरा शादीच्या वयाची झाली, यावर माझा विश्वासच बसत नाही. तुझीसुद्धा मी सास म्हणून कल्पना करू शकत नाही. मी लंडनला येण्यासाठी गाव सोडलं, तेव्हा ती झगा घालणारी चिमुकली मुलगी होती. मुली किती लवकर मोठ्या होतात ना! बंगल्यात फोन असता तर मी फोन करून तिला प्रत्यक्ष शुभेच्छा दिल्या असत्या. बेथ आणि मी, शॉन, बेटी आणि हरून सगळ्यांनी. हम्साभाईला टेलिफोन घ्यायला सांग. म्हणजे मी अधूनमधून तुझ्याशी बोलू शकेन. मी सोबत एक चेक जोडला आहे. रकम फारशी मोठी नाही. जेव्हा तो तू तिला देशील तेव्हा सांग, की तिच्या नव्या सांसारिक आयुष्यासाठी कासीम मामूचे शुभाशीर्वाद.

"ते मी करेन," अम्मी मध्येच म्हणाली, "पण हे पैसे तिला मिळणार नाहीत."

तू फोन केलास त्या दिवशी बेथलाही तुझ्याशी दोन शब्द बोलावेसे वाटत होते; पण तुम्ही दोघी एकच भाषा बोलत नसल्यामुळे मी तिला टोकलं.

लंडनमधल्या आयुष्यात, बहन, मला फारसं काही मिळालं नाही. जे कुटुंब मला लंडनला घेऊन आलं, त्यांच्याचकडे मी अजूनही काम करतो. रेल्वे रुळाजवळच्या एका छोट्या घरात आम्ही राहतो, तुमच्यासारखंच – आणि माझ्या पगारातून परस्पर भाडं कापलं जातं. तुझ्या भाईला तू

लंडनमधला बेघर माणूस म्हटलंस तरी चालेल. मागच्या वर्षी मी जवळच एक छोटंसं भारतीय उपाहारगृह उघडलं होतं. ते तोट्यातच गेलं आणि माझा साठवलेला पैसाही संपला.

तू माझ्याशी फोनवर जे बोललीस, त्यावर मी विचार केला; पण मला नाही वाटत की इतक्यात आपलं घर विकायला माझ्या मनाची तयारी झालीय. एखादे दिवशी मला नक्कीच लंडनचा वीट येणारंय आणि माझ्याकडे पुरेसे पैसे असले, तर मी तिकीट काढून परत येईन आणि त्या घरात अम्माबरोबर राहीन. म्हणून ते घर तसंच ठेव. तुला हे पत्र पोहोचेल तोपर्यंत हम्साभाईंनी जसिराच्या शादीसाठी काहीतरी दुसरी पैशांची व्यवस्था केली असेल, याची मला खात्री आहे.

मला खात्री आहे, की तू अम्माला वरचेवर भेटत असशील. आता तुझ्यावरची जबाबदारी थोडी कमी झाली आहे. तरी जास्त वेळा तिला भेटायला जा. हम्साभाईला आठवण काढलीय म्हणून सांग. त्याची बहन सुहुदा कशीय?

मी, बेथ, शॉन, बेटी आणि हरूनच्या अकमल, सोफिया आणि अमरला शुभेच्छा.

तुझा लाडका भाई,
कासीम.

थोडा वेळ कोणीच बोललं नाही. कासीम मामूनं इंग्लिश रेल्वे रुळाजवळ असणाऱ्या त्याच्या घरातून आमच्यावर जे गारूड घातलं होतं, त्यातून अम्मी बाहेर येईपर्यंत आमच्यापैकी कोणीच हालचाल केली नाही. माझ्याकडून पत्र घेताना तिचा हात कापत होता. प्रत्येक शब्द वाचताना तिचे ओठ थरथरत होते. सोफियाचं नाव वाचताना ते जास्तच थरथरले होते.

"पण तो म्हणाला होता, की मी घर विकून ते पैसे वापरले तरी चालेल," शेवटी ती म्हणाली. माझ्याशी किंवा अकमलशी न बोलता ती पत्रालाच तसं सांगत होती. "आता बेथनं सांगितलं असेल, म्हणून तो माघार घेतोय."

"हाच तो तुझा भाई ना, ज्यानं तुझ्या शादीत त्याचा सगळा हिस्सा देण्याची तयारी दाखवली होती?" अकमलनं थोडंसं खिजवतच विचारलं.

"नाही. तो माझा दुसरा भाई," ती दुःखानं म्हणाली. "जावीनं आपला शब्द कधीच फिरवला नसता."

"या पत्रातला मजकूर समजल्यावर नानी काय म्हणेल?" मी विचारलं.

"नानीला यातलं काही समजता कामा नये," ती रागानं म्हणाली. "कासीमनं

मला काही लिहिलं नाहीय. हे पत्रच आपल्या घरी पोहोचलं नाहीय.'' पत्राचे ती फाडून फाडून तुकडे करेलसं वाटलं; पण ती त्यात तोंड खुपसून रडायला लागली.

कासीम मामू हे पत्र लिहीत असताना तिकडे बर्फ भुरभुरत असल्याची मी कल्पना केली होती. आता तो त्याच्या घरासमोरच्या रस्त्यावरचा बर्फ फावड्यानं बाजूला करतोय असं मला दिसलं. इकडे आमच्या पुढच्या अंगणात मात्र झाडांतून सूर्याचं ऊन आलं होतं आणि बोगद्यातून बाहेर पडणारी एक मोठी तपकिरी गाडी बघत आम्ही बसलो होतो. कासीम मामूच्या भाड्याच्या घराजवळून जाणाऱ्या गाड्यांचा रंग कसा असेल, असाही विचार माझ्या मनात तरळून गेला.

बंगल्यावर प्रखर सूर्यप्रकाश पडला होता. ताडाच्या झाडाखालच्या सावल्यांचा आकार सुस्पष्ट झाला होता. त्याची मातीच्या जमिनीवर करवतीच्या दात्यांसारखी नक्षी दिसत होती. सुहुदा बुआ पाठवणार होती, त्या आत्महत्येच्या चिठ्ठीचा मी विचार करत होतो आणि अचानक त्या विचारांनी चावट वळण घेतलं. अम्मी कामात असताना, तिचा स्वतःचा धाकटा भाई आणि अंगानं भरलेली नणंद यांच्यावर लक्ष नसेल तेव्हा, या बंगल्यातच कुठंतरी जावीनं तिला मिठीत घेतलं असेल, तिचे कपडे उतरवले असतील आणि तिच्याबरोबर झोपलासुद्धा असेल. तिला माझे विचार त्या पत्राइतकेच स्पष्ट वाचता येत असल्यासारखी अम्मी एकदम म्हणाली, ''आणि आता सुहुदाबद्दल विचारतोय, स्वतःच्या आंधळ्या अम्माबद्दल आणि बिचाऱ्या बहनबद्दल एक अक्षरही नाही. सुहुदा कशीय ते समजावं, म्हणून मरतोय तो.''

रडून रडून तिचे डोळे लाल झाले होते. रागानं हात थरथरत होते. ''सोफियाला माझ्या शुभेच्छा सांग! माझी मुलगी या जगात नाही, याचासुद्धा त्याला विसर पडलाय. दोघंही कान देऊन ऐका. या पत्राबद्दल तोंडातून एक शब्दही काढायचा नाही. विशेषकरून नानीजवळ.''

कासीम मामूच्या पत्रांबद्दल नानीला काहीच माहीत नव्हतं. ती आपली टेलिव्हिजन ऐकत बसायची. कुठल्याही प्रक्षेपणाच्या गोंधळातून तिला राजीव गांधीचा आवाज बरोबर ओळखू यायचा. कधी कधी मिकी माऊसचा कार्यक्रम चालू असताना ती अम्मीला विचारायची, की ते दोन उंदीर एकमेकांना किंवा त्यांच्या कुत्र्याला काय करतायत म्हणून. अम्मी मुक्यानंच रडायची. आपण त्या खोलीतच नाहीय असं नाटक करायची. मग त्या आंधळ्या बाईची दया येऊन मीच तिला ते उंदीर, कुत्रं आणि माणसांच्या बाबतीतही काय घडतंय ते वर्णन करून सांगायचो.

''तुझ्या अम्मीला काय झालंय?'' एके दिवशी तिनं मला विचारलं. ''आजकाल ती टी.व्ही. पाहत नाही का?''

अम्मी खोलीच्या दारात बसली होती. तिनं खुणा करूनच मला सांगितलं, की ती स्वयंपाकघरात आहे असं सांग.

"तिला काहीतरी डोळ्यांचा त्रास होतोय," मी तिला सांगितलं. "टेलिव्हिजन पाहायला लागलं, तर तिच्या डोळ्यांतून पाणी वाहतं."

"त्यात काही नवं नाही. मी तिची शादी करून दिली तेव्हापासून ते वाहतायतच, पण तिला आणखीही काहीतरी त्रास होतोय. तिला नीट झोप लागत नाही हल्ली," नानी म्हणाली. "रोज मी तिला झोपेत बोलताना ऐकते. कासीमशी तिचा काहीतरी वाद चालू असतो."

अम्मीला तर धक्काच बसला. आणखी जास्त माहिती काढण्यासाठी तिनं मला खूण केली.

"नानी, काय बोलते ती झोपेत?"

"ते काही समजत नाही, बेटा."

दारातच अम्मीनं सुटकेचा निःश्वास टाकला.

"असं वाटतं, की तिचं आणि कासीमचं कुठल्याशा घरावरून भांडण चाललंय," ती हसली. "ते लहानपणीही तसंच करायचे. त्यांच्या अब्बांनी त्यांच्यासाठी लाकडाचं एक खेळण्यातलं घर बनवलं होतं. त्यावरून त्यांची नेहमी भांडणं व्हायची."

मी नेहमी अम्मीबद्दल एक मध्यमवयीन बाई असाच विचार केला होता. त्यामुळे तिच्या लहानपणी ती, माझ्या बहनबरोबर मी भांडतो तशी तिच्या भाईशी भांडायची, तिला एक अब्बा होते, त्यांनी मुलांच्यासाठी एक खेळण्यातलं घर बनवलं होतं, हे सगळं कुठंतरी माझ्या मनाला स्पर्शून गेलं.

"ती कुठल्यातरी बर्थबद्दल तक्रार करते. कासीमला बर्थ मिळणार नाही की असं काहीतरी बोलते."

अम्मी थोडीशी हसली. मला तर खो खो हसावंसं वाटत होतं. नानी बेथला- तिच्या सुनेला- गाडीतली झोपायची जागा समजली होती.

"अमर," नंतर त्या दिवशी अम्मी मला म्हणाली. ती नानीला चिनी मातीच्या भांड्यातून भरवत होती. "नंतर माझ्याबरोबर डॉ. इब्राहिमकडे चल. मला झोपेचा त्रास होतोय."

त्या दिवशी पॉलिक्लिनिकमध्ये फारच गर्दी होती. त्यांनी आम्हाला आत बोलावेपर्यंत बराच वेळ बाहेर बसावं लागलं. "आता कोणाला भोवळ आली?" पानाफुलांच्या नक्षीची तावदानं असलेल्या त्यांच्या छोट्या खोलीत आम्ही गेलो, तेव्हा त्यांनी विचारलं.

"भोवळ नाही आली कुणाला," डॉक्टरांजवळच्या स्टुलावर बसत अम्मी म्हणाली, म्हणजे तिलाच त्यांची गरज होती, हे आपोआपच कळलं. "मला तर

वाटतंय, रोज रात्री मला भोवळ यावी आणि त्यातून मी एकदम सकाळीच जागं व्हावं.''

''नीट झोप लागत नाहीय का?'' त्यांनी विचारलं. तिच्या पापण्या मागे सरकवून डोळे तपासले. पापण्यांच्या खालच्या बाजूला काहीतरी दिसलं असावं. त्यांनी विचाराच्या नादात पालीसारखा चुकचुक आवाज केला. ''तुझ्या अंगात रक्त कमी झालंय. परत कमी खायला लागलीस की काय?''

''माझ्या पुढ्यात येतं ते सगळं मी खाते, इब्राहिम.'' डॉक्टरांनी तिची पापणी सोडल्यावर तिनं डोळे मिचकले. ''मी झोपेत बडबड करू नये, म्हणून मला काहीतरी औषध दे.''

''नाही, अस्मा बहन,'' डॉ. इब्राहिम हसतच म्हणाले. ''झोपेतलं बोलणं थांबवता येईल असं औषधच नाही. विशेषतः ती फालतू बडबड असेल तर. असो. तू झोपेत बोलतेस तरी काय?''

''एकच असं काही सांगता नाही येणार.'' ती म्हणाली. ''जास्त करून जुन्या आठवणीच असतात आणि रात्री मध्येच जाग आली, की मग कितीतरी तास झोप येत नाही. मग नाही नाही त्या कल्पना मनात यायला लागलात. जसं मी गाडीखाली सापडलेय किंवा माझ्या अंगावर घर कोसळायला लागलंय असल्या.''

''तुला समुपदेशनाची गरज आहे, बहन. औषधांची नाही.'' ते तिला काहीतरी लांबलचक उपदेश करतील, असं वाटलं. तेवढ्यात त्यांच्या खोलीत मुएझ्झिननं दिलेला पुकारा ऐकू आला आणि ते गप्पच राहिले. पानाफुलांच्या तावदानातनं मला मशिदीचे मनोरे दिसत होते. त्यांच्यावरचे कर्णे घंटीच्या फुलांसारखे दिसत होते. कर्ण्यावरचा आवाज थांबला, तेव्हा ते आमच्याकडे बघून काळजी वाटत असल्यासारखे हसले. ''अस्मा बहन, मी तुला डॉ. रोझकडे पाठवू का?''

''हा कोण नवा डॉक्टर काढलास?'' तिनं अविश्वासानं विचारलं.

''तसं सांगायचं तर बहन, मी साधा डॉक्टर आहे. तुझ्या शरीरावर उपचार करणारा. डॉ. रोझ वेगळा डॉक्टर आहे. तो मनावर उपचार करतो.''

तिच्या भुवयांत आठी उमटली. तिनं डोळे बारीक केले. ते सोफियाच्या डोळ्यांसारखे निस्तेज दिसले. मला एकाएकी आठवलं, की मनोऱ्याच्या खाली असलेल्या झाडांपैकी एका झाडाखाली सोफिया विश्रांती घेतीय. आतापर्यंत ती एक हाडांचा सापळा आणि कवटी झाली असेल. मला काही त्याची कल्पना करता आली नाही. कदाचित माझी कवटीही तिच्या कवटीसारखीच असेल. बंगल्यातल्या सगळ्या माणसांच्या कवट्या एका ओळीत मांडून ठेवल्या, तर त्या सगळ्या एकाच मुशीतून निघाल्यासारख्या वाटतील. मग एकेका कवटीवर काठी टेकून भूतकाळाची माहिती देता येईल. 'ही इकडे दिसतेय ती अमरची. एक देखणा आणि हुशार माणूस. ही

इकडे दिसतेय ती त्याच्या लाडक्या बहिणीची, सोफियाची. बंगल्याच्या ऐतिहासिक वृत्तान्तात दिलंय त्यानुसार पहिल्यांदाच तलावाच्या सहलीला गेलं असताना, तिचा पाण्यात बुडून मृत्यू झाला. ही थोडीशी मिजासखोर वाटतेय, ती त्याला फारशी न आवडणाऱ्या बहिणीची. तिची हनुवटी उचलली गेलीय त्यात काही विशेष नाही. तिला तशी सवयच होती. ही आणखी एक रस घेण्यासारखी कवटी. आम्हाला ती सापडली तेव्हा तिच्यावर कुफी टोपी होती आणि चेहऱ्याच्या हाडाच्या ठेवणीतून एक प्रकारचा बावळटपणा जाणवत होता. त्याचं नाव अकमल. त्याच्या शेजारी जी आहे, ती घरातल्या कर्त्या पुरुषाची; पण ऐतिहासिक वृत्तान्तात त्याच्याबद्दल फारसं काही लिहिलेलं आढळत नाही. शेवटची आहे ती अस्माची. पहिल्या चार कवट्यांची अम्मी आणि पाचव्या कवटीची नाराज असंतुष्ट बीबी. ऐतिहासिक वृत्तान्तात दिलेल्या तारखांनुसार सुमारे हजार वर्षांपूर्वी हे सगळे जण इकडेच कुठेतरी जवळपास राहत असत. अमर हम्सा, ज्याचा सापळा सगळ्यात डाव्या बाजूला आहे, त्यानं हा वृत्तान्त लिहिला. कोणाला काही प्रश्न विचारायचे आहेत का, विद्यार्थ्यांनो?'

"माझ्या मनात काही बिघाड झालाय का, इब्राहिम?" तिनं विचारलं. "म्हणून तू मला डॉ. रोझकडे पाठवतोयस का?"

"मुळीच नाही, बहन," पण ते ओढूनताणून मोठ्यानं हसले आणि शेवटी ते त्यांच्या ओठांवर रेंगाळलं, तेव्हा ते अजिबातच हसू वाटत नव्हतं. "तुझं मन थकलंय. मी एक पत्र देतो, ते तू डॉ. रोझना दाखव."

"नाही," ती वैतागून म्हणाली. "मी तुला सोडून दुसऱ्या कुठल्याही डॉक्टरकडे जाणार नाही. जिला तू बहन मानतोस तिच्यावर उपचार करू शकत नसलास, तर गोष्ट तिथंच संपली समज." तिनं खुर्चीच्या हातावर स्वतःचे हात दाबून धरले. जमिनीवर पाय सरकवून सँडलचा आवाज केला; पण खोलीतून बाहेर पडणार असल्यासारखं दाखवूनही ती खुर्चीत बसून राहिली. "मला फक्त झोपेसाठी काहीतरी दे."

डॉ. इब्राहिमनी असहायपणे माझ्याकडे पाहिलं. कदाचित न बोलताच ते मला सुचवत असावेत, की तिच्या आवडीच्या दिलासा देणाऱ्या शब्दांनी मी तिला शांत करावं; पण डॉ. इब्राहिम, आमच्या कुटुंबात दिलासा देणाऱ्या शब्दांचा वापरच होत नाही. आमच्याकडे दिलासा देणारे आवडते शब्द नाहीत, कारण आम्ही एकमेकांना कधी दिलासा देण्याचा प्रयत्नही करत नाही. मी त्यांच्याकडे जी अस्वस्थ नजर टाकली होती तिचा अर्थ असा होता. "मला झोपेच्या गोळ्या दे, इब्राहिम," ते माझ्याकडे बघतायत असं पाहून तिनं गयावया केली.

"तुला अशा सहज झोपेच्या गोळ्या देऊ शकत नाही मी, बहन."

"अशा सहज? मला झोपेचा त्रास आहे आणि रात्रभर मी गाड्या मोजत राहतेय.

कधी कधी तर मालगाडीला किती डबे आहेत तेही मी मोजते आणि माझ्या मनाला शांतता मिळेल अशी गोळी तू मला देऊ शकत नाहीस?''

''तुला कुणी सांगितलं, की झोपेच्या गोळीमुळे मनाला शांतता मिळते? त्यामुळे तुला फक्त काही तास झोप लागेल. जागी झालीस, की तुझ्या सगळ्या काळज्या पुन्हा डोकं वर काढतील.''

''झोप लागत नाही हा माझा त्रास आहे. म्हणून मला झोपेच्या गोळ्या हव्या आहेत.'' – तिनं जोर धरला.

''मी इकडे झोपेच्या गोळ्या ठेवत नाही, बहन.'' पॉलिक्लिनिकजवळ असणाऱ्या मनोऱ्याच्या कर्ण्यावरून आवाज यायला लागला. संध्याकाळच्या प्रार्थनेची पहिली ओळ इमामाच्या आवाजात घुमली आणि डॉ. इब्राहिमनी घड्याळाकडे पाहिलं.

''मग एक औषधपत्र लिही.'' तिनं हुकूमच केला.

त्यांनी थोडा वेळ विचार केला. नाहीच म्हणायचं होतं त्यांना. ''ठीक आहे. मी देतो ते, पण काही अटी आहेत.'' त्यांनी टेबलावरचं कागदाचं पॅड पुढे ओढलं आणि त्यांच्या अटी सांगत सांगतच औषध लिहून द्यायला लागले. ''फक्त शेवटचा उपाय म्हणूनच याचा वापर करायचा. तुझे झोप येण्यासाठी मनापासून केलेले प्रयत्न उपयोगी पडणार नाहीत, तेव्हा एका वेळी फक्त एकच गोळी घ्यायची. एकापेक्षा जास्त गोळी घ्यायची नाही आणि हे औषधपत्र नेहमी कडी-कुलपात ठेव.''

''चालेल,'' ती आनंदानं म्हणाली. ''तुला नमाजाला उशीर होतोय.''

''अमर, तुझ्या लक्षात आलं का?'' आम्ही चौकातल्या औषधाच्या दुकानाकडे जात असताना तिनं मला विचारलं. ''इब्राहिम मला चुकवायचा प्रयत्न करत होता, म्हणून तो मला दुसऱ्या डॉक्टरकडे पाठवायला निघाला होता.''

''ते तुझ्याकडनं पैसे घेऊ शकत नाहीत. फुकटचं काम करण्यात त्यांना कशाला आनंद वाटेल?''

''खरं असेल ते.'' ती चिंतेनं म्हणाली. ''या वेळी मी त्याला पैसे पुढे करायला हवे होते. कदाचित त्यानं घेतले असते.''

औषधाच्या दुकानात तिनं औषधपत्र काऊंटरवर ठेवलं आणि सहजपणे तीस गोळ्या मागितल्या.

औषध विक्रेत्यानं औषधपत्राकडे नजर टाकली आणि मान हलवली. ''तीस नाही देता येणार. यात दोन लिहिलंय.''

''मला जास्त गोळ्यांची गरज पडली तर काय?''

''औषधपत्रात दोन लिहिलंय आणि मी तुम्हाला एका वेळी दोनच गोळ्या देऊ शकतो.''

''नवीन नियम दिसतोय,'' ती पुटपुटली. ''तर मग मला दोन द्या.''

त्या झोपेच्या गोळ्यांत काय घालतात कोण जाणे; पण फक्त दोन गोळ्या घेऊन तिचं नुसतं झोपेतलं स्वगतच थांबलं असं नाही, तर कासीम मामूच्या पत्रामुळे ती जी दुःखात बुडाली होती, त्यातूनही ती बाहेर आली. ती आपणहूनच नानीसाठी धावतं वर्णन करायला लागली. टेलिव्हिजनवर मिकी आणि मिनी काय काय करतायत, ते हसत हसत नानीला सांगायला लागली. जसिरा आणि प्रोफेसर नासिर आले की त्यांच्यासाठी मागच्या अंगणात कोंबड्यांच्या मागे पळायला लागली. कोंबड्या जर गोठ्याच्या छपरावर चढून बसल्या, तर त्यांच्याकडे दगडही भिरकावायला लागली.

ती आमच्याकडच्या आठ कोंबड्यांपैकी सर्वांत हळू पळणाऱ्या कोंबडीला स्वयंपाकघरात कापत होती, त्या वेळी जसिरा आत गेली आणि परक्यासारखं शेगडीजवळ उभी राहिली. तिनं नखं लांब वाढवून लालभडक रंगवली होती. डोळ्यांत काजळ घातलं होतं. "नवी काय खबरबात अम्मी?"

"विशेष काही नाही जसी," अम्मी म्हणाली. "कासीम मामूचं मला पत्र आलंय. त्यात तुला शुभाशीर्वाद सांगितलेयत."

"आणि एक चेक," जसिरा म्हणाली.

"तुला कसं कळलं?" ती कोंबडी कापायची थांबली.

"कळलं मला. मला वाटलं होतं, की मी न विचारताच तू सांगशील. कुठंय माझा चेक?"

"चेक तुझ्यासाठी आहे असं तुला का वाटलं?" तिनं सुरी बाजूला ठेवली. परत भांडण झालं तर ती काय करेल, याची तिची तिलाच भीती वाटली.

"माझे हेर पसरलेयत सगळीकडे." स्वतःच्या लालभडक नखांकडे बघत ती अस्वस्थपणे हसली. "या घरातल्या काही लोकांना अजूनही माझ्याबद्दल प्रेम वाटतं."

"येऊ तर दे अकमलला," अम्मीनं धमकी दिली. "त्याला परत या घरात जेवायलाच वाढणार नाही. अल्लानं माझ्या पदरात इतकी स्वार्थी मुलं घातलीयत. त्यांना फक्त पैशाशी मतलब आहे. मी लोकांकडून मागून आणलेल्या पैशांवरही हक्क सांगतायत."

"तो शादीचा तोहफा आहे माझ्यासाठी. तू भाईकडून मागून आणले नव्हतेस काही ते पैसे." जसिरानं मी तिला पाठिंबा द्यावा अशा अपेक्षेनं माझ्याकडे पाहिलं.

"मला विचार ना, तुझ्या शादीसाठी मी कुठून आणि कसे पैसे गोळा केले ते," तिचा आवाज चढला. "त्यातली एक पैही तुझ्या अब्बांच्या कुटुंबाकडून आली नाही. मला विचार, ते कुठून आले म्हणून. तू आता मिसेस प्रोफेसर नासिर आहेस, ती केवळ मी निर्लज्जासारखे माझ्या भाईकडे पैसे मागितले म्हणून."

"आणि तुझ्या भाईला माहीत नाहीय की आता घरच राहिलं नाहीय." जसिरानं कपटानं हसत आठवण करून दिली.

"अकमलला परत तर येऊ दे, त्याला आता या घरातच घेणार नाही."

"बिचाऱ्या अकमलला कशाला ओढतेस याच्यात? मला दुसऱ्याच कोणीतरी सांगितलं."

"अमर, जा त्याचा बाडबिस्तरा बाहेर टाकून दे आणि त्याची दुरुस्तीची हत्यारंसुद्धा. रेल्वेच्या फलाटावरच रेडिओ दुरुस्तीचं दुकान टाकू दे त्याला."

त्याच वेळी मधल्या पॅसेजच्या टोकाला असलेला केल्व्हिनेटर जसिराला दिसला. उंच, फिक्या हिरव्या रंगाचा, चकचकीत हँडलवर नॅपकीन टाकलेला फ्रिज. "हा रेफ्रिजरेटर कुठून आला?"

"तुझा काय संबंध?" मी म्हणालो.

"हा जर कासीम मामूनं पाठवलेल्या पैशांतून आणला असेल, तर नक्कीच माझा संबंध आहे."

"मी माझ्या पैशातनं आणलाय तो," अम्मी गुरगुरली. "मला हवं असेल तसे मी माझे पैसे खर्च करेन."

"तुला काय हवं ते कर. मला तो चेक द्यायची जर तुझी इच्छा नसेल, तर तो तुलाच ठेव," जसिरा म्हणाली. अम्मीवर मोठे उपकार करत असल्याचा तिचा आव होता. "पण मग मला नानीला सांगावं लागेल, की कासीम मामूनं माझ्यासाठी पाठवलेले पैसे मला मिळाले नाहीत म्हणून."

"जा, सांग जा तिला." तिनं पुन्हा सुरी उचलली. "मी कासीमचं घर चोरलं म्हणूनसुद्धा सांग तिला. मला नाही त्याची पर्वा."

पण जसिरा स्वयंपाकघराच्या बाहेर पडल्याबरोबर अम्मीनं मला तिच्या मागे जाऊन ती काय करतेय यावर पाळत ठेवण्याची खूण केली. मी मांजराच्या पावलानं कॉरिडॉरमधून जाऊन नानीच्या खोलीच्या दाराशी उभा राहिलो आणि जसिराच्या आवाजाकडे कान लावले. मला खोलीत फक्त टेलिव्हिजनचाच दबका आवाज ऐकू येत होता. मी चोरून आत डोकावलं. नानी तिच्या बिछान्यात एकटीच बसली होती आणि टेलिव्हिजनच्या पडद्यावरच्या मुंग्या बघत होती. मी आत जाऊन स्विच बंद केला. नानी बसली होती तिथून जवळच एका कोपऱ्यात जसिरा आणि प्रोफेसर नासिर घट्ट मिठी मारून मुका घेत होते.

"दुर्दैव!" प्रोफेसर नासिर उसनं अवसान आणून म्हणाला आणि त्यानं जसिराच्या कुल्ल्यांवरून हात काढले.

"कोण बोलतंय दुर्दैवाबद्दल?" नानीनं विचारलं.

"माझे प्रोफेसर बोलतायत," जसिरा ओठ टिपत म्हणाली.

"कसलं दुर्दैव?" तिनं कानोसा घेतला.

"टेलिव्हिजनबद्दल बोलतायत ते नानी. परत चित्र दिसेनासं झालंय."

'दुर्दैव' हा प्रोफेसर नासिरचा आवडत शब्द होता. मी त्याला तो पुष्कळ वेळा कमी-जास्त गंभीर असणाऱ्या पुष्कळ कारणांसाठी वापरताना ऐकलं. अब्बांनी त्यांचा मसाल्याचा व्यवसाय बंद पडल्याबद्दल सांगितलं तेव्हा, जसिरानं सोफियाच्या आठवणीनं खोटे खोटे अश्रू ढाळले तेव्हा, रविवारी टेलिव्हिजनवर सिनेमा चालू असताना वीज बंद पडली तर तेव्हाही तो 'दुर्दैव' असंच म्हणत असे.

मी लहान असताना अम्मीनं पुढच्या दारावर तीन इंच लांबीचे सात खिळे ठोकले होते. तसं केलं तर दुर्दैव वाट्याला येत नाही म्हणे; पण जर दुर्दैवानं तुमच्या घरावर हल्ला करायचं ठरवलंच असेल, तर पुढच्या दारावर खिळे ठोकले म्हणून काही फरक पडत नाही. ते मागच्या दारातनं, नाहीतर खिडकीतून, नाहीतर तावदानातनं किंवा छोट्याशा फटीतनंही आत येईल.

सूर्यास्ताच्या आधी जसिरा आणि प्रोफेसर नासिर ओसरीवर उभं राहून निरोप घेत होते. एका छोट्या सामानवाहू मोटारीवर केल्व्हिनेटर चढवायला अब्बांनी अकमलला मदत केली.

"इतकं सगळं कशाला?" प्रोफेसर नासिरनं विचारलं.

"छोटासा तोहफा, बेटा," अम्मी म्हणाली. "म्हणजे जेव्हा तुम्ही हा उघडाल, तेव्हा आमच्याबद्दलच्या शीतल आठवणी तुमच्या मनात येतील."

"छान बोललीस," अब्बा म्हणाले.

आमच्या इतक्या वाटेल तशा वाढलेल्या वंशवृक्षाच्या फांद्या वाकड्या तिकड्या वाढणं आणि प्रेमात आलेल्या सापांसारखं एकमेकांत गुंतणं अगदी साहजिक होतं. अपरिहार्य होतं असंच मी म्हणेन. त्यामुळे मी अगदी सहज कल्पना करू शकत होतो, की कॅलेंडरमध्ये जेव्हा माझ्या जन्मापूर्वीच्या तारखा असतील, तेव्हा त्या खाली माझ्या बिछान्यात जावी आणि सुहुदा बुआ नागव्यानं पहुडले असतील. जावी वरच्या बाजूला आणि ती त्याच्या अंगाखाली आळोखे-पिळोखे देत असेल किंवा त्याच्या उलटही असू शकेल. संदीप कधी कधी बोगद्यात ती गुळगुळीत मासिकं घेऊन यायचा, त्यात दाखवलेलं असतं तसं? त्या मासिकातल्या एका चित्रात एक मध्यमवयीन भुऱ्या केसांची बाई होती. तिच्या काखेत किंवा पायांच्या बेचक्यात अजिबात केस नव्हते. त्या चित्रातला तपशील मला अजूनही स्पष्ट आठवतो आणि माझी वासना चाळवली जाते : ती बाई एका तरुणावर दोन्ही बाजूला पाय टाकून बसली होती. त्याचे दंड पावाच्या लादीएवढे होते. त्यांच्या मागे एक मोठी खिडकी होती. तिचे पडदे उघडेच होते, म्हणजे तुम्हाला तपशील हवा असला तर सांगतो. गाजराच्या रंगाची मोटार खाली उभी होती. मोटारीच्या जाळीवरून ती फोर्ड वाटत

होती. दूरवर एक भिंत होती. विटांची किंवा सिमेंटची नव्हती, तर झुडपांची होती. त्या खोलीतली प्रत्येक गोष्ट पांढरी होती. चादर, उश्या, खिडकीची चौकट, दिव्यांची शेड, पडदे आणि त्या भुऱ्या केसांच्या बाईनं घातलेल्या घड्याळाचा पट्टासुद्धा.

नंतर त्याच्याहीपेक्षा जास्त चाळवणारी चित्रं बघितली, तरीही तेच चित्र माझ्या आठवणीत कायम राहिलंय. मी अनेकदा कल्पना करतो, की ती भुरी बाई फोर्डमध्ये बसून गावातल्या रस्त्यावरून चाललीय. रस्त्याच्या दोन्ही बाजूला छोटी घरं आहेत आणि आपण कधीतरी इंग्लिश कार्यक्रमात बघतो, तशा प्रकारच्या स्वयंपाकघरात ती स्वयंपाक करतेय.

संदीप आणि मी या दोघांत हा फार मोठा फरक होता : तपशिलाची कल्पना करणं. डोळ्यांसमोर जे आहे त्याच्यापेक्षा जास्त त्याला कधीच दिसायचं नाही. त्याला फक्त एक तरुण आणि ती बाई; आणि ते कुठे जोडले गेलेयत तेवढंच दिसलं. त्यानं स्वतःच्या पायांच्या बेचकीत हात घातला आणि त्या बाईच्या लाल चुटूक ओठांवर बोट टेकलं. संपलं. मी तिला मोटार चालवताना, स्वयंपाक करताना, सर्दी झाली म्हणून विक्सचा वाफारा घेताना, फरसबंदी दगडाच्या रस्त्यावरून चर्चला जाताना, कपडे धुताना, चादरी वाळत घालताना, घडाळ्याचा गजर लावताना, झोपलेलं, सकाळी सहा वाजता उठताना आणि टोस्ट बनवताना पाहिलं.

उन्हाळ्यात जेव्हा पाठीवर सामान घेऊन हिंडणारे पर्यटक गाड्यांतून मोठ्या प्रमाणावर येत आणि समुद्राची गाज ऐकत गावातून त्या दिशेनं निघत, त्या वेळी भुऱ्या केसांच्या मध्यमवयीन बायका दिसल्या, की मी अगदी डोळ्यांत तेल घालून निरीक्षण करायला लागायचो. त्यांचे चेहरे, त्यांची मनगटं बघायचो. त्यावर कदाचित मोठ्ठं, चौकोनी आकारातलं, पांढऱ्या पट्ट्याचं घड्याळ असेल अशा अपेक्षेनं. एकदा मी साधारण तशी दिसणारी एक बाई सज्जादच्या फळाच्या दुकानावर पाहिली. तिनं खांद्यावर अगदी अरुंद पट्टी असलेला गुलाबी ब्लाऊज घातला होता. त्यामुळे सहजच तिच्या काखाही दिसल्या. मासिकातल्या बाईसारख्या तिच्याही साफ होत्या. तिनं चौकोनी आकाराचं घड्याळही घातलं होतं; पण त्याचा पट्टा गडद तपकिरी होता. तसं पाहिलं, तर लोक पट्टे बदलतातच ना? पण जेव्हा तिनं सज्जादचे आभार मानायला तोंड उघडलं, तेव्हा मला दिसलं की तिचे दात अगदीच वेगळे आहेत.

पण मी या भुऱ्या केसांच्या बायकांबद्दल कशाला सांगायला लागलो? बस झालं हे वाहवत जाणं.

जर मी, माझ्या बिछान्यावर जावी आणि सुहुदा बुआ यांचा प्रणय रंगात आलाय अशी कल्पना करायला लागलो, तर त्यात चूक काहीच नव्हतं. सगळेच असल्या कल्पना करत असतात; पण मी त्याच्याही पुढे पोहोचलो : मी तर जवळच्या

नात्यातील असंमत असणाऱ्या शरीरसंबंधाची कल्पना करायला लागलो.

एके दिवशी मी जसिराच्या शादीचा आल्बम चोरून माझ्या खोलीत आणला आणि पोटावर झोपून त्याची पानं उलटायला लागलो. कॅमेऱ्याकडे बघून हसणाऱ्या सुहुदा बुआचा फोटो आल्यावर थांबलो. का ते मलाही सांगता येणार नाही. ज्या दिवशी जावीची डायरी पाहून तिनं अश्रू गाळले होते आणि जावीनं तिला लिहिलेलं पत्र मला पाठवायचं कबूल केलं होतं, त्याच दिवशी तो फोटो काढला होता. ती मांडीवर डायरी घेऊन बसली होती, तेव्हा संधिप्रकाशात तिची कांती कशी सोनेरी दिसत होती, तेही मला आठवलं.

त्या फोटोत अम्मीसुद्धा होती. मागच्या बाजूला ती चहा देत होती. फोटो काढतायत इकडे तिचं लक्षही नव्हतं. तिला बघून मला थोडं अस्वस्थ वाटलं, म्हणून मी तिच्या चेहऱ्यावर हात ठेवला. आता त्या फोटोत सुहुदा बुआ सोडून दुसरं कोणी नव्हतं. बऱ्याच दिवसांपासून मला वाटायला लागलं होतं, की त्या मासिकातल्या बाईइतकी सुहुदा बुआसुद्धा टंच भरलेली आहे. मी माझ्या माड्यांची बेचकी बिछान्यावर दाबली आणि हळूहळू पुढे-मागे झुलायला लागलो. मग मी ओठांचा चंबू केला आणि तिचा चेहरा, मान आणि फोटोत दिसत होती तेवढी छाती यांचे पटापट मुके घ्यायला लागलो. माझी वासना हळूहळू बाहेर गळली. दाट, बिनरंगाची आणि लिबलिबीत. चादरीवरचा तो ऑस्ट्रेलियाच्या नकाशासारखा चिकट डाग पाहून मला खूपच अपराधी वाटलं. मी तो आल्बम बंद करून खालच्या मजल्यावरच्या लोखंडी कपाटात जागच्या जागी ठेवून दिला. परत कधीही तो न उघडण्याची शपथ घेत.

कासीम मामूचं पत्र येऊन आठवडा झाला, तोच पोस्टमन परत आमच्या दारी आला. अम्मी स्वयंपाकघरातून बाहेर येण्यापूर्वीच मी ओसरीवर पोहोचलो होतो. मी खोलीची कडी लावली आणि जावीचं आत्महत्येचं पत्र उघडलं.

प्रिय सुहुदा,

अर्ध्या तासापूर्वीच अस्मा बहननं एका मुलाला जन्म दिला. चांगला गुटगुटीत आहे; पण या जगात यायच्या विचारानंच जणू त्याच्या अंगावर पुरळ उठलाय. त्याची रिकामी नजर पाहून मला शंका येते, की तो मुलगा माझ्या अम्माइतकाच आंधळा होईल.

धक्का वाटून घेऊ नकोस सुहुदा. हे मी लिहिलेलं शेवटचंच पत्र असेल. मी हे लिहीत असताना घराजवळनं गाडी चाललीय. तिचे ब्रेक लावलेला आवाज मला ऐकू येतोय. का कोण जाणे; पण प्रत्येक वेळी मी ब्रेकचा आवाज ऐकला, की लोखंडाच्या उंदरांच्या मोठ्या घोळक्यावरून गाडी चाललीय असं मला वाटतं.

अजून अर्ध्या तासानं मला दुसऱ्या जगात नेणारी गाडी आहे. मी बोगद्यात त्यावर चढेन आणि तुला हे पत्र मिळेपर्यंत खूप दूर निघून गेलेला असेन. मी तुला नेहमीच माझी बहन मानलंय. त्यामुळे तुला कासीमबद्दल काहीतरी सांगिलंच पाहिजे, असं मला वाटतं.

कासीम कधीच परत येणार नाहीय आणि तुला कधीच त्याची बीबी म्हणून लंडनला जाता येणार नाही. म्हणून तू इंग्लिशमध्ये बोलायला शिकायचा जो प्रयत्न करतेयस, त्याचा काही उपयोग नाही. तुमच्या दोघांत फुलत जाणारं प्रेम प्रत्यक्ष डोळ्यांनी पाहिलं असल्यामुळे, तुला सांगायला मला खूप दुःख होतंय, की कासीमनं एलिझाबेथ नावाच्या इंग्लिश बाईशी शादी केलीय. ती त्याच्यापेक्षा दोन वर्षांनी मोठी आहे आणि तिला आधीच्या शादीपासून दोन मुलंही आहेत.

तो माझा भाईच आहे; पण तो किती संधिसाधू आहे याची तुला कल्पना द्यावी असं मला नेहमी वाटायचं. मी यापूर्वी तसं सांगितलं नाही, याचं कारण मला भीती वाटायची, की तू माझ्या हेतूचा चुकीचा अर्थ लावशील आणि तुला वाटेल की मी तुला माझ्या भावापासून हिरावण्याचा प्रयत्न करतोय. प्लीज त्याची वाट पाहायची थांब. तो गेली अडीच वर्षं बाहेर आहे. या वेळात त्यानं तुला एक तरी पत्र लिहिलंय का?

मला अजूनही आठवतं, की तो निरोप घ्यायला आला होता, तेव्हा तू किती हुंदके देऊन रडली होतीस आणि त्यानं लंडनला पोहोचल्याबरोबर तुला पत्र पाठवायचं वचन दिलं होतं. तो क्षण माझ्या आठवणीत एक मधुर क्षण म्हणून कोरला गेलाय. तू पडद्याला धरून रडतेयस आणि तो कसानुसा हसून तुला दिलासा देतोय. माझ्या मनात येतं, मागच्या वर्षी त्यानं जेव्हा त्या इंग्लिश बाईशी शादी केली, तेव्हा तो क्षण त्याच्या डोळ्यांसमोर तरळला असेल का? मी तर तुला असं सांगेन, की तुझे भाई शोधतील त्या पहिल्या मुलाशी तू शादी कर.

कदाचित जरा वेगळ्या पद्धतीनं विचार केलास, तर तुला थोडं शांत वाटेल. कासीम देखणा नाही, हुशारही नाही. तो फक्त एक संधिसाधू माणूस आहे आणि ब्रिटनचं नागरिकत्व मिळवण्यासाठी त्यानं एका इंग्लिश बाईशी शादी केलीय. माझी खात्री आहे, की त्याची बीबी तुझ्या निम्म्यानंसुद्धा सुंदर नसेल. तुझ्याकडे तर लोक वळून वळून पाहतात. माझ्या माहितीप्रमाणे आपल्या घराण्यात तुझ्याइतकं उंच कोणी नाही. एकदा माझ्या एका मित्रानं तुला ओझरतं पाहिलं होतं. तो म्हणाला, की तुझे पाय खूप लांब आहेत आणि तुझी चाल खूप मादक आहे आणि

माझ्या चचेऱ्या, मौसेऱ्या भाईंना मी जेव्हा भेटतो, त्या वेळी तुझ्या सुंदर नाकाची नेहमीच चर्चा होते. तुझे केस किती जाड आणि सुंदर आहेत, हे वेगळं सांगायची गरज नाही.

मी परत स्वतःला बिछान्यावर जोरात दाबलं आणि पोटावर पुढे-मागे व्हायला लागलो. सुहुदा बुआ उंच टाचांचे बूट घालून नागव्यानं चालत होती. तिचे लांबसडक केस कमरेखाली रुळत होते. ती वळली तेव्हा मला दिसलं, की तिच्या स्तनांची टोकं बुचासारख्या रंगाची आणि सछिद्र आणि मोठी होती. मी डोकं उशीवर टेकलं आणि थोडा वेळ गप्प पडून राहिलो. बिछान्यावरचा बिनरंगाचा डाग याही वेळेला नकाशाच्या आकाराचा होता. श्रीलंकेच्या. नकाशात सापडणार नाहीत, अशी छोटी छोटी बेटंही होती त्याजवळ.

जावीनं कधी कल्पनाच केली नसेल, की त्याची आत्महत्येची चिठ्ठी वाचून कोणीतरी समागमाची उत्कटता अनुभवेल; पण त्या पत्राचा आत्महत्येची चिठ्ठी म्हणून विचार करणंही अवघड होतं. माझा जो काही उणापुरा अनुभव आहे त्यावरून आणि जावीबद्दल पुरेसा आदर बाळगूनही मला असं म्हणावंसं वाटतं, की आत्महत्येची चिठ्ठी लिहिण्याची ही काही पद्धत नाही. अम्मीला लिहिलेली चिठ्ठी यापेक्षा चांगली होती. त्यात काही विषयांतर तरी नव्हतं. आपलं आयुष्यच संपवायचं ठरवल्यानंतर एखाद्या बाईचं गुणगान करण्यात काय अर्थ होता? पण तुम्ही जितक्या वर्षांचे आहात, तितकी वर्षं जर एखाद्याला मरून झाली असतील, तर आत्महत्येची चिठ्ठी कशी लिहायची हे त्याला शिकवता येणं केवळ अशक्य होतं.

आशा करतो, की हे वर्ष संपण्यापूर्वी तुझी शादी झालेली असेल. तुझं भलं होवो. उशीर होतोय मला. मी हे पत्र रेल्वे स्थानकाजवळच्या पोस्टाच्या पेटीत टाकेन. मग मला बंगला ओलांडून पुन्हा बोगद्याकडे जावं लागेल आणि तीनच्या गाडीची वाट बघत मी थांबेन.

तुझा जावी
नोव्हेंबर ५, १९६८
दुपारी २.४०

◆

प्रेम

दूर खाली लाटालाटांचा समुद्र होता. त्याच्या आणि आमच्या मध्ये तो लाल सुळका होता. सुळक्याच्या कडेसारखंच बहिर्वक्र क्षितिज दूरवर दिसत होतं. मासे पकडून परत येणाऱ्या बोटी त्यावर ठिपक्यांसारख्या वाटत होत्या. सुळक्याखालीच सोनेरी रंगाचा समुद्रकिनारा पसरला होता; पण त्या बोटी तिकडे येत नाहीत. खडकाच्या वळणापलीकडे एक छोटंसं गाव आहे. नारळाच्या झाडीत आतल्या भागात एक झोपड्यांची वस्ती आहे. किनाऱ्यावर मधून मधून बोटींचे ताफे उलटे घातले आहेत. त्याच्या सावलीत पुरुष दुपारच्या झोपा काढतात. ताफ्यांची सावली लहान होऊन डोळ्यांवर सूर्य येऊ लागला, की उठतात. तिकडे जाऊन बोटी थांबतील. आम्ही शाळकरी मुलं होतो तेव्हा एकदा तिकडे गेलो होतो. त्या वेळी कोळ्यांनी एक शार्क माशाचं पिल्लू ओढून किनाऱ्याला आणलं होतं. त्याचं उघडं पडलेलं तोंड रक्तानं माखून गेलं होतं. त्यामुळे त्याचे दात डाळिंबाच्या दाण्यासारखे दिसत होते.

किती बरं वर्षं झाली त्याला? आठ वर्षं? की नऊ? ते शार्क माशाचं पिल्लू पोहत येऊन जाळ्यात अडकलं नसतं, तर आतापर्यंत पूर्ण वाढ झाली असती त्याची, इतकी वर्षं झाली त्याला. आता आम्ही- संदीप आणि मी- बावीस वर्षांचे व्हायला आलो होतो. अजूनही आम्ही दूर नजर लावूनच बसलोय. मी पदवी न घेताच कॉलेजातून बाहेर पडलो होतो आणि संदीपइतकाच मीही तांत्रिक ज्ञानाच्या बाबतीत अनाडी होतो. त्यामुळे सरकारी नोकरी मिळणं अशक्यच होतं. मिळाली असती तरी आतापर्यंत बंगल्यावरच्या कोणीही माणसानं केलं नाही, असलं काहीतरी हलकं काम मिळालं असतं.

बंगल्यावर काहीच फारसं बदललं नव्हतं. ज्या वयाला साधारण माणसं झोपेत मरतात असं आपण समजतो, ते वय नानीनं केव्हाच पार केलं होतं आणि अजूनही तिची प्रकृती उत्तम होती. ती मन लावून टेलिव्हिजन ऐकायची. टी.व्ही.च्या कार्यक्रमाचं वेळापत्रक ती अचूक सांगू शकली असती; पण आजकाल तिला फार वेळा राजीव गांधीचा आवाज ऐकायला मिळत नव्हता. गेल्या उन्हाळ्यातच तो

सत्तेवरून पायउतार झाला होता. गेल्या तीन वर्षांत जसिराचा दोनदा गर्भपात झाला होता. आजकाल तिचं बंगल्यावर येणंही कमी व्हायला लागलं होतं. आनंदाचीच गोष्ट होती ती. मला खोलवर मनात वाटायचं, की तिनं बंगल्यावर अजिबातच येऊ नये. आमची वादावादी कधी थांबायचीच नाही. मी भविष्याचा विचार करत नाही म्हणून किंवा तिच्या प्रोफेसरबद्दल मला आदर नाही म्हणून जसिरा भांडण उकरून काढायची आणि तो आमच्यापासून अगदी जवळ उभा असला, तरी आपण त्या गावचेच नाही असा आव आणायचा.

अकमल तसाच बावळट राहिला होता. त्यानं स्वतःची कुफी टोपी बदलली होती. नवीन टोपी त्याच्या केसाच्या रंगाची होती. त्यामुळे त्यानं ती घातली काय आणि नाही काय, सारखंच दिसायचं; पण तो ती रात्रंदिवस घालायचा. तो जर कधी टोपी न घालता माझ्यासमोर आला, तर अनोळखी किंवा नागवा वाटायचा किंवा दोन्ही : नागवा अनोळखी.

"या कुटुंबात अक्कू एकटाच कमावतोय पैसे," अकमलला गावच्या चौकात रेडिओ दुरुस्त करणारा शिकाऊ उमेदवार म्हणून नोकरी मिळाली, त्या दिवशी जसिरा प्रोफेसर नासिरला म्हणाली. "बाकी सगळे आळसात वेळ काढतायत. खा, प्या, टी.व्ही. बघा आणि झोपा."

"तुझ्या नवऱ्याच्या पैशाचं नाही खात आम्ही," मी म्हणालो.

"मी तुझ्याशी बोलत नाहीय, अमर," जसिरा खेकसली. "आणि उगाच नासिरला मध्ये ओढू नकोस."

"ठीकंय," माझं लक्ष प्रोफेसर नासिरकडे होतं. त्याला अचानक वर्तमानपत्र वाचण्यात रस आला होता. खेळाचं पान उघडून तो बसला होता. "अब्बांनी तुला एकशे एक मोहरा, दोन लाख रुपये आणि अर्धा एकर जमीन दिली. आतां तुझं काही काम नाही."

"जसी," प्रोफेसर नासिरनं एकाएकी खेळाच्या पानावरून नजर उचलून वर बघितलं. "मला आत्ताच काहीतरी आठवलं. सोमवारपूर्वी मला ढीगभर प्रकल्पांचं मूल्यमापन करायचंय. कपडे कर. आपण घरी जाऊ या."

"असाच कसा निघशील, बेटा?" अम्मीनं परत एकदा नेमक्या वेळेला प्रवेश केला. "तळणीमध्ये कोंबडी शेवटची उलटतीय आणि तुम्ही बांधाबांध करून निघायचं म्हणता?"

हा अर्थशास्त्राचा प्रोफेसर सोडून घरातल्या सगळ्यांना माहीत होतं, की अजून चुलीवर भांडंही चढलं नव्हतं आणि ती ज्या कोंबडीबद्दल बोलत होती, ती जिवंत होती. अजून तिच्या अंगावर पिसं होती आणि फणसाच्या झाडाखालच्या घाणीत ती चोच खुपसत होती. आजकाल अम्मी फक्त वेळप्रसंग आला, तरच कोंबडी

कापायची आणि पुन्हा कामावर जायचा दिवस उजाडायच्या आधी मूठभर प्रकल्पांचं मूल्यमापन करण्याच्या गमजा मारणारा हा प्रोफेसर म्हणजे वेळप्रसंगच म्हणायचा. आता मागच्या अंगणात कोंबडी पकडायची धावपळ सुरू होणार होती.

"अक्कू," जसिरा निरोप घेताना न चुकता म्हणायची, "रविवारी पूर्ण दिवसभर तू आमच्याकडे ये. तू आलास की आपण कोंबड्या मारू."

जसिरा अकमलला तिच्या घरी बोलवायची याचं कारण फक्त कोंबड्या हेच होतं. तिला किंवा प्रोफेसरला हलाल पद्धतीनं कोंबडं कसं मारायचं, हे माहीतच नव्हतं. अकमलही शनिवा-रविवारी त्यांच्याकडे जाताना केळ्यांचे घड, कापलेला फणस, आमच्या खुराड्यातली अंडी घेऊन जायचा; पण त्यानं प्रोफेसरबरोबर बाबरी मशिदीबाबत वाद घालायची चूक केली आणि तो जसिराच्या मनातून उतरला.

आजकाल तर बंगल्यावर कोणी सोफियाची आठवणही काढत नसे. अम्मीनं तिच्या कबरीवर लावण्यासाठी उदबत्त्या पाठवणं कधी बंद केलं, मला आठवत नाही आणि शुक्रवारच्या प्रार्थनेनंतर वळणावरच्या त्या झुडुपांच्या दाटीत जाऊन अकमल अजूनही तिच्यासाठी फतेहा म्हणत होता का, हे कळायला काहीच मार्ग नव्हता. वसंत ऋतूच्या बहारात जांभळाचं झाड फळांनी लगडलं, पानांपेक्षाही फळंच जास्त दिसायला लागली, की ते छान दिसतंय एवढंच वाटायला लागलं. कधीतरी त्याच्याकडे पाहताना रोपटं उपटून भाताच्या शेतातून पळत सुटलेली, हसणारी सोफिया आठवायची आणि खूप दुःख व्हायचं. आताशा मलाही तिची आठवण होऊन दुःख फक्त एकाच वेळी वाटायचं- माझं आणि जसिराचं भांडण झालं की. तेव्हा मात्र माझ्या मनात यायचं, की पावसाळ्यात तळ्यावरच्या सहलीला जाऊन त्या मोडक्यातोडक्या बोटीत चढणारी मुलगी जसिरा असायला हवी होती. काळ नुसती जखम बरी करत नाही, तिच्यावरची खपलीही नाहीशी करतो.

आमचे अम्मी-अब्बा, दोन ध्रुवांवर दोघे आपण असंच आयुष्य जगत होते, हे वेगळं सांगायला नको. ते एकमेकांशी एक शब्दही बोलत नसत. फक्त प्रोफेसर नासिर जवळपास असला, तर अपवाद केला जायचा. अब्बा सगळ्या जगावरच रागावल्यासारखं वागायचे आणि अम्मी सगळ्या जगाशी सूत असल्यासारखी. आणि ज्या पत्रामुळे ती रात्री झोपेत बोलायला लागली होती, त्याच्यानंतर लंडनहून एकही पत्र आलं नव्हतं.

वासनाशमनाच्या बाबतीत माझं पश्चात्ताप वाटणं कमी व्हायला लागलं होतं. उदाहरण द्यायचं, तर सुहुदा बुआ माझ्या स्वप्नरंजनात वरचेवर यायला लागली. तिच्या जन्मवेळच्या वेषात. कधी कधी तर ती माझं लिंग हातात धरून मला गुलाबाच्या पाकळ्या पसरलेल्या बिछान्याकडे घेऊन जायची. या स्वप्नरंजनात ती वयानंही मोठी झाली होती. तिच्या मांडीवरच्या ताणल्याच्या खुणा वाढल्या होत्या.

तिचे स्तन थोडे ओघळायला लागले होते. हे सोडलं, तर फारसं काही घडत नव्हतं.

ओह, मी जावीबद्दल सांगायचंच विसरलो. त्याला पुरल्याला एकवीस वर्षं होऊन गेल्यानंतर मी चुकूनच मशिदीमागच्या दफनभूमीतली त्याची कबर बघितली. इतका काळ गेल्यावर, दुःख करणाऱ्या काही पिढ्यांचे पाय त्यावर पडल्यामुळे ती थोडीशी सपाट झाली होती. माझ्यासारखा बंगल्यावरचा नास्तिक मशिदीच्या परिसरात काय करत होता, हे समजण्यासाठी थोडं स्पष्टीकरण द्यावं लागेल.

उन्हाळ्यात ते पाठीवर सामान घेऊन हिंडणारे प्रवासी आमच्या गावात यायचे आणि पहिला पाऊस झाला, की निघून जायचे, तशी १९८९च्या मध्यावर कांजिण्यांची साथ आली. आतापर्यंत मी अब्बांना कधी आजारी पडलेलं बघितलं नव्हतं. ते मधमाश्यांच्या पोळ्याशी खेळ करावा आणि त्याचं बक्षीस मिळावं तसे दिसत होते. चेहऱ्यावर आणि शरीरावर हजारो चावे उठावेत तसे. अकमलनं दुरुस्तीच्या दुकानातून आठवडाभर रजा घेतली. तो अब्बांच्या बिछान्याजवळ बसून, त्यानंच तोडलेल्या कडुनिंबाच्या डहाळीनं त्यांना वारा घालायचा. अम्मी त्यांच्यासाठी दर दोन तासांनी गरम पाण्याच्या पिशव्या भरायची आणि त्यांची न्याहारी आणि सकाळ-संध्याकाळची जेवणं यासाठी काकडीची कोशिंबीर बनवायची; पण जसजसे दिवस गेले तसतशी त्यांची तब्येत जास्तच बिघडायला लागली. लाल ठिपके पाण्याच्या फोडासारखे होतील असं दिसायला लागलं, त्या वेळी अम्मीनं डॉ. इब्राहिमसाठी चिठ्ठी लिहिली. चिठ्ठी लिहायची गरज काय म्हणून मी तिच्याशी खूप वाद घातला. तिनं चिठ्ठीत लिहिलं त्यापेक्षा चांगलं वर्णन मी प्रत्यक्ष करू शकलो असतो, पण तिनं आग्रहच धरला, की मी ती चिठ्ठी डॉ. इब्राहिमना पोहोचवावी.

पॉलिक्लिनिकचे दरवाजे बंद होते आणि त्याच्या खिडकीवर एक सूचना चिकटवली होती, इतक्या घाईत ती लिहिली होती, की डॉ. इब्राहिमनी एखादं औषधपत्रच लिहिलं आहेसं वाटावं. त्यात लिहिलं होतं, की परत सूचना मिळेपर्यंत सल्ला दिला जाणार नाही. त्या पत्रकातच डॉ. इब्राहिमच्या नेहमीच्या रुग्णांसाठी चौकातल्या दुसऱ्या दवाखान्याचा पत्ता दिला होता. सूचनेवरची तारीख पाहिली, तर क्लिनिक बंद करून महिना होऊन गेला होता. दिखाऊ छपरावर उंदीर फिरताना ऐकू येत होते आणि डॉक्टरांसाठी थांबण्याच्या खोलीच्या फरशीवर झपाट्यानं जाणारा एक मांजरीच्या पिल्लाएवढा मोठा उंदीर मी स्वतःच बघितला. डॉ. इब्राहिमसाठी अम्मीनं दिलेली चिठ्ठी घेऊन मी त्यांच्या बोगद्याजवळच्या घरी गेलो. फाटकाला कुलूप होतं. पुढच्या अंगणात किंवा मोटारीच्या जागेवर त्यांची फियाट दिसत नव्हती. ते घर काहीसं झपाटल्यासारखं दिसत होतं. बागेत वाळलेल्या पाल्याचा दाट गालिचा पसरला होता. डालडाच्या जुन्या डब्यातनं लावलेली ऑर्किडची झाडं कोमेजली होती आणि सज्जांच्या कठड्यांवर रानटी वेली चढायला लागल्या होत्या.

फाटकाच्या नक्षीदार कामावर कोळ्यांची नाजूक जाळी झोपाळ्यासारखी लटकली होती. कुलूप घातलेल्या फाटकापासून ते देवडीपर्यंत पोचणारे, कुंपणातले मोटारीचे अर्धचंद्राकृती ठसे मातीशी एकरूप झाले होते. मी विचार करायला लागलो, की डॉ. इब्राहिमनी त्यांच्या घरापासून आणि कामापासून दूर ती फियाट कुठल्या रस्त्यानं नेली असेल आणि कुठे थांबली असेल.

डॉ. इब्राहिम इतका प्रतिष्ठित आणि जोरात व्यवसाय चालणारा डॉक्टर एक सूचना लावून नाहीसा होतो. स्वतःचं क्लिनिक उंदरांसाठी आणि नीटनेटकं घर रानटी झाडांसाठी सोडून जातो, या गोष्टीचा अर्थच लागत नव्हता. मला माहीत होतं, की असिफ वैद्यकीय शिक्षण घ्यायला दुसरीकडे गेलाय आणि एक-दोन वर्षांत तो डॉक्टर बनेल. जसिराच्या शादीनंतर थोड्याच महिन्यांत तो वैद्यकीय कॉलेजात गेला होता. आमच्या घरी डॉ. इब्राहिमनी मिठाईचा डबाही पाठवला होता. तो हातात घेऊन अम्मीनं माझ्याकडे दयेची नजर टाकत इतक्या जोरात उसासा टाकला, की मला वाटलं त्याच्या वाऱ्यानं पडदे फडफडतील आणि त्यावर छापलेल्या तपकिरी फुलांच्या पाकळ्या खिडकीच्या कठड्यावर विखरतील.

"तो हजला गेला असेल," मी तिनं डॉक्टरांना लिहिलेलं पत्र परत दिलं, तेव्हा अम्मी म्हणाली. "पण माझी क्षमा मागितल्याशिवाय इब्राहिमला मक्क्याला जाता येईल का?"

डॉ. इब्राहिम अम्मीशी काही चुकीचं वागला होता, म्हणून इस्लामी पद्धतीच्या निर्वाणासाठी जाताना त्यांनी तिची माफी मागायला हवी होती, अशातला भाग नाही. नाही. तसं मुळीच नव्हतं. मक्क्याला जाण्यापूर्वी प्रत्येकाची माफी मागायची ही आमची रीतच आहे. समजा, मी हजला जाणार असलो, तर मी जसिराचा हात हातात घ्यायचा आणि म्हणायचं, "जसी, मी तुझ्याशी जसं वागलो त्याबद्दल मला माफ कर आणि मला जायची परवानगी दे." मला विचाराल तर फार अजब रीत आहे ही. शब्दांत सांगता येणार नाही इतकी विचित्र. काही जण तर जाण्यापूर्वी गदगदून रडतात. त्यांना वाटत असतं की त्यांना त्या पवित्र देशात मरण येईल आणि खजुराच्या झाडाखाली पुरतील; पण त्यांच्यापैकी बहुतेक सारे परत येतात आणि जाताना ज्यांचा शेवटचा निरोप घेतला होता, त्यांच्यासाठी भेटवस्तू आणि स्मृतिचिन्हं घेऊन येतात.

"नाही, तो दुसरीकडेच कुठेतरी गेला असेल." शेवटी अम्मी खात्रीनं म्हणाली. "इथं येऊन निरोप न घेता काही इब्राहिम हजला गेला नसेल."

अब्बांच्या शरीरावरची सूज उतरायला लागली. अकमल कडुनिंबाच्या डहाळीनं वारा घालायचा, त्याचा उपयोग होऊन त्यांना बरं वाटलं होतं; पण मी पॉलिक्लिनिकवर लक्ष ठेवून होतो. जेव्हा जेव्हा मी तिकडे फिरकलो, तेव्हा तेव्हा ते बंदच होतं. त्यावर

चिकटवलेली सूचना रणरणत्या उन्हात पिवळी पडली होती, पावसात भिजत होती आणि पुन्हा उन्हात वाळत होती.

तीन महिन्यांनंतर मी डॉ. इब्राहिमबद्दल बातमी ऐकली. मी ती ऐकली, तेव्हाच पूर्ण गावाच्या कानांवरही ती पडली. कारण मनोऱ्यांना बांधलेल्या कर्ण्यांवरून जाहीर निवेदनच केलं जात होतं. विषण्ण करणारीच संध्याकाळ होती ती. सूर्यास्तापासूनच ताडाच्या झाडावर एक टिटवी ओरडत होती. अंधार वाढत असतानाही अम्मीनं बाहेर ओसरीवर येऊन त्या दिशेनं दगड भिरकवले. तुम्हाला माहीत नसेल तर सांगतो, टिटवी म्हणजे मृत्यूचा पक्षी. अम्मीचं म्हणणंय, की टिटवीचं ओरडणं अशुभसूचक असतं. ते ऐकू आलं, की कोणाच्या तरी मृत्यूची बातमीही कानांवर येतेच; पण माझा त्यावर विश्वास नाही. कारण टिटवीचं ते दीर्घ आणि अंगावर शहारे आणणारं ओरडणं न ऐकता, म्हणजे पूर्वसूचना न मिळताही कितीतरी जणांचे मृत्यू झालेले आम्ही ऐकले. अम्मीनं ताडाच्या झाडांच्या दिशेनं आणखी एक दगड भिरकावला. आम्हाला पानांची सळसळ आणि पंखांची फडफड ऐकू आली.

कर्ण्यावर बोटांनी टकटक केल्याचा आला. वाटलं, आपल्या गावाला एक मोठा सार्वजनिक दरवाजा आहे आणि त्यावरच कोणीतरी टकटक करतंय. त्यानंतर इमामानं घसा खाकरला. अम्मीनं मनोऱ्याकडे बोट केलं. इतकं ताठ बोट, की जणू काही त्यावरच ती आरोप करतेय. वाईट बातमी ऐकावी लागणार याबद्दल तिला शंकाच नव्हती.

पहिल्यांदा ती मी ऐकली, तेव्हा त्याचा अर्थ समजण्याचीच माझ्या मनाची तयारी नव्हती. म्हणून दुसऱ्यांदा ती सांगितली जात असताना मी कान टवकारले. हाताच्या मुठी इतक्या घट्ट वळल्या, की नखं हातात रुतली. तसं केल्यानं माझ्या हृदयाची धडधड कमी होईल असं वाटलं; पण अम्मीनं ती गोष्ट नीट ऐकली होती. तिचं तोंड उघडं पडलं होतं आणि तिनं ओठांवर दोन बोटं टेकली होती. त्या वेळी मलाही नीट ऐकू आलं. डॉ. इब्राहिमच्या मुलाच्या मृत्यूची बातमी बारीक आवाजात सांगितली जात होती. मृत्यूमुळे सगळ्याच गोष्टी बदलतात. मला एकदम वाटलं, की मी असिफशी मैत्री करायला हवी होती. अगदी मनापासून वाटलं, की त्याच्या खांद्यावर हात ठेवून त्याची क्षमा मागावी. गावाच्या दुसऱ्या टोकाला संदीपनंही ही बातमी ऐकली असेल आणि त्यालाही तसंच वाटलं असेल.

त्या रात्री मी धूळवाटेनं जाऊन सिग्नलच्या खांबाजवळ बसलो. माझा गळा दाटून आला होता. गावच्या चौकातल्या दिव्याच्या उजेडानं मनोऱ्यावर अस्पष्ट नक्षी काढली होती. त्या रात्री बाकी सगळीकडे अंधारच होता. मी कल्पना केली, की इमामाचा आवाज त्या पानाफुलांची नक्षी असणाऱ्या तावदानातून पॉलिक्लिनिकमध्ये शिरतोय. त्यानं डॉ. इब्राहिमची खोली भरून जातेय आणि मृत्यूच्या बातमीचे जे

प्रतिध्वनी तिथं उठतायत, ते ऐकून तिकडचे पतंग थरथरतायत.

गेले कित्येक महिने इब्राहिम मंडळी गावाबाहेर होती, तेव्हा ते असिफच्या मृत्युशय्येजवळ बसले असतील आणि सगळं काही आलबेल असल्याचं नाटक करत असतील. जर मी ऐकलं ते खरं असेल, तर वैद्यकीय कॉलेजात गेल्यानंतर वर्षभरातच असिफच्या मूत्रपिंडात बिघाड झाला. डॉ. इब्राहिमना समजलं होतं, की त्यांचा एकुलता एक मुलगा याच्यातून बाहेर येणार नाही आणि ते त्याच्या शेवटच्या श्वासापर्यंत त्याच्याजवळ बसून राहिले होते.

शवयात्रा दुपारी निघणार होती. काजूच्या झाडाखाली सडा घातल्यासारखा सूर्यप्रकाश पडला होता. त्याच्या दाट पानं असलेल्या फांद्यांमधून सूर्य एखाद्या पिवळ्या फुलासारखा दिसत होता. मशिदीत शवयात्रेचा नमाज पढत असताना मी दाट झुडपांच्या वळणावर रेंगाळत होतो. झुडपातल्या रस्त्याजवळ जिथं सोफिया विश्रांती घेत होती, त्याच्या समोरच वेड्यावाकड्या फांद्या असलेल्या झाडाखाली असिफची कबर होती. हम्सा आणि इब्राहिम मृत्यूनंतर शेजारी बनणार होते. मृत्यूनंतर जर आयुष्य असेल, तर अम्मीनं नुसतं आवाज चढवून विचारलं असतं, "इब्राहिम, माझा बेटा आलाय का तिकडे? तुझ्या बेट्याकडे? माझं डोकं दुखतंय. जरा बाम पाठव."

दफनाचा समारंभ संपत आला असताना कोणीतरी माझ्या खांद्यावर थाप मारली. मी वळलो. सज्जाद पुढे झुकून माझ्या कानात सांगत होता, "अमर, तू जावीच्या कबरीवर उभा आहेस. बाजूला सरक."

ती तर नुसती लाल माती होती. एका बाजूला बुटकं जाड गवत उगवलं होतं. त्या कबरीला ना काही आकार होता, ना वरच्या बाजूला लावलेला दगड. मी घाईनं बाजूला होऊन शेजारी उभा राहिलो. दुपार मावळायला लागली, तसा पानांवरचा उजेडही मंद व्हायला लागला. मला पायांच्या तळव्यातून माझ्यात काहीतरी प्रवेश करतंय असा भास झाला. असं काहीतरी, जे मी या जगात प्रवेश केला, त्याच दिवशी हे जग सोडून गेलं होतं.

खालच्या बाजूला समुद्र होता. दूरवर खडकाला वळसा घालून कोळ्यांच्या गावाला बोटी चालल्या होत्या. आमच्या मागच्या बाजूला संदीपच्या तीन एकरांच्या नारळाच्या बागेत अर्धवट बांधलेल्या झोपडीजवळ सुतारांचं छिन्नीनं तासणं, करवतीनं कापणं आणि हातोडीनं ठोकणं सुरू होतं. एकूण चार झोपड्या बांधायच्या होत्या. अर्धा बांबू, अर्धं सिमेंट आणि झावळ्यांची छपरं अशा असणार होत्या त्या. 'मरमेड इन.' रंगारी एक ब्रश हातात घेऊन आणि एक ब्रश सिगारेटसारखा ओठांत ठेवून उभा होता. पिरोजा रंगाच्या फळीवर त्यानं पेन्सीलनी अक्षरं काढली होती, त्यात तो हिरवा

रंग भरत होता. त्या फळीच्या एका कोपऱ्यात एक उदास डोळ्यांची मत्स्यकन्या नारळाच्या झाडाला टेकून उभी होती. ती नळीनं नारळाचं पाणी पीत होती.

सुतार अगदी सावकाश काम करत होते. महिन्याभरच्या कष्टांचं फळ फक्त ती एक अर्धवट बांधलेली झोपडी होती; पण संदीपलाही काही घाई नव्हती. आत्ता तर फेब्रुवारी लागला होता आणि अर्धा मार्च उलटून गेल्यानंतरच पहिला पर्यटक गाडीतून उतरून रमतगमत, इकडे-तिकडे बघत आमच्या गावच्या समुद्रकिनाऱ्यावर येईल.

किनाऱ्याच्या या टोकापासून त्या टोकापर्यंत संदीप इतका तरुण व्यावसायिक कोणी नव्हता. सुळक्याच्या टोकाशी जास्त चांगली बांधलेली विश्रांतिगृहं होती. काही उंच काठ्यांवर बांधली होती. त्यांच्याकडे जायला लाकडी जिने होते. खोल्यांना छानसे छोटे सज्जे होते. त्यात उभं राहून समुद्र दिसायचा. काही छोटेसे बंगलेच होते. मोठ्या खिडक्या, पुढच्या अंगणातल्या झाडांना बांधलेले झोळणे असं त्याचं स्वरूप होतं. इतर मात्र डहाळ्याच्या भिंती आणि बांबूची दारं अशा झोपड्या होत्या. त्यांच्या बुटक्या छताला चिनी कंदील टांगले होते; पण कोणाचंही नाव संदीपनं शोधलं होतं तितकं विदेशी वाटत नव्हतं. घरात त्याच्याबद्दल बोलणं मी थांबवतच नव्हतो.

अम्मीला मी मरमेड इनबद्दल सांगण्याची चूक केली आणि ती लगेच म्हणाली, "त्याचं चांगलंच झालं; पण अब्बा आणि मी मेल्यानंतर तुला कोण जेवायला घालेल?"

"मी किंवा प्रोफेसर नक्कीच घालणार नाही," अचानक आलेली जसिरा बोलली.

"जसा काही मी तुझ्याच दारात उभा राहणारंय," मलाही भांडणाची खुमखुमी होतीच. "मी टुरिस्ट गाईड म्हणून काम करणारंय," मी अम्मीला सांगितलं. "मी डॉलर्समध्ये कमवीन."

"टुरिस्ट गाईड काय करतात माहीतंय का तुला अम्मी?" जसिरानं विचारलं. "ते परदेशी बायकांना हुंगत हिंडतात आणि सगळ्या घाणेरड्या गोष्टी करतात. मौसम संपेपर्यंत नवरा-बायकोसारखं राहतात, असं प्रोफेसर म्हणतो."

"फिंग, फिंग प्रोफेसर च्यूतिया आहे," मी सुरात म्हटलं. एका शीतपेयाच्या जाहिरातीचं विडंबन केलं.

"झिंग, झिंग, गोल्डस्पॉट," हसण्यामुळे नानीला ठसका लागला. "टी.व्ही वर नेहमी ते गाणं येतं."

जसिरा नानीकडे रागानं बघायला लागली. नानीला काही तिचा अबोल राग दिसला नाही. ती टी.व्ही.कडे तोंड करून गालातल्या गालात हसत राहिली.

"हे घर म्हणजे नुसता मूर्खांचा बाजार आहे," जसिरा ओरडली. "इकडे यायच्या विचारानंच मला मळमळायला लागतं."

“बेटी,” आवाजात खोटा खोटा मऊपणा आणून नानी म्हणाली, “एका मूर्खाचा पैसा नसता, तर तुला या घरातून बाहेरही पडता आलं नसतं. परत यायला लागल्यामुळे मळमळण्याची तर गोष्टच दूर.”

“मी तुला नाही मूर्ख म्हटलं,” जसिरा अर्धवट धुसफुसत अर्धवट दुःखानं म्हणाली. “मोठ्यांना मान देण्याइतकी तमीज आहे माझ्यात.”

“फिंग, फिंग, प्रोफेसर च्यूतिया आहे,” मी परत गुणगुणलो.

“झिंग, झिंग, गोल्डस्पॉट,” नानी माझ्याबरोबरच म्हणाली.

“अल्लानं जर तुला रस्त्यावर आणलं ना, तर मी दोन पोती भरून तांदूळ अनाथाश्रमाला दान करेन,” माझ्या नाकाकडे बोट करून जसिरा म्हणाली.

“नानी,” मी तिचा खांदा हलवत म्हणालो. “तू तिच्यासाठी इतकं सगळं केल्यानंतर ती तुला बेघर होण्याचा शाप देतेय.”

“मी आधीच बेघर आहे, बेटा!” नानी म्हणाली. तिच्या आंधळ्या डोळ्यांत टिपूस पाणी नव्हतं; पण तिचा आवाज भरून आला होता.

“मी तुला नाही शाप दिला नानी,” जसिरा चिडून म्हणाली. “मी त्याला शाप दिला. त्या नास्तिकाला.” तिला पुन्हा रागाचा उमाळा आला. तिनं पहिल्या शापात भर घातली. “अमर, अल्लानं जर तुला भीक मागायला लावली ना, तर मी अनाथाश्रमाला बोकड देईन.”

“तुला जर कधी मूल झालं ना, तर मी आनंदानं अनाथाश्रमाला म्हैस दान करेन.” वंध्यत्व हे तिचं नवं दुःख होतं. मी तिच्या वर्मावरच बोट ठेवलं. पूर्वीचं सोफियाचं वर्म वापरून वापरून बोथट झालं होतं.

“काहीही झालं, तरी अनाथ मुलांना आनंद मिळेल एकूण,” नानीनं तिचे आंधळे डोळे घट्ट मिटले. माझ्या मनात आलं, की तिनं डोळे मिटले की तिच्यासमोरचा अंधार नेहमीपेक्षा जास्त मिट्ट होत असेल का?

जसिरा बेभानपणे किंचाळायच्या बेतात होती. तिचा नेहमीचा घोगऱ्या आवाजातला हुंदका आता ती वापरायची नाही. तेवढ्यात नानीच्या खोलीच्या बाहेरच्या पॅसेजमधून प्रोफेसर नासिरचा आवाज आला, “जसी तयार हो. मला सोमवारच्या व्याख्यानाचे मुद्दे काढायचेत.”

“तयार व्हायची गरजच नाही,” जसिरा थकल्या आवाजात म्हणाली. “मी तयारच आहे.”

“नासिर, बेटा,” अम्मी घाईनंच तिकडे आली. “मी जेवायला चिकन बिर्याणी बनवतेय. भूक मरेल असं काही खाऊ नका.”

रमजानची चंद्रकोर दिसण्यापूर्वी काही आठवडे इब्राहिम मंडळी बंगल्यावर आली. आमच्या अम्मी-अब्बांची माफी मागायला. डॉ. इब्राहिमनी छातीपर्यंत लांब दाढी वाढवली होती. काळी-पांढरी दाढी. आता त्यांच्या हसण्यात दुःख जाणवत नव्हतं. लांब दाढी आणि बदललेलं हसू सोडलं, तर असिफला दफन केलं तेव्हा ते जसे दिसत होते, तसेच वाटले मला.

पण मिसेस इब्राहिम ओळखू न येण्याइतक्या बदलल्या होत्या. त्या इतक्या बारीक झाल्या होत्या, की त्यांच्या हातावरच्या हिरव्या शिरा उठून दिसत होत्या. त्यांच्या डोळ्यांखालची काळी वर्तुळं इतकी वाढली होती, की असं वाटावं अश्रूंबरोबर डोळ्यांतला सुरमा ओघळलाय. पांढरे कपडे आणि डोक्याभोवती गुंडाळलेली शाल यामुळे त्या नुकत्याच विधवा झाल्यायत असं वाटत होतं. ते दोघं बंगल्यावर अनवाणीच आले होते. घसा बसलेल्या आवाजात ते बोलत होते.

त्या वेळी ज़सिरा बंगल्यावरच होती. अचानक तिनं श्रद्धाळूपणे स्वतःचं डोकं झाकलं आणि नुकत्याच पोटात फिरू लागलेल्या गर्भासाठी दुवा मागण्याची तिनं मिसेस इब्राहिमना विनंती केली. डॉ. इब्राहिमनी तिच्या डोक्यावर हात ठेवला आणि ते म्हणाले, की ते दोघंही तिच्यासाठी मक्का आणि मदिना दोन्ही ठिकाणी दुआ मागतील. (जणू काही अल्लाला नीट ऐकू येत नाही. म्हणून जेवढं तुम्ही त्याच्या मुख्य ठिकाणाच्या जवळ जाता, तितकी त्याला तुमची प्रार्थना स्पष्ट ऐकू जाते.) आमच्या अम्मी-अब्बांपैकी कुणीही इब्राहिम मंडळींना त्यांच्यासाठी वाळवंटात प्रार्थना करण्याची विनंती केली नाही. कितीतरी दशकं एकमेकांच्या बरोबर राहून अबोल्यानं व्यवहार केल्यामुळे, त्यातली व्यर्थता त्यांना समजली असेल. डॉ. इब्राहिम दिसले की ख़ांबाआड, नाहीतर पडद्याआड लपायची अकमलला सवय झाली होती. तो माजघरात आला आणि छातीवर हाताची घडी घालून त्यांच्याकडे आदरानं पाहत उभा राहिला. मिसेस इब्राहिम जराशा हसल्या; पण डॉ. इब्राहिम असं वागत होते, की जणू अकमल म्हणजे भिंतीवरची नक्षीच आहे आणि त्याच्याकडे लक्ष द्यायची गरज नाही.

"किती दिवस तुम्ही मक्केत असाल, इब्राहिम साहेब?" अकमल डॉ. इब्राहिमच्या वळवलेल्या चेहऱ्याकडे पाहत म्हणाला. ओठांवरचं हसूही त्यानं थोडं रुंदावलं.

डॉ. इब्राहिम तो प्रश्न ऐकू न आल्यासारखे उठून उभे राहिले आणि अम्मीशी बोलायला लागले, "अस्मा बहन, जर तुझी अम्मा झोपलेली नसेल, तर तिचाही निरोप घ्यावा म्हणतो."

"ओह, ती फार झोपतच नाही," अम्मीनं गोड तक्रार केली. "टी.व्ही. बंद होईपर्यंत."

"तुला नीट झोप लागते का आता?" डॉ. इब्राहिमनं विचारलं. तिनं त्याच्याकडे

झोपेच्या गोळ्यांचं औषधपत्र लिहिण्यासाठी आग्रह धरला होता, ते त्यांना आठवलं असावं.

"अगदी गाढ झोप लागते मला, इब्राहिम," ती म्हणाली. पडदा बाजूला सारून तिनं डॉ. इब्राहिमना आत जाण्याची खूण केली.

टी.व्ही. असलेल्या शांत खोलीत डॉ. इब्राहिमनी प्रवेश केला मात्र, नानी उठून बसली. "शेवटी एकदाचा दुरुस्तीवाला आला का?" तिनं विचारलं. डॉ. इब्राहिमनी लावलेल्या अत्तराच्या घमघमाटानं तिला कोणीतरी बाहेरचा माणूस आलाय हे समजलं होतं.

"इब्राहिम आलाय, अम्मा," ती म्हणाली. घाईघाईनं तिनं खोली थोडी नीटनेटकी केली. "टी.व्ही. दुरुस्त करणारा इसम नाही."

"भविष्य सांगणारा इब्राहिम का?"

दुपारपासून नानी दोन कारणांनी वैतागली होती. अम्मी जसिराची काळजी घेण्यात इतकी गुंतून गेली होती, की ती नानीला जेवण द्यायलाच विसरली. दुसरं म्हणजे, जसिराचं प्रोफेसर नासिरशी छोटंसं भांडण झालं होतं आणि तावातावानं खोलीत येऊन तिनं टी.व्ही.चा प्लगच काढला होता. "वीज काही फुकट मिळत नाही," ती म्हणाली होती. तिसरंही एक कारण होतं. संध्याकाळी नानीनं जेव्हा टी.व्ही. लावायला सांगितला, त्या वेळी जसिरा परत चिडेल की काय या भीतीनं अम्मी खोटंच बोलली होती. ती म्हणाली, 'टी.व्ही. बंद पडलाय आणि दुरुस्ती करणारा येईपर्यंत चालू होणार नाही.'

"डॉक्टर इब्राहिम, गं." अम्मीनं पाहुण्यांकडे पाहून दिलगिरीचं हसू चेहऱ्यावर आणलं.

"अम्मा," डॉ. इब्राहिम हळुवारपणे म्हणाले. त्यांनी तिचा हडकुळा हात आपल्या हातात घेतला. "मी इब्राहिम. तुमचा एक बेटा आणि मी एकत्रच वाढलो. तुम्हाला आठवत असेल, तर मी एकदा तुमच्या घरीही आलो होतो; पण त्याला आता खूप वर्षं होऊन गेली."

"ते घर आता गेलं," ती त्राग्यानंच म्हणाली. "दुसरा काही उपायच नव्हता. मी ते घर विकून जसिराच्या शादीसाठी पैसे दिले नाहीत, तर आत्महत्या करेन अशी धमकीच दिली मला अस्मानं."

अम्मी ओढून ताणून हसली. नानीनं केलेली तक्रार म्हणजे म्हातारपणाचा चळ आहे आणि सारखं सारखं ते ऐकून ती कंटाळली आहे, असं तिला दाखवायचं होतं; पण तिचं हसणं अजिबातच खरं वाटलं नाही. ती किती दचकली होती आणि किती दुखावली गेली होती हे दिसतच होतं. मिसेस इब्राहिमनी त्यांच्या शौहरकडे अशा नजरेनं पाहिलं, की इकडे काही बखेडा सुरू व्हायच्या आधीच आपण इथून बाहेर

पडू या; पण ते जपून नानीजवळ बसले. तसाच तिचा हात हातात धरून. तिला आणखी काही बोलायचं असेल तर ऐकायच्या तयारीनं.

"तू माझ्या कासीमचा मित्र का?" नानीनं त्यांच्या हातावर हात ठेवत विचारलं. आता चारही हात एकमेकांवर होते. लहानपणी पाऊस पडत असताना घरात डांबून राहावं लागलं, की असा हातावर हात ठेवायचा खेळ सोफिया, रझिया आणि मी खेळत असू.

"मी तुमच्या कासीमला एकदाच भेटलो. एकदाच अम्मा," ते म्हणाले. मग न बोलता डोकं हलवत त्यांनी अम्मीला कबुली दिली, की त्यांनी तसं सांगायला नको होतं. जावीचा विषय काढायला नको होता.

"कासीमचा देण्याचा स्वभाव आहे," नानी म्हणाली. "मी त्याच्या नावावर ठेवलेलं घर त्यानं काहीही विरोध न करता अस्माला दिलं."

जावीची आठवण निघण्याचा धोका तात्पुरता टळल्यावर डॉ. इब्राहिमनी विषयच बदलण्याचा प्रयत्न केला.

"तुम्ही दुरुस्ती करणाऱ्याची वाट बघत होता का अम्मा?"

"हो ना, मी दुपारपासून टी.व्ही. पाहिलाच नाहीय," ती म्हणाली. "अस्मा म्हणते काहीतरी बिघडलंय, तिची मुलगी म्हणते मी तो बघत बसून तिच्या अब्बांना लुबाडते."

"तिला काही दिसत नसलं तरी टी.व्ही. कडे डोळे लावून बसायला तिला आवडतं," अम्मी म्हणाली.

"बघू दे बरं टी.व्ही.ला काय झालंय." डॉ. इब्राहिम उठले आणि आत्मविश्वासानं पावलं टाकत टी.व्ही. कडे गेले. त्यांनी केबलचा प्लग लावला. स्विच लावला आणि पडद्याजवळचं बटण फिरवलं. लगेचच कुरकुरत टी.व्ही. सुरू झाला. एक ऐतिहासिक कथेवरचा चित्रपट लागला. आमचा टी.व्ही. काळा-पांढरा असल्यामुळे चित्रपट आणखीच पुराणकालीन वाटत होता. "आता तुम्हाला चित्रपट पाहता येईल, अम्मा. केबल निघाली होती फक्त."

मिसेस इब्राहिमनी त्यांच्या शौहरकडे पुन्हा एक नजर टाकली. त्या दोघांतलं खुणांचं संभाषण मला वर्तमानपत्रातल्या मथळ्याइतकं स्पष्ट वाचता येतं होतं. मिसेस इब्राहिमचे डोळे सांगत होते : निरोप घेऊ या आणि निघू या. आपल्या जाण्याचीच वाट बघतायत ते. त्यांना भांडायची अगदी खुमखुमी आलीय. डॉ. इब्राहिमनी थकल्या डोळ्यांनी उत्तर दिलं : अजून पाच मिनिटं फक्त आणि माझ्याकडे अशी बघू नकोस. तिकडच्या मुलाचं आपल्याकडे लक्ष आहे.

नानी तो ऐतिहासिक चित्रपट ऐकायला लागली आणि आम्ही पुढच्या खोलीत गेलो. पाच मिनिटांत इब्राहिम मंडळी ज्यासाठी आले होते, ते मागायची त्यांनी तयारी केली : सगळ्यांची माफी. म्हणजे ते काब्याला जायला मोकळे झाले असते.

हातातला चहाचा कप खाली ठेवत डॉ. इब्राहिम माझ्याकडे बघून हसले. अकमलला ते अजूनही भिंतीवरची नक्षीच समजत होते.

"अजून तू डोळ्यांच्या डॉक्टरकडे गेला नाहीस का?" मी डोळ्यांची उघडझाप केलेली पाहून त्यांनी विचारलं. मग त्यांनी माझ्या कपाळावर बोटानं टकटक केलं. जणू काही माझ्या डोक्यातल्या काही तारा सैल पडल्या होत्या आणि ज्या सहजतेनं त्यांनी टी.व्ही. चालू केला होता, त्याच सहजतेनं माझ्या डोक्यातल्या ताराही ते ठीक करणार होते. त्यांनी जर माझ्या पापण्यांच्याखाली बघितलं असतं, तर त्यांना एक अधुरं स्वप्न दिसलं असतं, ज्यात संदीप आणि माझ्याइतकाच असिफही छंदीफंदी होता. आमच्यासारखाच बोगद्याच्या टोकाला येऊन बसत होता आणि संदीपनं आणलेली मासिकं अधाशासारखा पाहत होता.

"इब्राहिम, तू परत आलास की त्याला त्याच्या डोळ्यांसाठी काहीतरी दे," अम्मी म्हणाली. "तू असताना त्याला दुसऱ्या डॉक्टरकडे जायची गरज नाही."

मग डॉ. इब्राहिमनी अब्बांना मिठी मारली. मिसेस इब्राहिमनी अम्मीला आणि जसिराला.

"मला माफ कर, हम्साभाई."

"मला माफ कर, इब्राहिम."

माफी मागण्याचं काम म्हणजे देण्या-घेण्याचा व्यवहार आहे. हजला जाणाऱ्यांनी तुमची माफी मागितली, की तुम्ही त्यांना माफ केलंय असं म्हणायचं नाही. त्याऐवजी तुम्हीही त्यांची माफी मागायची. असं का, ते मला विचारू नका. मी ते विचारण्याच्या फंदात पडलो नाही. विसरला असाल तर, तुम्हाला परत आठवण करून देतो, की मी नास्तिक आहे.

"मला माफ कर, अस्मा बहन."

"मला माफ कर, सलीना बीबी."

डॉ. इब्राहिमनी मला नाही मिठी मारली. माझ्या पाठीवर थाप मारूनच त्यांनी माझा निरोप घेतला. अकमल अजूनही चेहऱ्यावर हसू ठेवून आजूबाजूला घुटमळत होता; पण डॉ. इब्राहिमनी त्याच्याकडे पाहिलं नाही. आम्ही ओसरीवर जायला लागलो, तेव्हा अकमलनं मला डॉ. इब्राहिमच्या जवळून बाजूला ढकललं आणि त्यांना घट्ट मिठी मारली. "मला माफ करा," तो मोठ्यानं म्हणाला. त्यानं डोकं डॉक्टरांच्या खांद्यावर ठेवलं होतं. "मला माफ करा, इब्राहिम साहेब," क्षणभर त्याच्या मिठीत डॉ. इब्राहिमनी वळवळ केली. मिठीमुळे त्यांना हालचाल करता येत नव्हती. मिठी मारणारे ते हात झटकून टाकावेतसं त्यांना वाटलं; पण शरणागती पत्करून ते स्वतःचे हात खालीच ठेवून स्तब्ध उभे राहिले. जेव्हा अकमलनं आपली मिठी सोडली, तेव्हा डॉ. इब्राहिम त्याला काहीतरी म्हणाले. ते काय बोलले, ते आम्हाला

कोणालाच ऐकू आलं नाही. मला वाटलं, ते चालता हो म्हणाले असतील.

आम्ही त्यांच्याबरोबर फाटकापर्यंत गेलो आणि ते धूळवाटेवरून अनवाणी पायांनी जात असताना त्यांच्याकडे पाहत उभे राहिलो. बोगद्याच्या बाहेर गावच्या चौकातला दिवा होता. त्याच्या उजेडाचा मनोऱ्याला बांधलेल्या कर्ण्याभोवती पांढरा कोश निर्माण झाला होता. एप्रिलच्या एका संध्याकाळी या कर्ण्यानंच आम्हाला ती बातमी दिली होती, जिच्यामुळे इब्राहिम मंडळींचं सगळं जगच उद्ध्वस्त झालं होतं.

रमजानची चंद्रकोर दिसल्यानंतर काही दिवसांनी सुहुदा बुआ आणि रझिया अंडी, चहापत्ती आणि साखर घेऊन बंगल्यावर आल्या. आमच्या कुटुंबाच्या गोतावळ्यात असणाऱ्या रमजानच्या रीतीला अनुसरून त्या दर वर्षीच असं करत; पण या वेळी त्यांनी नेहमीपेक्षा जास्त प्रमाणात या गोष्टी आणल्या होत्या, कारण बाहेर अशी खबर पसरली होती, की आम्ही आता गरिबीच्या वाटेला लागलो होतो. घरात अकमल एकटाच कमावणारा होता आणि रेडिओ दुरुस्ती करणारा म्हणून त्याला मिळणारं विद्यावेतन महिनाभराचा खर्च चालवण्यासाठी फारच अपुरं होतं.

अब्बा अजूनही जमिनीचे व्यवहार आणि जुन्या गाड्यांचा व्यवसाय यात दलाल म्हणून घरूनच काम करत होते; पण आमच्या आर्थिक परिस्थितीत स्थैर्य यावं म्हणून करत असलेल्या प्रयत्नांमुळे ते मध्यस्थ म्हणून नीट वाटाघाटी करत नव्हते आणि बऱ्याचदा त्यांच्यावर लोभीपणाचा आरोप होत होता. त्यांचं मालमत्तेची दलाली करणं कमी होत गेलं आणि त्यांचा हातभार न लागताच मोटारींचे मालक बदलायला लागले. त्यांच्या वागण्यातही बदल व्हायला लागला होता. पॅसेजमधल्या टोपलीत ते धुवायचे कपडे टाकेनासे झाले, तर पुढच्या अंगणातल्या कपडे धुण्याच्या दगडावर नेऊन स्वतःच धुवायला लागले. ते उसाच्या सावलीत फतकल मारून बसायचे आणि विसर पडल्यासारखे कपड्यांवर साबणाचा फेस करत राहायचे. त्यांचे बरेच कपडे कॉलरजवळ आणि हाताच्या टोकांना विरले होते. संध्याकाळच्या वेळी ते ओसरीवर, रिकाम्या खुर्चीच्या सीटवर पाय टाकून येणाऱ्या जाणाऱ्या गाड्यांकडे चिकित्सकपणे बघत बसायचे. जसं काही आता ते गाड्यांचे जुने डबे विकायच्या व्यवहारात दलाली करायचा विचार करत होते.

सुहुदा बुआनं इतक्या मोठ्या प्रमाणात सामान आणलं होतं, त्यावरून बंगल्याची खालावलेली स्थिती लोकांना किती सहजपणे दिसत होती, हे स्पष्ट होत होतं. अम्मीनं 'कशाला कशाला' असं म्हणण्याचं नाटक केलं नाही. किंबहुना सामान जास्त आहे, हे लक्षातच आलं नाहीसं दाखवलं. सुहुदा बुआला रस वाटेल असा विषय तिनं काढला. केंद्रस्थानी अर्थातच मी होतो.

सुहुदा बुआ आणि रझिया स्वयंपाकघरात आल्या तेव्हा मी बशीवर वाकून बसलो होतो. माझ्या तोंडात अंड्यातला पांढरा बलक होता. मी सकाळी खुराड्यावरून जात होतो, तेव्हा उरल्या सुरल्या एका कोंबडीनं घातलेलं अंड मला मिळालं होतं. "हे काय, अमर?" सुहुदा बुआ ओरडली, "तू उपास नाही करत?"

"तू ऐकलं नाहीस का सुहुदा?" अम्मीनं अविश्वासाच्या सुरात विचारलं. "तो काफिर कंपनीचा अध्यक्ष म्हणून निवडला गेलाय. त्याला कंपनीकडून मोटार आणि घर मिळालंय. वर्तमानपत्रातच आलं होतं. वाचलं नाहीस का तू?"

"नरकात जाशील तू, अमर," सुहुदा बुआ म्हणाली. तिच्या अम्मीचं बोलणं ऐकून रझिया गालातल्या गालात हसली. जणू या बाबतीत ती माझ्या बाजूची होती. ती थकलेली आणि रागावलेली वाटत होती. तिच्या लाडिक बटा नाहीशा झाल्या होत्या. तिनं केस सरळ राखले होते, सजवलेही नव्हते. मी खाणं सोडून उठायला लागलो; पण रझियानं तिच्या अम्मीवर नजर रोखली आणि मला चालू ठेव अशी खूण केली.

"अमरभाई, तुझा विश्वास असेल तसं कर. काही लोक तुझ्याहून मोठे असले, तरी त्यांचं ऐकलंच पाहिजे असं नाही."

"त्याचा खाण्यावर विश्वास आहे," माझ्यासाठी बनवलेल्या अन्नाकडे अम्मीनं उबग आल्यासारखं बघितलं. "रमजानच्या काळात तो त्याचा विश्वास दिवसातनं चार वेळा पाळतो."

"अस्मा मामी, कोणी खात असताना त्याच्याबद्दल वाईट बोलू नये. अन्न पचणार नाही अशानं."

"रझिया बेटी, मला ते माहीतच नव्हतं," अम्मी म्हणाली. नाटकीपणे तिनं डोळे विस्फारले होते. "पुढच्या वेळी मी लक्षात ठेवेन."

"तुला माहितंय का, सूर्यास्तानंतरही उपास सोडायची संधी मिळत नाही, असे किती जण जगात उपास करतात?" रझियानं विचारलं. स्वयंपाकाच्या ओट्याला टेकून ती उभी होती. "रमजान असो वा नसो, ते उपास करतात. रोज, मामी अगदी रोज. तू सोमालिया हा शब्द ऐकलायस का?"

"नाही बेटा," अम्मीनं डोकं हलवलं, "मी नाही ऐकलं."

"युथोपिया?"

"नाही."

"इरेट्रिया?" प्रत्येक नावाबरोबर ती एकेक बोट मोडत होती. "युगांडा?"

"शेवटचा शब्द ओळखीचा वाटतोय," अम्मी म्हणाली. युगांडा म्हणजे काहीतरी गोल खायची वस्तू असावी.

"या देशांत लोकांना रोज उपास करावा लागतो आणि त्यांना आठवड्यातून

एकदा वगैरे उपास सोडणं शक्य होतं. दुसऱ्या काही देशांत लोक गवत खातात. काही देशांत तर जगण्यासाठी लोक एकमेकांनाच खातात."

"बेटी, या सगळ्या गोष्टी ऐकून मलाच भूक वाटायला लागली," अम्मी म्हणाली. "सुहुदा, आपल्या दोघींना मिळून या जगाची जितकी माहिती आहे, त्यापेक्षा जास्त माहिती तुझ्या बेटीला आहे."

तिच्या बेटीनं उपाशी माणसांचं जे जग रंगवलं होतं, ते ऐकून आपण प्रभावित व्हावं का चिडावं, हेच सुहुदा बुआला समजत नव्हतं. ती खिडकीतून मागच्या अंगणातल्या कढीलिंबाच्या झाडाकडे बघायला लागली. त्याच्या फांदीवर बसून एक कावळा चोचीला धार लावत होता.

"ठीकंय बेटी," माझी न्याहारी संपली तेव्हा अम्मी म्हणाली, "तू हुशार आहेस; पण मला तुला इस्लामबद्दल एक गोष्ट सांगायचीय. माणूस जेव्हा चंद्रावर उतरला, तेव्हा पहिल्यांदा त्यानं काय ऐकलं माहितंय?"

"ओह! नको रे बाबा ती चंद्राची गोष्ट परत," मान हलवत रझिया कुरकुरली.

"गोष्ट?" अम्मीचा श्वास अडकला. "तुला ती फक्त गोष्ट वाटते?"

"माणूस चंद्रावर उतरला तेव्हा त्यानं काय ऐकलं?" सुहुदा बुआनं उत्सुकतेनं विचारलं.

"मुएझ्झिनचा पुकारा! त्यानं मुएझ्झिनचा पुकारा पहिल्या ओळीपासून शेवटच्या ओळीपर्यंत स्पष्ट ऐकला."

"मला नाही बोललं कुणी," सुहुदा बुआ तक्रारीच्या सुरात म्हणाली, जणू काही माणूस चंद्रावर उतरणं ही एक कौटुंबिक गोष्ट होती आणि तिला त्या गरुडभरारीचं स्वागत करायला किंवा मेजवानीला कोणी बोलावलं नव्हतं.

"तू निघालीस की मी तुला त्याबद्दलचं एक पत्रक देईन," अम्मी सुहुदा बुआला म्हणाली आणि मग ती रझियाकडे वळून म्हणाली, "आणि बेटी, पृथ्वीवर पोहोचेपर्यंत सर्व वेळ त्याला तकबिरी ऐकू येत होत्या, हे माहीतंय का तुला?"

"मामी, पुढे काय होणारंय ते मी तुला सांगते," रझिया उसना उत्साह दाखवत निर्लज्जपणे म्हणाली, "काही हिंदू जशी सूर्याची पूजा करतात, तसं काही मुस्लिम लोक चंद्राची करायला लागतील. चंद्र उगवला, की आपण उघड्यावर जाऊ आणि त्याला सलाम करू."

"पण आपण चंद्र तर नेहमीच पवित्र मानलाय," अस्मानं रझियाच्या हाताला हळुवार चिमटा घेतला. "आपण रमजानच्या महिन्याची सुरुवात आणि शेवट कसा करतो? रमजानच्या चंद्रकोरीच्या दर्शनानं. तुला एवढंही ठाऊक नव्हतं का हुशार मुली?"

"अकमल भाई कुठंय?" असं विचारत रझिया स्वयंपाकघराबाहेर पडली.

नाहीतर धार्मिक वादात हरायची वेळ येत होती तिच्यावर.

सूर्यास्ताच्या वेळी घाईनं जेवण आवरून त्या निघायची वेळ होईपर्यंत मी, बंगल्यातला विवेकहीन, लाळघोट्या, निषिद्ध समागमाची इच्छा धरणारा माणूस, डोळ्यांच्या कोपऱ्यातून सुहुदा बुआला न्याहाळत होतो. माझी नजर सारखी तिच्या पार्श्वभागाकडे लागली होती. घरी नेण्यासाठी, मागच्या अंगणात ती कढीलिंबाची आणि केळीची पानं खुडत हिंडत होती, तेव्हा तिचे नितंब कसे हेलकावत होते, तिकडे माझं लक्ष लागलं होतं. तिच्या भरगच्च छातीकडे टक लावून पाहणं धोक्याचं होतं; पण मी कितीही काळजी घेतली, तरी ती खाली बसून नानीशी बोलत असताना माझी नजर परत परत तिच्या खमीसच्या खोल गळ्याकडे जात होती.

पूर्ण दिवस मला जाणवत होतं, की सुहुदा बुआ आणि रझिया यांच्यात काहीतरी शब्दात न सांगता येण्यासारखा तणाव वाढत चाललाय. मी त्यांना बंगल्यात काही ठिकाणी, तसंच ओसरीवर आणि पायऱ्यांवरही हळू आवाजात वाद घालताना पाहिलं. रझियाच्या लाडिक बटा रुळत नसलेल्या डोक्यात काही शहाणपण शिरत नसल्यामुळे तिची अम्मी अस्वस्थ झाली होती. तिची बेटीही सुहुदा बुआकडे भेदक नजरेनं पाहत होती आणि झटक्यानं मान उडवत होती. मला ओसरीच्या पायऱ्यांवर पाहिल्यावर त्या आपोआपच हसल्या आणि मी दिसेनासा होईपर्यंत गप्प बसल्या. एकदा तर मी बघितलं, की सुहुदा बुआनं रझियाला कोपराजवळ चिमटा घेतला. रझियानं तिच्या अम्मीला खुन्नस असल्यासारखं ढकललं आणि ती रडत रडत निघून गेली. त्यांच्यात काय वाद चालला होता ते मला माहीत नाही; पण त्या आमच्याकडे असेपर्यंत तो चालूच होता.

त्या निरोप घ्यायला बाहेर आल्या, तेव्हा अब्बा रिकाम्या खुर्चीच्या सीटवर पाय टाकून निवांत बसले होते. सुहुदा बुआनं पैशांची गड्डी त्यांच्या खिशात घातली. ती नीट खिशात जाऊन सुहुदा बुआ वळल्यानंतरच, नको म्हणायला अब्बांनी छातीवर हात ठेवला. त्यांच्याबरोबर रेल्वे स्थानकावर जाताना मी काहीच बोललो नाही. स्थानकाच्या इमारतीपासून थोड्या अंतरावर रुळांच्या मध्ये लाल सूर्य दिसत होता. त्याच्यावर आकाशातही लाल रंग पसरला होता. रझिया वडाच्या झाडाखाली बसून मासिक वाचत असल्याचं नाटक करायला लागली. अंधार पडत चालला होता तरीही मला तिच्या गालांवरून ओघळणारे अश्रू दिसले होते.

"अमर," बोगद्यातून येणाऱ्या गाडीचे पुढचे दिवे दिसायला लागले तेव्हा सुहुदा बुआ म्हणाली, "आता तू नोकरी शोधायला हवीस. तुझ्या अब्बांकडे आणि घराच्या स्थितीकडे पाहून वाईट वाटतं."

"मला नोकरी मिळालीय, बुआ," गाडी जवळ येत असताना मी म्हणालो. गाडीच्या प्रखर पिवळ्या प्रकाशात धुळीनं भरलेले रूळ चमकत होते.

"हो का? छान!" ती म्हणाली. कढीपत्त्याच्या पानांच्या डहाळ्या, शेवग्याच्या शेंगा आणि पोपटी रंगाच्या केळीच्या कोवळ्या पानांची गुंडाळी भरलेली पिशवी तिनं उचलली. "कोणती नोकरी?"

"मी मरमेड इनमध्ये टुरिस्ट गाइड म्हणून काम करतोय," मी म्हणालो; पण माझं बोलणं तिला ऐकू गेलं की नाही याची खात्री नाही, कारण त्याच वेळी ती गाडी मोठ्यांदा खणखण आवाज करत आमच्या जवळून गेली. आवाज इतका मोठा होता, की गाडी रुळावरून घसरली की काय, अशी शंका यावी.

त्या रात्री मी चंद्रावर सुहुदा बुआबरोबर शृंगार करत असल्याची कल्पना केली. आमच्यावर मंद प्रकाश भुरभुरला होता. लालसर रंगाच्या वाळूवर आम्ही पहुडलो होतो. तिथं गुरुत्वाकर्षणाचा प्रभाव होता. ती पाठीवर झोपून माझी वाट पाहत होती. एक हात डोक्यावर घेतला होता. मी तिच्या दोन्ही बाजूंना माझे हात टेकले आणि तिच्यात सामावून गेलो. लोण्याला सुरीनं कापावं किंवा रेशमाच्या कापडात सुई घालावी तितक्या सहजतेनं ते घडलं. जवळात जवळचा लपून छपून बघणारा लाखो प्रकाशवर्षं दूर आहे हे माहीत असल्यामुळे माझ्यावर कसलंच दडपण नव्हतं. मी पुढे झुकून तिच्या धारदार नाकाच्या शेंड्यावर आणि नंतर डाळिंबी ओठांवर ओठ टेकले. चोरून ऐकण्याचा कोणी प्रयत्न केला, तरी तो पृथ्वीइतक्या अंतरावर दूर आहे हे माहीत असल्यामुळे तीदेखील मोकळेपणानं हुंकारात होती. तिची लांब नखं माझ्या पाठीत रुतत होती. प्रत्यक्षात मात्र तिनं नखं वाढवली नव्हती.

अर्धा मोसम उलटून गेला, तरी मरमेड इनमध्ये कोणी गिऱ्हाइकं फिरकली नाहीत. आलेले पर्यटक सुळक्याच्या खाली समुद्रकिनाऱ्यावर पहुडलेले असत. त्यांचा रंग आता बऱ्यापैकी सावळा झाला होता. पाठीवर सामान टाकून हिंडणारे लोक, आमच्या झोपड्यांवरून जाताना नारळाच्या झाडाला खिळ्यानं ठोकलेल्या पिरोजा रंगाच्या फळ्यावरच्या मत्स्यकन्येकडे बघून हसत असत.

"राहण्याची सोय, झोपडी, समुद्राचा देखावा," कधी कधी सुळक्याच्या रस्त्यानं भटकणारे पर्यटक आमच्या बाजूला आले, की मी मोठ्यानं म्हणत असे. ते नेहमी माझ्याकडे बघून हसायचे; पण आत यायच्याऐवजी निघूनच जायचे. खरं म्हणजे मी हे काम संदीपबद्दल सहानुभूती वाटून करत असे. बंगल्याच्या रोजच्या खर्चाचा वाटा उचलण्यात मला काही रस नव्हता.

"अम्मी-अब्बांनी तुला कॉलेजात घातलं, की नीट अभ्यास कर. नाही तर तुझ्यावर असंच उभं राहून गायची वेळ येईल," एके दिवशी क्षितिजावर सूर्याचा लाल गोल दिसत असताना संदीप म्हणाला.

समुद्रकिनारा, सुळका, बांबूच्या झोपड्या आणि माझं बऱ्यापैकी इंग्लिश. यामुळे मला खूप उमेद वाटत होती. याच सुळक्याच्या आसपास, सुळका कापून पायऱ्या केलेल्या रस्त्यावरून, समुद्रकिनाऱ्याची आणि समुद्रबंधाऱ्याची पर्यटकांना सफर घडवून माझ्या एका वर्गमित्रानं वाटाड्या बनून बरे पैसे मिळवले होते. माझी काही नोटांच्या गड्ड्या मिळाव्यात अशी अपेक्षा नव्हती. माझ्या वर्गमित्राला एका अमेरिकन जोडप्यानं दत्तक घेतलं होतं आणि आमच्या कानांवर येत होतं ते खरं असलं, तर तो आता सर्वांत वरच्या मजल्यावरच्या घरात राहत होता. तिथून मॅनहॅटनचा पूल दिसत असे, अशा घरात. त्याच्या नशिबाचा काही अंश तरी माझ्या वाट्याला यावा, असं मला वाटत होतं. माझी खुळ्यासारखी खात्रीच होती, की नशिबानं माझ्या गळाला असा एखादा मासा लागला, तर थेम्स, आयफेल टॉवर किंवा एम्पायर स्टेट बिल्डिंग, निदान समांतर धावणारे रूळ सोडून कोणताही विस्तीर्ण देखावा दिसणाऱ्या खिडक्या जगाच्या पाठीवर कुठंतरी माझी वाटत पाहत होत्या. कधी कधी ही दत्तक जाण्याची कल्पना इतकं स्पष्ट रूप घ्यायची, की माझ्या रक्ताच्या अम्मी-अब्बांचा, भावंडाचा, बहनोईचा निरोप घेऊन मी उदासपणे दूर उडून चाललोय असं वाटायचं.

पण पहिल्यांदा मला एखादं प्रवासी सावज तरी हाती लागू दे. मी स्वतःलाच आव्हान द्यायचो, की या सगळ्या सावळ्या गोंधळातून बाहेर पडायला मी मार्ग काढेनच. तीन महिने गेले तरी तसं काहीच झालं नाही. खडकाला वळसा घालून कोळ्यांच्या खेड्याकडे जाणाऱ्या बोटी बघत असताना मला वाटायचं, की मी स्वतःच गळाला मोठ्ठं आमिष लावलं आहे आणि कोणताही बडा मासा ते गिळायला यायची शक्यता नाही.

कधी कधी फार दारू घेतली आणि स्पोर्ट्स सायकल चालवायच्या अवस्थेत तो नसला, की संदीप त्यातल्याच एका झोपडीत मुक्काम करे. कधी कधी जसिरा बंगल्यावर असली आणि आमच्या भांडणांमुळे रडारडी व्हायला लागली, की मी संदीपला सोबत करायचो. रात्रभर खालच्या बाजूला समुद्र उसळत असायचा. अंधाराच्या कोरीला लाटांची राखाडी रंगाची तुरप घालावी तसा समुद्रकिनारा दिसायचा. पाऊस पडला, की गवती छप्पर गळायचं आणि समुद्र म्हणजे फक्त बंधाऱ्यावर आपटणाऱ्या लाटांचा मोठ्ठा आवाज असायचा.

एका चांदण्या रात्री ते घडलं. मरमेड इनमध्ये पर्यटकांची पहिली तुकडी आली. झोपड्यांच्या पुढच्या बाजूला असणाऱ्या बागेतून मला माणसांच्या बोलण्याचा आवाज ऐकू आला. नंतर कोणीतरी बांबूच्या भिंतीजवळ उभं राहून झोपडीच्या आत हाका मारत असल्यासारखं वाटलं. दार उघडून मी बाहेर आलो. एक दाढीवाला टकलू माणूस सोप्यात उभाय, असं मला चंद्रप्रकाशात दिसलं. दरवाजा ठोठावण्यासाठी त्यानं हाताची मूठ वळली होती. एका जाडजूड नारळाच्या झाडाखाली पाठीवर

सामान टाकून हिंडणाऱ्या लोकांचा घोळका उभा होता. मी उघडलेल्या दाराकडे ते अपेक्षेनं बघत होते.

"राहायची सोय, झोपड्या, समुद्राचा देखावा" मी सवयीनं बोललो. डोळ्यांवरची झोप झटकून टाकली.

"हो," तो टकलू माणूस म्हणाला. हा माणूस दत्तक घेण्याची शक्यता नव्हती. तो चिंतेनंच म्हणाला, "आम्हाला जागा हवीय. आम्ही सात जण आहोत. सर्वांना मिळेल का जागा?"

"काळजी करू नका," मी दिलासा दिला आणि त्यांचे पासपोर्ट बघायला मागितले. ते सगळे जर्मन होते. बर्लिनजवळ कुठेतरी राहायचे. त्या टकलू माणसाचं नाव इरिच होतं. त्याच्या शेवटच्या नावाचा उच्चार करणं अशक्य होतं. त्याच्या पासपोर्टवरच्या फोटोत त्यानं गुळगुळीत दाढी केली होती आणि त्याला भरपूर केसही होते. "फक्त राहायला जागा मिळेल. आम्ही खायला-प्यायला पुरवत नाही मि. इरिच."

मी ज्या पद्धतीनं त्याचं नाव उच्चारलं, ते ऐकून त्यानं अगदी विनोदी चेहरा केला. "उत्तम. आम्हाला पटकन जागा द्या प्लीज."

मी संदीपच्या झोपडीचं दार ठोठावलं. तो जर्मन लोकांचा घोळका नारळाच्या झाडाखाली पडलेल्या चंद्रप्रकाशात उभं राहून माझ्याचकडे पाहत होता. बराच वेळ दार ठोठावल्यावर संदीपला जाग आली. बाहेर आल्यावर त्यानं काहीतरी गुंतागुंतीची पद्धत पार पाडावी लागत असल्याचं नाटक केलं.

"तुमचे पासपोर्ट काढा, प्लीज," तो इरिचला म्हणाला.

"त्या माणसानं पाहिले आमचे पासपोर्ट," तो माझ्याकडे बोट करून म्हणाला.

"ठीकंय. तुम्ही आरक्षण केलं होतं का?"

"नाही. आम्ही आरक्षण केलं नव्हतं."

"ठीकंय. किती दिवस राहणार आहात तुम्ही?"

"ते या समुद्रकिनाऱ्यावर अवलंबून आहे." इरिचचा आवाज कठोर व्हायला लागला होता. "आम्हाला आत घेण्यापूर्वी आणखी किती प्रश्न विचारणार आहात?"

"अमर, त्यांना जागा दे." संदीपनं त्या थंड हवेत हात केला. "हा अमर. तुमचा वाटाड्या म्हणून काम करेल."

"आम्हाला वाटाड्याची गरज नाही," इरिचनं थंडपणे सांगितलं.

"तो तुम्हाला आजूबाजूच्या प्रेक्षणीय गोष्टी दाखवेल. एका दिवसाचे दोन डॉलर्स."

"नको, थँक्यू," एक सडपातळ, बारीक निळ्या डोळ्यांची बाई म्हणाली. ती इरिचची जुळी बहीण वाटत होती. "आमचं आम्ही हिंडू. आम्ही फक्त डोक्यावरच्या छपरासाठी पैसे देऊ."

"मग काय, भिंती पाडू की काय?" संदीपनं तिला डोळा घातला. दरवाज्याच्या चौकटीच्या वरच्या बाजूला त्यानं हात टेकले होते आणि दारातच तो पुढे-मागे झुलत होता.

"तुला त्यात आनंद असेल, तर कर तसं," ती म्हणाली. तिच्या पाठीवरच्या पिशवीचा वेल्क्रो तिनं कंबरेभोवती घट्ट केला. मग त्या नारळाच्या झाडाखालच्या जर्मन लोकांच्या घोळक्याला तिनं जर्मन भाषेत काहीतरी सांगितलं आणि ते त्यांचं सामान ओढत त्या तीन झोपड्यांत शिरले.

दुसऱ्या दिवशी सकाळी मी इरिचला बघितलं. तो त्या पिरोजा रंगाच्या फळीखाली उभं राहून त्या तहान लागलेल्या मत्स्यकन्येकडे बघत होता. त्याच्या एका हातात जाडजूड टूथपेस्ट होती. दुसऱ्या हातात लाल टूथब्रश. त्याचे ओठ बर्फ खाल्ल्यासारखे दिसत होते. त्या जर्मन माणसाशी मैत्री करावी या हेतूनं मी त्याच्याकडे गेलो आणि अजिजीनं हसत बोट पुढे केलं.

"काय?" तोंडातला फेस गवतावर थुंकत त्यानं विचारलं.

"थोडीशी टूथपेस्ट, प्लीज," मी बोटावर किती थोडी टूथपेस्ट हवीय ते अंगठ्यानं दाखवलं.

"काय म्हणताय?" त्यानं विचारलं. त्याला माझ्या विनंतीचा अर्थ कळला नव्हता. त्याची शरीरयष्टी आणि त्याच्या चपळ आणि सावध हालचाली पाहून असं वाटत होतं, की तो सर्कसमध्ये जनावरांना काम शिकवत असावा. सिंह, वाघ किंवा निदान पाणघोडे तरी.

"मी इथून खूप दूर राहतो आणि माझं तोंड धुवायचं सामान आणायला विसरलो." त्याला कसं सांगायचं, की त्याच्या हातातली जाडजूड टूथपेस्ट पाहून, टूथपेस्टची चव तोंडात यावी अशी मला अनावर इच्छा झालीय? बंगल्यावर पुष्कळ दिवस झाले, कोलगेटची जागा राखुंडीनं घेतली होती. अम्मी तर हल्ली तिचे दात फक्त आंब्याच्या गळलेल्या पानांनीच साफ करायची.

त्यानं पट्ट्यापट्ट्यांच्या टूथपेस्टचा छोटासा भाग माझ्या बोटावर नाखुशीनंच घातला आणि माझं बोट तोंडाच्या आत वर-खाली सगळीकडे फिरायला लागल्यावर अचंब्यानं बघत बसला. त्या जर्मन टूथपेस्टनं माझ्या तोंडात एक हवाहवासा तिखटपणा आला. लवंग आणि मिरीची उग्र चव जाणवली.

"तुम्ही जनावरांना शिकवणारे आहात का?" तोंड खळखळून झाल्यावर मी चौकश्यांना पुन्हा सुरुवात केली.

"मी काय आहे?" त्यानं विचारलं.

"जनावरांना शिकवणारा. सर्कसमधल्या जनावरांना शिकवतात, तसा?"

तो खो खो हसायला लागला. जर तो जनावरांना शिकवणारा नसला, तर तो

दातांचा डॉक्टरही नक्कीच नव्हता. त्यानं तोंड उघडल्यावर घाणेरडे दात दिसले. काही दात तर जिभेच्या बाजूला झालेल्या किडीमुळे काळे पडले होते. ''मी अंत्यविधीची व्यवस्था पाहणारा माणूस आहे.'' हसणं थांबल्यावर तो म्हणाला.

''तुमचा व्यवसाय कसा चाललाय, मि. इरिच?''

''हे बघा, माझं नाव इरिच नाहीय. ते आहे एरिक. स्पेलिंग बघून चुकीचा उच्चार करू नका. माझ्या व्यवसायाबद्दल सांगायचं, तर ठीक चाललंय, थँक्यू.'' मी त्याला एक डॉलरमध्ये वाटाड्याचं काम करेन असं सांगायच्या पूर्वीच तो निघून गेला.

रात्री उशिरा, मी त्याच्या झोपडीच्या बांबूच्या भिंतीला भोक पाडलं आणि त्यातून आत पाहायला लागलो. तो अंत्ययात्रेचा व्यवस्थापक बिछान्यावर अगदी मेल्यागत पडला होता आणि मेणबत्ती लावून ती बाई कागदावर काहीतरी खरडत टेबलापाशी बसली होती. पाच दिवस तो मरमेड इनमध्ये राहिला. तितक्या दिवसांत त्यानं काही शारीरिक संबंध ठेवला नाही. निदान रात्री तरी. कारण मी रोज रात्री पाळत ठेवत होतो आणि ते लोक निघून जाईपर्यंत भिंतीवरचं भोक उंदराला आत जाता येईल एवढं मोठं झालं होतं. जाण्यापूर्वी त्या अंत्ययात्रेच्या व्यवस्थापकानं काहीतरी चोरीला गेल्याची तक्रार संदीपकडे केली; पण ती गोष्ट अगदीच फालतू होती, त्यामुळे नेमकं काय चोरीला गेलं हे त्यानं सांगितलंच नाही. ते डगर उतरून नारळाच्या बागेतून गेले आणि दूर उघड्यावर उभ्या केलेल्या टॅक्सीत चढले. तोपर्यंत मी त्यांच्याकडे पाहत होतो. मी अजून डॉलर पाहिलाही नव्हता. कमावण्याची गोष्टच सोडा.

मी डॉलर्स कमवायची स्वप्नं पाहत होतो आणि इकडे अब्बांना साबण आणण्यासाठी किंवा त्यांची रोजची स्वस्त सिगारेट खरीदण्यासाठीसुद्धा पैसे नव्हते. एके दिवशी त्यांनी एका लाकडाच्या व्यापाऱ्याला बोलावलं आणि पुढच्या अंगणातल्या कोपऱ्यात असलेल्या सागाच्या झाडाखाली उभं राहून त्याच्याशी घासाघीस करायला लागले. त्याच दुपारी लाकूडतोडे कोयते आणि दोरखंड घेऊन आले आणि त्याच्या फांद्या छाटायला लागले.

''जसीला याबद्दल काही सांगू नकोस,'' अम्मीनं अकमलला सांगितलं. ते सागाचं झाड ज्या जमिनीवर उभं होतं ती जमीन आणि अर्थातच ते झाडही अब्बांनी जसिराला तिची शादी झाली तेव्हा दिलं होतं.

''नाही समजणार तिला,'' अकमल म्हणाला. जसिरा आणखी एका गर्भपातानंतर प्रोफेसर नासिरच्या घरी विश्रांती घेत होती.

''एके दिवशी कळेल तिला आणि मग ती अब्बांना ते झाड परत मातीतून उगवायला लावेल,'' ती म्हणाली. तिचा चमकणारा चेहरा तिनं सावधपणे पुसला.

''तुझ्या चेहऱ्याला काय झालंय?'' अकमलनं वाकडं तोंड करून विचारलं. ''फेअर अँड लव्हली लावलंयस की काय?''

"काही नाही," ती लाजतच म्हणाली आणि सटकली.

दुपार संपत आली तोवर त्यांनी सगळ्या फांद्या छाटल्या होत्या आणि आता बुंध्यावर कोयते चालवायला लागले होते. दिवस मावळला आणि अंगणातला उजेड कमी झाला तेव्हा बुंध्याचा पायथा तासलेल्या पेन्सीलच्या टोकासारखा दिसायला लागला होता आणि लाकूडतोडे दिवसाचं काम थांबवून आवराआवरी करायला लागले.

"अजून अर्ध्या तासाचंच काम उरलंय," अब्बा त्या लाकडाच्या व्यापाऱ्याशी वाद घालायला लागले. "असं अर्धवट काम सोडून तुम्ही जाऊ शकत नाही."

"खूप अंधार पडलाय, हम्साभाई," तो लाकडाचा व्यापारी म्हणाला. "ते उद्या सकाळी येतील आणि राहिलेलं काम पूर्ण करतील."

"रात्री जोराचा वारा आला तर काय? सगळं माझ्या घरावर कोसळेल."

"बेताच्या वाऱ्यात ते काही पडायचं नाही. काळजी करू नका."

त्या रात्री काही बेताचा वारा वाहिला नाही; पण झोपेच्या वेळेपूर्वी बंगल्यावर जसिराच्या रूपानं एक तुफानी वादळ आणि काळे ढग दाटून आले. त्यामानानं प्रोफेसर नासिर म्हणजे मंद वारा होता. त्याच्यानं पानसुद्धा हललं नसतं.

"अशी अचानक?" अम्मीनं तिच्या भेटीनं आनंद झाला असं नाटकही केलं नाही.

"जसीला तुमच्याबद्दल स्वप्न पडलं होतं, अम्मी," प्रोफेसर म्हणाला. "भयानक स्वप्न. म्हणून तिला ताबडतोब तुम्हाला भेटावंसं वाटलं."

"सूर्य उगवला की काहीतरी भयानक घडणारंय," हवामानाचा अंदाज करत असल्यासारखं अम्मी म्हणाली. चांदणं नसलेल्या आकाशाकडे तोंड करून उभ्या असणाऱ्या उघड्या बोडक्या सागाच्या झाडाकडे तिची नजर वळली.

अब्बा येऊ घातलेलं वादळ ओळखून प्रोफेसर नासिरकडे बघून अर्धवट हसले. आजकाल ते घरात कोणाशी बोलायचेही नाहीत. अगदी प्रोफेसर नासिरकडे, आमच्या ढासळणाऱ्या घरातल्या गर्व करण्यासारख्या एकमेव माणसाकडे बघूनसुद्धा ते चिडचिडल्यासारखंच हसले.

आम्ही नानीबरोबर काळेपांढरे सिंह झेब्राची शिकार करताना पाहत होतो, तेव्हा जसिराला अम्मीचा तणावपूर्ण चेहरा चमकताना दिसला.

"तू तुझ्या चेहऱ्याला काहीतरी लावलंयस की माझ्याच डोळ्यांना काहीतरी झालंय?" जसिरानं विचारलं.

"काहीतरी म्हणजे काय?" अम्मीनं उलट्या हातानं डोळ्यांखालचा भाग पुसला.

"तुझ्या गालांवर काहीतरी चमकतंय."

"अश्रू असतील," झेब्राच्या टापांच्या आवाजापेक्षा मोठ्या आवाजात नानी म्हणाली.

“विशेष काही नाही. अमरनं माझ्यासाठी एक विदेशी क्रीम आणलंय.”

जसिरानं अम्मीच्या गालावरचं थोडं लोशन बोटाच्या टोकावर घेतलं आणि त्याचा वास घेतला. “बाटली दाखवशील का?” जसिरानं शंका येऊन विचारलं. तिनं बाटली जसिराच्या हातात दिली. तेव्हा त्या बाटलीवरची चिठ्ठी वाचून जसिरा हसायला लागली. “हे टॅन लोशन आहे. मी म्हटलं ना मला तुझ्याबद्दल काहीतरी भयंकर स्वप्न पडलं. हे भयंकरच आहे.”

“टॅन लोशन?” अम्मीनं घाबरून विचारलं. “ते कशासाठी असतं?”

“पांढरे लोक त्यांची कांती सावळी व्हावी म्हणून ते लावतात आणि तू स्वत:ला गोरं बनवण्यासाठी ते लावत होतीस.” जिचा नुकताच गर्भपात झालाय, तिनं इतक्या जोरात हसू नये. त्याच्या प्रतिध्वनीनं प्रोफेसरच्या शुक्रजंतूंची पुढची टोळीसुद्धा घाबरून पळेल.

टेलिव्हिजनवर एका सिंहानं झेब्राला खाली पाडलं होतं. टी.व्ही.च्या खोलीत अस्मा सिंहीण खाडकन उभी राहिली. तिच्या हातातनं एरिकच्या टॅन लोशनची बाटली सुटली, त्याच क्षणाला मी खाली वाकलो. अर्थातच ती मला लागली नाही; पण नवल आहे की ती नानीलाही लागली नाही. ती भिंतीवर जाऊन आदळली आणि फिकट व्हायला लागलेल्या निळ्या रंगावर एक ओला डाग पसरला.

दुसऱ्या दिवशी बंगल्याला जाग आली, तेव्हा सगळेच अस्वस्थ होते. जसिरा उठल्यानंतर आकांडतांडवाच्या वादळानं, विरलेल्या पडद्याइतकी कमकुवत शांतता कशी उधळली जाईल, याची सगळे वाट पाहत होते. प्रोफेसर नासिर कॉलेजात जाण्यासाठी कपडे करून आठचा ठोका पडायची वाट पाहत ओसरीवर बसला होता. त्यानं वाचायला चश्मा घातला होता. त्याच्या नाकाच्या टोकापर्यंतचा चेहरा वर्तमानपत्राआड लपला होता. खरं तर, त्याच्या डोळ्यांसमोरच ते उघडं बोडकं सागाचं झाड उभं होतं. थोडे घाव पडले, की ते जमीनदोस्त होणार होतं; पण त्याच्या फांद्या छाटल्यामुळे पुढच्या अंगणात जी मोकळी जागा वाटत होती, ती त्याच्या लक्षातही आली नव्हती किंवा झाडाचं नागवं खोडही त्याला दिसलं नव्हतं. जे इतरांना स्पष्ट दिसत होतं.

अम्मीनं जसिराला थोडा वेळ बिछान्यातच पडून राहायला सुचवलं. शेवटच्या गर्भपातानंतर ती जरा फिकुटलेली आणि थकलेली दिसत होती, असं अम्मी म्हणाली. अब्बांनी त्या लाकडाच्या व्यापाऱ्याला विनंती केली, की दोन दिवस तो बुंधा तसाच राहू दे. बुधवारी किंवा गुरुवारी तो कापला तरी चालेल; पण जसिरा किंवा तो लाकडाचा व्यापारी, कोणीच त्यांचं सांगणं ऐकलं नाही.

जसिरा ओसरीवर आली, तेव्हा प्रोफेसर नासिरला जाऊन तास होत आला होता. तिला लगेच ती उघडी जागा आणि फांद्या छाटलेला बुंधा दिसला. ''ते झाड कशाला पाडताय?'' तिनं अब्बांना विचारलं. राहिलेलं अर्ध्या तासाचं काम उरकायसाठी लाकूडतोडे तयारी करत होते, तिकडे तिचं लक्ष गेलं.

''विजेच्या तारांना त्याचा अडथळा होत होता. वीज मंडळाची नोटीस आली होती.'' वर्तमानपत्रावरची नजर न काढता त्यांनी उत्तर दिलं. पहाटे वर्तमानपत्र आल्यापासून त्यांचं ते दोन वेळा तरी वाचून झालं असेल.

''पण तुम्ही थोड्या फांद्या छाटून झाड जगवायला हवं होतंत.''

''वीज मंडळानं ते काढून टाकण्याचा आग्रह धरला.''

ती शांतपणे बघत होती. लाकूडतोड्यांनी बुंध्याच्या शेंड्याला दोरखंड बांधला आणि दूरवर उभं राहून तो दोरखंड पुढे मागे करून झाड हलवायला लागले. त्या शांततेनं चक्रावून जाऊन, अम्मी पडदा बाजूला करून जसिराकडे प्रश्नार्थक नजरेनं बघायला लागली.

खूप वेळा गर्भपात झाल्यामुळे तिच्या मनाचा तोल ढळला होता की काय? तिची मालमत्ता चक्क घेऊन जात असतानासुद्धा ती शांत कशी? आयुष्यभर ती ज्या जसिराला ओळखत होती, ती ही नव्हे. जसिराला हवी असेल, तर ती हातातली रिबिनसुद्धा सोडायला तयार नसायची.

''पण पैशाचासुद्धा विचार करा ना,'' आठ्या घालत जसिरा म्हणाली आणि जसिरा पहिल्यासारखीच हावरट आहे याची खात्री पटून अम्मी पडद्याआड गेली; पण ती तिथंच उभं राहून चोरून ऐकत होती, कारण पडद्याखालून तिचे पाय दिसत होते. ''कोण भरणारंय ते पैसे?''

अब्बांनी निधनवार्ता देणारं पान उघडलं आणि त्यावरचे फोटो पाहिले. हे लोकसुद्धा कदाचित काल जिवंत असतील आणि आत्ता अब्बा बघतायत, तसं निधनवार्ता पान वाचत असतील. कितीही दुर्लक्ष केलं, तरी नमतं घेणाऱ्यांपैकी जसिरा नव्हती. ती धुसमुसायला लागली. ''पैशाचा विषय निघाला, की लोक मुके बनतात. त्या झाडाला हात लावण्यापूर्वी तुम्ही माझी परवानगी घ्यायला हवी होतीत. माझ्या जमिनीवर आहे ते. आता नासिरनं त्याचे पैसे भरावेत अशी अपेक्षा ठेवू नका.''

अब्बांनी निधनवार्तेच्या पानावरची नजर झटकन वर केली. ''कसले पैसे?'' आवाजातलं आश्चर्य दिसू देऊ नये, हे विसरूनच त्यांनी विचारलं.

''झाड कापायसाठी लागतील ते पैसे. प्रोफेसर त्यासाठी एक पैसुद्धा देणार नाही. तुम्ही आमची परवानगी विचारली नव्हतीत. आता त्या झाडाचं सगळं तुम्हीच निस्तरा.''

निधनवार्ता पान बघताना अब्बांना हसू आलं. जणू काही पानावरच्या लोकांपैकी कुणीतरी हे जग सोडून जाताना काहीतरी गमतीची गोष्ट केली होती. "काळजी करू नकोस, जसी. खर्च मी करेन. ते झाड म्हणजे माझीच डोकेदुखी होती."

"विषय संपला," असं म्हणून ती आत गेली आणि अम्मीवर धडकली. हायसं वाटून ती इतकी सद्‌गदित झाली होती, की दाराच्या पडद्यापासून दूर व्हायलाच विसरली होती. अब्बांच्या चेहऱ्यावर इतकं खुलं आणि समाधानाचं हसणं मी यापूर्वी पाहिलं होतं, त्याला खूप दिवस झाले होते.

जसिरा प्रोफेसर नासिरकडे परत गेली, त्या दिवशी लगेच जाऊन अब्बांनी फिल्टर्ड सिगारेटची काही पाकिटं, कपडे धुण्याच्या साबणाच्या वड्या, कंडेन्स्ड दुधाचे काही डबे आणि ओल्ड स्पाइसची बाटली आणली.

दुसऱ्या दिवशी सकाळी आम्ही मटण बिर्याणीचं जेवण घेतलं आणि त्यानंतर आइस्क्रीम खाल्लं.

पाऊस पडत असताना मला मेलेल्या माणसांची आठवण येते : जावी, सोफिया, असिफ आणि माझाच काही भाग. पाऊस म्हणजे मेलेल्या माणसांचे अश्रू, अशी माझी भावना आहे.

आत्ता पाऊस पडतोय आणि इतकी संततधार लागलीय, की मला माझ्या खिडकीखालची बागसुद्धा दिसत नाहीय. कोसळणाऱ्या पावसाचा आवाज सोडला, तर सारं घर शांत आहे. आजकाल या बंगल्यात जास्त लोक राहत नाहीत. फक्त अम्मी आणि मी; ती माझ्या खोलीबाहेर बसते आणि मी वहीत लिहीत असताना माझ्याकडे पाहत राहते. वहीचं पान मी उलटतो, त्या वेळी त्यातल्या निळ्या रेघांवर मेणबत्तीचा उदास प्रकाश पडतो. पाऊस आता इतका मुसळधार आणि जोरात आवाज करत पडायला लागलाय, की रस्त्यावरचे दिवे गेले. वीज आल्यानंतरही मी मेणबत्ती चालूच ठेवेन. कारण वीज मंडळाकडे आम्ही बिल भरू शकलो नाही म्हणून आठवड्यापूर्वी त्यांनी बंगल्याची वीज तोडली; पण थोड्याच दिवसांत आमचे दिवे परत काम करायला लागतील. अम्मीनं लाकडाच्या व्यापाऱ्याला बोलावून महोगनीचं झाड दाखवलंय. त्यावर आमची तीन महिने तरी गुजराण होईल.

अम्मीला टेलिव्हिजन बंद झाल्याचं दुःख सगळ्यात जास्त होतंयसं वाटतं; पण महोगनीचं झाड कापलं आणि बिल देऊन टाकलं, की तिला तो पाहता येईल. जसं काही आमच्या आयुष्यात फार काही घडलंच नाहीय. जणू ती टेलिव्हिजनमधली माणसंच आमची नातलग मंडळी आहेत. जणू काही जसिरानं सरते शेवटी जन्म दिलेली जुळी मुलं म्हणजे मिकी आणि मिनीच.

पाऊस थांबण्याचं काही लक्षण नाही. पाऊस म्हणजे मेलेल्या लोकांचे अश्रू असा विचार मनात येतो आणि मन अतर्क्य दुःखानं भरून जातं. तेरड्याच्या झाडाच्या नाजूक आणि विरळ मुळांसारखी हलकीशी वीज गडद आकाशात चमकते; पण कडकडाट ऐकू येत नाही. अजून तरी नाही.

"काय लिहितोयस तू, अमर?" अम्मी कॉरिडॉरमधून विचारते, "गोष्ट?"

ती बसलीय त्या खिडकीच्या चौकटीवरच एक मेणबत्ती लावलीय आणि तिच्या बरोबर तिची सावलीही माझ्याकडे बघतेय. कधी कधी मला तिची दया येते, कारण मी लिहितोय त्यातलं काहीच तिला कळणार नाहीय. प्रोफेसर नासिरला ते नक्की समजेल. जसिराला कदाचित समजेल; पण अम्मीला मुळीच नाही.

"हं, एक प्रकारची गोष्टच आहे ती," मी पान उलटत म्हणतो.

"लिही, लिही," मला प्रोत्साहन द्यायला ती हवेत हात फिरवते. एक लांबलचक गाडी जाते. तिच्या खिडक्यांतून दिसणारा प्रकाशही तिच्या बरोबरच शेजारच्या रुळांवरून प्रवास करतो. मला फाटक वाजल्याचा आवाज येतो. मला तो भासच वाटला असता; पण अम्मीलाही आवाज ऐकू आला होता. ती खोलीत येते आणि खिडकीपाशी उभं राहून बाहेर पावसातच बघते. मध्येच वीज चमकून फाटकावर उजेड पडतो; पण फाटकाजवळ किंवा घराच्या अंगणातल्या वाटेवर कोणीच नसतं. कुत्रंसुद्धा नाही; पण आम्ही खिडकीजवळच उभे राहून डोळे फाडफाडून अंधारात आणि मुसळधार पावसात पाहत राहतो. पुन्हा वीज चमकली, की तिच्या उजेडात अकमल येताना दिसेल असं आम्हाला वाटत असतं. पावसाचा जोर आणखीनच वाढतो आणि वीज परत चमकतच नाही. अम्मी परत कॉरिडॉरमध्ये जाते. स्वतःच्या सावलीसोबत बसते आणि हातातल्या माळेचे मणी ओढायला लागते. मी परत लेखनाकडे वळतो.

जर त्यांनी महोगनीचं झाड शुक्रवारी कापलं, तर आम्ही शनिवारी गाडीनं जाऊ. डॉ. रोझना भेटायला जायला हवंय. डॉ. रोझ आठवतात? गुलाबांच्या बागेतल्या गुलाबी भिंतीच्या घरात राहणारे डॉ. रोझ? पण अजून शनिवारला चार दिवस अवकाश आहे. शनिवारपूर्वी मला बरंच काही लिहायचंय.

ती सरत्या उन्हाळ्यातली दुपार होती. मला रखरखीत उन्हात चमकणारा समुद्र स्पष्ट आठवतोय. त्या दिवशी बार्बरा रमतगमत लाल सुळक्याच्या कडेला आली. तिच्या पाठीवरच्या पिशवीचे बंद तिनं बोटांनी घट्ट पकडले होते. तिच्या चालीत उत्साह होता. तिची कोपरं पक्ष्याच्या दुमडलेल्या पंखासारखी बाहेर आली होती.

पर्यटक जायला लागले, की 'राहायची सोय, झोपड्या, समुद्राचा देखावा' असं

ओरडायचं मी केव्हाच सोडून दिलं होतं : तुम्ही जर पांढऱ्या लोकांचं मन वळवण्याचा फार प्रयत्न केलात, तर तुमच्या विकण्याच्या गोष्टीत फारसा दम नाही, असं त्यांना वाटतं.

"सांभाळा, मॅडम," मी जोरात ओरडलो. "तुम्ही कड्याच्या फार टोकला जाताय."

"ओह, थँक्यू!" ती चालता चालता थांबली आणि तिनं सुळक्याची ओबडधोबड कडा पाहिली. नंतर तिचं झाडावरच्या, आता बऱ्याच फिकट झालेल्या मत्स्यकन्येकडे लक्ष गेलं. तिनं सुळक्याचा रस्ता पार केला आणि झोपड्यांसमोर उभं राहून, त्यांच्या मोडकळीला आलेल्या छपराकडे आणि रिकाम्या व्हरांड्याकडे बघत राहिली. दोन नारळाच्या झाडांमध्ये बांधलेल्या झुल्यावर संदीप पहुडला होता. त्यानं सूर्यापासून बचाव करण्यासाठी डोळ्यांवर वेताची टोपी ओढली होती. लांबून पाहताना तो चुकीच्या जागी असलेला, चुकीची टोपी घातलेला, उपास काढणारा काऊबॉय आहे असाच समज झाला असता.

मरमेड इनचं काही वेळ निरीक्षण केल्यावर, तिनं मला विचारलं, "कोण चालवतं हे सारं?" मी लगेच गवतातून उठलो आणि दुडक्या चालीनं तिच्याकडे गेलो. मरमेड इनमध्ये जर एकटीच बाई राहणार असेल, तर त्याचा अर्थ भाडं, निरोप पोहोचवण्यासाठीचे पैसे आणि शेवटी मिळणारी टीप यापेक्षा जास्त काहीतरी होता. माझी बोटं त्या झोपडीच्या भिंतीला भोक पाडण्यासाठी शिवशिवायला लागली. अपेक्षेनं हृदय धडधडायला लागलं; पण मी तोंड उघडण्यापूर्वीच संदीपनं झुल्यातून पाय बाहेर काढले आणि वेताची टोपी हातात घेऊन उभा राहिला. वाकून कुर्निसात करायचाच बाकी होता तो. "मी काही मदत करू शकतो का, बाई?"

"हो तर," ती त्याच्याकडे जात म्हणाली.

बार्बरा उंच होती. तिचं नाक सडपातळ होतं आणि डोळे प्रेमळ. ती सुंदर नव्हती आणि सामान्यही नव्हती. सांगायचंच झालं, तर ती थोडी दुःखी दिसत होती; पण छान. मी कल्पना केली, की नेहमीचा काळा-पांढरा वेष, कडक मदर सुपिरीअर आणि जोगिणींचा उदास मठ यांपासून मोकळेपणा अनुभवायचा प्रयत्न करणारी ती एक नन होती. तिच्या बारीक मनगटाभोवती एक काळा धागा बांधला होता. संदीपशी हळू आवाजात बोलत असताना ती अस्वस्थपणे त्या धाग्याशी खेळ करत होती. तिच्या पाठीवरच्या पिशवीच्या झाकणावर वेगवेगळ्या विमान कंपन्यांच्या चिठ्ठ्यांच्या तुकड्यांची इतकी गर्दी होती की, पुष्कळ सीमा पार करत तिनं ढगांतच खूप वेळ काढला होता, हे स्पष्ट होतं. त्या क्षणाला तरी बार्बराबद्दल मला इतकं आणि इतकंच समजलं; पण उन्हाळा पुढे सरकायला लागला तेव्हा मला कळलं, की ती काही नन वगैरे कोणी नव्हती आणि पहिल्यांदा तिला सुळक्यांच्या कडेला

पाहून मी कल्पना केली होती त्यापेक्षा तिचं आयुष्य प्रत्यक्षात अगदीच अळणी होतं. माझा सगळ्यात जास्त विरस झाला, तो जेव्हा घरात असताना काळोखात राहायची तिची आवड माझ्या लक्षात आली तेव्हा. झोपडीच्या भिंतीतल्या भोकाला डोळा लावून मी उन्हाळ्यातल्या बऱ्याच रात्री वाया घालवल्या. ती झोपडीतला सारा वेळ अंधारातच घालवायची. वाशाला टांगलेला कंदील पेटवायची तसदी तिनं कधी घेतलीच नाही. बरेच पर्यटक ओढयचे तसं तिनं ग्रासही कधी ओढलं नाही. ती तिचे काटकुळे पाय लाकडी कठड्यावर टाकून व्हरांड्यात बसायची आणि त्या काळ्या धाग्याच्या खाली मनगटावर स्वतःला टोचून घ्यायची. "तुला हवंय का?" एकदा तिनं मला विचारलं; पण मी 'नाही'च म्हणालो. खरं तर, मला इंजेक्शनच्या सुईचीच भीती वाटते.

पण बार्बराच्या बाबतीत सगळ्यात चक्रावून टाकणारी गोष्ट कोणती असेल, तर तिला वाटणारी पाण्याची भीती. जर ती दगडी पायऱ्या उतरून समुद्रकिनाऱ्याला जायचा धीर करू शकत नसेल, तर इतके खंड ओलांडून ती समुद्राजवळ मुळात आलीच कशाला? पायावर पाय टाकून व्हरांड्यात ट्रांझिस्टर ऐकत बसायला? अकमलचे हात तो ट्रांझिस्टर खोलून त्याची खरखर दुरुस्त करायला अगदी शिवशिवले असते.

ती माझ्याशी फारच कमी बोलायची. सुळक्याच्या कड्यावर राखाडी रंगाचं आयसिंग घालावं तसं क्षितिज दिसायचं. त्याकडे रिकाम्या नजरेनं बघत बसण्यापलीकडे ती काहीच करायची नाही. कधी कधी ती संदीपच्या झोपडीत जायची. दोघं जण बराच वेळ आत असायचे. आजूबाजूला घुटमळत असताना मला ट्रांझिस्टरवर गाणी ऐकू यायची. मग एके दिवशी दुपारी ती झोपडीतून बाहेर येताना, आत जाताना घालून गेली होती त्यापेक्षा वेगळे कपडे घालून आली : संदीपचे कपडे, मळखाऊ कुडता आणि रुंद तळ असलेली रंग उडालेली निळी जिन्स.

असं आपण चित्रपटात पाहिलं- दोन माणसं टापटीप कपडे घालून खोलीत गेलीयत आणि बाहेर येताना एकाचे कपडे दुसऱ्याच्या अंगावर आहेत- तर तुम्ही आणि मी हसलो असतो. तुमच्यापेक्षा जास्त कदाचित मलाच हसू आलं असतं. खी खी हसावंसं वाटलं, की मला थांबवताही येत नाही; पण प्रत्यक्षात त्या दिवशी, त्या प्रखर सूर्यात उभा राहून, हेवा वाटून मला जळायला झालं. मी बार्बराच्या प्रेमात पडायचा प्रयत्न केला नव्हता किंवा तिला गटवायचाही प्रयत्न केला नव्हता. तरीही मला खूप वाईट वाटलं.

मी चालायला सुरुवात केली. पहिल्यांदा सुळक्याच्या रस्त्यावरून, नंतर झाडांच्या राईतून. समुद्राची गाज जवळजवळ ऐकू येईनाशी होईपर्यंत मी चालत राहिलो. थांबायची इच्छाच नसल्यामुळे मी टॅक्स्यांची रांग, आमच्या शाळेभोवतीच्या

रस्त्यावर असणारी छोट्या दुर्मीळ वस्तू विकणारी दुकानं गेली तरी चालतच राहिलो. गावातून जाणाऱ्या गाड्यांचा आवाज, मुएझ्झिनचा संध्याकाळच्या प्रार्थनेसाठी श्रद्धाळूंना केलेला पुकारा, सगळं मला ऐकू येत होतं. गावच्या चौकातले विजेचे दिवे लागलेले मला दिसले तोपर्यंत मी चालतच होतो.

दुसऱ्या दिवशी पुन्हा समुद्रकिनाऱ्यावर जाऊन, बार्बरा संदीपबरोबर झोपली याचं आपल्याला काहीच वाटलं नाही, असं नाटक करायचं ठरवून मी तयार होत होतो. तेवढ्यात दुर्दैवानं दारावरची बेल वाजवली. अर्थातच, त्या क्षणाला मला माहीत नव्हतं की दुर्दैव आलंय. जसिरालाही ते माहीत नव्हतं. तिनं दार उघडलं आणि एक मध्यमवयीन माणूस ओसरीच्या पायऱ्यांवर हसत हसत उभा असलेला दिसला.

"बेटी,तुझे अब्बा आहेत का?" त्यानं विचारलं.

"हो," तीही हसून म्हणाली. "कोण आलंय म्हणून सांगू?"

"त्यांना सांग मोहम्मद आलाय." त्यानं तितकंच बोलायला हवं होतं; पण त्याला कसं माहीत असणार तो जिच्याशी बोलत होता, ती जितकी सुंदर होती तितकीच हावरट होती? "आम्ही आज ते झाड तोडतोय."

मोहम्मद बोट दाखवत होता, त्या रोझवूडच्या झाडाकडे तिनं पाहिलं. पूर्वी चाळीस फुटांचं सागाचं झाड होतं, त्याच्या शेजारचं झाड.

"ते झाड कशाला कापायला हवंय? ते काही तुमच्या विजेच्या तारांमध्ये येत नाहीय. तुमच्या मंडळाची नोटीस तरी बघू दे," ती म्हणाली.

"मंडळाची नोटीस?" त्यानं खरंच बुचकळ्यात पडून विचारलं. "माझ्याकडे दाखवायसाठी कसलीच नोटीस नाही, बेटी."

"दाखवायसाठी काही नाही? तुमच्याजवळ योग्य ती नोटीस नसली, तर तुम्हाला झाडाला हात लावता येणार नाही. आम्हाला नियम नीट माहीत आहेत. ही प्रोफेसर नासिरची सासुरवाडी आहे."

"प्रोफेसर नासिर कोण?" मोहम्मदनं विचारलं. "मी कोणा प्रोफेसरला ओळखत नाही."

"तुम्हाला माहीत नाहीत?" तिच्या स्वरात अविश्वास होता. "असो! तुम्हीसुद्धा कधी कुठल्या प्रोफेसरला भेटले असावात असं वाटत नाही. तुम्हाला जर आमच्याशी झाडाबद्दल बोलायचं असेल, तर तुमचे वरिष्ठ अधिकारी आणि योग्य ती नोटीस घेऊन मगच या."

ती त्याच्या तोंडावरच धाडकन दार लावणार होती, तेवढ्यात उगाचच गुरकावून घ्यावं लागल्याच्या धक्क्यातून मोहम्मद सावरला. त्यानं हातावर हात चोळले आणि अगदी अस्पष्ट आवाजात म्हणाला, "तसं असलं, तर तुझ्या अब्बांना पैसे परत करायला सांग."

“पैसे?” तिचा आवाज थोडा खाली आला. “कसले पैसे?”

“मी काही माझ्या अम्माचा दहेज परत मागत नाहीय,” ओठांवरून जीभ फिरवत तो म्हणाला. “तुझ्या अब्बांनी माझ्याकडून जे पैसे घेतलेत, ते मला परत हवेयत.”

“म्हणजे तुम्ही मंडळाकडून आलेले नाहीत?”

स्वतः कोण आहोत ते स्पष्ट सांगण्याऐवजी त्यानं स्वतःचं सागाच्या लाकडासारखं बोट घंटीवर ठेवलं आणि दाबूनच धरलं. घंटीचा आवाज पॅसेजमधून आतपर्यंत घुमला. अम्मी लगेचच ओसरीवर आली आणि निरभ्र आकाशाच्या पार्श्वभूमीवर उभं असलेल्या रोझवूडच्या झाडाकडे पाहायला लागली.

“हे अजून हम्साचंच घर आहे का?” त्यानं टोमणा मारून विचारलं.

“हो,” अम्मी म्हणाली आणि त्यानं घरात घुसू नये म्हणून सहजपणेच दार अडवून उभी राहिली.

“मला वाटलं, कोणी प्रोफेसर आले की काय इथं राहायला,” तो जसिराकडे उपरोधानं पाहत म्हणाला. “मला हम्साला भेटायचंय. मला माझे पैसे परत हवेयत.”

“ते घरात नाहीयत,” अम्मी अस्पष्टपणे म्हणाली. “ते गेलेयत... ” जसिराकडे बघत ती अस्वस्थपणे घुटमळली, “मलबारला.”

मोहम्मदनं त्याच्या मोठ्या केसाळ हातांकडे नजर केली. बोटात बोटं गुंतवून त्यानं आपले हात मांड्यांच्या मध्ये धरले होते. अम्मी जितकी आरोप करण्याच्या आवेशात बाहेर आली होती, तशाच आवेशानं त्यानं रोझवूडच्या झाडाकडे पाहिलं.

“चाचा,” जसिरा मोहम्मदशी इतक्या आदरानं बोलली, की गोंधळून जाऊन त्या लाकडाच्या व्यापाऱ्यानं डोळे बारीक केले आणि काळ्या पडलेल्या ओठांवरून जीभ फिरवली. “चाचा, त्या सागाच्या झाडासाठी तुम्ही किती पैसे दिले? जांभळाच्या झाडापासून भिंतीपर्यंतची जमीन माझ्या मालकीची आहे आणि ते विकण्यापूर्वी त्यांनी माझी परवानगी घेतली नव्हती. किती पैसे दिलेत तुम्ही त्याचे?”

मोहम्मदनं आपली बोटं सोडवली आणि त्यातलं सगळ्यांत जास्त जाड बोट अम्मीकडे केलं. “जर तुमचे शौहर घरी नसले, तर तुम्ही माझे पैसे द्या.”

अम्मीनं हात उलटे करून दाखवले आणि आपण पैसे देण्यास असमर्थ आहोत असं सुचवलं. “ते परत आले, की तुम्हाला येऊन भेटतील भाई.”

“पैसे घेऊन.” मोहम्मद थोडा विरघळला.

“हो, पैसे घेऊन,” अम्मीनं अडखळत कबूल केलं.

धूळवाटेवरून मोहम्मद दिसेनासा झाला आणि अब्बा घरातून बाहेर आले. ओसरीच्या पायऱ्यांवर ते उघडेबंब उभे होते. त्यांच्या छातीवरचे कुरळे केस पांढरे व्हायला लागले होते. सागाच्या झाडाच्या पैशातनं आणलेलं ब्रिल क्रीम चोपडल्यामुळे

त्यांचं डोकं चमकत होतं. "अकमल, माझा शर्ट आण बरं. त्या सूवरच्या बच्च्याला चांगला धडा शिकवतो," त्यांच्या शांत आवाजात अशुभाची सूचना जाणवली.

"त्याच्या आधी, तुम्हीच एक धडा शिका," जसिरा म्हणाली. "मालकाच्या परवानगीशिवाय त्याची वस्तू घेतली, तर ती चोरीच ठरते."

अब्बांनी जसिराकडे दुर्लक्ष करून अंगात राखाडी शर्ट चढवला. त्याची कॉलर आणि हात विरले होते. जसिराच्या रागाला, एखाद्या पुरुषासारखं भडकून अम्मीनं उत्तर दिलं. तिनं हाताच्या मुठी वळल्या होत्या. तिचे डोळे खोबणीतून बाहेर येतील की काय, असं वाटत होतं. "तुझं काय चोरलं आम्ही? सांग मला, तुझं काय चोरलं आम्ही?"

"सागाचं झाड," ती म्हणाली. "आणि तुम्ही मला खोटंच सांगितलंत, की ते विजेच्या तारांना अडथळा करतंय म्हणून."

"तूच आमच्या आयुष्यातल्या सगळ्या चांगल्या गोष्टी चोरून घेतल्यायस. तुझ्यामुळेच मला स्वतःच्या भाईकडे भीक मागायला लागली. तुझ्या शादीमुळेच आज आम्हाला इतके वाईट दिवस आलेयत आणि भुकेलं राहावं लागतंय. या कुटुंबात जर कोणी चोर असलं, तर तो तूच आहेस," तिनं जसिराच्या बदामाच्या आकाराच्या डोळ्यांपुढे बोट रोखलं आणि थोडा वेळ ते नाचवतच ठेवलं. तिच्या आवाजात एक वेगळाच उद्दामपणा आला होता. हे भांडण जर लगेच थांबलं नसतं, तर तो खर्जातलाच झाला असता.

अब्बांनी शर्टाचे हात कोपरापर्यंत काळजीपूर्वक दुमडले. त्यांचे रबरी सँडल्स चवड्यांजवळ आणि टाचांजवळ झिजले होते, तेच त्यांनी पायांत चढवले. नंतर ते आत्मविश्वासानं अंगणातल्या वाटेवरून निघाले. कामावर जायला उशीर झाल्यासारखे ते दोन्ही हात झुलवत चालत होते.

"घरातले पुरुष जर काम करत नसतील, तर तुम्हाला भुकेलंही राहायला लागतं आणि वाईट दिवसही येतात. त्यात दोष माझा नाही," जाणाऱ्या अब्बांकडे पाहत जसिरा म्हणाली.

"बस झालं," अम्मी किंचाळली. "बस. घरातल्या पुरुषांबद्दल आणखी एक शब्दही बोललीस, तर थोबाडीत मारेन तुझ्या."

"मलाही इथं थांबण्यात रस नाही. मी जातेच. अक्कू, बाहेर जाऊन प्रोफेसरला फोन कर. त्याला ताबडतोब बोलावलंय म्हणून सांग."

"उडत जा," अकमल म्हणाला. "मी काही तुझा नोकर नाही. हवं असेल, तर स्वतःच जा आणि प्रोफेसरला फोन कर."

"हा, हा, हा. छान! अकमल, फार छान!" नानी चाचपडत पुढच्या खोलीत आली होती आणि ओसरीच्या पायऱ्यांवर पायानं टकटक आवाज करत उभी होती.

"अम्मा," अम्मी काळजीनं म्हणाली, "तू कशाला आलीस इथं?"

"मला वाटलं, की मी कासीमचा आवाज ऐकला."

"कासीम नाहीये," अम्मी तुटकपणे म्हणाली; पण एखाद्या दिवशी काहीही सूचना न देता कासीम मामू आमच्या दारात येऊन उभा राहू शकतो, या विचारानं ती मनात हादरून गेली.

बार्बरा पायाचा जरासुद्धा आवाज न करता झोपडीत आली. तिच्या बुटांचा आवाज होतच नसे.

तिनं एक खुर्ची खोलीच्या मध्यावर ओढली आणि त्यावर बसली, "कुठे गेला होतास? काल संध्याकाळी तू काहीच न बोलता गेलास. आम्ही शोधत होतो तुला."

मी मनातल्या मनात अजूनही जळत होतो. माझा एकुलता एक मित्र ती पळवत होती, की संदीप तिच्याबरोबर झोपण्याआधी मला तिच्याबरोबर झोपायचं होतं? गावातले बहुतेक सर्व वाटाडे त्यांच्या गिऱ्हाइकांबरोबर झोपल्याच्या बढाया मारत. माझं साहस अजून फक्त स्वप्नरंजनापुरतंच मर्यादित होतं.

संदीपच्या झोपडीला कुलूप होतं आणि मरमेडच्या खाली नेहमी असणारी त्याची स्पोर्ट्स सायकल जागेवर नव्हती.

"संदीप कुठंय?" मी विचारलं. तिच्या मनगटावरच्या धाग्याखाली असणाऱ्या टोचल्याच्या खुणा लाल आणि नव्या वाटत होत्या. आदल्या रात्री डास चावल्यासारख्या.

"तो त्याच्या आई-वडिलांना भेटायला गेलाय." ती खुर्चीवर पुढे सरकली आणि शेवटी आमचे गुडघे एकमेकांना टेकले. "काल रात्री तू बाहेर गेला होतास, तेव्हा आम्ही एक निर्णय घेतलाय. संदीपची इच्छाय, की मी तुला सगळं सांगावं. खरं तर, मी तुला काल रात्रीच सांगणार होते; पण तू कुठं दिसलाच नाहीस."

"निर्णय?"

"हो, फारच महत्त्वाचा निर्णय : आम्ही लग्न करणारंय."

मला अजूनही कळत नाही, की ती बातमी, माझ्या हृदयात सुरा खुपसून क्रूरपणे फिरवावा अशी का वाटली मला! संदीपच्या मृत्यूची बातमी ऐकत असल्याइतकीच ती भयंकर वाटली मला. "बरायस ना तू? एकदम पांढरा पडलायस." तिनं पुढे झुकून दोन्ही हातांनी माझ्या गुडघ्यांवर थाप मारली.

"हो," मी आवंढा गिळत म्हणालो. "बराय मी."

"पण तुला आनंद झालेला दिसत नाहीय. तुझा मित्र माझ्याशी लग्न करतोय ते आवडलं नाहीय का तुला? तुझ्या चेहऱ्यावरच तसं दिसतंय, अमर."

"नाही, तसं नाही." पण माझा नकार काही खरा वाटत नव्हता. माझ्या नशिबानं आम्ही झोपडीत गप्पा मारत बसलेलं असताना उन्हाळ्याचं रूपांतर एकदम

पावसाळ्यात झालं. पहिला पाऊस छतावर टप टप आवाज करायला लागला आणि ती वऱ्हांड्याकडे पळाली. छपरावरून गवतावर पडणाऱ्या पावसाच्या कमानीसारख्या रेषा कौतुकानं बघायला लागली.

दुपारभर पाऊस पडला. सूर्यास्त झाल्यानंतरही बराच वेळ आम्ही नारळाच्या झाडांच्या गडद आकृत्यांकडे पाहत बसलो होतो आणि संदीप आई-वडिलांच्या घरून परत येण्याची वाट पाहत होतो. पुष्कळ तास झाले. पाऊस थांबला आणि पुन्हा नव्या जोमानं पडायला लागला. पॉलिश पेपरसारखा रंग झालेली माणसं किनाऱ्यावर भटकत असत. त्यातला अगदी शेवटचा माणूससुद्धा पायऱ्या चढून मरमेडला ओलांडून गेला होता आणि नारळाच्या झाडीत दूरवर प्रकाशाचा ठिपका वाटणाऱ्या त्याच्या राहायच्या जागेला पोहोचला होता. तिनं ट्रांझिस्टर लावून स्वतःच्या मांडीवर ठेवला. मी यापूर्वी कधी नावही ऐकलं नव्हतं, अशा शहरातल्या एका मोठ्या विटांच्या घराबद्दल ती माझ्याशी बोलायला लागली. मी अभ्यासाच्या पुस्तकात वाचलं होतं, तशा लढाईत हात गमावून बसलेल्या वडिलांबद्दल बोलली. विस्मरणाचा रोग जडलेल्या आईबद्दल बोलली. मी कल्पना केली, की ती बहुतेक लठ्ठ आणि खेळकर असेल. एका खलाशी भावाबद्दल बोलली. ज्याच्याविषयी मी कल्पना केली, की आम्ही पडणाऱ्या पावसाकडे बघत बसलो असताना तो सुळक्याच्या कडेच्या वर दिसणाऱ्या क्षितिजाला ओलांडून चाललाय.

संदीपचं जग किती झपाट्यानं विस्तारत चाललं होतं आणि माझं जहाजाची मोडतोड होऊन एक बेटावर पोहोचलेल्या माणसाचं जग व्हावं, तसं लहान झालं होतं! तिचं लांबलचक आणि काहीसं कृत्रिम वर्णन चाललेलं असताना, फक्त एकदाच ती आत जायला उठली. बाहेर आली, तेव्हा तिच्या हातात इंजेक्शनची पिचकारी होती. तिनं ती मनगटावर टेकवली आणि त्यातला बिनरंगाचा द्रव शिरेत घातला. नवल म्हणजे, ती जेव्हा तिच्या विटांच्या घराबद्दल आणि त्यातल्या माणसांबद्दल बोलत होती, तेव्हा मला फक्त माझं घर आणि माझी माणसंच दिसत होती. बंगल्याच्या भोवती असणाऱ्या शेवाळ्यानं भरलेल्या भिंतीपलीकडचा मला काही विचारच करता येत नव्हता. बार्बराचं घर मला डोळ्यांपुढे उभं करता न येणं हे एक आश्चर्यच होतं. एकदा एका अश्लील मासिकातल्या एका मध्यमवयीन बाईच्या फोटोकडे नुसती नजर टाकून मी तिचं सारं आयुष्य डोळ्यांपुढे आणू शकलो होतो.

"त्याचे आई-वडील कुठे राहतात, तुला माहीत आहे का?" वाऱ्याचा जोर वाढला आणि नारळाची झाडं सळसळायला लागली तेव्हा तिनं विचारलं.

"हो," मी म्हणालो. पुढे काय होणारंय याची मला चांगली कल्पना आली होती.

"चल तर. ऊठ, जाऊ या आपण." तिनं मला कॉलर धरून ओढलं. जणू

तिच्या दोन अशक्त बोटांत धरून ती मला उचलू शकणार होती आणि तिच्या मनात येईल तिथं मांजरीच्या पिल्लासारखं घेऊन जाऊ शकणार होती. विरोध करण्यात काहीच अर्थ नव्हता. म्हणून त्या रिमझिम पावसात बाहेर पडायचा आम्ही धीर केला आणि ओल्या अंधारात चालायला लागलो. आम्ही मळ्यातनं जाणाऱ्या रस्त्यावरचं अर्धं अंतर पार केलं होतं, तेव्हा मातीच्या एका छोट्या बंधाऱ्यावरून अंधारातनं आमच्या दिशेनं प्रकाशझोत आला. हळूहळू तो मोठा झाला आणि तो संदीपच्या स्पोर्ट्स सायकलचा दिवा आहे हे कळलं.

"कुठं चाललायत तुम्ही?" त्यानं विचारलं. सायकलच्या पुढच्या दिव्यांच्या प्रकाशात त्यानं आम्हाला ओळखलं होतं.

"आम्ही तुझ्याच घरी निघालो होतो," बोलताना आनंद आणि सुटका वाटून तिचा आवाज चिरकला. "इतका वेळ का लागला तुला?"

"चला परत," संदीप म्हणाला. "चढ सायकलीवर."

ती सामान ठेवायच्या जागेवर बसली आणि पायांनी जमिनीला रेटा दिला. संदीप सावकाश पाय मारायला लागला. मी त्याच्या सायकल शेजारून चाललो होतो. संदीप आणि त्याच्या झोपड्यांशिवायचं आपलं आयुष्य कसं असेल, याची काळजी मनात येत होती. एखादा विनोद सांगत असावं, तितक्या शांतपणे संदीपनं आम्हाला सांगितलं, की त्याला घरातनं हाकलून दिलंय; पण झोपडीतून गवतावर पडणाऱ्या उजेडात पोहोचेपर्यंत त्याचा खालचा ओठ फाटलेला आम्हाला दिसलाच नव्हता.

"तुझ्या ओठाला काय झालं?" तिनं विचारलं.

"तिथंच डॅडींनी मारलं मला."

"ओह, सोन्या." तिचा जीव वर-खाली झाला. तिनं त्याचा चेहरा हातात धरला आणि जखमेचा मुका घेतला.

पुढच्याच आठवड्यात त्यांचं लग्न झालं. मी त्यांचा करवला- बेस्ट मॅन होतो; पण त्यातला उपरोध असा, की मला माझ्या आयुष्यात इतकं वाईट कधीच वाटलं नव्हतं. ती पहिली आणि एकमेव वेळ होती, जेव्हा मी टाय आणि जाकीट अंगावर चढवलं. किरमिजी रंगाचा टाय आणि काळ्या रंगाचं जाकीट माझ्यासाठी बार्बरानंच विकत घेतलं होतं. आम्ही चर्चला जायला निघालो, तेव्हा तिनं माझ्या जाकिटाच्या कॉलरला घंटेच्या फुलासारखी एक पिन लावली. माझ्या कपाटात अजूनही तो टाय जाकीट आणि पिन आहेत. त्यांच्याकडे पाहताना दर वेळी मला त्यांच्या लग्नाच्या दिवशी झाडांच्या मधून पांढऱ्या पावडरीसारखा भुरभुरणारा पाऊस आठवतो.

तो सोहळा फारच छोटा होता. आम्ही तिघे सोडलो, तर फक्त एक पुरोहित आणि एक फोटोग्राफर एवढेच हजर होते. इतका छोटा, की तिच्या गावी होणाऱ्या भव्य सोहळ्याची ती रंगीत तालीमच असावी. तिच्या विटांच्या घरापुढील हिरवळीवर

किंवा तिकडच्या मुख्य चर्चमध्ये, ज्यांची मला कल्पना करता आली नव्हती, तिकडे होणाऱ्या समारंभाची रंगीत तालीम. हे एक छोटंसं कॅथॉलिक चर्च होतं. बार्बरा तर प्रोटेस्टंट होती. रेल्वे इमारतीच्या मागे होतं ते. त्यात बसायसाठी तपकिरी रंगाची बाकं होती आणि सार्वजनिक फोनच्या टपरीएवढी छोटी पवित्र वेदी होती. वाशांवर बसलेली कबुतरं खाली बघत होती. पुरोहित एक मध्यमवयीन माणूस होता. तो सारखा सारखा स्वतःचा वरचा ओठ रुमालानं टिपायचा आणि त्याच्या घडीकडे बघायचा. त्यावर रक्त दिसेल की काय अशी त्याला शंका होती जणू. पूर्ण सोहळाभर तो अधूनमधून आपल्या खांद्यांकडेही बघायचा आणि मग अर्धवट हसत छताकडे नजर टाकायचा. त्याचा पाद्री लोकांनी घालायचा झगा घाण न केल्याबद्दल तो जणू कबूतरांचे आभार मानत होता.

बार्बरानं जांभळ्या रंगाची सिल्कची साडी नेसली होती. तिच्या विरळ केसांची पातळ रस्सीसारखी एक अर्धवट वेणी घालून तिनं पाठीवर सोडली होती. त्यातलं काहीच तिला शोभत नव्हतं. पुरोहितानं त्यांचं शास्त्रानुसार लग्न लावलं (त्याची सावध नजर कबूतरांवर होतीच), फोटोग्राफरनं परत परत फोटो घेतले; त्या वेळी बार्बरा आणि संदीप काही दशकं उलटल्यावर या क्षणाची आठवण काढतायत, अशी कल्पना करायचा मी प्रयत्न केला. काय आठवेल त्यांना? फोटोग्राफरनं क्षणात पाडलेला दिव्याचा प्रखर प्रकाश? पुरोहिताचं मजेशीर वागणं? मी आणि फोटोग्राफर सोडल्यास मोकळं असणारं चर्च? की ज्याच्यामुळे जास्वंदीची फुलं जड झाली होती आणि ओल्या हिरव्या थरथरणाऱ्या पानांवर उठून दिसत होती, तो गारवा आणणारा पाऊस?

"माझ्या लग्नाची मी जी स्वप्नं पाहिली होती, त्याच्यापेक्षा हे लग्न फारच बिनाधामधुमीचं झालं," संदीप पुरोहिताशी बोलत उभा राहिला, तेव्हा बार्बरा मला म्हणाली. "आमच्या गावी आम्ही हा समारंभ परत भव्य स्वरूपात साजरा करू. अमर, तुझा पासपोर्ट काढ. परत एकदा आमचा करवला व्हावं लागेल तुला."

पहिल्यांदा बार्बराच्या डोक्यावर आणि नंतर संदीपच्या डोक्यावर छत्री धरून मी त्यांना टॅक्सीपर्यंत नेलं. मग त्या पावसात आम्ही वेगानं गावचा चौक, आमची शाळा ओलांडून नागमोडी वळणं घेत सुळक्याकडे जाणाऱ्या रस्त्याला गेलो. मळ्यातून अधेमध्ये मोकळ्या असणाऱ्या जागेतून आम्हाला निळा समुद्र दिसत होता. तो पाहायलाच तर खूप पर्यटक आमच्या गावाला येत. त्याच्यामुळेच तर बार्बरा सुळक्याच्या कडेला आणि संदीपच्या आयुष्यात आली होती. तिनं खिडकीची काच खाली केली आणि बाहेर बघायला लागली. वाऱ्यानं तिचा पदर टॅक्सीच्या बाहेर गेला आणि एखाद्या जांभळ्या बावट्यासारखा फडफडायला लागला.

त्यांच्या लग्नाच्या पहिल्या रात्रीनंतर बार्बरा त्या सुळक्याच्या रस्त्यावरून

रमतगमत जात होती. तिनं खांद्यावर ट्रांझिस्टर घेतला होता. त्याची एरियल तिनं पूर्ण बाहेर ओढली होती. मी एका झाडाला रेलून उभा होतो. तिथं येऊन ती थांबली, तेव्हा एरियलचं टोक नारळाच्या पानांना लागत होतं. संदीप त्याच्या स्पोर्ट्स सायकलवर टांग टाकून दुपारीच गावातल्या ट्रॅव्हल एजंटला भेटायला गेला होता. म्हणजे आठवड्याभरानं बार्बरा घरी जाताना, त्याचा पासपोर्ट तयार करण्यासाठी आवश्यक ते कागदपत्र घेऊन जाऊ शकली असती.

जरी पाऊस पडत नसला तरी सकाळपासून आकाशात पावसाळी काळे ढग होते. अंधारही जास्तच गडद होता. जर समुद्राची गाज ऐकू येत नसती, तर जवळपास समुद्र आहे यावर विश्वासही बसला नसता. झाडीतून गार वारा वाहत आला आणि झोपडीच्या छपरावरची वाळकी पानं उडाली. बार्बराच्या खांद्यावरचा ट्रांझिस्टर खरखरला आणि केकाटला. वाऱ्याच्या हळुवार गार स्पर्शासारख्या आवाजात बार्बरा एकदम पुटपुटली, ''तुझा गांडी मेलाय.''

पहिल्यांदा मला वाटलं, नुकत्याच घेतलेल्या अमली पदार्थाच्या अमलाखाली ती काहीतरी बरळली असेल. नंतर मला वाटलं, की आडमार्गानं ती मला तिच्या बरोबर झोपण्यासाठी आमंत्रण देतेय. मला वाटलं, की जगात ती जिथं राहत होती तिथं किंवा निदान तिच्या गावात तरी त्यासाठी 'गांडी' हा खेडवळ शब्द वापरला जात असावा.

''नाही,'' माझ्या अर्धवट सुन्तेची आठवण होऊन मी कसाबसा विरोध केला. ''माझा गांडी ठीकंय.''

''सॉरी,'' ती म्हणाली. ''पण खरंच तुझा गांडी मेलाय.''

''माझा गांडी ठीकंय आणि जोमदारही.'' मी म्हणालो. लग्नानंतर आम्ही चर्चच्या बाहेर उभं असताना बार्बरानं माझ्या गालाचा मुका घेतला होता, ते मला आठवलं. ''मी ते सिद्ध करू शकतो,'' आणि माझी डोळ्यांची तक्रार सुरू झाल्यापासून पहिल्यांदाच मी मुद्दामहून डोळ्यांची उघडझाप केली.

तिनं हात वर करून मला गप्प राहण्याचा इशारा केला आणि ट्रांझिस्टर कानाच्या अगदी जवळ धरला. ''हो. नक्कीच.'' तिनं हात खाली केला आणि ट्रांझिस्टरही कानापासून लांब केला. मग सावकाश आणि अक्षरांवर जोर देत तिनं नाव सांगितलं, ''राजीव गांडी. बी.बी.सी.च्या बातम्यांनुसार थोड्याच वेळापूर्वी त्याला मारण्यात आलंय.''

गावच्या चौकातून शोकाकुल लोकांची लांबलचक रांग मगरीसारखी वाकडी तिकडी जात होती. काहींच्या हातात राजीव गांधी आकाशात कबूतरं उडवत असलेल्या

चित्रांचे फलक होते. इतरांचे हात रिकामे होते; पण सर्वांच्या छातीवर हरल्याचं पदक मिरवावं तशा काळ्या फिती लावल्या होत्या.

बंगला, विशेषतः टी.व्ही.ची खोली जास्तच दुःखी झाली होती. नानी गादीखाली बोटं सरकवून बिछान्यावर बसली होती. अंत्ययात्रा जितकी सावकाश जात होती, तितकंच सावकाश तिचं धावतं वर्णन होत होतं. हळूहळू पुढे जाणाऱ्या शवपेटीवर लोकांनी केलेल्या फुलांच्या उधळणीचंही वर्णन होत होतं आणि नानीचे आंधळे डोळे अश्रूंनी भरून येत होते. आमचे अम्मी आणि अब्बा एकाच खोलीत असणं ही एक क्वचितच घडणारी घटना होती आणि त्याहूनही वेगळेपणाची गोष्ट म्हणजे त्या दोघांना एकाच वेळी दुःख झालं होतं, एकाच घटनेचं दुःख झालं होतं. मला नेहमी वाटायचं, की अम्मीला राजीव गांधीबद्दल जितका आदर वाटतो, तितकाच अब्बांचा तो नावडता आहे. एके काळी त्यांना इंदिरा गांधीही आवडत नव्हती. उदासीन रस्त्यावरून जाणाऱ्या मोटारसायकलींच्या मिरवणुकीत अधूनमधून राजीव गांधीच्या प्रसिद्ध भाषणांतील काही भाग दाखवत होते आणि गोंधळून उत्तेजित होऊन नानीचा आवाज चढला. ''हा राजीव गांधी बोलतोय,'' अब्बांनी नानीला धीरानं समजावलं, की ते भाषण पूर्वीच ध्वनिमुद्रित झालंय आणि आता त्याला श्रद्धांजली वाहण्यासाठी ते वाजवतायत. अकमल, जो टेलिव्हिजन चालू असताना कधी खोलीत पाय टाकायचा नाही, तोसुद्धा दारात उभं राहून चितेतून निघणारी धुराची वेटोळी पाहत होता.

मी परत सुळक्याकडे गेलो, तेव्हा बार्बरा सामान बांधण्यात गढली होती. दुसऱ्या दिवशी सकाळी संदीप तिला विमानतळावर सोडण्यासाठी जाणार होता. तीन दिवसांनी विमानं बदलत बदलत आणि शेवटी टॅक्सीनं ती तिच्या विटांच्या घरी पोहोचणार होती. तिच्या पांगळ्या वडिलांना आणि विसरभोळ्या आईला आपल्या उष्ण कटिबंधातील लग्नाविषयी सांगणार होती. पुष्कळसे फोटो दाखवणार होती.

एका महिन्यानं परत येऊन ती संदीपला घेऊन जाईल, असं ती आम्हाला म्हणाली. आपली जांभळी साडी तिनं पाठीवरच्या पिशवीत खुपसली. तीच पिशवी, जिच्यावर अनेक विमानकंपन्यांच्या चिठ्ठ्या चिकटकवल्या होत्या आणि खरडून काढल्या होत्या, तीच. तिनं असंही सुचवलं की, संदीपचं उदाहरण डोळ्यांसमोर ठेवून मीही किनाऱ्यावरच स्वतःसाठी बायको शोधावी आणि ती परत यायच्या वेळेपर्यंत जगात दुसऱ्या कुठल्यातरी ठिकाणी स्थायिक व्हावं. ''प्रेमात पडायला काही फार वेळ लागत नाही. आम्हाला तर आठवड्यापेक्षाही कमी वेळ लागला. हो ना रे, संदीप?''

तिनं समुद्रकिनाऱ्यावर चलावं यासाठी तिचं मन वळवण्यात आम्ही अर्धा दिवस घालवला. संध्याकाळ व्हायला आली तेव्हा ती तयार झाली. तिनं गळ्यात कॅमेरा अडकवला. सुळक्याच्या बाजूनं पायऱ्या उतरली आणि आमच्याबरोबर बंधाऱ्याला

वळसा घालून चालायला लागली; पण लाट आली तेव्हा तिनं आमच्या दोघांच्या खांद्यावर हात ठेवले आणि वाळूवरून पाय उचलून धरले. पूर्णच दुमडले. ती इतक्या जोरात किंचाळत होती, की कोणी तिची छेडछाड करत नाहीय ना म्हणून लोक वळून पाहत होते. त्या दिवशी सूर्य हळूहळू अस्ताला गेला. आकाशातल्या प्रकाशालासुद्धा नाहीसं होण्याची घाई नव्हती. केशरी रंगाचा सूर्य क्षितिजावर उशिरापर्यंत रेंगाळला. हळूहळू मावळणाऱ्या प्रकाशाचा फायदा घेत बार्बरानं फोटो काढले : संदीप समुद्राकडे पाठ करून उभाय. एखाद्या मोठ्या सागरी प्राण्याचा अवशेष आहे असं वाटणाऱ्या पांढऱ्या खडकावर मी बसलोय. नंतर कॅमेरा माझ्या हातात आला. संदीप आणि बार्बरा सुळक्याच्या पायथ्यापाशी एकमेकांच्या डोक्याला डोकं लावून उभे होते. कॅमेऱ्याच्या खिडकीतून त्यांच्याकडे पाहत ते जेव्हा खूप आनंदात आहेत असं मला वाटलं, तेव्हा मी त्यांचा फोटो काढला.

आम्ही चाचपडत पायऱ्या चढत असताना परत एकदा तिनं सगळे सोपस्कार पूर्ण झाले, की लवकरात लवकर परत येण्याचं वचन दिलं; पण मला शंका येत होती, की ती आपला शब्द पाळणार नाही. सर्वांत वरच्या पायरीवर पोहोचल्यावर तिनं वळून समुद्राकडे पाहिलं. थंड वाऱ्यानं फिक्या पडलेल्या तिच्या ओठांवर हसू आलं. जणू काही ती समुद्रकिनाऱ्याचा शेवटचा निरोप घेत होती.

शाकारलेल्या छपराच्या फटीतून सूर्याचे किरण आत जमिनीवर पडले होते. बार्बराला तिच्या देशात ज्या नाण्यांचा काही उपयोग होणार नव्हता, अशी नाणी ती इथंच ठेवून गेली होती. तसेच ते प्रकाशाचे तुकडे दिसत होते. मी झोपडीतून बाहेर आलो, तेव्हा 'मरमेड इन' रिकामीच होती. अंधारातच मी त्यांचा विमानतळावर जाण्यासाठी निघतानाचा आवाज ऐकला होता, असं मला वाटलं; पण तशी खात्री नव्हती. तो पायांचा आवाज म्हणजे एखाद्या असंबद्ध स्वप्नातला भासही असू शकेल. आम्ही आदल्या रात्री जिथं व्हरांड्याच्या कोपऱ्यात बसून भविष्याची चर्चा करत होतो, तिथं एक बोळा केलेली निळ्या रंगाची विमान कंपनीची चिठ्ठी पडली होती. संदीपच्या आयुष्याच्या केंद्रस्थानी असणाऱ्या आणि माझ्या आयुष्याच्या परिघावर असणाऱ्या बार्बराच्या अस्तित्वाची निशाणी.

◆

प्रेमभंग

मला आठवतंय तेव्हापासून मोडकळीला आलेल्या गोठ्यामागे महोगनीचं झाड आहे. यंदा ते एका वेगळ्याच लाकडाच्या व्यापाऱ्यानं घेतलंय, नेहमीच्या मोहम्मद व्यापाऱ्यानं नाही. खूप वर्षांपूर्वी त्याची आणि जसिराची वादावादी झाली होती. धूळवाटेवरून त्याच्या मागे त्याला शोधत अब्बा गेले होते आणि परत आले, त्या वेळी त्यांच्या शर्टाचा खिसा फाटला होता आणि काज्यातून बटणं निघाली होती. प्रोफेसर नासिर दुपारी उशिरा येऊन जसिराला घेऊन गेले, कारण आजारपणातून उठलेल्या तिनं स्वतःची विश्रांती आटोपती घ्यायची ठरवली. जाता जाता तिनं स्वतःच्या मालकीच्या जमिनीवर असणारी व्यापार करण्याइतकी मोठी झाडं मोजली होती. ओसरीच्या पायऱ्यांवर उभं राहून, परत कधीही या घरात येणार नसल्याचं जाहीर करूनच ती गेली. एकदाची ती गेल्यावर अम्मी ओसरीच्या पायरीवर हातांच्या ओंजळीत चेहरा लपवून बसली. सोफिया किती चांगली मुलगी होती, याची परत परत आठवण काढायला लागली.

जमिनीच्या कोपऱ्यातलं, ज्याच्या मागे रेल्वे इमारत लपते ते रोझवूडचं झाड अजूनही ताठ उभं आहे. महोगनीचं झाड पाडायचं होतं. त्या मोठ्या तपकिरी झाडाविषयीच्या माझ्या आठवणी अंधूक असल्या, तरी आनंदाच्या आहेत. काही महिन्यांपूर्वीच तर त्याच्या जाड बुंध्याभोवती मिरीच्या वेलीनं विळखा घातला होता. वसंत ऋतूच्या मध्यावर अम्मी त्या झाडाला टेकवून शिडी उभी करायची आणि अनेक दुपारी पिकायला आलेल्या मिरी तोडण्यात घालवायची. अब्बा मसाल्याच्या शोधात मलबारच्या किनाऱ्याला जाऊन जितक्या मिऱ्या आणत असतील, त्याहून कितीतरी जास्त प्रमाणात अम्मीच्या मिऱ्या असायच्या. एकदा मिरीचा वेल चढला होता, त्याच्या वरच्या फांदीवर तिला मधाचं पोळं दिसलं. अब्बा तोंडाला टॉवेल गुंडाळून शिडीवर चढले. त्यांच्या हातात पेटलेला काकडा होता; पण त्यांनी सगळा गोंधळच केला आणि मागच्या अंगणात दिवसभर चिडलेल्या माश्या घोंगावत होत्या.

आमची सुन्ता झाली त्यानंतरच्या उन्हाळ्याच्या सुट्टीत आम्ही त्याच झाडाच्या फांदीला टायरचा झोपाळा टांगला होता आणि दोरी जाईल तितका उंच झोका घेतला होता. त्याच्या एका फांदीवर मुंग्यांचं मोठं वारूळ होतं. आम्ही महोगनीखाली उंच झोका घेतला, की मुंग्या टपटप अंगावर पडत आणि कपड्यांवर त्यांची छानशी नक्षी तयार होई. वसंत ऋतूत जमिनीवर फुलांचा आणि शेजारच्या चिंचेच्या झाडाच्या बारक्या पानांचा गालिचा तयार होत असे. महोगनीचं झाड गेलं, की गोठा आणि चिंचेचं झाड यांच्यामध्ये प्रकाशाचा मोठा तुकडा दिसायला लागेल. महोगनीचे मिळालेले पैसे संपले, की चिंचेचं झाड जाईल आणि प्रकाशाचा पसारा आणखी मोठा होईल. उपरोधाची गोष्ट आहे ना ही, की आमच्या आयुष्यात जेव्हा अंधार पसरतो, तेव्हा आमच्या अंगणात भरपूर उजेड येतो.

महोगनीचं आयुष्य संपल्यावर बंगल्यात वीज परत आली. आता दिवे लागतात, पंखे गरगरतात. अम्मीनं बटण दाबलं की ज्यूसरची पाती ज्यूस काढायच्या भांड्यातली हवा कापतात. टेलिव्हिजनच्या पडद्याच्या मध्यभागी मेणासारखा प्रकाश दिसतो आणि नंतर बाबरी मशिदीवर गटचर्चा चाललेली दिसते. अम्मी टी.व्ही. बंद करून निघून जाते. मी टेबलापाशी येऊन पुन्हा लिहायला सुरुवात करतो. परत एकदा सुळक्यावरच्या झोपड्यांकडे पोहोचतो. बार्बरा गेल्यानंतर गोगलगाईच्या गतीनं जाणारे महिने आठवायला लागतो.

❧

बार्बरा म्हणाली होती, की ती तीन दिवसांत घरी पोहोचेल. 'मरमेड इन'मधल्या शेवटच्या रात्री तिनं संदीपला वचन दिलं होतं, की घरी पोहोचताच ती त्याला फोन करेल. तीन महिने होऊन गेले होते. तिच्याकडून काहीच खबर नव्हती आणि जसे जसे खबर न येताच महिने जात होते, तस तसा संदीप निराशेच्या खोल गर्तेत जात होता. प्रत्येक वेळी फोन वाजला, की तो धावत धावत झोपडीत जाई. बराच वेळ तो बाहेर आला नाही की मला समजत असे, की कुठल्यातरी बिनमहत्त्वाच्या माणसाचा फोन होता म्हणून. बार्बरा गेल्यानंतर साधारण पाच महिन्यांनी तिचाच कोणी देशबांधव पर्यटक आमच्याकडे एका रात्रीपुरता उतरला. त्या तरुणाचे कल्ले बघून मला तर खारीच आठवल्या. संदीप एक फोटो घेऊन आला. त्यात तो आणि बार्बरा पुरोहिताच्या दोन बाजूंना उभे होते. "तुम्हाला ही बाई माहीत असेल. तुमच्याच देशातली आहे ती." संध्याकाळी तो पर्यटक समुद्रकिनाऱ्यावरून परत आला तेव्हा संदीप म्हणाला. त्या पर्यटकाचा रंग थोडा सावळा झाला होता.

"मित्रा, कॅनडा म्हणजे काही छोटंसं खेडेगाव नाही. मी कॅनडातल्या सगळ्या लोकांना ओळखतो, असं समजू नकोस." फोटोकडे नजर टाकून तो म्हणाला,

"हिला तर मी नक्कीच ओळखत नाही."

"माझी बायकोय ती," संदीपच्या आवाजात अभिमान आणि दुःख दोन्ही जाणवलं.

"हसऱ्या चेहऱ्यानं सांग ना," ते पर्यटक म्हणाला. तो संदीपला धीर देतोय की त्याची टर उडवतोय, हे सांगता येणं कठीण होतं; पण त्यानं संदीपकडून फोटो घेतला. फोटोच्या मागे संदीपनं तिचं आणि तिनं सांगितलेल्या तिच्या गावाचं नाव लिहिलं होतं. त्यानं टेलिफोनच्या पुस्तकात तिचा शोध लागतो का, हे बघायचं कबूल केलं.

त्या कॅनेडियननंही कधी पत्र लिहिलं नाही. झोपडीतला फोन वाजला, की संदीपला आशा वाटायची, की दुसऱ्या बाजूला बार्बरा किंवा तिचा देशबांधव असेल. काही वेळा तर तो अरुंद पलंगावर पडलाय आणि उशीवर ओळीत मांडून ठेवलेले त्याच्या लग्नाचे फोटो बघतोय, असंही मी पाहिलं. एके दिवशी संध्याकाळी सुळक्यातून बाहेर वाकलेल्या बिनशेंड्याच्या नारळाच्या झाडाखाली आम्ही लोळत होतो, तेव्हा मला निळ्या आकाशात दोन पांढऱ्या रेघा मारत गेलेलं जेट विमान दिसलं. अगदी धीम्या गतीनं ते नजरेच्या टप्प्याबाहेर गेलं. त्या पांढऱ्या रेघा मळ्यांच्या मागून कुठूनतरी निघून छानसं वळण घेऊन क्षितिजापाशी पोहोचल्या. विमान पाहून त्याच्या मनात कुठल्या आठवणी जागा झाल्या, ते मला माहीत नव्हतं; पण मी कल्पना केली, की बार्बरा त्या विमानात बसलीय. ढगांची मिरवणूक बघतेय. त्या विमानाचा सावकाश चाललेला प्रवास आम्ही सुळक्याच्या टोकावरून बघतोय, याची तिला कल्पनाही नाहीय.

"विमान बघितलं की मला तिची आठवण येते," संदीप म्हणाला. जसं काही माझ्या मनातले विचारच त्यानं वाचले होते. "मी बघतो त्या प्रत्येक विमानात ती असावी असं मला वाटतं." सात महिन्यांपूर्वी ती निघून गेली तेव्हापासून पहिल्यांदाच संदीपनं तिचा विषय काढला होता. तिनं दिलेल्या दग्याबद्दल आतापर्यंत तो गप्पच होता.

त्याच सुमाराला मला जावीमध्ये पुन्हा रस वाटायला लागला होता. त्यानं सही करून तारखा घातलेली पुस्तकं मी परत चाळायला लागलो. मी जावीची डायरी उघडली- आता माझं ते हस्ताक्षर अगदी बालिश वाटत होतं- आणि त्यानं अम्मीसाठी लिहिलेली आत्महत्येची चिठ्ठी वाचली. त्यातच त्यानं अगदी अलिप्तपणे माझं नाव सुचवलं होतं आणि सुहुदा बुआला लिहिलेली चिठ्ठी, ज्यात तिला त्याच्या भाईनं दिलेल्या दग्याबद्दल सांगितलं होतं. बार्बरा नाहीशी झाल्यानंतर माझ्या मनात अशीही शंका येऊ लागली होती, की जावी प्रेमामुळे बोगद्यात गेला होता, की त्याच्यात वेडाचे झटके येण्याचा आनुवंशिक दोष होता. प्रश्नच प्रश्न. उत्तर

कशाचंच नाही. माझे विचार नेहमीच सुहुदा बुआच्या नागवेपणाकडे येऊन थांबायचे. कधी ती माझ्या अंगाखाली असायची, तर कधी माझ्यावर स्वार झालेली असायची. बिछान्याशेजारी आमच्या कपड्यांचा रंगीबेरंगी ढीग पडलेला असायचा.

एके दिवशी पहाटे पहाटे, माझ्या बुआबरोबर आसुसून रतिसुख उपभोगल्यानंतर, मी दात जरा जपून वापरावेत असं तिनं सुचवलं; विशेषतः तिच्या भरगच्च छातीवर आणि मी त्याला नकार दिल्यानंतर, तिची लांब नखं माझ्या दंडांत घट्ट रुतवली. प्रत्यक्षात तिनं कधी नखं वाढवण्याचं आणि रंगवण्याचं मनातही आणलं नसतं. मी खाली आलो तेव्हा सुहुदा बुआ जेवणाच्या टेबलवर डोकं टेकून बसली होती. अम्मी तिच्या मागे उभं राहून तिच्या पाठीवरून हात फिरवत होती.

"काय झालं?" मी भुवया उंचावून अम्मीला विचारलं.

"जा इथून." तिनं मानेला झटका देऊन सुचवलं.

रझिया स्वतःच्या अम्मीसाठी आणि सौतेल्या अब्बांसाठी एक तपशीलवार चिठ्ठी ठेवून पळून गेली होती, असं मला लवकरच समजलं. त्या वेळी ती चिठ्ठी अब्बांच्या मांडीवर होती. थोड्या वेळानं ती बंगल्यात राहणाऱ्या सगळ्यांच्या हातांतून फिरली. आधी अकमलकडे, मग अम्मीकडे, मग पुन्हा सुहुदा बुआनं मागितली म्हणून तिच्याकडे. रझियाच्या लेखनात काही नवीन अर्थ सापडतो का, बघायचं होतं तिला आणि सगळ्यात शेवटी माझ्याकडे.

अम्मी आणि पपा,

मला रॉइझसरांपासून दूर ठेवण्याचा तुम्ही जो प्रयत्न केलात तो व्यर्थ आहे. आजच आम्ही नोंदणी कार्यालयात शादी करणार आहोत. मला इंग्लिश शिकवण्यासाठी रॉइझसर पहिल्यांदा आपल्या घरी आले, तेव्हाच मला त्यांच्याशी शादी करावीशी वाटली होती. तुम्ही त्यांना पहिल्या महिन्याचे शिकवणीचे पैसे देण्यापूर्वीच मी त्यांच्याशी शादी करायला तयार होते; पण मला अठरा वर्षं पूर्ण झाली नव्हती म्हणून त्यांनीच थांबायला सांगितलं होतं. जर मी अठरा वर्षं पूर्ण होण्यापूर्वी त्यांनी माझ्याशी शादी केली असती, तर अपहरण, बलात्कार आणि ह्यूमन ट्रॅफिकिंग अशाच गुन्ह्यांचा आरोप त्यांच्यावर करून तुम्ही मला हेबिअस कॉर्पस (कोर्टासमोर हजर राहण्याचा हुकूम) किंवा असं काहीतरी लावून घरी घेऊन जाऊ शकला असता. तुमच्या लक्षात आलं नसेल, तर तो एक कायदा आहे. रॉइझसरांच्या मते हा कायदा केवळ प्रेमीजनांना एकमेकांपासून दूर करण्यासाठी आणला आहे. आता मी वीस वर्षं सहा महिन्यांची झाल्यामुळे हेबिअस कॉर्पस माझं काही बिघडवू शकत नाही.

रॉइझसरांच्या बाबत तुमचा आक्षेप तरी काय आहे? हो, ते ख्रिश्चन आहेत; पण माझ्यावर विश्वास ठेवा, ख्रिश्चॅनिटी आणि इस्लाम ही नावं वेगळी असली, तरी त्यांची शिकवण एकच आहे. आपला प्रेषित इसा म्हणजे त्यांचा जीझस. आपला प्रेषित मुसा त्यांचा मोझेस. आपला प्रेषित इब्राहिम म्हणजे त्यांचा अब्राहम. आपला ग्रिब्रील म्हणजे त्यांचा गॅब्रिअल.

हो, रॉइझसर चौतीस वर्षांचे आहेत; पण तुम्हाला आठवत असेल, की मुहम्मद अली जीना यांनी त्यांच्यापेक्षा वयानं कितीतरी लहान असणाऱ्या मुलीशी लग्न केलं. ती तर मुस्लिमही नव्हती आणि तरीही शेवटपर्यंत त्यांचं आयुष्य सुखात गेलं.

हो, तुम्हाला वाटतंय की रॉइझसरांना नोकरी नाही; पण खासगी शिकवण्या करून त्यांना खूप पैसे मिळतात. पुढच्याच महिन्यात ते स्कूटर घेणारयत. बहुतेक त्यांना प्रोफेसर नासिर भाईला मिळतात त्यापेक्षाही जास्त पैसे मिळत असतील. जर जसीनं तिच्या अर्थशास्त्राच्या प्रोफेसरच्या प्रेमात पडलेलं चालतं, तर मी माझ्या इंग्लिशच्या शिकवणीच्या सरांबरोबर लग्न का करू नये? मला त्यांच्यात इतकाच फरक दिसतो, की प्रोफेसर नासिर भाई अर्थशास्त्र घेऊन एम.ए. झालेयत आणि रॉइझसर इंग्लिश घेऊन एम.ए. झालेयत. तेवढं सोडलं, तर ते दोघं सारखेच आहेत.

हो, अम्मी तू एकदा रॉइझसरांना काण्या म्हणालीस आणि त्याचं त्यांना फार दुःख झालं. तुझ्या माहितीसाठी सांगते, आजकाल छोटीशी शस्त्रक्रिया करून काणेपणा घालवता येतो. आमच्या तातडीनं करण्याच्या यादीत या गोष्टीची नोंद आहे. स्कूटरनंतर ते काम हाती घेऊ. शस्त्रक्रियेनंतरही तू त्यांना काण्या म्हणणार असशील, तर तुझी मर्जी. अमर भाईच्या डोळ्यांचीही हसण्यासारखी हालचाल सुरू असते, मग तू त्याला मिचकाव्या नाहीतर लुकलुक्या का म्हणत नाहीस? केवळ तो तुझ्या भाईचा मुलगा आहे म्हणून?

हो, पपा. तुम्हाला रॉइझसरांची मिळालेली माहिती खरी आहे. त्यांच्या आणि एका विद्यार्थिनीच्या नात्याविषयी काहीतरी आरडाओरडा झाला होता; पण ती फक्त एकतर्फी प्रेमकहाणी होती आणि जेव्हा त्यांनी स्वतःची भूमिका स्पष्ट केली, तेव्हा त्या मुलीनं त्यांच्यावर खोटेनाटे आरोप केले. यापेक्षा जास्त काहीच नाहीय यात.

आम्हाला दोघांना आशीर्वाद देणार असलात, तर मनापासून द्या. नाहीतर ते तुमच्याकडेच ठेवा.

रझिया रॉइझ

सुहुदा बुआ बागेत जाऊन रिकाम्या नजरेनं जाणाऱ्या गाड्यांकडे बघत बसली, त्या वेळी अम्मी नानीला म्हणाली, "अम्मा, हे तर फारच रोचक दिसतंय. आपला प्रेषित कुराणात सांगायला विसरला, त्या गोष्टी सुहुदाच्या मुलीनं स्पष्ट केल्यायत. इसा म्हणजे जीझस. मुसा म्हणजे मोझेस. जोसेफ म्हणजे क्लीटस. टोमॅटो म्हणजे बटाटा." आणि त्या दोघी बायका शाळकरी मुलींसारखं खिदळायला लागल्या.

"या बाबतीत तुझ्या शौहरचं काय म्हणणंय? त्याला पटतंय का सगळं?" त्यांच्या कुटुंबाची टर उडवण्याची नानीला आयतीच संधी मिळाली.

"त्याच्या मताची सुहुदाला पर्वा आहे का? सुहुदा किती मगरूर आहे तुला माहीतंय. खूप वर्षांपूर्वी, मोठं झाल्यावर माझा अमर आणि रझिया यांची शादी करण्याचा विषय निघाला होता, तेव्हा सुहुदानं ऐकू न आल्याचं नाटक केलं होतं."

लाकडाचा व्यापारी मोहम्मदला भेटून अब्बा परत आले, त्या वेळी त्यांचा शर्ट फाटला होता आणि बटणंही तुटली होती. तेव्हापासून ती अब्बांशी थोड्या आपलेपणानं वागायची. तिनं त्यांच्याबद्दल वाईट बोलणं सोडलं होतं आणि ते दिसले किंवा त्यांचं नाव निघालं, की तिच्या कपाळाला आठी पडत असे, तीही आताशा पडायची नाही.

"आणि जेव्हा तिची छोटी बेटी मोठ्या वयाच्या, काण्या ख्रिश्चन रोमिओबरोबर पळून जाते, तेव्हा सुहुदा रडत रडत तिच्या बिचाऱ्या भाईकडे येते."

गाड्या बघायचा कंटाळा आला, तेव्हा सुहुदा बुआ घरात आली. अम्मीनं लगेच नानीला कोपरानं ढोसून जाणीव करून दिली, की ती दुःखी बाई आसपास आहे म्हणून.

"सुहुदा," नानी इकडे तिकडे चाचपडत म्हणाली. "ये, माझ्याजवळ बस बेटी."

"हो, मौसी." ती नानीच्या जवळ बसली आणि कसंनुसं हसत टेलिव्हिजनवरचं कार्टून बघायला लागली.

"तुझी बेटी या ख्रिश्चन माणसाबरोबर नक्की कधी पळून गेली?"

"नक्की वेळ सांगता येणार नाही मौसी. रात्री उशिरा किंवा आज सकाळी उजाडता गेली असावी. सकाळी उठलो, तेव्हा तिच्या खोलीत फक्त पत्र होतं."

"तिनं काही दागिने किंवा पैसे नेलेयत का बरोबर?"

नानीच्या लठ्ठ चेहऱ्याकडे काहीसं तिरस्कारानं बघत सुहुदा बुआ थोडा वेळ गप्प बसली. "हो, तिच्या हाती लागले तेवढे घरातले सगळे दागिने आणि सोनंनाणं घेऊन गेली."

"किती स्वार्थी मुलगी म्हणायची ही." नानीचा आवाज जास्तच उदास वाटला. त्याच वेळी टेलिव्हिजनमधून काहीतरी संकट आल्यासारखा विनोदी आवाज आला.

सुहुदा बुआनं परत रडायला सुरुवात केली. नानीनं तिच्या मांडीवर हात फिरवून दिलासा दिला.

“तिला फार प्रश्न विचारू नकोस,” अम्मीनं नानीला सांगितलं. “बिचारी सकाळपासून रडतेय. अजून जास्त रडवू नकोस तिला.”

त्या बायकांना तशा अस्वस्थ शांततेत सोडून मी बंगल्याबाहेर गेलो. गावच्या चौकात फिरायला. मी बाहेर गेलेलो असताना घरात काय झालं, ते मला माहीत नाही. मला अजूनही समजू शकत नाही, की संभाषणाची गाडी रझियावरून सरकून लंडनभोवती कशी फिरायला लागली. कारण मी परत आलो, तेव्हा टी.व्ही.च्या खोलीत वेगळ्याच प्रकारची शांतता धुमसत होती. त्यांच्या भूमिकांची अदलाबदल झाली होती. आता नानीचे डोळे भरून आले होते आणि सुहुदा बुआच्या जागेवर अम्मी बसली होती. तिनं नानीच्या खांद्यावर हात टाकला होता. सुहुदा बुआ दाराला टेकून छातीवर हात घेऊन उभी होती. जणू माझ्या सकाळच्या स्वप्नरंजनाची तिला खबर झाली होती आणि माझ्या ओठांपासून त्यांचं रक्षण करण्याचा तिनं पवित्रा घेतला होता. टेलिव्हिजन बंद होता.

“अमर आलाय,” मी बाहेरच्या खोलीत आलो, तेव्हा सुहुदा बुआ म्हणाली. “मौसी, त्याला विचारा तुम्ही, मी तुमच्या मुलाच्या शादीबद्दल खोटं बोलतेय का ते.”

“अमर,” अम्मी घाईघाईनं म्हणाली. नजरेनंच तिनं मला खूण केली, की त्यानंतर ती जे काही विचारेल, त्याचं उत्तर मी नाही असं द्यावं. “कासीमची एका इंग्लिश बाईशी शादी झालीय, असं लिहिलेलं पत्र तुला सुहुदानं दिलंय का?” नाही म्हण. तिनं कळेल न कळेल अशी मान हलवून खूण केली. नाही शिवाय दुसरं काही म्हणू नकोस.

या बायका अशा विचित्र संकटात टाकता ना. मला सुहुदा बुआला खड्ड्यात घालायचं नव्हतं आणि मी अम्मीच्याही विरुद्ध जाऊ शकत नव्हतो. काय बोलावं हे न कळून मी गप्पच राहिलो.

“बघ, त्याला इतका धक्का बसलाय, की त्याच्या तोंडून शब्दच निघत नाहीय.” अम्मीनं नानीला सांगितलं; पण तिचा काही विश्वास बसल्यासारखं वाटलं नाही.

“अमर,” नानीनं मला अगदी डोळ्यांत पाणी आणून विचारलं, “खरं सांग. तुझ्या मामूनं पांढऱ्या बाईशी शादी केलीय का?”

सुहुदा बुआ माझ्याकडे आशेनं बघत होती. सकाळपासून तिनं ज्या दुःखाच्या कोशात स्वतःला गुरफटून घेतलं होतं, त्यातून ती थोडीशी बाहेर पडली होती. मला कासीम मामूच्या शादीबद्दल माहीत असलेल्या सगळ्या गोष्टी मी नानीला सांगण्याच्या बेतात होतो. त्याच वेळी धूळवाटेवर एक टॅक्सी येऊन थांबलेली ऐकली आणि थोड्या वेळानंतर फाटक उघडल्याचा अस्पष्ट आवाज आला.

“अमर,” मला त्या साक्षीदाराच्या पिंजऱ्यातून बाहेर काढायची अम्मीला घाई झाली होती. “जा, दाराशी कोण आलंय बघ.”

एक अशुभाची सूचना देणारी टॅक्सी लाकडाच्या ओंडक्यांच्या ढिगाजवळ उभी होती. एक तगडा आणि रुंद कपाळाचा माणूस लांब ढांगा टाकत अंगणातल्या वाटेवरनं येत होता. ओसरीच्या पायऱ्यांवर उभा असलेला मी त्याला दिसलो, तेव्हा तटकन तो ताडाच्या झाडाखाली थांबला.

"हॅलो," तो भीत भीतच म्हणाला. त्याची नजर माझ्या मागच्या बाजूला लागली होती. "रझियाचे पपा आहेत का?"

त्यानं चेहरा माझ्या बाजूला वळवला तेव्हा दिसलं, की तो फारच काणा आहे. त्यानं हात पुढे करून 'रॉइझ' म्हणायच्या आधीच मी ओळखलं होतं, की तो रझियाचा इंग्लिशची शिकवणी घेणारा सर आहे. तेव्हाच मी डोळ्यांची उघडझाप केली असावी, कारण त्याची भीती नाहीशी झाली आणि त्यानं मला विचारलं, "तू अमर ना? तिच्याकडून ऐकलंय मी तुझ्याबद्दल. तुझ्या अब्बांशी किंवा रझियाच्या पपांशी बोलता येईल का मला? ती टॅक्सीत बसलीय."

रझिया परत आल्याची बातमी ऐकून सुहुदा बुआ एकाच वेळी सुटल्यासारखी, रागावलेली, दुःखी आणि आनंदी अशी वाटली; पण ती घरातून किंवा परत अबोल्याच्या ज्या कोशात शिरली होती, त्यातून बाहेर आली नाही. ती नानीच्या बिछान्यावर बसली आणि तिनं मागच्या अंगणातल्या अंधारात नजर लावली. तिकडे चिकूच्या झाडाभोवती काजवे उडत होते; पण त्यांचा उजेड त्यांच्यासारखा ठिपक्याएवढाच होता. शेवटी, अकमल आणि अब्बा रॉइझकडे जाऊन त्याच्याशी बोलायला लागले आणि मी टॅक्सीजवळ उभा राहून ओंजळीत चेहरा लपवून रडणाऱ्या रझियाकडे पाहायला लागलो.

"तो लुच्चा आहे, अमर भाई," हुंदके देता देता मध्येच ती म्हणाली. "त्याचं लग्न झालंय आणि त्याला एक मूलही आहे."

"पण माझा घटस्फोट झालाय," रॉइझ अकमलला म्हणाला. नंतर अकमलनं रॉइझचं बोलणं अम्मीला शब्दशः ऐकवलं.

"तो काण्या अक्करमाशा आहे," सिग्नलच्या खांबाजवळ ओरडणाऱ्या बेडकांच्या आवाजापेक्षा मोठ्या आवाजात ती म्हणाली.

"ती मला काण्या अक्करमाशा म्हणाली, मि. हम्सा."

"आणि त्याला मी सांगितलं, अमर भाई, जर मला तो ताबडतोब इकडे घेऊन आला नाही, तर मी मोटारीतून उडी मारेन." तिनं स्वतःजवळची चामड्याची बॅग छातीजवळ घट्ट धरली होती आणि ज्या पद्धतीनं तिनं ती धरली होती, त्यावरूनच मला समजलं, की त्यात सुहुदा बुआचे दागिने आणि रझियाच्या सौतेल्या अब्बांचे पैसे होते.

"होय, मि. अकमल. जिची अक्कल अजून शाळकरी मुलीइतकी आहे,

तिच्याशी लग्न करायचं कबूल करणं, ही माझी आयुष्यातली सर्वांत मोठी चूक होती.''

''आणि मी त्याला सांगितलं, की सय्यद मामू कोर्टात जाऊन हेबिअस कॉर्पस लावतील आणि मी जजला सांगेन, की यानं मला पळवून नेलं आणि माझ्यावर बलात्कार केला.''

''तुम्हाला माहीतंय, मि. हम्सा, तिनं मला हेबिअस कॉर्पसचीही धमकी दिली.''

''नशिबानं आम्ही नोंदणी कार्यालयात पोहोचण्यापूर्वी मला त्याच्या बीबीबद्दल कळलं, अमर भाई.''

''तुमच्या प्रश्नाचं उत्तर द्यायचं झालं तर मि. हम्सा, नाही. आमचं लग्न झालेलं नाहीय.''

अशा रीतीनं आमच्या पुढच्या अंगणात एकमेकांवर आरोप, प्रत्यारोप आणि चिखलफेक केल्यानंतर त्यांच्या प्रेमकथेला एकाएकी खीळ बसली. एकमेकांकडे अजिबात न बघता रझिया आणि रॉइझ ताडाच्या झाडाखाली एकमेकांना ओलांडून गेले. टॅक्सीचा आवाज हळूहळू कमी होत गेला आणि धूळवाटेवर वळताना तिनं तक्रारीच्या सुरात हॉर्न वाजवला. जणू रॉइझनं तिच्यावर शेवटचा आरोप केला होता. रात्री उशिरापर्यंत रझिया आणि तिची अम्मी माझ्या खोलीत दार बंद करून बसल्या होत्या आणि बाकीचे जण दाराला कान लावून आत चालणारी धुसफुस, रडणं आणि कुराणावर हात ठेवून घेतलेल्या शपथा ऐकत होते. बंगल्यावरून तीन गाड्या गेल्या आणि टी.व्ही.वरच्या शेवटच्या बातम्या संपल्या, तेव्हा कुठं सुहुदा बुआ खोलीतनं बाहेर आली. रझियाच्या अंगात शिरलेलं ख्रिश्चॅनिटीचं भूत बाहेर काढेपर्यंत सुहुदा बुआचे डोळे तारवटले होते आणि नाक लाल झालं होतं. ती बाहेर ओसरीवर गेली आणि हलक्या आवाजात अब्बांना काहीतरी पटवायला लागली.

''अम्मा,'' अम्मी नानीला म्हणाली, ''सुहुदा तिच्या तळ्यात मळ्यात करणाऱ्या मुलीसाठी माझा एक मुलगा गटवायच्या प्रयत्नात दिसतेय.''

''हो म्हणण्यापूर्वी मुलीची चड्डी तपासून बघ,'' तिनं सल्ला दिला आणि रग हनुवटीपर्यंत ओढला.

''अम्मा!'' ती कठोरपणे म्हणाली; पण खरं तर तिला हसू दाबणं कठीण जात होतं. ''आजूबाजूला मुलं आहेत.''

संदीपचा बार्बराबरोबर थोड्या काळासाठी आलेला संबंध संपल्यानंतर उन्हाळ्यात, त्याच्या कुटुंबानं त्याला परत आपल्यात सामावून घेतलं. एके दिवशी सकाळी त्याचे वडील 'मरमेड इन'वर आले. त्यांनी पुढच्या काळ्या पट्टीवर लाल नांगर भरलेली

टोपी घातली होती. तिथं उभं राहून त्यांनी त्या झोपडीकडे पसंतीच्या नजरेनं पाहिलं आणि तिटकाऱ्याच्याही. समुद्र नेहमीपेक्षा जास्त पिरोजा रंगाचा दिसत होता. आमच्या स्टेशनला थांबणाऱ्या प्रत्येक गाडीतून प्रवाशांचा लोंढा उतरून घोळक्या घोळक्यानं गावात फिरत होता. सोनेरी समुद्रकिनाऱ्यावर जणू पांढऱ्या सैन्यानं चढाई केली होती. अगदी वसाहतवादाची आठवण आली. नंतर त्यांनी निळ्याशार समुद्रात प्रवेश केला. तटरक्षक त्यांच्यावर नजर ठेवून होते.

'मरमेड इन' यापेक्षा जास्त जिवंत कधी वाटली नव्हती. तिन्ही झोपड्या प्रौढ नॉर्वेजियन लोकांच्या एका गटानं घेतल्या होत्या. समुद्रकिनाऱ्याला जायचं धाडस करण्यापूर्वी ते खिडकीतून हात बाहेर काढून सूर्याचं ऊन किती गरम आहे, याचा अंदाज घ्यायचे. संदीप झुल्यावर पडून दिवस घालवायचा. डोळ्यांवर सावली पाडायला टोपी ओढलेली असायचीच. उन्हाळ्यात माझी कमाई व्हायची. पर्यटकांचा वाटाड्या म्हणून काम करायचं, त्यांचे निरोप पोहोचवायचे, थोडेफार अमली पदार्थ पुरवायच- मग अम्मीची कुरकुर दूर व्हायची.

संदीपचे वडील नारळाच्या झाडांचा अंदाज घेत, मळ्यातून बराच वेळ फिरले. जेव्हा ते झोपड्यांपाशी परत आले, तेव्हा संदीप अजूनही झुल्यातच लोळत होता, डोळ्यांवर टोपी ओढून. ते खुर्ची ओढून संदीप उठण्याची वाट पाहत बसले. त्यांना काय कल्पना, की संदीप जागाच आहे आणि नुकत्याच घेतलेल्या कोकेनमुळे त्याच्या डोळ्यांसमोर झगझगीत आतषबाजी होतेय.

"गुड मॉर्निंग, डॅडी," संदीपला समजावं म्हणून मी मोठ्यानंच बोललो.

मी कोणंय ते ओळखायला त्यांना जरा वेळ लागला. "हॅलो, अमर," ते थंड आवाजात म्हणाले. "मोठा झालायस की. तुझं पण लग्न झालंय का?" खूप वर्षं समुद्रावर काढल्यामुळे त्यांचा चेहरा लाल झाला होता आणि केसही कमी झाले होते. समुद्रावरच्या वाऱ्यामुळे त्यांच्या आवाजाला धार आली नसेल एक वेळ; पण त्यांची उपहासानं बोलायची सवय काही गेली नव्हती.

"माझं नाही लग्न झालं," मी परत मोठ्यानं बोललो; पण संदीपनं सूचना मिळाल्यासारखं काही दाखवलं नाही.

"का बरं?" त्यांनी तक्रारीच्या सुरात विचारलं. "काय वय आहे तुझं?" तुझ्या मित्रापेक्षा तू बराच लहान आहेस का?"

"मी चोवीस वर्षांचा आहे."

"मग उशीरच झालाय म्हणायचं, अमर," त्यांनी इतकं काळजीच्या सुरात म्हटलं, की मला वाटलं ते गंभीरपणेच बोलतायत. "मित्राच्या पावलावर पाऊल ठेव. लग्न कर. पुढच्या सुट्टीला मी आलो, की तू हातात पोराला घेऊन हिंडवताना दिसला पाहिजेस."

एक नॉर्वेजियन म्हातारी झोपडीतनं बाहेर आली. तिनं लाल ब्रा घातली होती आणि काटकुळ्या मांड्यांभोवती पांढरा टॉवेल गुंडाळला होता. वऱ्हांड्यात उभं राहून तिनं आमच्याकडे एक नजर टाकली आणि मग डोळे बारीक करून क्षितिजाकडे पाहिलं.

"ती माझी सून का?" त्यांनी विचारलं. टोपी परत डोक्यावर ठेवून ते खुर्चीत हलकेसे पुढे झाले. जणू काही ती बार्बरा असती, तर ते त्या झोपडीकडे गेले असते.

"नाही. ती गेली," मी आवाज खाली घेतला.

"ओह! वाईट झालं," ते म्हणाले. त्यांची नजर संदीपकडे होती. "ही दुःखद घटना केव्हा घडली?"

"वर्ष झालं," मी आता पुटपुटतच बोललो.

"गुड मॉर्निंग, चिकन्या," लाल ब्रा घातलेली ती नॉर्वेजियन बाई मला म्हणाली. फिकुटलेल्या हातानं डोक्यावर सावली धरून, आम्हाला वळसा घालून ती सुळक्याच्या रस्त्याला गेली.

"गुड मॉर्निंग, मिसेस पेडर," मी पुटपुटलो.

"मुला," संदीपचे वडील काहीतरी कट करत असल्यासारखे म्हणाले, "जरा जोर लावलास, तर ती मिसेस अमर होऊ शकेल. तुला ती चिकना म्हणाली."

मिसेस पेडर सुळक्याच्या कडेला गेली आणि अरुंद जिन्याच्या बाजूला हातानं धरून सावकाश समुद्रकिनाऱ्याकडे उतरायला लागली.

"तुझा मित्र साधारणपणे केव्हा उठतो?" त्यांनी विचारलं. बोलता बोलता झुल्याचा एक दोर बोटानं छेडला. "पुन्हा बोटीवर जाण्यापूर्वी मला त्याच्याशी थोडं बोलायचंय."

"माझ्याशी बोलू शकता तुम्ही," गवती टोपीच्या खाली संदीपचे ओठ हलले, "मी ऐकतोय."

संदीपच्या वडिलांनी चमकून माझ्याकडे पाहिलं. मग त्यांनी हसून सुचवलं, की त्यांना संदीपशी एकट्याशी बोलायचंय; पण त्यांच्या हसण्यात फक्त दुःखच वाटत होतं, म्हणून मी तसाच झुल्याजवळ उभा राहिलो.

"अमर, मला वाटतं तू मिसेस पेडरच्या मागे जावंस. ती सुळक्याखाली तुझी वाटत पाहत थांबली असेल."

ते दोघं झोपडीजवळ एकमेकांशी बोलत असताना मी सुळक्याजवळ जाऊन बिनशेंड्याच्या नारळाच्या झाडाखाली उभा राहिलो. खाली वाळूत फिकुटलेली माणसं त्यांच्या पाठी, एप्रिलच्या रखरखीत सूर्याला दाखवत रंगीबेरंगी टॉवेलवर पहुडली होती. पांढऱ्या खडकांवर बसून दोन पोलीस चोरून बघणाऱ्या गावकऱ्यांना हाकलत होते. माझ्यामागे बापलेक एकमेकांशी बोलत होते, भांडत होते, पुन्हा

भांडण मिटवत होते. साधारण अर्धा तास दबक्या आवाजात वाद घातल्यानंतर संदीपचे वडील गेले. राईतून जाता जाता त्यांनी मला हात केला.

उन्हाळा जास्तच तापायला लागला. समुद्राचा रंग हलका निळा झाला आणि एका रात्री आड एक रात्र संदीप स्पोर्टस् सायकलवर टांग टाकून त्याच्या घरी जायला लागला. कधी कधी तो आठवड्याच्या शेवटी रात्री घरी थांबायला लागला. त्या वेळी झोपड्यांचा ताबा माझ्याकडेच असे. मी समुद्रकिनाऱ्यावर फेरी मारायचो. शर्टची वरची तीन बटणं उघडी टाकून आणि दंडाच्या बेटकुळ्या दिसतील इतके शर्टाचे हात दुमडून. एके दिवशी दुपारी, असाच पांढऱ्या खडकांजवळ हिंडत असताना, सूर्यस्नान करणाऱ्यांपासून काही अंतरावर बसलेलं एक प्रौढ जोडपं मला दिसलं. त्यांच्याकडे दुरून पाहत असतानाही असं वाटलं, की त्यांनी आतापर्यंतचं आयुष्य मुलाबाळांशिवाय घालवलंय आणि आता दत्तक घ्यायला ते उत्सुक आहेत. ते वाळूचा किल्ला बांधत होते. स्वतःला मूल होणार नाही, हे समजण्यापूर्वी आपला मुलगा असा किल्ला बांधेल, असा विचार त्यांच्या मनात आला असेल.

माझी अंतःप्रेरणा मला सांगत होती, की दुसऱ्या आयुष्यात, दुसऱ्या प्रकाशाच्या आणि आनंदाच्या देशात मला जायचं असेल, तर हे दोघं जण म्हणजे माझं तिकीट आहेत. मी त्यांच्याजवळ गेलो. अगदी निरागस आणि पोरकं असल्याचा आव आणला. मी डोळे बारीक करून माझ्या सावलीकडे पाहिलं. त्यांच्याकडे पोहोचण्याची माझ्यापेक्षा तिलाच घाई झाली होती. वाळूवरून पाय ओढत जात असताना एक विचार मनात आला : जर माझी दया येऊन त्यांनी मला दत्तक घेतलं, तर नव्या आयुष्याकडे जाताना मी फक्त माझी सावली माझ्याबरोबर नेईन. मला लगेच अनोळखी देखाव्यात, अनोळखी परिसरात माझ्याभोवती घुटमळणारी माझी सावली दिसायला लागली. मी घराच्या येणाऱ्या खोट्या-खोट्या आठवणींचं पत्र अम्मीला लिहीत असताना ती उदासपणे माझ्या शेजारी बसलेली असेल.

त्या माणसानं, अर्धवट बांधलेल्या किल्ल्यावरची नजर काढून माझ्याकडे पाहिलं आणि माझा स्वतःच्या नशिबावर विश्वासच बसेना.

"लंडनचे प्रोफेसर टिम?" मी नमस्कारासाठी हात जोडत विचारलं. बहुतेकदा हे पर्यटकही आपल्याला नमस्कार करण्याचा प्रयत्न करतात. ते फारच मजेशीर दिसतं.

"हो," ते म्हणाले. त्यांना आश्चर्य वाटलंसं दिसलं. त्यांच्या गुबगुबीत चेहऱ्यावर प्रश्नार्थक आठी उमटली. त्या बाई किल्ल्याचं काम करत राहिल्या. अगदी लहान मुलासारखं मन लावून किल्ल्याच्या शंखाकृती छपरावर ओली वाळू थापत राहिल्या.

"तुमच्याजवळ मी बसलो तर चालेल का, प्रोफेसर टिम?" खूप वर्षांपूर्वी मला एक शिष्टाचाराविषयी जुनंपुराणं पुस्तक मिळालं होतं आणि अशाच वेळी कामी यावं

म्हणून मी त्यातून इमानेइतबारे चांगल्या रीतीभातींविषयी वाचत होतो.

प्रोफेसर टिमनी वाळूच्या भल्यामोठ्या किनाऱ्याकडे बघितलं. त्यांना नक्कीच आश्चर्य वाटलं असेल, की इतका मोठा किनारा रिकामा पडलेला असताना मी त्यांच्या शेजारी बसायची परवानगी का मागतोय म्हणून; पण त्यांनी मान किंचितशी हलवून मला बसायची परवानगी दिली.

"तुमच्या आठवणीत मी राहावं असं काही कारण नाही," मी म्हणालो. त्यांनी वाळूच्या किल्ल्यावरची नजर काढून माझ्याकडे पाहिलं, तेव्हापासून मी या वाक्याची मनात उजळणी करत होतो.

त्यांचे डोळे निळे होते. अगदी त्या मोसमातल्या समुद्रासारखेच. माझं ते निरीक्षण करत होते, त्या वेळी मला त्यांच्या डोळ्यांत पोवळ्यांची नक्षी दिसली. "तसं काही कारण नाही हे उघडच आहे," हातावरची ओली वाळू झटकत ते म्हणाले.

मी ओढून ताणून हसलो. "पंधरापेक्षा जास्त वर्षं झाली त्याला. शाळेला निघालेल्या मुलांच्या एका घोळक्याशी तुम्ही बोलला होतात; पण तुम्हाला ते आठवत असेल, अशी माझी अपेक्षा नाही."

"मेहरबानीच म्हणायची," प्रोफेसर टिम म्हणाले. आमच्या घरी जो प्रोफेसर होता, त्याच्यापेक्षा हा प्रोफेसर फारच वेगळा होता. म्हातारा, चांगलाच भडक डोक्याचा आणि मनाचा मोठेपणा दाखवायचं नाटक करावं अशी ज्याला इच्छाही नव्हती, असा. मी उठून जावं असा विचार केला. त्या बाईचं लक्ष नसताना त्याला ठेंगा दाखवावा असंही मला वाटलं; पण दूतावासापुढे लोकांना तासन्‌तास, कधी कधी अख्खा दिवस उभं राहूनही, आपल्या स्वप्नातल्या गावाला जायसाठी परवानगी मिळत नाही, असं मी ऐकून होतो. त्याच्याशी तुलना केली, तर या म्हाताऱ्यानं केलेलं दुर्लक्ष काहीच नाही म्हणायचं. हा छोटासा अडथळा मी सहज ओलांडू शकेन, याची मला खातरी होती.

"मी का रडतोय असं तुम्ही मला विचारलं होतंत," मी त्यांना हसत हसत सांगितलं, "मी तेव्हा फक्त सात वर्षांचा मुलगा होतो."

"मग?" त्यांनी थोडं धमकावल्यासारखं विचारलं. माझा चेहरा पडला.

"दे त्याला एक रुपया आणि फुटव." त्या बाईनं हळू आवाजात बोलायला हवं होतं; पण मला ते स्पष्ट ऐकू आलं आणि मी ते ऐकलंय हे तिलाही कळलं.

"आणि तुम्ही माझ्या बहिणीला म्हणालात, की ती सोफिया लॉरेनसारखी दिसते."

त्या बाईनं पटकन मान वर करून बघितलं. माझ्याकडे नाही, प्रोफेसर टिमकडे. त्यांच्यावर या माहितीचा काही परिणाम झाला नव्हता. "टी," ती म्हणाली. तिच्या डोळ्यांत आश्चर्य होतं. "तुझ्या प्रवासवर्णनात तू तिचा उल्लेख केला होतास. अरुंद

रस्त्यावरून शाळेला जाणारी एका कुटुंबातली मुलं. त्यातल्या मुलीची मोहक चेहरेपट्टी पाहून तुला नवल वाटलं होतं.''

''नाही,'' ते म्हणाले. स्वत:च्या पांढऱ्या पातळ मिशीला ते पीळ भरत होते. ''ती गोष्ट सिरीयातली. दामास्कसमधली.''

''नाही, टी. ती नक्कीच भारतातली गोष्ट आहे,'' ती म्हणाली. तिनं किल्ल्यावरचे हात बाजूला केले. ''दमास्कसमधली मुलं शाळेला दांडी मारून ताडाच्या झाडाखाली गोट्या खेळत होती. सोफिया लॉरेनसारखी दिसणारी मुलगी भारतातलीच होती.''

''खरंच?'' ते क्षणभर तिच्याकडे बघत राहिले. नंतर वळून माझ्याकडे बघून गाल फुगवून हसले. ''इतक्या वर्षांनंतर मला ओळखल्याबद्दल थँक्स.''

किनाऱ्याच्या दूरच्या टोकाला लोक बोटींचा ताफा समुद्रात ढकलत होते आणि त्या तरंगायला लागल्यावर उड्या मारून त्यात बसत होते. लाटांमुळे तो ताफा हेलकावत होता. लाटा उंच झाल्या, तर तोल सावरायला लोक खाली वाकत होते. तिकडे त्या जोडप्याचं लक्ष गेलं. दूरवर जाऊन तो ताफा ठिपक्या एवढा छोटा होईपर्यंत आम्ही तिकडेच बघत होतो. त्या बाईनं शिंपले उचलून तिच्या कललेल्या किल्ल्याला खोचले आणि त्यासाठी दारं तयार केली. किल्ला तयार करणं पूर्ण झाल्यावर ती हाताचा आधार घेऊन मागे वाकली. तिचे हात बघून मला बार्बराची आठवण झाली. त्यांनी तयार केलेली कलाकृती बघण्यात ते दोघं रंगून गेले होते. लाटा येऊन किल्ला मोडण्याची वाटत पाहत होते. मी उठून उभा राहिलो. बंगल्यातली मुलं छापील अक्षरात अमर झाली आहेत, हा विचार मला सुखावून गेला. मी विचार करायला लागलो, की ते प्रवासवर्णन वाचणाऱ्यांच्या डोळ्यांसमोर आमचं चित्र कसं उभं राहत असेल. हिरवा-पांढरा शाळेचा गणवेश घातलेले, वाळूच्या रंगाची दप्तरं घेतलेले आणि घाईघाईनं शाळेला जाणारे. शाळेत गेलं, की समुद्राच्या आवाजानं कान भरून जाणारे. कदाचित ते लोक नुसतंच धावतं वाचन करत असतील. आम्हाला डोळ्यांसमोर आणण्याचा प्रयत्न करत नसतील. कदाचित प्रोफेसर टिमनी केलेल्या, दोहो बाजूला नारळाची झाडं असणाऱ्या मातीच्या रस्त्याच्या वर्णनात आम्ही गाडले गेलेले असू. कदाचित त्यांच्या कल्पनेत आम्ही बिनचेहऱ्याची मुलं असू. वाक्याच्या सुरुवातीला येणारी आणि वाक्याच्या शेवटी संपून जाणारी. दोन छोट्याशा पूर्णविरामांतल्या अंतराइतकंच आयुष्य असणारी. तरीही मला खूप कृतज्ञता वाटली. जावीचा शोध लागून तो माझ्या आयुष्यात आला, त्याच्यापेक्षा मला हा शोध जास्त महत्त्वाचा वाटला. मी त्या शिष्टाचाराच्या पुस्तकातल्या नियमांचं पालन करायचं विसरून निरोप न घेताच जायला लागलो होतो, तेवढ्यात मागच्या बाजूनं प्रोफेसर टिमचा आवाज आला –

''तू नेहमी समुद्रावर येतोस का?''

मी चालता चालता जागीच थबकलो. आमची मुलाखत अजून संपली नाहीय याचा मला आनंद झाला. "हो, प्रोफेसर टिम. मी पर्यटकांचा वाटाड्या म्हणून काम करतो. माझं ऑफिस तिकडे आहे." सुळक्यातून बाहेर आलेल्या बिनशेंड्याच्या नारळाच्या झाडाकडे मी बोट केलं. "त्याचं नाव 'मरमेड इन' आणि माझं नाव अमर."

"तुला भेटून छान वाटलं," प्रोफेसर टिमनं हात केला. "मला लक्षात ठेवल्याबद्दल परत एकदा थँक्स."

दुसऱ्या दिवशी सकाळी रविवार असल्यामुळे संदीप बाहेर गेलेला होता. आजकाल तो आपल्या कुटुंबातलं स्वतःचं स्थान पक्कं करण्यासाठी दर रविवारी घरी जायला लागला होता. मी झोपडीच्या छतावर पडलेल्या उन्हाच्या कवडशांकडे पाहत होतो. पावलांचा आवाज आला म्हणून मी दाराकडे गेलो. प्रोफेसर टिम बागेत उभे होते. ती बाई त्यांच्यापासून थोड्या अंतरावर मागे कमरेशी हात घेऊन उभी होती. खाली वाकून ती लाल भडक जास्वंदीच्या फुलांचा वास घेत होती. फुलाच्या परागाचा लांब दांडा तिच्या फताड्या नाकात शिरेल की काय, असं वाटत होतं. प्रोफेसर टिमच्या हातात एक कागदाची गुंडाळी होती आणि चेहऱ्यावर हसू.

"तू वाटाड्या आहेस?" त्यांनी विचारलं, "आम्हाला तू सगळीकडे घेऊन जावंस अशी इच्छाय."

माझा थोडा विरस झाला; पण मी लगेच कबुलीनं हसलो. पर्यटकांच्या वाटाड्यासारखं. ते जिना चढून व्हरांड्यात आले आणि लाकडी टेबलावर कागदाची गुंडाळी उलगडली. पर्यटक बाळगतात तसला नकाशा. त्यांना जी ठिकाणं बघण्यात रुची वाटली होती, त्यावर लाल शाईनं खुणा केल्या होत्या. एखादं हिल स्टेशन, एखादा तलाव, बऱ्याचशा किल्ल्यांचे अवशेष त्या सुरकुतलेल्या नकाशावर दाखवले होते. आमच्या गावावर मात्र भलंमोठं प्रश्नचिन्ह केलं होतं. गावात भोवताली नारळाची झाडं असणाऱ्या समुद्रकिनाऱ्याशिवाय दुसरं काही दिसतच नव्हतं.

"आम्हाला या गावातून फिरण्याची सुरुवात करायचीय," त्यांनी प्रश्नचिन्हावर पेन्सिलीचं टोक आपटलं. "इथं पाहण्यासारखं काय आहे, ते आम्हाला सांग."

समुद्रकिनारा सोडला, तर आमच्या गावात पाहण्यासारखं काहीच नव्हतं. कसलेही रुची वाटण्यासारखे अवशेष नाहीत, फुलांनी डवरलेले बगिचे नाहीत, एखादा कमळांनी भरलेला साधासा तलावही नाही. नकाशावरचं लाल प्रश्नचिन्ह विचारत होतं, की इकडे पाहण्यासारखं काय आहे? आणि त्याचं प्रामाणिक उत्तर होतं- 'काहीच नाही.' आता या दोन प्रौढ ब्रिटिश लोकांना अनेक फर्लांग खोल अंतराच्या अंधाराचं आकर्षण वाटत असेल, तर वेगळी गोष्ट होती.

"ब्रिटिशांनी जवळ जवळ शंभर वर्षांपूर्वी बांधलेला एक बोगदा आहे आणि

काही देवळं; पण तुम्हाला आणि मला ती बाहेरून बघता येतील. आत जायला मिळणार नाही आणि त्या खडकांना वळण घालून गेलं, तर कोळ्यांचं खेडं आहे.''

''इंग्लिश माणसानं बांधलेला बोगदा पाहायला आवडेल आम्हाला. माझ्या बायकोचे वडील अभियंता होते. त्यांनी भारतात पूल आणि बोगदे बांधले. तुला काय वाटतं नॅन्सी?'' ती बाई येऊन त्यांच्या शेजारी उभी राहिली होती. जास्वंदीच्या तुऱ्यातला पिवळा पराग तिच्या नाकाला लागला होता.

''मलासुद्धा आवडेल, टी,'' ती म्हणाली, ''पण त्या बोगद्यावर डॅडचं नाव असण्याची अपेक्षा ठेवू नकोस. तो कधीच दक्षिणेला गेला नव्हता.''

''तर मग बोगदा पाहायला जाऊ आपण,'' प्रोफेसर टिमनी नक्की केलं. ''कधी निघायचं?''

''आज नको,'' नॅन्सी म्हणाली, ''आज माझा योगा क्लास आहे.''

''बरं तर मग, उद्या,'' ते म्हणाले. नकाशाची गुंडाळी करून त्यांनी पाठीच्या मागे धरली. अर्धा जिना उतरून गेल्यावर ते थांबले. जणू काही मी हाक मारली असावी तसं त्यांनी वळून माझ्याकडे बघितलं. ''तुझी बहीण कशी आहे, ती सोफिया लॉरेन?''

''बऱ्याच वर्षांपूर्वी ती वारली,'' मी खिन्न हसत म्हणालो.

''सॉरी,'' नॅन्सी म्हणाली. तिला खरंच वाईट वाटल्याचं दिसत होतं.

''काय झालं?'' प्रोफेसर टिमना धक्का बसल्याचं दिसलं. त्यांची बोटं नकाशाच्या गुंडाळीच्या एका टोकाशी चुळबुळायला लागली.

''बुडाली,'' मी म्हणालो. माझ्या मनाला काहीच बोचणी लागली नव्हती. दाराशी तो लाकडाचा व्यापारी आलेला असताना, बंगल्यातून ती कशी तावातावानं निघून गेली होती, तेच मला आठवत होतं.

''आम्हाला दोघांनाही त्याचं वाईट वाटतंय,'' नॅन्सी म्हणाली. ''उद्या सकाळी माझा योगाचा क्लास संपला, की आपण निघू. ठीक नऊ वाजता.''

पण दुसऱ्या दिवशी सकाळी आम्हाला योगा केंद्राच्या बाहेर अर्धा तास वाटत पाहत उभं राहावं लागलं. त्यांचं योगा केंद्र म्हणजे नारळीच्या बागेच्या कडेला असणारी एक चौकोनी शेड होती. तिनं फिकट जांभळ्या रंगाचा झगा घातला होता. त्याच रंगाची पर्स तिच्या हातावर लटकत होती. प्रोफेसर टिमनी त्यांच्या गळ्यात कॅमेरा अडकवला होता. नॅन्सीचा योगा क्लास सुटण्याची वाट बघत आम्ही थांबलो होतो, तेवढ्या वेळात त्यांनी वेगवेगळ्या कोनांतून त्या शेडचे फोटो घेतले.

लग्नानंतर बार्बरा ज्या रस्त्यानं गेली होती, त्याच जांभ्याच्या रस्त्यावरून आमची मोटार चालली होती. दूरवर निळा समुद्र चमकत होता. मागच्या सीटवरून बऱ्याचदा कॅमेऱ्याची कळ दाबल्याचा आवाज आला आणि वाऱ्याला रोखण्यासाठी

लावलेल्या काचेच्या पार्श्वभूमीवर ते माझ्या चेहऱ्याचा एका बाजूनं फोटो घेत आहेत, हे माझ्या लक्षात आलं.

आम्ही मशिदीच्या बाजूनं बोगद्यात शिरलो आणि अधिकाधिक गडद होत जाणाऱ्या अंधारात चालायला लागलो. सगळ्यात पुढे विजेरी घेऊन मी, माझ्या मागोमाग हातात हात धरून टिम आणि नॅन्सी. अधूनमधून मी रुळांवर प्रकाश टाकत होतो. त्याच्या अंधूक उजेडात आम्ही चालत होतो. ते मध्येच थांबून वर बघायला लागले, तेव्हा मी विजेरीचा झोत वळवून छतावर उजेडाचं वर्तुळ पाडलं.

"आश्चर्यकारकच आहे," नॅन्सी म्हणाली. जसं काही तिला छतावर चित्रंच दिसली होती. जेव्हा आम्ही सूर्यप्रकाशाच्या दिसणाऱ्या दोन वर्तुळांच्या मध्यावर आलो, बोगद्याच्या अर्ध्या वाटेवर आलो, तेव्हा मी सिमेंटच्या पुढे आलेल्या भागाजवळच्या बाजूच्या भिंतीवर विजेरीचा झोत टाकला. तो क्षणभर इतका स्थिर ठेवला, की खुंटलेली काटेरी झुडपं सोडली, तर दुसरं काहीतरी तिकडे आहे की काय हे बघण्यासाठी त्यांनी डोळे बारीक केले.

"खूप वर्षांपूर्वी इकडे माझ्या मामाचं शव मिळालं होतं," मी शांतपणे म्हणालो. जसं काही मी फारसं कोणाला माहीत नसलेल्या एका प्रेक्षणीय स्थळाचं वर्णन करत होतो.

तितक्या अंधारातही त्यांनी दोघांनी एकमेकांकडे नजर टाकलेली मला समजलं.

"त्यानं आत्महत्या केली."

"ओह!" नॅन्सी म्हणाली.

"का?" प्रोफेसर टिमनी विचारलं.

"मला माहीत नाही," नाटकी अलिप्तता दाखवत मी म्हणालो. "माझा जन्म झाला त्याच रात्री त्यानं आत्महत्या केली."

"इकडनं बाहेर पडण्याचा सगळ्यात जवळचा रस्ता कुठंय?" शांततेचा भर ओसरल्यावर नॅन्सीनं विचारलं. "मला बाहेर जायचंय."

"का गं, नॅन्सी? इथं तर रोचक वाटतंय."

"मला नाही वाटत टी." ती रुळावरून परत निघालीसुद्धा. हातात जांभळी पर्स हेलकावत ती रेल्वे सिग्नलच्या लाल दिव्याच्या दिशेनं चालायला लागली.

जसिराच्या शादीच्या आधी भिंतींना दिलेला निळा रंग आता पिवळा पडायला लागला होता. कितीतरी वर्षं पडणाऱ्या पावसामुळे चिखल उडून त्यावर धब्बे पडले होते. फाटकातल्या काही सळ्या गंजायला लागल्या होत्या; पुढच्या अंगणात चातीची झाडं उगवली होती. त्यांच्यामुळे तळमजल्यावरच्या कितीतरी खिडक्या झाकल्या गेल्या होत्या. बंगल्याची ती दयनीय अवस्था पाहून, माझ्या मनात एक नवाच विचार चमकला : या मूलबाळ नसलेल्या जोडप्याला- आतापर्यंत माझी खात्री

पटली होती की, त्यांना मूलबाळ नाहीय- मी किती वाईट परिस्थितीत वाढतोय ते पाहून माझी दया येईल.

"हे माझं घर." सिग्नलच्या खांबाजवळून जात असताना मी बंगल्याकडे बोट केलं.

"छानच आहे," नॅन्सी म्हणाली. "अगदी उष्ण कटिबंधात असतं तसं घर."

"अमर," पहिल्यांदाच प्रोफेसर टिम माझं नाव घेऊन माझ्याशी बोलले. "हेच ना तुझं नाव? तुझं घर आतून पाहायला मिळेल का, असा विचार माझ्या मनात येतोय."

असा तर मी कल्पनेतही विचार केला नव्हता; पण मला माहीत होतं, की मध्ये कसलाही अडथळा आला नसता. अब्बा सय्यद चाचाकडे गेले होते. शेवटचा वाद झाला त्यानंतर जसिरानं येणं सोडलं होतं आणि अकमल रेडिओ दुरुस्तीच्या दुकानावर गेला असेल. या पर्यटकांना घरी घेऊन गेलं, तर अम्मीला माझ्या कामाचं प्रत्यक्ष प्रमाण दाखवल्यासारखं होईल आणि बंगल्याची आतली अवस्था या जोडप्याला दिसणं माझ्या फायद्याचं ठरू शकेल.

"मला त्यात आनंदच वाटेल, प्रोफेसर टिम."

अम्मी जेव्हा दार उघडून ओसरीवर आली, तेव्हा तिला भोवळच येईलसं वाटलं. ती माझ्याकडून नॅन्सीकडे आणि नॅन्सीकडून माझ्याकडे बघत बसली. समुद्रकिनाऱ्यावर पर्यटकांचे वाटाडे म्हणून काम करणारे बरेच तरुण परदेशी बायको घेऊन घरी येत. संदीपच्या लग्नाची गोष्ट जेव्हा बंगल्यावर समजली, तेव्हा मला अम्मीनं तिच्या डोक्यावर हात ठेवून अशी कसम घ्यायला लावली होती, की तिच्यासाठी कधीही परदेशी सून आणणार नाही. आता नुसतं नॅन्सीला बघून ती अम्मीपेक्षाही मोठी आहे हे स्पष्ट दिसत होतं, तरी ती असं समजत होती, की मी माझी कसम मोडलीय आणि नॅन्सीला चोरून बंगल्यात घेऊन जाणारंय. दरवाज्याच्या चौकटीवर हात ठेवून तिनं रस्ता रोकला. तिचे डोळे भरून यायला लागले. तेवढ्यात तिचं ओसरीच्या खांबाजवळ उभ्या असणाऱ्या टिमकडे लक्ष गेलं. ते उसाच्या झाडांचा आणि कपडे धुवायच्या दगडाचा फोटो घेत होते.

"ते पर्यटक आहेत, अम्मी," मी पुटपुटलो, "त्यांना आत येऊ दे."

तिच्या गोंधळलेल्या चेहऱ्यावर थोडंसं हसू आलं आणि दाराच्या फळीवरचा हात काढून ती बाजूला झाली. नॅन्सी दोन्ही हात जुळवून थोडंसं वाकली. हात तोंडावर धरून अम्मी हसली. या घरातली सोफिया लॉरेन बुडून मेल्याची गोष्ट आठवून प्रोफेसर टिमनी मान जास्तच खाली घातली.

"आम्ही तुमच्या दुःखात सहभागी आहोत," ते अम्मीला म्हणाले. तिला जास्तच हसू यायला लागलं.

"आमच्या या लहानशा घरात तुमचं स्वागत असो, अमेरिकन्स." अकमल

डोक्यावरची कुफी ठाकठीक करत अचानक बाहेरच्या खोलीत आला. अकमलचे विचित्र उच्चार प्रोफेसर टिमना कसे कळले आणि त्यांनी लगेच उत्तर कसं दिलं, हे नवलच आहे. त्यांनी हाताची दोन बोटं उंचावून अकमलला दाखवली आणि म्हणाले, "दोन छोट्याशा दुरुस्त्या. पहिली म्हणजे हे घर काही छोटंसं नाही. मी तर याला लहान महालच म्हणेन." त्यांनी एक बोट दुमडलं. "दुसरी, आम्ही अमेरिकन नाही. आम्ही इंग्लिश आहोत." त्यांनी जेव्हा दुसरं बोट दुमडलं, तेव्हा असं वाटलं, की त्या घट्ट मुठीनं त्यांना अकमलला ठोसाच मारावासा वाटतोय.

"तेच ते," अकमल पुटपुटला. "तुम्ही पावरोटीसाठी काय करता?"

"मला पाव कसा आवडतो असं तुला विचारायचं आहे का? साधा की भाजलेला?"

"नाही, नाही," अकमलनं मांडीवरचा हात हलवला. "मला म्हणायचंय, तुमची नोकरी."

"ठीकंय. मी पोटापाण्यासाठी काय करतो? मी प्रोफेसर आहे."

"योगायोगच म्हणायचा," अकमल उद्‌गारला. "माझा बहनोईसुद्धा प्रोफेसर आहे."

"हो ना. मजेशीर योगायोग." प्रोफेसर टिम कॅमेऱ्यावर हात फिरवत होते. "आता तू सांग बरं, तुझ्या पावरोटीसाठी तू काय करतोस?"

"मी रेडिओ दुरुस्त करतो," अकमल अभिमानानं म्हणाला. "माझं दुरुस्तीचं दुकान आज बंद आहे." त्याच्या आवाजात नवा शांतपणा आला होता. त्याचं हसणंही थोडं अदबीनं झालं होतं आणि प्रोफेसर टिमशी गप्पा मारत असताना पूर्ण वेळ ते त्याच्या ओठांवर होतं. ते बंगला सोडण्यापूर्वी, आम्ही प्रोफेसर टिमच्या कॅमेऱ्यापुढे नानीच्या आजूबाजूला फोटोसाठी उभं राहिलो, तेव्हा तर ते हसू जास्तच खुललं. ती नॅन्सीची कल्पना होती.

"टी," प्रोफेसर टिम कॅमेऱ्याची कळ दाबत असताना नॅन्सीचं बोलणं मला ऐकू आलं. "हा फोटो जर तू तुझ्या पुस्तकात घालणार असशील, तर त्या खाली काय मजकूर लिहावा, हे मला सुचलंय."

"मी अजून ठरवलं नाहीय." प्रोफेसर टिम विचारात गढले होते. त्यांचं बोट कॅमेऱ्याच्या कळीशी थांबलं होतं.

"मजकूर सांगू का तुला?"

"सांग," ते पुटपुटले. काचेला डोळा चिकटवून ते आमच्याकडे पाहत होते.

"आंधळ्या बाईचे वंशज." छोटी प्रार्थना करावी तसं ती म्हणाली. बिनआवाजाच्या विजेच्या लोळासारखा कॅमेऱ्याच्या दिव्याचा प्रकाश चमकला. आम्ही संकोचत बाजूला झालो आणि त्यांना पोहोचवायला घराच्या दारापर्यंत गेलो.

तेव्हाच, जेव्हा कॅमेऱ्याचा आवाज झाला आणि दिव्याच्या प्रकाशात क्षणभर आमचे डोळे दिपले आणि नॅन्सीनं त्या फोटोसाठी मजकूर सुचवला, त्याच क्षणाला या आठवणी लिहिण्याच्या कल्पनेचं बीज माझ्या मनात रुजलं. लगेचच मी त्या इंग्लिशमध्ये लिहिव्यात असं ठरवलं. माझं इंग्लिश चांगलं आहे म्हणून नाही, तर प्रोफेसर टिमनी काढलेल्या आणि कदाचित त्यांच्या पुढच्या प्रवासवर्णनाच्या पुस्तकात छापल्या जाणाऱ्या आमच्या फोटोसाठी माझ्या आठवणी म्हणजे एक पुरवणी आहे, असा विचार माझ्या मनात आला म्हणून. आठवणींसाठी शीर्षक तयारच होतं. त्याबद्दल नॅन्सीचे आभार मानायला हवेत. त्याच्या नंतरच्या दिवसांत मी लेखनाला सुरुवात करायचा विचार करत होतो; पण दोन महिन्यांपूर्वीपर्यंत मला योग्य सुरुवातच सुचली नव्हती. ती सुचल्यानंतर मी लिहायला सुरुवात केली. आमच्या सर्वसामान्य अशा मामुली आयुष्याचा वृत्तान्त. तेव्हापासून एकही दिवस असा गेला नाही, की मी पानभर तरी लिहिलं नाही. कारण मला असं वाटतं, की लिहिण्यासारखं काही जर उरलं नाही, तर माझी मेलेल्यातच गणना करावी लागेल.

दुरून पाहिलं तर तो तलाव दाट हिरव्या द्रवानं भरलेल्या वाळूच्या घड्याळासारखा दिसायचा. जवळून पाहिलं तर तो अंडाकृती वाटायचा. बाजूनं जुनी सागाची झाडं आणि अधूनमधून देवदाराची झाडं होती. पलीकडच्या तीरावर चहाचे कारखाने होते. लाकडाच्या बांधकामावर हिरव्या रंगाची छपरं असणारे कारखाने चहाच्या उतरत्या मळ्यांच्या पार्श्वभूमीवर शोभत होते. समुद्राच्या शांतता देणाऱ्या निळ्या रंगानंतर डोंगरावरच्या हिरवाईची माझ्या मतीला धुंदी चढली. माझ्या गावापासून एखाद्या खंडाइतकं अंतर दूरवर गेलोय असं मला वाटलं. प्रत्यक्षात आम्ही तर टॅक्सीनं उत्तरेला फक्त ऐंशी मैल दूर आलो होतो. आमची टॅक्सी अवघड वळणं घेताना कुरकुरत होती आणि कधीही न संपणारी वळणं घेताना धापा टाकत होती.

प्रोफेसर टिमनी एक काळी चौकोनी पेटी उघडली आणि वाचायचा चश्मा काढला. तो घातल्यावर त्यांच्या सत्तर वर्षांच्या वयात आणखी दहा वर्षांची भर पडली. झाडाखाली बसून ते खिशातल्या वहीत भराभर मुद्दे उतरवायला लागले आणि मी नॅन्सीबरोबर जंगलात भटकायला लागलो. दिसणाऱ्या जवळजवळ प्रत्येक गोष्टीचा ती फोटो घेत होती. तळ्यात तरंगणारी पानं, झाडाजवळचं मुंग्यांचं वारूळ, तळ्यात मध्ये शिरलेल्या साकवासारखी असणारी डगमगती जेट्टी, गवताळ किनाऱ्यावर ओढलेल्या बोटी, बांबूची झाडं, शिंपिणीचं फांदीला लोंबणारं घरटं. काही वेळा तिनं मलाही कॅमेऱ्याच्या समोर यायला आणि रुंद हसायला सांगितलं. मी आनंदानं तयार झालो; पण प्रत्येक वेळी माझं हसणं खिन्नच वाटत होतं.

आठवून पाहिलं तर, मी बऱ्याच पर्यटकांच्या फोटोचा विषय झालो होतो; पण त्यांच्या फोटोत मी नावापुरताच होतो, ज्याचं नावही त्या फोटोग्राफरला सांगता आलं नसतं. फक्त बार्बराच्या लग्नाच्या फोटोत मला नाव होतं आणि मी एक भूमिकाही पार पाडली होती- करवला. जर या आठवणी कधी प्रसिद्ध आणि लोकप्रिय झाल्या - ज्याची मला कधी कधी शंका वाटते आणि कधी कधी वाटत नाही- तर माझ्या डोळ्यांसमोर हवेत हात उंच करून उडी मारणारे लोक येतात, जे म्हणतील, की मी या माणसाला ओळखतो, तो माझा वाटाड्या होता, त्यानं माझे निरोप पोहोचवले, त्यानं मला कोकेन विकलं, त्यानं माझं उन्हात लावायचं लोशन चोरलं, तो माझा करवला होता; पण त्यांच्यापैकी कोणीच म्हणणार नाही, की माझी सुन्ता अर्धवटच झाली होती.

"अमर, तुझं सामान खाली ठेव आणि छातीवर हाताची घडी घाल," नॅन्सी तळ्याच्या काठावरून ओरडली. ती जर काठावरून घसरली आणि तळ्यात पडली, तर या विरळ जंगलात मी टारझन ठरेन. या दुर्घटनेमुळे माझ्यासमोर एका नव्या आयुष्यात प्रवेश करायला दार उघडेल. अशी गोष्ट यापूर्वी समुद्रकिनाऱ्यावर घडली होती. एका तरुण अमेरिकन बाईनं एका माकडतोंड्या, किनाऱ्यावर गस्त घालणाऱ्या माणसाशी लग्न केलं होतं, कारण फक्त एवढंच होतं की त्यानं तिला भरतीच्या लाटांच्या तावडीतून वाचवलं होतं.

मी सामान खाली ठेवलं आणि एका गंजलेल्या खांबाला टेकून उभा राहिलो. त्याच्या वरच्या टोकाला एक चौकोनी पाटी होती. त्यावर तिरक्या अक्षरात तीन ओळी होत्या. हाताची घडी घालून तिला हवं होतं तसा मी उभा राहिलो. फोटो काढून ती दुसरा विषय शोधत हिंडायला लागली तेव्हा कुठं त्या पाटीवरच्या अक्षरांकडे माझं लक्ष गेलं आणि त्याच्यावरचे सावधानतेचा इशारा देणारे शब्द मी वाचले. पर्यटकांनी तलावात स्वतःच बोटी नेऊ नयेत, असा त्यात इशारा दिला होता. जंगलाजवळ भाड्यानं खोल्या मिळत. त्या ठिकाणी परवानाधारक बोट चालवणारे मिळू शकत होते. या इशाऱ्याच्या खालीच, ज्या दिवशी पाटी उभी केली ती तारीख घातली होती. सोफिया बुडाल्यानंतर साधारण महिनाभरातलीच. प्रोफेसर टिमच्या नकाशावर वर्तुळ काढलेला तो तलाव मी पाहिला, तेव्हाच माझ्या लक्षात आलं होतं की सोफियाची सहल याच बाजूला आली होती. त्या परिसरात तीन तलाव होते; पण आता माझी खात्री पटली, की याच तलावानं तिला आमच्यापासून दूर नेलं होतं. हाताच्या आकाराच्या फांदीखाली वाळूवर, वाहत आलेली ती लोकांना सापडेपर्यंत तिचं शरीर फुगवून विद्रूप करून टाकलं होतं.

इतकी वर्षं गेल्यानंतर तिची आठवण अस्पष्ट झाली होती. तिचे नाक-डोळे, तिचं लाजरं हसू, शाळेच्या रस्त्यावर असणाऱ्या एखाद्या झाडाचं फूल तोडून किंवा

रोपटं उपटून तिचं पळत सुटणं... मला मुद्दामहून आठवावं लागलं; पण आत्ता वाऱ्यानं तळ्यात तरंग निर्माण होत असताना ते सारं बदलून गेलं. मला तिचं वाकुल्या दाखवणं आठवायला लागलं. छोटे दगड उंच उडवून उलट्या हातावर झेलणारी ती दिसली. चिंच खाताना ती कसे गच्च डोळे मिटायची ते आठवलं. झाडावरची पानं खाली पाडणाऱ्या, नॅन्सीचे पांढरे केस उडवणाऱ्या वाऱ्यात मला तिचा वास यायला लागला. ती तळ्यात दगड टाकतेय, या नावं माहीत नसलेल्या झाडांखाली पडलेल्या उजेडाच्या नक्षीत एकटीच टिक्कर खेळतेय, रानटी गुलाबी फुलं तोडून कानामागे अडकवतेय, अशा विचारांनी माझ्या डोळ्यांत पाणी तरळायला लागलं. क्षणभर मला वाटलं, की नॅन्सी तिचा कॅमेरा घेऊन ज्या दिशेनं गेलीय, तिथूनच ती येईल आणि माझ्याकडे नजरही न टाकता मला ओलांडून पुढे जाईल.

प्रोफेसर टिमच्या नोंदी करून संपल्या आणि ते पँटच्या मागच्या बाजूची धूळ झटकत उठून उभे राहिले. नॅन्सीनं तीन रोल भरून फोटो काढले होते. मी कल्पना केली, की लंडनमध्ये ती ते रोल धुतेय आणि त्यातल्या एका फोटोत तिला लहानशी मुलगी दिसतेय. उजेडाच्या नक्षीत टिक्कर खेळणारी. तिच्या वेण्यांत रानटी गुलनार फुलं माळलेली.

आम्ही परत जंगल लॉजवर पोहोचलो आणि आपापल्या खोल्यांत गेलो. खोलीत ओल्या लाकडाचा आणि नव्यानं उकरलेल्या मातीचा वास येत होता. पडद्यांवर शंखाच्या आकाराची नक्षी होती. त्यांच्याकडे पाहतच मी झोपी गेलो. जाग आली तेव्हा सूर्यास्त झाला होता आणि हॉलमध्ये नॅन्सी बोटवाल्याशी बोलत उभी होती, खरं तर हातवारे करत होती.

''आपण सूर्यास्ताच्या समुद्रविहारावर जाऊ या,'' ती तिथूनच ओरडली. ''अमर, अंगभर डासांपासून बचाव करणारं मलम लाव. हा माणूस मला सांगतोय की तिथले डास झुरळाएवढे मोठे आहेत.''

त्या जंगलात मला परत सोफियाची आठवण झाली. केशरी रंगाच्या छटा दिसणाऱ्या आकाशाखालून जेव्हा बस निघाली, त्या वेळी तिनं माझ्याकडे पाहून कसा हात केला होता ते आठवलं. आम्ही जेव्हा एकेक करून त्या कुरकुरणाऱ्या साकवावरून गेलो आणि बोटीच्या अंडाकृती फळीवर उतरलो, त्या वेळी तळ्याचं पाणी आमच्या बोटीवर आपटून आवाज करत होतं. आकाश गडद राखाडी रंगाचं झालं. मग त्याचा रंग फिका काळा झाला. त्या बोट चालवणाऱ्यानं कंदील पेटवून नॅन्सी बसली होती त्या फळीवर ठेवला.

काजव्याच्या किर्रकिरीशी वल्ह्याच्या आवाजानं बरोबर ताल धरला. प्रोफेसर टिम आणि नॅन्सी एकमेकांकडे पाठ करून फळीवर बसले. आम्ही सकाळी तळ्याकाठी फिरलो, तेव्हा आम्हाला समजलंही नव्हतं की तिथं एक ओढा वाहतोय. त्याचे

समोरासमोरचे किनारे त्यांना दिसत होते. बघण्यासारखं फारसं काही नव्हतंच. फक्त झाडाच्या वेड्यावाकड्या वाढलेल्या फांद्यांच्या बाह्यरेषा आणि वडाच्या झाडाखाली लोंबणाऱ्या काही पारंब्या दिसत होत्या. आमची बोट जेव्हा एका मोठ्या झाडाला वळसा घालून नाल्यात शिरली, त्या वेळी अचानक माझ्या मनात एक अशुभ विचार आला. अशुभ म्हणायचं कारण असं, की बंगल्यावरच्या कोणाचाही भुतावर विश्वास नव्हता आणि फारच अशुभ म्हणायचं कारण यापूर्वी कधी मी सोफियाचा भूत म्हणून विचार केला नव्हता. बोट चालवणाऱ्यानं वल्ही आत ओढून घेतली. कुठल्याही मदतीशिवाय आम्ही सुरळीतपणे खालच्या अंगाला वाहत चाललो होतो. मी मान वळवून वल्ह्यांनी निर्माण केलेल्या शेवटच्या लहरींच्या गोलाकडे पाहिलं. कंदिलाच्या अंधूक प्रकाशात मला काही पाण्याच्या पृष्ठभागावरून नाहीशा होणाऱ्या लहरी दिसू शकत नव्हत्या; पण मला सोफियाचा कोपरापासून वरचा हात दिसला. मदतीसाठी खुणावणारा. तो हळूहळू पाण्यात गेला. माझ्या डोळ्यांसमोरून नाहीसा झाला. मनगट, मग हाताचा तळवा, शेवटी तिची लांब बोटं, मी पुढे झुकलो. तिला मदत करायला हात पुढे केला; पण माझ्या हाताला फक्त तळ्याचा थंडगार स्पर्श झाला. माझ्या शर्टाची कॉलर धरून कोणीतरी मला खेचलं आणि सोफियाच्या बोटांनी निर्माण केलेल्या लहरींच्या वर्तुळापासून मी लांब गेलो. मी जेव्हा प्रोफेसर टिमच्या पायांशी कोसळलो, तेव्हा बोटीला खालून काहीतरी आपटल्यासारखं वाटलं. क्षणभर मला खात्रीच वाटली, की सोफियाचं डोकं सुकाणूवर आपटलंय आणि ती जास्तच वेगानं तळ्याच्या तळाशी जातेय.

मला जाग आली, तेव्हा पडद्यावरचं शंखाकृती चित्र दिसलं. माझ्या डाव्या हातात एक लांब चावी होती. माझ्या जवळ पट्ट्यापट्ट्यांचा पायजमा घालून, अपराध्यासारखा दिसणारा एक अनोळखी माणूस उभा होता. नंतर माझ्या लक्षात आलं, की तो जंगल लॉजचा व्यवस्थापक होता. त्यानंच प्रोफेसर टिमला ही रात्रीची बोटीची सफर करायला सुचवलं होतं. बोट चालवणारा दाराबाहेर उभा होता. त्याच्या पायाच्या घोट्यावर कंदिलाच्या प्रकाशाचे छोटे छोटे ठिपके चमकत होते.

"तुला बोटीत फेफरं आलं होतं," खोलीच्या एका अंधाऱ्या कोपऱ्यातून प्रोफेसर टिमचा आवाज आला. माझ्या हातात लोखंडी चावी असण्याचं हे कारण होतं तर. माझ्या मनात प्रबळ इच्छा झाली, की त्यांना सोफियाबद्दल सांगावं. ती बुडाल्यापासून जवळजवळ दशकानंतर तिनं मदत मागण्यासाठी हातानं खूण केली होती; पण मी चावीभोवतीची बोटं आणखीनच घट्ट मिटली आणि त्याचं निदान तसंच राहू दिलं.

आम्ही त्या जंगल लॉजमध्ये असेपर्यंत, मला बरोबर न घेता, तळ्यावर ते दोघंच जात. माझ्या खोलीत येत तेव्हा पुष्कळदा त्यांचे बूट चिखलानं बरबटलेले

असत आणि त्यांचे पाय डासांच्या चाव्यांमुळे लाल झालेले असत. मी आजारी दिसण्याचं नाटक करत, खोलीच्या आतच बसत होतो. कधी कधी मनात विचार यायचा, की त्यांना सोफिया, जी सोफिया लॉरेनसारखी कधीच दिसत नव्हती, तिच्याबद्दल सांगावं का? आणि जसिराबद्दल, जी फक्त कल्पनेतच मेली होती?

रात्री, माझ्या हातात सुहुदा बुआचा हात असे आणि आम्ही दोघं नागव्यानं ॲडम आणि इव्हसारखे हिरव्या झुडुपांतून हिंडायचो. खाली पडलेल्या पानांच्या बिछान्यावर रतिसुख घ्यायचो आणि तारे नसलेल्या आकाशाच्या खाली गार वाटायला लागलं, तर वेलींची चादर अंगावर ओढून घ्यायचो. एकदा ती माझ्या अंगावर झोपली होती. तिचे हात माझ्या डोक्याच्या दोन्ही बाजूंना टेकले होते. तिचे स्तन द्राक्षांच्या घोसांसारखे लोंबत होते. माझ्या ओठांना स्पर्श करत होते. गवताच्या पात्यांतून तिचे नितंब वर डोकावत होते आणि खाली जात होते. अशा सुखद क्षणी एक काळवीट तिकडे थांबून आमच्याकडे बघायला लागला. मी त्याला हाकलत होतो; पण तिनं चकचकीत जांभळं नख असणारं लांब बोट माझ्या ओठांवर ठेवलं आणि म्हणाली, "बघू दे त्याला. मला असं चोरून रतिसुख पाहिलेलं आवडतं." नंतर तिनं तेच बोट माझ्या तोंडात घातलं आणि जिभेभोवती गोल गोल फिरवायला लागली. शेवटी मी ते नख चोखायला लागलो आणि नेलपॉलिशच्या झोंबऱ्या चवीनं माझं तोंड भरून गेलं.

तिसऱ्या रात्री, म्हणजे आम्ही समुद्रकिनाऱ्याला परत जाणार होतो त्याच्या आदल्या रात्री, प्रोफेसर टिम आणि नॅन्सी माझ्या खोलीत आले. त्या वेळी मी जावीची डायरी हातात घेऊन खिडकीशी बसलो होतो. त्या खिडकीतून फक्त घोड्यावर बसून तळ्याकडे जाता येईल, असा रस्ता दिसत होता. मी घाईनं वही मिटली आणि माझ्या मांडीवर ठेवली. त्या जोडप्याच्या मनात कुतूहल निर्माण करण्याचा माझा प्रयत्न होता.

"टी, अमर तुझ्यासारखाच दिसतोय," नॅन्सी म्हणाली. "तो तळ्यावर एक कविता करतोय."

"पण मी कवी नाहीय," प्रोफेसर टिम त्यात अजिबातच रस नसल्यासारखं म्हणाले. मला भीती वाटली, की जावीची डायरी दाखवून त्यांना गळाला अडकवायचा माझा प्रयत्न वायाच जाणार बहुतेक.

"मीसुद्धा कवी नाहीय," मी साहस करून म्हणालो. "मी एक आत्महत्येची चिठ्ठी परत वाचत होतो."

एकच वेळी, त्यांनी काही न बोलता माझ्याकडे पाहिलं. सुरू व्हायला त्रास देणाऱ्या मोटारीसारखा, परत परत घसा खाकरून, नॅन्सीच्या तोंडातून शब्द बाहेर पडायला तसा वेळच लागला. "ती तू लिहिली नाहीयस अशी आशा करते."

"नाही." मला हसू आलं. "मी कशाला लिहू? माझा जन्म झाला त्या दिवशी बोगद्यात जो मेला, त्या माझ्या मामूनं लिहिलीय ती."

"ओह," प्रोफेसर टिम उद्गारले. "किती वर्षांचा आहेस तू?"

"चोवीसहून थोडा मोठा."

"तू इतकी वर्षं ती जपून ठेवलीयस?"

"ही वंशपरंपरेनं आलेली गोष्ट आहे," पण माझ्या आवाजात अभिमान डोकावावा अशी माझी इच्छा नव्हती. मी केलेल्या दाव्यात तो आपोआपच आला होता.

"अमर," नॅन्सीला आमचं संभाषण ज्या दिशेनं वळत होतं ते आवडलं नव्हतं. ती उसन्या आनंदानं म्हणाली, "आज, आम्ही बोटीवर जेवण घेतलं, सॅण्डविचेस, केळी आणि साधं पाणी; पण लंडनमध्ये आम्ही मेणबत्त्यांच्या उजेडात जे जेवण घेतो, त्याच्यापेक्षा कितीतरी पटीनं ते छान वाटलं आणि तो बोट चालवणारा माणूस गाणंही छान म्हणतो. त्याच्या गाण्यातले शब्द काही मला कळले नाहीत. ब्ला ब्ला ब्ला ब्ला ब्ला ब्ला..." तिनं बोटीच्या नावाड्याची नक्कल केली. खोटी खोटी वल्ही कल्पनेतल्या समुद्रात फिरवत. "तू त्याला हुकलास, मुला."

वहीच्या कव्हरवर मी अक्षरं रंगवली होती ती प्रोफेसर टिमनी वाचली, "जावीची डायरी."

"माझ्या मामूचं नाव जावी होतं."

"आम्ही आमच्या मुलाला झावी म्हणतो," प्रोफेसर टिम म्हणाले. त्यांच्या चेहऱ्यावर विचारात गढलेलं हसू होतं.

एकाएकी मला वाटलं आपल्या गावाला परत जावं. त्या सुळक्यावर त्या समुद्रावर जावं आणि पुन्हा पहिल्यापासून सुरुवात करावी. परत दुसऱ्या एखाद्या पर्यटकाच्या जवळ जाऊन त्याच्याशी बोलावं आणि परत एकदा आपल्या वाट्याला चांगलं आयुष्य यावं म्हणून प्रयत्न करावेत.

"तुझ्या मामूनं आत्महत्या का केली?" प्रोफेसर टिमनी विचारलं. असं वाटलं, की जावी नुकताच मेलाय आणि स्वतःला पुरण्याची वाट बघतोय.

"आत्महत्येच्या चिठ्ठीत त्याविषयी काही लिहिलं नाहीय." मी जावीनं सुहुदा बुआला लिहिलेलं पत्र जिथं चिकटवलं होतं ते पान उघडलं. का कोण जाणे, मला खात्री होती, की प्रोफेसर टिम ते वाचण्याची इच्छा व्यक्त करतील; पण त्यांनी तसं म्हटलं नाही, त्यामुळे माझा विरस झाला. कदाचित, त्यांनी जे शिष्टाचाराचं पुस्तक वाचलं होतं, त्यात म्हटलं असेल की आत्महत्येची चिठ्ठी ही फार खासगी बाब आहे. त्याबद्दल बोलू नये. "आणि या वहीत आमच्याकडे त्याचा असणारा एकमेव फोटो आहे."

"मी बघू शकतो का तो?" प्रोफेसर टिमनी थोडं बिचकतच विचारलं आणि

मी जितक्या तत्परतेनं ती उघडून त्यांच्यापुढे केली, त्याचं त्यांना नवल वाटल्याचं दिसलं. त्यांच्या चेहऱ्यावर थोडीशी काळजी दिसली. नॅन्सी त्यांच्या खांद्यावरून डोकावून तो फोटो बघायला लागली.

"मला समजत नाहीये," ती म्हणाली. "या फोटोत काहीतरी अपूर्ण वाटतंय."

ज्या पानावर मी पुष्कळ फाडलेले आणि अर्धवट जळलेले तुकडे जुळवून चौकोनात चिकटवले होते, त्याकडे त्यांनी थोडा वेळ लक्ष देऊन पाहिलं. मग नॅन्सी उठली आणि मला शुभरात्र म्हणाली. समुद्रकिनारी परत जायला सूर्योदयापूर्वीच उठून निघावं लागणार असल्यामुळे सगळ्यांनी लवकरच झोपावं असं तिनं सुचवलं.

दुसऱ्या दिवशी झाडांच्या मधून दिसणारा तलाव चमकायला लागण्यापूर्वीच आम्ही परतीच्या प्रवासाला निघालो. त्यानंतर दोन दिवसांनी ते समुद्रकिनारा सोडून गेले. जाताना त्यांनी माझ्या हातात एक पांढरं शुभ्र पाकीट कोंबलं आणि माझे आभार मानले, तेव्हा मी प्रोफेसर टिमना त्यांचं पुढलं प्रवासवर्णनाचं पुस्तक मला पाठवायची विनंती केली. माझी खात्री होती, की त्यात आमच्यावर- आंधळ्या बाईच्या वंशजांवर - एक परिच्छेद तरी लिहिलेला असेल.

काही महिन्यांनंतर नॅन्सीकडून एक तपकिरी रंगाचं पार्सल आलं. संदीप झुल्यावरून माझ्याकडे पाहत होता. तेव्हाच मी ते भराभरा फाडून उघडलं. त्यात एक पातळसं पुस्तक होतं. प्रवासवर्णन नव्हे, प्रोफेसर टिमनी लिहिलेलं पुस्तकही नव्हे, फेफऱ्याचा विकार जडल्यावर आयुष्य कसं जगावं असं त्याचं नाव होतं. आत शुभेच्छा देऊन सह्या केल्या होत्या, प्रोफेसर टिम, नॅन्सी आणि त्यांचा मुलगा झावी यांनी.

डिसेंबर महिना तणावपूर्ण होता. नोव्हेंबर महिनाही तणाखाखालीच गेला होता. टेलिव्हिजन आणि रेडिओवरून हिंदू कार्यकर्ते बाबरी मशिदीच्या दिशेनं कूच करण्याची तयारी करत असल्याचं सांगितलं जात होतं. अकमलच्या कामाच्या जागी अनेक रेडिओ स्टेशन्स एकाच वेळी ऐकता येत. त्याला वाटत होतं, की बाबरी मशिदीच्या निमित्तानं लढाईच होणार आहे. बद्रच्या विहिरीसाठी प्रेषित मुहम्मदला मूर्तिपूजकांशी जशी लढाई करावी लागली होती, तशी. भाले आणि बाणांच्या जागी तलवारी आणि बॉम्बचा उपयोग होणार होता आणि त्याच्या या धर्मविषयक मनोराज्यात ती एकसुरी उदास वाटणारी मशीद सहीसलामत राहिली होती. त्याचा तर्क ऐकून मी गालातल्या गालात हसलो. म्हणून तो दात-ओठ खात तिथून निघून गेला.

पण अकमलचं बोलणं मनापासून ऐकणारे लोक बंगल्यावर होते. अम्मी आणि नानी त्याचं बोलणं उत्सुकतेनं ऐकत; पण त्या दोघींपैकी कोणालाच कल्पना

नव्हती, की हिंदूंना ती मशीद का जमीनदोस्त करायचीय. खरं तर- अकमलनं एकदाच नाही, तर तो शुक्रवारच्या प्रार्थनेनंतर पटकन जेवून घेण्यासाठी घरी आला की अनेकदा त्यानं आक्रमण आणि अधिकार, धर्मांतर आणि बेइमानी, पुराणकथा आणि सत्यकथा त्यांना अगदी तपशीलवार समजावून सांगितलं होतं. नंतर त्यानं समजावून सांगणं सोडूनच दिलं आणि तो केवळ येत्या काळात मशीद जमीनदोस्त होऊ शकते, याविषयीच बोलायला लागला. ''त्यांनी मशिदीला हात लावला, तर त्यांना मारूनच टाकू,'' तो म्हणायचा आणि त्या बायका लगेचच पटल्यासारखं खूप रागारागानं माना हलवायच्या.

डिसेंबरच्या पहिल्या आठवड्यात मशीद पडली; पण आमच्या कल्पनेत ती त्यानंतरही काही दिवस ताठ आणि जशीच्या तशी उभी होती. वर्तमानपत्रात आणि राष्ट्रीय टेलिव्हिजनवर त्याच्या फक्त एका घुमटाला थोडंसंच नुकसान झाल्याचं सांगितलं जात होतं. अकमलनं पूर्ण दिवस बी.बी.सी.च्या बातम्या ऐकल्या, तेव्हा कुठं त्याला कळलं, की मशीद पूर्ण जमीनदोस्त झालीय. तो तावातावानं टी.व्ही.च्या खोलीत आला आणि त्यानं टी.व्ही. लावला. टेलिव्हिजन अजूनही फक्त काही घुमटांची थोडी तोडमोड झाल्याचं, तेसुद्धा फक्त विटांच्या बांधकामाचं नुकसान झाल्याचं सांगता होता. सुटका वाटून तो पुन्हा बी.बी.सी. ऐकायला लागला. मशीद पूर्ण जमीनदोस्त झालीय, या बातमीवर ते ठाम होते.

शेवटी जेव्हा राष्ट्रीय टेलिव्हिजनवर बी.बी.सी.ची बातमी खरी असल्याचं सांगितलं, तेव्हा बंगल्यातला नास्तिक मी, ज्यानं बद्रसारखी लढाई पुन्हा सुरू होणर असल्याची अकमलची कल्पना हसण्यावारी उडवली होती, तो मी अंतर्बाह्य पेटून उठलो. वर्तमानपत्रात काळ्या पडलेल्या घुमटावर चढून लोक छिन्नी हातोडा चालवतायत असे फोटो आले आणि बातमीदार म्हणायला लागले, की देशभर दंगल उसळणार आहे. अब्बांनी शपथ घेतली, की ते कोणाही हिंदूबरोबर जमिनीचा व्यवहार करणार नाहीत किंवा त्याला त्याची मोटार विकायला मदत करणार नाहीत; पण प्रत्यक्षात त्यांनी जमिनीचा किंवा जुनी मोटार विकण्याचा दलाली घेऊन व्यवहार गेलं वर्षभर तरी केला नव्हता. बरेच दिवस झाले, ते आपला दिवस दुसऱ्या खुर्चीच्या सीटवर पाय टाकून, ओसरीवर बसून गाड्या बघत घालवत होते. अधूनमधून ते उसाच्या झाडांजवळच्या कपडे धुवायच्या दगडावर आपटून स्वतःचे कपडे धुवत आणि त्या कपड्यांची अवस्था जास्तच दयनीय करून टाकत.

माझा राग एका दिवसातच मावळला आणि मी जेव्हा गावच्या मशिदीच्या मनोऱ्याभोवती असणाऱ्या अरुंद जिन्यावर दोन माणसं उभी असलेली पाहिली, तेव्हा मला फक्त वाईट वाटलं. एके दिवशी दुपारी, जरा लवकरच मी गावच्या चौकातून चाललो होतो. येणारे-जाणारे मशिदीच्या इमारतीकडे पाहत होते, म्हणून मीही

पाहिलं आणि मला ते दिसलं. डाव्या बाजूच्या मनोऱ्यावरचा माणूस अकमल आहे, हे लक्षात यायला मला थोडा वेळच लागला. त्याच्या हातात काळा झेंडा होता. दुसऱ्या मनोऱ्यावरच्या माणसाप्रमाणे, तोही घंटीच्या आकाराचे कर्णे जागी बसवायला लावलेल्या चापांना झेंडा बांधत होता.

चापाला झेंडा बांधून झाल्यानंतर, वरच्या बाजूला पंख्याच्या आकाराच्या खिडक्या असणाऱ्या अरुंद दरवाज्यातून अकमल नाहीसा झाला. त्यानंतर थोड्याच वेळात इमामानं ध्वनिक्षेपकावर बोटानं टकटक केलं आणि मुएझ्झिनच्या पुकाऱ्याबरोबर तो झेंडा तालात लहरायला लागला. त्या दिवशी संध्याकाळी अकमल अम्मीला ओढत ओढत फाटकापाशी घेऊन आला आणि अभिमानानं तिला स्वतः उभारलेला झेंडा दाखवला. "तो हिरवा असायला हवा होता," ती त्याला म्हणाली, "पाकिस्तानच्या झेंड्यासारखा."

आठवड्यानंतर मलबार किनाऱ्यावर दंगली उसळायला लागल्या; पण आमचं झोपाळू गाव झोपाळूच राहिलं. रात्रीची संचारबंदी जाहीर झाल्यानंतर थोडे दिवस तर ते जास्तच झोपायला लागलं. एका रविवारी सकाळी जसिरा आम्हाला भेटायला आली. येताना ती ख्रिसमसचा केक घेऊन आली. केकला गुलाबी आइसिंग केलं होतं. मध्यभागी देवदाराचं कागदी झाड लावलं होतं आणि त्याच्याभोवती पांढरी साखरेची फुलं सजवली होती.

"जसी आता केक बनवण्यात तरबेज झालीय," प्रोफेसर नासिरनं अम्मीला सांगितलं. ती त्याच्याकडे बघून थंडपणे हसली. जसिराकडे तर तिनं बघितलंच नाही.

"नासिरचं आज रात्री रेडिओवर भाषण आहे," जसिरानं अब्बांना सांगितलं. त्यांनी मान अर्धवट तुकवून प्रोफेसर नासिरचं कौतुक केलं. "आठ वाजून दहा मिनिटांनी आहे ते. बातम्या संपल्या की लगेच. मागच्या बुधवारीच त्याचं भाषण टेप केलंय त्यांनी."

"मी बाबरी मशिदीच्या विषयावर बोलणारंय," तो संकोचून म्हणाला. "फक्त दहा मिनिटांचं भाषण आहे ते."

"रेडिओवर दहा मिनिटांचं भाषण म्हणजे काही फालतू गोष्ट नाही," जसिरानं प्रोफेसरच्या पोटावर लाडानं गुद्दा मारला. "आणि त्यांनी काय वाटेल त्या प्रोफेसरची निवड केलीय का?"

"तुमची तब्येत ठीक दिसत नाही, अम्मी," प्रोफेसर नासिर म्हणाला. तिचं घट्ट मिटलेलं तोंड वाकडं दिसत होतं, त्याकडे त्याचं लक्ष गेलं होतं. "डॉक्टरकडे जायची गरज वाटते का?"

"नाही, बेटा." ती ओढून ताणून हसली. "वय झाल्याचं लक्षणंय ते."

प्रोफेसर नासिरची पाठ वळताच तिचं हसू मावळलं; पण जसजसा दिवस वर चढला तशी ती थोडी थोडी विरघळायला लागली आणि दुपार होईपर्यंत ती गोठ्याजवळ हडसलेल्या कोंबड्यांच्या मागे पळायला लागली. संध्याकाळी अकमल नानीच्या खोलीत रेडिओ घेऊन आला. त्यानं तो टेलिव्हिजनजवळ ठेवला. प्रोफेसर नासिरचं दहा मिनिटांचं भाषण संपायला तासभर लागणारंय अशा तोऱ्यात जसिरानं ख्रिसमस केकचे मोठे मोठे त्रिकोणी तुकडे करून बशीत मांडले आणि आणून टेबलावर ठेवले. आठ वाजायच्याही आधी ती अम्मी-अब्बांना खोलीत यायची घाई करायला लागली. "लवकर या, लवकर या. कोणत्याही क्षणी आता ते सुरू होईल." अब्बा आत गेले आणि टेलिव्हिजन जवळच्या खुर्चीत बसले. अम्मी दारातच उभी राहिली. परत तिचं तोंड वाकडं झालं होतं.

मी खोलीत शिरून नानीच्या जवळ बसताना पाहून जसिराला आश्चर्य वाटलं. ती माझ्या दिशेला बघून हसलीसुद्धा. दोन वर्षांपूर्वी तिचं अम्मीशी भांडण झालं होतं, त्या वेळी अम्मी अर्धा तास तरी अंधारात नजर लावून बसली होती. तेव्हापासून आम्ही दोघांनी एकमेकांशी बोलणं सोडलं होतं. प्रोफेसर नासिरचं रेडिओवर भाषण होणारंय हे ऐकल्यानंतर माझ्या मनात आलं होतं, की घराच्या मागच्या बाजूला उभं राहावं आणि त्याचं भाषण सुरू झाल्याबरोबर रेडिओची तार कापून टाकावी; पण मग मी माझं मत बदललं. टर उडवायला याहून चांगली संधी मिळाली असती.

माझ्याकडे पाहताना जसिरा तणावातच होती. माझ्या मनात काय चाललं असेल त्याचा अंदाज करत होती; पण मी गप्प आणि शांत होतो. तिनं केकच्या तुकड्यांची बशी उचलून माझ्यापुढे केली. मी नको म्हणून मान हलवली. तिनं बशी अगदी माझ्या चेहऱ्याजवळ आणली. "एक घे, अमर आणि तुझं प्रामाणिक मत सांग."

मी परत 'नाही' म्हणालो, तेव्हा तिनं नाटकीपणे उसासा सोडत बशी खाली ठेवली. बातम्या संपल्या तेव्हा प्रोफेसर नासिर आत आला. त्यानं हात-तोंड धुऊन अत्तर लावलं होतं. लांब केसांचा मध्ये भांग पाडला होता. मी त्या खोलीत असल्याचं पाहून, त्याला जसिरापेक्षाही जास्त आश्चर्य वाटलं; पण माझ्याकडे एक नजर टाकल्यानंतर त्यानं परत माझ्याकडे पाहिलं नाही. तो अब्बांच्या डोक्याच्या मागच्या बाजूला असणाऱ्या टकलाकडे बघत बसला. रेडिओत मधला वेळ भरून काढणारं मंद संगीत वाजत होतं. वाटणाऱ्या अपेक्षेमुळे जसिराची चुळबुळ होत होती.

"यानंतर प्रोफेसर मुहम्मद नासिरुद्दिन यांचं भाषण ऐकू या." एक निवेदिका म्हणाली, "बाबरी मशिदीनंतरचं जीवन."

खोलीत इतकी शांतता पसरली, की रेडिओ स्टेशनवरचा कागद उलटल्याचा आवाज ऐकू आला. नंतर प्रोफेसर नासिरचा आवाज – "या कार्यक्रमासाठी मी

स्टुडिओत यायला निघालो, त्या वेळी माझी पत्नी छानसा ख्रिसमसचा छोटा केक बनवत होती.''

''हाच तो केक,'' जसिरा कुजबुजली. तिनं बोटानंच ते बशीत मांडलेले केकचे त्रिकोणी तुकडे दाखवले.

''मी तिला- त्या श्रद्धाळू मुस्लिम स्त्रीला विचारलं, तो केक सुंदर दिसावा यासाठी ती इतके कष्ट का घेतेय म्हणून. या आणीबाणीच्या काळात, जेव्हा धर्माधर्मांतील सीमारेषा ही त्रास वाटण्याइतकी ठळक व्हायला लागलीय, अशा वेळेला तिनं जे उत्तर दिलं, त्याचं मला आश्चर्यही वाटलं आणि त्यानं माझे डोळेही उघडले. धार्मिक चिन्हावर काम करत असताना काय वाटतं ते तिनं मला सांगितलं. ती म्हणाली, की इस्लामनं कोणालाही इतर धर्मांचा आदर करण्याची मनाई केली नाही. ही छोटीशी आणि क्षुल्लक घटना वाटेल; पण...''

मी उभा राहिलो आणि मोठ्ठा आळस दिला. प्रोफेसर नासिरनं माझ्याकडे मान वळवल्यावर मी अम्मीला ओलांडून कॉरिडॉरमधून ओसरीवर गेलो. थोड्याच वेळात अकमलही ओसरीवर येऊन माझ्याजवळ बसला. तोंडातल्या तोंडात तो काहीतरी पुटपुटत होता. म्हणून मी ओळखलं, की प्रोफेसर नासिर रेडिओवर जे बोलला ते इस्लामच्या बाजूचं नसावं.

जिकडे पाहावं तिकडे कागदी चांदण्या दिसत होत्या. लाल, पांढऱ्या, जांभळ्या, पिवळ्या चांदण्या नारळाच्या बागांत चमकत होत्या. रिसॉर्टच्या दारावर टांगल्या होत्या. उपाहारगृहांच्या बाहेर ठेवलेल्या ख्रिसमसच्या झाडांवर लोंबत होत्या. शांत समुद्रावर असणाऱ्या आकाशात खऱ्या चांदण्यांचे पुंजके निस्तेज वाटत होते. 'मरमेड इन'वर ख्रिसमसची काहीच सजावट केली नव्हती, की संगीतही लावलं नव्हतं. आमच्यासाठी ती वेळ व्यवसाय गुंडाळून टाकायची होती.

संदीप त्याच्या झोपडीत बसून जमिनीवर दोन ढिगारे करत होता. कागद, पत्रं, फायली आणि फोटो; मोठा ढिगारा तो जाळून टाकणारा होता. लहानवाला बांधून स्वतःबरोबर घेऊन जाणार होता. मला आश्चर्य वाटलं आणि थोडंसं दुःखही झालं, कारण त्यानं त्याच्या लग्नाचे फोटो, झोपड्यांच्या मागच्या मोकळ्या जागेत जाळून टाकायच्या ढिगाऱ्यात टाकले. मी त्यातला एक फोटो उचलला आणि त्यातली पांढुरकी झालेली माणसं बघायला लागलो. पिवळ्या टपाच्या काळ्या टॅक्सीकडे जाताना मी बार्बराच्या डोक्यावर छत्री धरली होती. छत्री ओली दिसत नसती, तर पाऊस पडत होता असं वाटलंच नसतं.

''तुला हवा असेल तर घे तो,'' तो म्हणाला. त्याचं कागदांची वर्गवारी करणं

चालूच होतं. ''हवे असले तर सगळे फोटो घे. मला त्यांचा काही उपयोग नाही.''

''हा एकच घेतो,'' मी म्हणालो आणि त्या फोटोची घडी करून माझ्या खिशात ठेवली. माझ्याकडे लग्नातला एक फोटो आधीपासूनच होता. त्यात मी बार्बरानं दिलेलं जाकीट आणि टाय घालून चुळबुळत उभा होतो. आनंदाच्या दिवसांतला एक फोटो. त्यात आम्ही तिघं त्या कॅथॉलिक चर्चच्या उदासवाण्या पॅसेजमध्ये उभे होतो, बार्बरानं आम्हा दोघांच्या खांद्यांवर हात ठेवले होते आणि आम्ही तिघंही हसत होतो.

ख्रिसमसच्या दिवशी संदीपनं एका माणसाला नारळाच्या झाडावर चढवून 'मरमेड इन'ची पाटी खाली उतरवली होती. ती आता व्हरांड्यात उपडी पडली होती. समुद्रावरच्या वाऱ्यानं मत्स्यकन्येचा चेहरा राखाडी झाला होता. हातातल्या नारळाचा रंग फिकट झाला होता आणि ती दुरंगी नळी एकाच तपकिरी रंगाची झाली होती. त्याच संध्याकाळी एक पर्यटक आला होता. तो राहण्यासाठी झोपडी मागत होता; पण संदीपनं तुटकपणेच 'नाही' म्हटलं आणि मनात नसताना 'थँक्यू'ही म्हटलं. त्यानं एक रंगाचा जुना डबा उघडला आणि त्यात टूथब्रश बुडवला. वऱ्हांड्यातल्या दिव्याच्या उजेडात बसून त्यानं कागदावर सूचना लिहिली आणि सुळक्याच्या रस्त्याजवळच्या एका झाडाला ती टेपनं चिकटवली. अगदी मजेशीर पत्रक होतं ते. कारण 'मरमेड इन' व्यवसाय बंद करत आहे, ही सूचना पूर्ण वाचण्यासाठी तुम्हाला झाडाला पूर्ण वळसा घालावा लागत होता.

उपाहारगृहाच्या बाहेरच्या झाडांवरच्या चांदण्या चमकायला लागल्या, तेव्हा सुळक्याचा रस्ता मंद दिव्यांच्या उजेडात स्पष्ट व्हायला लागला. रात्रीच्या गडद अंधारात लाल माणकांचा हार गुंफावा तसा. मिचकणाऱ्या ख्रिसमसच्या झाडांशेजारी पर्यटक बसले होते. त्यांच्या काळ्या बाह्याकृतींनी वाईनचे ग्लास घेतलेले हात उंच केले होते. 'मरमेड इन'च्या आजूबाजूला शांतता होती. शेवटचा पर्यटक डिसेंबरच्या सुरुवातीलाच गेला होता. तो किनाऱ्यावर गेलेला असताना कोणीतरी त्याचं सामान उचकटलं, अशी त्यानं जाता जाता तक्रारही केली.

ख्रिसमसच्या संध्याकाळी संदीपनं मला सांगितलं होतं, की त्याचं कुटुंब कायमचं गाव सोडून चाललंय. तेव्हा माझ्या लक्षात आलं नव्हतं, की संदीप आता कुटुंबाशी इतका एकरूप झालाय, की तोही त्यांच्याबरोबर जाईल. मला वाटलं होतं, की फक्त त्याचे आई-वडीलच मुंबईला जाणारयत. इतकी वर्षं डेकवर उभं राहून दूर जाणारी जमीन पाहिल्यानंतर आता त्याच्या वडिलांना तिकडे गोदीवर काम मिळालं होतं. त्यानं सिगारेट पेटवली- साधीच. थोड्या दिवसांपूर्वीच त्यानं ग्रास ओढणं थांबवलं होतं आणि मलाही प्रवाशांना कोकेन विकू नकोस म्हणून तंबी दिली होती- आणि हवेत धुराची वलयं सोडायला लागला. नंतर बुजत आणि अडखळतच, त्यानं

त्याच्या वडिलांनी त्याच्यासाठी मौजेखातर समुद्रसफर करणाऱ्या बोटीवर काम बघितलं आहे, अशी बातमी मला सांगितली. जसं काही मी त्याला आक्षेपच घेतला असता. 'मरमेड इन' अर्थातच विकायला काढली होती. तसंच समोर तारामाशाच्या नक्षीचा रस्ता असणारं घरसुद्धा.

संदीप त्याच्या पायाशी असणाऱ्या दोन्ही ढिगाऱ्यांत वस्तू टाकतच होता. मोठा ढिगारा त्याचा भूतकाळ सांगणारा, छोटा तो बहुतेक सफरीच्या बोटीवर भविष्यकाळाकडे घेऊन जाणार असेल. मोठा ढिगारा जास्तच मोठा बनत होता. त्यानं हाताला लागतील तितक्या व्यावसायिक पत्रिका त्यात टाकल्या. त्यात एका झोपडीतून दिसणाऱ्या समुद्राचं चित्र होतं. बिनशेंड्याचं नारळाचं झाडही वाकून डोकावत होतं, तसंच भेट देणाऱ्या पर्यटकांना खूप बारीकसारीक माहितीनं भरायला लावलेल्या, वेगवेगळ्या भाषांत लिहिलेल्या पुठ्ठ्याच्या बांधणीच्या दोन जाडजूड वह्या होत्या. फोटो होते. बार्बरा, तो आणि मी दोन ऑस्ट्रेलियन मुलांना मांडीवर घेऊन बसलोय असा. खूप दिवसांपासून मोडीत काढलेल्या किनाऱ्यावरच्या तराफ्यावर स्थानिक मुलं नागव्यानं बसलीयत असा. त्यानं राईच्या खोलवर आतल्या भागात झोपड्यांची आणखी एक रांग बांधायची ठरवली होती, त्याचा तपशीलवार आराखडा होता. नव्या वर्षाच्या आदल्या रात्री त्याची चांगली होळी होईल आणि समुद्रावरून येणारा वारा राख इकडे तिकडे उडवून नारळाच्या झाडांच्या पायथ्याशी ती विखरून टाकेल. त्याच्या भूतकाळाची होळी आणि एका दृष्टीनं माझ्यासुद्धा.

संदीप आणि त्याच्या झोपड्या गेल्या की मी कुठे जाणार? संदीपच्या कुटुंबाबद्दल ऐकल्यानंतर अम्मीनंही मला हाच प्रश्न केला होता. मी तिला सांगितलं, की मी आता मोठे मोठे बेत करतोय. हे नाही सांगितलं, की मी समुद्रकिनाऱ्यावरच काम करणारंय. एक वाटाड्या बनूनच राहणारंय आणि मी कायद्याला धरून करत असलेली कामं पर्यटकांना नको असली, तर त्यांनाच अमली पदार्थ विकणारंय. अजूनही मला आशा होती, की एखादी तरुण पर्यटक माझ्या प्रेमात पडेल किंवा एखादं विदेशी वृद्ध जोडपं मला दत्तक घेईल.

नववर्षाच्या आदल्या रात्री सूर्य सुळक्याच्या खाली जात असताना चुरचुरत होळी पेटली. सूर्य आमच्या नजरेआड गेल्यानंतरही बराच वेळ आकाशात उदास वाटणारा लालिमा पसरला होता. कागद मान तुकवून वळून आगीच्या तळाशी जात होते; पण फोटो जणू रागानं प्रतिकार करत होते. बारीक आवाजात पुटपुटत, निळ्या रंगाच्या ज्योतीनं जळत होते; पण शेवटी तेही वळून हार पत्करत होते. आगीच्या ज्वाळांत मध्येच बार्बराचा चेहरा दिसला. तिची लग्नातली गुलाबी साडी काळी होत चालली होती. एक अर्धवट जळालेला फोटो वाऱ्यानं आगीच्या बाहेर आला, तेव्हा संदीपनं तो काठीनं आत ढकलला आणि त्याची काठीच जळायला लागेपर्यंत तसाच दाबून धरला.

मग राखेतले निखारे आणि आकाशातले तारे उरले. राईतून वाहणाऱ्या गार वाऱ्यानं राखेचा ढिगारा विस्कटला. वाऱ्यानं फुलवलेले निखारे केशरी गोळ्यांसारखे दिसले. आम्ही सुळक्याच्या टोकाला, बिनशेंड्याच्या नारळाच्या झाडाखाली जाऊन थांबलो. राखाडी रंगाच्या लाटा बंधाऱ्याला कुरवाळत होत्या. किनाऱ्यावर माणसांची गर्दी होती. नववर्षाच्या स्वागतासाठी आतुर असलेल्या पर्यटकांचा आवाज ऐकू येत होता. सुळक्याच्या पायऱ्यांवरून हसण्याचा आवाज येत होता. समुद्रावर व्हॉलीबॉल खेळावा तसं बंधाऱ्यावर खिदळणं फसफसत होतं.

त्यानं मला त्याच्या नव्या नोकरीचं सांगितलं, तेव्हापासून आम्ही एकमेकांशी फारसं बोललो नव्हतो. आता त्यानं काहीतरी बोलावंसं मला वाटत होतं. आमच्या शाळेतल्या दिवसांच्या आठवणी, आम्ही दोघांनी मिळून केलेल्या किंवा त्यानं एकट्यानं केलेल्या आणि मी बघत राहिलेल्या गोष्टी, निदान बार्बरा आणि आम्ही तिच्याबरोबर घालवलेला वेळ, कशातरीबद्दल त्यानं बोलावं, अशी माझी इच्छा होती. किनाऱ्याच्या खालच्या बाजूला पर्यटक मोठ्यानं हसत होते. इंग्लिश, फ्रेंच आणि मला वाटतं जर्मन भाषेत जोरात बोलत होते.

संदीपनं घड्याळ बघितलं. त्याचे चमकणारे काटे सांगत होते, की १९९४ साल उजाडायला आता फक्त पंधरा मिनिटंच उरलीयत.

"मी निघतो, अमर." तो अलिप्तपणे म्हणाला. जसं तो आज रात्रीसाठीच निरोप घेत होता आणि उद्या सकाळी परत डोळ्यांवर गवताची टोपी घेऊन झुल्यावर पहुडलेला दिसणार होता. जसा काही तो कायमचा निरोप घेत नव्हता. जणू काही आम्ही अशा वळणावर उभे नव्हतो, की इथून आमच्या वाटा वेगळ्या फुटल्या की त्या परत कधीच भेटणार नव्हत्या.

"मी तुझ्या संपर्कात राहीन," सिगारेट टाकून देत तो म्हणाला. "मी तुला पत्र लिहीन."

मला माहीत होतं, त्यानं कधीच लिहिलं नसतं. 'मरमेड इन', मी किंवा बार्बरा यांचा विचार मनात आला, की तो झटकून टाकेल हे मी जाणून होतो. माझ्या मनात बेसुमार राग आला. गळ्याशी आवंढा आला. तो इतक्या त्रयस्थपणे निरोप घेतोय याचं मला किती वाईट वाटतंय, हे त्याला सांगावंसं वाटलं; पण मी न बोलताच त्याच्या मागे सुळक्याच्या रस्त्यावरून उतरून गवताळ भागाशी गेलो. तिथं अंधारात त्याची स्पोर्ट्स सायकल उभी होती. तिला सामान ठेवायच्या जागेवर एक खोका सुतळीनं बांधला होता.

"सकाळी चाव्या माझ्या काकांकडे दे," तो सायकलीवर टांग टाकत म्हणाला. "आणि माझ्या झोपडीत एक खोकाय. तो तुझ्यासाठीय. एकटाच असशील त्या वेळी उघड तो," आणि हळूहळू पाय मारायला लागला. त्यानं खांदे वाकवून हँडल

धरलं होतं. तो सुळक्याच्या रस्त्यावर बराच वेळ दिसत होता. दोन रिसॉर्ट्सच्या मधल्या अंधारात दिसेनासा व्हायचा. मग दारातून तिरक्या येणाऱ्या प्रकाशात परत दिसायचा. चमकणाऱ्या ख्रिसमसच्या झाडाजवळून जायचा आणि पुन्हा अंधाराच्या घळीत नाहीसा व्हायचा.

वाऱ्याची साथ होती म्हणून माझे अश्रू पटकन वाळले; पण सुळक्याच्या खालून येणाऱ्या फटाक्यांच्या आवाजानं मी दचकलो. खाली कोणीतरी चेकाळून गात होतं. बेशरम जगाला नववर्षाच्या शुभेच्छा. खडकांच्या कडेला लाटा आपटतच होत्या.

सँडी.

मी तिचं नाव सँडी ठेवलं, कारण १९९४च्या पहिल्या सकाळी मी जेव्हा तिला हातात घेतलं, त्या वेळी तिच्या मांड्यांच्या मागच्या बाजूला वाळू चिकटलेली होती.

मी एकटाच असताना उघडण्यासाठी मला संदीपनं जो खोका दिला होता, त्यातूनच सँडी निघाली होती. ती सपाट होती. तिच्यात काहीच हवा नव्हती आणि सुरळीच्या वडीसारखी ती गुंडाळलेली होती. जेव्हा मी ती गुंडाळी जमिनीवर उलगडली. तेव्हा त्या रिकाम्या केलेल्या झोपडीत ती फारच मोठी वाटली. तिच्या उभट चेहऱ्यावर मंदबुद्धीच्या मुलासारखं बेपर्वा हसू होतं. तिचे ओठ पातळही नव्हते आणि जाडही नव्हते. अर्धवट उमललेल्या फुलाची पाकळी जशी वळते, तसे होते ते. बाहुलीचे असतात तसेच लाल ओठ, दुसरं काय असणार? सँडी म्हणजे एक भली मोठी बाहुली होती. कायम नागवी. तिच्याबरोबरचं काम झालं, की हवा काढून दाबून खोक्यात ठेवायची. झावळीच्या छपराच्या फटींमधून प्रकाश आत येत होता. त्यात मी तिचा जांघेचा भाग तपासला. छान,मस्त, तिच्या बाकीच्या अंगासारखाच फिकट गुलाबी. तिचे केस काळे होते. नायलॉनचे धागे खांद्यापर्यंत रुळत होते.

संदीपच्या काकांनी चाव्या घेण्यासाठी जेव्हा झोपडीच्या दारावर ठोठावलं, तेव्हा घाईघाईनं मी तिला गुंडाळून खोक्यात कोंबलं. मग तिला तळाशी लपवण्यासाठी त्यावर माझे थोडे उरलेले कपडे घातले आणि खोक्यावर माझे बूट ठेवले. नंतर गावच्या चौकातून तो खोका घेऊन जाताना, तिला बंगल्यावर नेताना मला थोडं विचित्रच वाटलं.

अकमलचा सायकल पंप घेऊन मी जेव्हा तिच्यात हवा भरली, तेव्हा थोडा दचकोलच. कारण आता ती गुबगुबीत बाई झाली होती आणि तिची छाती पाण्यानं भरलेल्या फुग्यांसारखी बाहेर आली होती. नंतर मात्र जिला मी पहिल्यांदाच भेटत होतो, अशा बाईची छेडछाड करण्याच्या विचारानं माझ्यावर दडपण आलं. प्रत्येक

वेळी मी तिच्यावर स्वतःला दाबलं, की तिच्या अर्धवट उघड्या ओठांतून शीळ ऐकू यायची. क्षणभर मला वाटलं, की ज्यानं कोणी तिला बनवलंय, त्यानं दिलेल्या सूचनेनुसार ती माझ्या कानांत हळूच काहीतरी बोलतेय. पहिल्या वेळी ते फारच लवकर आटपलं. भीती आणि एक प्रकारच्या संकोचानं मला तिच्याबरोबरचं काम घाईघाईत उरकावं लागलं. सुहुदा बुआ आणि माझ्या लहरीप्रमाणे आणि कल्पनेप्रमाणे बदलणारी पार्श्वभूमी जंगलापासून ते छपरी पलंगापर्यंत, चंद्राच्या पृष्ठभागापासून ते पाण्याच्या गादीपर्यंत, खडकाळ जमिनीपासून ते गुलाबाच्या गालिचापर्यंत यांच्यापेक्षा ते फारच वेगळं होतं; पण त्याच्या अर्धही सुखकारक नव्हतं.

एके दिवशी रात्री अम्मी, अब्बा आणि अकमल दफनसंस्काराला गेले होते. त्या रात्री माझ्यावर नानीच्या खोलीत झोपण्याची वेळ आली. मी सँडीला दोन्ही हातांवर घेऊन नानीच्या खोलीत गेलो. नानीच्या शेजारच्या बिछान्यावर मी तिला ठेवलं. उशीच्या अभ्रावर भरलेल्या पक्ष्यांवर तिचे नायलॉनचे केस पसरले होते. रात्री मध्येच सँडीच्या तोंडून बाहेर पडणाऱ्या शीळेविषयी नानी विचारायला लागली.

मी तिला सांगितलं, की पंख्याचा आवाज येतोय; पण तिचा काही विश्वास बसला नाही. आमचं संपेपर्यंत ती मान वाकडी करून आमच्या दिशेनं बघत होती. तिचे आंधळे डोळे आमच्यावर रोखले गेले होते, त्याची मला अडचण वाटत होती. न जाणो, या लबाड म्हातारीला दिसत असेल आणि इतकी वर्षं तिनं दिसत नसल्याचं नाटक केलं असेल तर? दुसऱ्या दिवशी सकाळ उजाडता, मला घंटी ऐकून जाग आली आणि मी सँडीचा पाय धरून तिला फरपटत घेऊन जिन्यानं वर पळालो.

मला पुष्कळदा प्रश्न पडायचा, की संदीपला सँडी कशी मिळाली असेल? एखाद्या पर्यटकानं ती टाकून दिली असेल का? की एखाद्या खूश करायचा प्रयत्न करणाऱ्या प्रवाशांच्या दलालानं दिली असेल? की त्यानं पोस्टानं मागवली असेल? ती संदीपच्या आयुष्यात आली, तेव्हा अस्पर्शा असेल का? मला शंकाच आहे. तिच्या डाव्या पायाच्या तळव्यावर एक छोटा गोल स्टिकर चिकटवला होता. दर्जा तपासलेला आहे, असं त्यावर लिहिलं होतं. याचा अर्थ काय समजायचा? दर्जा तपासणाऱ्या अधिकाऱ्यानं तिला योग्यतेचं प्रमाणपत्र देऊन पायावर स्टिकर चिकटवण्यापूर्वी तिच्याबरोबर झोपून पाहिलं होतं का? तसं असलं, तर मला दर्जा तपासणी अधिकाऱ्याचा हेवा वाटतो. जितका जास्त उपभोग घ्यायचा, तितके जास्त पैसे मिळणार. अगदी हेवा करावंसं काम, च्यूतिया.

सँडी जरी रबराची बनवली होती, तरी मला शंका यायला लागली होती, की बंगल्यावर आल्यापासून काही महिन्यांतच ती दोन पाळ्या करायला लागली होती. एकदा रविवारी रात्री मी समुद्रकिनाऱ्यावरून परत आलो आणि तिला तिच्या

लपण्याच्या जागेतून बाहेर काढलं. तीच जुनी कपड्यांची टोपली, ज्यात एके काळी जावीनं दोरखंडाची लड लपवली होती. तेव्हा मला पहिल्यांदा तशी शंका आली. खोका उघडला तेव्हा मला दिसलं, की कोणीतरी तिच्याशी धसमुसळेपणा करून तिला वेगळ्याच पद्धतीनं गुंडाळलंय. त्या गुलाबी गुंडाळीच्या मध्यातून काळं फूल दिसावं तसे तिचे केस बाहेर आले होते. मी तिला लपवायसाठी नवी जागा शोधली. खाटेच्या खाली, जुन्या गादीच्या वळकटीत ठेवलं आणि बाहेर जाताना मी दाराला कुलूप घालायला लागलो; पण कडी-कुलूप घालण्याचा काही फायदा नव्हता. कारण बंगल्यातल्या प्रत्येक खोलीची दुसरी एक चावी एका लोखंडी कड्यात अडकवून ती हॉलमध्ये खिळ्याला टांगली होती. भला मोठा चाव्यांचा जुडगा होता तो. मी परत आलो तेव्हा ती आधीच्याच अवतारात होती. घाईघाईनं गुंडाळलेली आणि खोक्यात कोंबून ठेवलेली. मनात आलं; तिच्या त्या बिनकण्याच्या आकृतीच्या पोटात सुरा खुपसावा आणि उरलीसुरली हवा काढून टाकावी.

त्या उगाचच रागानं धुमसायच्या दिवसांत मी कधीतरी कल्पना करायचो, की तिचं सपाट पोट वर आलंय. त्यात एक जीव वाढतोय. पोटात गर्भ लाथा झाडतोय आणि कोलांट्या उड्या मारतोय, बंगल्यात ती कमरेवर हात धरून पोट पुढे काढून चालतेय. तिच्या डोळ्यांत दुःखाचे ढग दाटून आलेयत आणि घरात जोरजोरानं वाद चाललाय की त्याचा बाप कोणंय? अमर की अकमल? अशी कल्पना अगदी सहज करता येत होती.

कधी कधी मी तिला मारून टाकायचा विचार करायचो. तिचा गळा कापावा आणि तिला गोठ्यामागे पुरून टाकावं आणि मग तिच्या कबरीवर थयथय नाचत म्हणावं, "तू माझ्याशी प्रतारणा केलीस, रतिसुख देणाऱ्या खेळण्या."

"मला इब्राहिमनं झोपेसाठी दिलेलं औषधपत्र पाहिलंस का?"

हॉलच्या उजेड न पडलेल्या टोकाला ती उभी होती. भुतासारखीच वाटत होती. एप्रिल महिना संपत आला होता. संध्याकाळला नुकतीच सुरुवात होत होती. दिवसभराच्या प्रखर उन्हानंतर घर थोडं थंड व्हायला लागलं होतं. घराच्या कोपऱ्यात डास गुणगुणत होते. मी नुकताच समुद्रकिनाऱ्यावरून परतलो होतो. माझे खिसे रिकामे होते आणि दुमडलेल्या पँटमध्ये वाळू शिरली होती.

"तू औषधपत्र पाहिलंयस का?" अम्मीनं पुन्हा विचारलं आणि मी ओळखलं, की कासीम मामूचं लंडनहून पुन्हा पत्र आलंय. मध्ये बरेच दिवस त्याच्याकडून काहीच खबरबात नव्हती. मला शंका यायला लागली होती, की तो ठीक आहे ना, निदान जिवंत तरी; पण संध्याकाळी अकमल आल्यावर त्याला ते पत्र बघायला दिलं

तेव्हा समजलं, की तो लंडनला कंटाळलाय आणि परत येणारेय. त्यानं अम्मीला सूचना दिली होती, की नानीच्या घराची डागडुजी करावी; पण ते तर केव्हाच विकलं गेलं होतं. नव्या मालकानं ते पाडून तिथं लोखंड, सिमेंट आणि चकचकीत फरश्यांचं बांधकाम केलं होतं. तिथं आता व्हेस्पा स्कूटर्स विकायचं चकाचक दुकान होतं. पृथ्वीच्या पाठीवरच जे घर नव्हतं, त्याची डागडुजी कासीम मामूला करायची होती. घराला बाहेरच्या बाजूला त्याला पांढरट रंग हवा होता आणि आतल्या बाजूला फिकट हिरवा. न्हाणीघरातच संडास हवे होते. त्याला व्हरांड्यात टांगायला दोन डझन कुंड्या हव्या होत्या. त्याही अम्मीनं शोधून ठेवाव्यात, असं त्याचं म्हणणं होतं. तो येताना त्यात लावायसाठी सुंदर वेली आणणार होता. या सगळ्यासाठी खर्च करायला तो महिन्याभरात पैसे पाठवणार होता.

"पण तू म्हणाली होतीस, की त्यानं घर विकायला परवानगी दिलीय," तिला पत्र परत देताना अकमल म्हणाला.

"तो तसंच म्हणाला होता. त्याची ती बाई आहे ना- बेथ- तिलाच ते घर परत हवं असेल."

"तू नानीला सगळ्या गोष्टी स्पष्ट सांग," मी म्हणालो. मला बंगल्यावर उदासीची छाया जास्त गडद होऊ नयेसं वाटत होतं. "आणि तिलाच कासीम मामूशी बोलायला सांग."

"काय सांगू तिला? कासीमला घर परत हवंय म्हणून? ती लगेच पलटी मारेल आणि म्हणेल, मी तिचं घर लुबाडलं म्हणून." तिचा आवाज संतापानं कापत होता. ज्या दिवशी जसिरानं रोझवूडचं झाड तोडण्यापासून टोकलं, त्या दिवशी तिच्या आवाजात जसा कर्कशपणा आला होता, तसाच आताही जाणवला. क्षणभर डोकावला आणि नाहीसा झाला.

"दुसरं काय करू शकणार आपण?" अकमलनं विचारलं.

"तुझ्या अब्बांना सांग, बेथराणीसाठी एखादा महाल विकत घ्या म्हणून." ती वसकन अंगावर आली. "सांग त्यांना, तुमची एक तिजोरी उघडा आणि पैशांची बंडलं काढा."

त्या उन्हाळ्यात अब्बांनी बंगल्याभोवतीची सगळी झाडं एका फळविक्रेत्याला भाड्यानं दिली होती. तो दर आठवड्याला यायचा आणि घराभोवती मालकाच्या थाटात फेरी मारायचा. वेगवेगळ्या झाडांत त्यानं गुंतवलेल्या पैशांचा माल कसा आहे, याची पाहणी करायचा. आंबे, फणस, चिकू आणि चिंचा. तोडायला झाले, की जांभळं, सीताफळं, आवळे, पपयासुद्धा त्याच्याच मालकीच्या होणार होत्या. झाडं भाड्यानं देऊन मिळालेले पैसे अब्बा काळजीपूर्वक खर्च करत होते. त्यांनी तंबाखूचा डबा आणला होता आणि स्वतःच सिगारेटी वळायला लागले. त्यांनी

स्वतःसाठी एक नाव्ह्यासारखा वस्तरा आणला आणि पूर्वीच्या विल्किन्सनच्या ब्लेडऐवजी तो वापरायला लागले, त्यामुळे तिजोरी आणि पैशांची बंडलं हे शब्द ऐकून मला हसायला आलं.

"शुंभासारखा हसत उभा राहू नकोस." अम्मीनं माझ्याकडे डोळे वटारून पाहिलं. एका क्षणाला तिचा आवाज कठोर होता, तर दुसऱ्या क्षणाला मृदू; पण तिच्या चेहऱ्यावरचे भाव मात्र कठोरच होते. "औषधपत्र शोधून काढ."

रात्री उशिरा तिला डॉ. इब्राहिमनी लिहून दिलेलं औषधपत्र एका खणात सापडलं. ते माझ्या हातात ठेवत ती म्हणाली, "जा, मिळतील तितक्या माझ्या झोपेच्या गोळ्या घेऊन ये. जुलैपर्यंत काही माझ्या मनाला शांतता मिळेलसं वाटत नाही. तेव्हा कासीम येईल आणि मला मारूनच टाकेल."

"तो येईल तेव्हा..." अकमल बोलता बोलता मध्येच थांबला.

"तो येईल तेव्हा काय होईल, ते मलाच माहीत नाही," तिचा सूर रागीटच होता. "अमर, जा आणि माझ्या गोळ्या घेऊन ये."

मला गोळ्या आणायला ते तिनं शेवटचंच सांगितलं. नंतर ती स्वतःची बाहेरची कामं स्वतःच करायला लागली. इतकी वरचेवर, की ती अब्बांच्या पुढून धूळवाटेवरून गेली, की ते रागानं आठ्या घालून तिच्याकडे पाहायचे.

मे महिन्याच्या सुरुवातीला घराच्या नूतनीकरणासाठी चेक आला. त्याच्याबरोबर पुनर्बांधणीसाठी आणखी काही सूचना आणि कल्पना आल्या आणि पिवळ्या कागदावर व्यवस्थित टाईप केलेली मालाची यादी : सोनेरी मूठ असलेला नवा पुढचा दरवाजा, सगळ्या खोल्यांसाठी फुलांच्या पाकळीच्या आकाराची शेड असणारे दिवे, गच्चीतल्या टाकीत विहिरीचं पाणी भरण्यासाठी पाण्याचा पंप, एका न्हाणीघरात टब, बेसिनवर स्टेनलेसस्टीलचे नळ आणि राहायच्या खोलीत खिडक्यांना लावायला बांबूचे पडदे. अम्मीनं इतका खोल उसासा टाकला, की तिच्या हातातला चेक फडफडला. कासीम मामू आमच्या घराच्या दारात उभाय आणि त्याच्या कल्पनेतल्या घराच्या चाव्या मागतोय, या शक्यतेनंच अकमल दगडासारखा स्तब्ध झाला.

आठवड्यानंतर हॉलमध्ये पांढरा फ्रिज उभा असलेला पाहून माझा डोळ्यांवर विश्वासच बसेना. कासीम मामू घरी परतण्याची शक्यता अम्मीनं हसण्यावारी घालवली. "तो माझी चेष्टा करतोय. सुहुदा जिवंत आहे तोपर्यंत तो येण्याची शक्यता नाही." केल्व्हिनेटरबरोबर फुकट आलेल्या खाद्य पदार्थ बनवण्याच्या पुस्तकातली आइस्क्रीम बनवण्याची कृती वाचता वाचता ती अगदी झोप अनावर झाल्यासारखी पेंगुळली होती. तिचे डोळे बारीक आणि निस्तेज दिसत होते. तरीही नानीला वाडग्यातून आइस्क्रीम भरवत असताना तिनं कासीम मामू येण्याच्या शक्यतेचा उल्लेख केला. तिच्या किडलेल्या दातात आइस्क्रीम गेल्यामुळे कळ

आली, तरी नानीच्या चेहऱ्यावर हसू फुललं. "येऊ दे त्याला. अस्मा, तू त्याच्यासाठी मुलगी शोधायला सुरुवात कर. या वेळी आपण त्याचे दोनाचे चार हात करूनच टाकू."

अम्मीच्या आइस्क्रीम बनवण्याच्या प्रयत्नाचा फज्जाच उडाला होता. प्रत्येक घासाला कच्चं कस्टर्ड आणि जुने बेदाणे तोंडात येत होते. तरी नानीनं दुसरा वाडगा आइस्क्रीम मागितलं. तिला लगेचच दुसरा वाडगा भरवला आणि तिसरासुद्धा.

"पुढच्या शुक्रवारी मी तुझ्यासाठी चॉकलेटचं आइसक्रीम बनवीन, अम्मा," अम्मीनं सागितलं. "त्यावर चेरी आणि वेफर लावीन आणि मधसुद्धा घालीन."

पण पुढच्या शुक्रवारी चेरी आणि वेफरची वेळ नव्हती. त्याऐवजी भीती आणि निराशा दाटून आली. कासीम मामूचं परत पत्र आलं होतं. त्यानं अम्मीला घराचं नूतनीकरण लवकर करायला सांगितलं होतं. कारण त्याचा पहिला बेत बदलला होता आणि जुलै अखेरीला येण्याऐवजी तो जूनच्या सुरुवातीलाच परत येणार होता.

"आता काय करायचं आपण?" अकमलनं विचारलं. हल्ली तो पोस्टमन दिसला की अस्वस्थ व्हायला लागला होता. "फक्त एकच महिना उरलाय."

"काय करायचं ते आपण उद्या बघू," अम्मी समजावणीच्या सुरात म्हणाली. तुमच्याकडून एखादं काम करवून घ्यायचं असलं, की जसिरा काढायची तसाच अम्मीचा आवाज आला.

"पण काय?" अकमलनं पिच्छा पुरवला.

"जरा मला विचार करू दे," ती म्हणाली. तोंडात झोपेची गोळी टाकत ती टी.व्ही.च्या खोलीकडे जाण्यासाठी पॅसेजमधून गेली, तेव्हा जांभयासुद्धा द्यायला लागली होती.

मला नेहमी वाटायचं, की जसिरानं तिचं कट-कारस्थान करायचं कौशल्य अब्बांच्या कुटुंबातून उचललं होतं. सुहुदा बुआकडून किंवा आम्ही लहान असताना जेवणाच्या खोलीच्या भिंतींवर ओळीनं आमच्या आते-चुलत आज्यांचे फोटो लावलेले असत, त्यांच्यापैकी कुणाकडूनतरी; पण माझी कल्पना किती चुकीची होती. एखाद्याची पिळवणूक करणं किंवा धमकी देऊन पैसे उकळणं अशा बाबींत ती सही सही अम्मीसारखी होती.

"जा. टेलिव्हिजन बंद कर," अब्बा रमतगमत धूळवाटेला लागल्यानंतर तिनं मला सांगितलं, "मी येईपर्यंत खोलीतच थांब."

तिची वाट बघत मी थांबलो खरा; पण ती वेगानं खोलीत येऊन फळीला टेकून बसली. पाय दुमडून तिनं गुडघ्याभोवती हात घातले, तोपर्यंत तिच्या मनात काय आहे, याचा मला पत्तासुद्धा लागला नाही.

"कोण रडतंय?" नानीनं कपाळाला आठ्या घातल्या.

"अम्मी आहेय, नानी," मी म्हणालो. अम्मी ओक्साबोक्शी रडत होती.

"का रडतेय ती?" नानीच्या आवाजात विशेष सहानुभूती नव्हती.

मी गप्पच बसलो. अम्मीच्या मनात काय आहे किंवा ती पुढे काय बोलणारंय, हे मला माहीत नव्हतं.

"का रडतेयस तू अस्मा?" नानीनं वैतागून विचारलं. "हम्सानं तुला मारलं का?"

"ते तर घरीसुद्धा नाहीयत." अम्मी रागानंच म्हणाली.

"परत मलबारला गेला की काय तो? मसाले शोधायला?"

"गावातच आहेत ते. चौकशी केल्याबद्दल थँक्स."

"मग कशाला रडतेयस?" नानी विचारत राहिली. "अमर, तुझी अम्मी का रडतेय? कोणी मेलं का?"

"कोणी मेलं नाहीय अम्मा; पण कधी कधी मला वाटतं, की मीच मरायला हवं होतं. इतक्या वाईट गोष्टी कानांवर येतात ना."

आता माझ्या लक्षात यायला लागलं होतं, ती काय बोलणारंय ते. तिच्या मनात काय आहे ते समजल्यावर त्याचा माझ्यावर प्रभाव पडला. अकमल आला. तो दारात उभं राहून अम्मीकडे थोडं शंकेनंच बघायला लागला, 'तिचं रडणं खरंय की खोटं?'

"आज सकाळी अमरनं मला सांगितलं, की कासीम मामूसाठी मुलगी शोधायची काही गरज नाही. तो म्हणतोय, की कासीमची शादी झालीय आणि त्याला मुलंही आहेत." बिनडोक अकमल एखाद्या प्रसिद्ध नटाशी किंवा क्रिकेटरशी टक्कर व्हावी, तसा दिसत होता. तशा रक्तामांसाच्या माणसाला आपण भेटू, अशी त्यानं कल्पनाही केली नव्हती आणि आता आपण स्वप्नात तर नाही ना, असं वाटून त्याला धक्का बसला होता जणू. नानीचा चेहरा निर्विकार होता. बराच वेळ असं वाटलं, की तिच्या मुलाच्या शादीची बातमी तिच्या या कानातून आत जाऊन, त्या कानातून बाहेर पडली होती. तिला ती कळलीच नव्हती.

"आणि आपल्यापैकी कुणालाच ती खबर नव्हती," अम्मी रागानं म्हणाली. "फक्त सुहुदा सोडून."

"आणि अमर," अकमलनं बावळटासारखी त्यात भर घातली.

"अमरला समजलं, कारण त्याला कासीमनं सुहुदाला लिहिलेलं पत्र सापडलं," अम्मी घाईघाईनं म्हणाली. तिनं अकमलला गप्प बसायची खूण केली.

नानीनं आंधळ्या डोळ्यांनी माझ्याकडे रोखून पाहिलं. ती खरंच आंधळी आहे का, याची मला शंकाच यायला लागली. "पत्र वाच ते, अमर," बऱ्याच वेळानं ती थोडीशी झुलत म्हणाली.

"मी वाचते," दारातून अम्मी म्हणाली. तिच्याच गिचमिड अक्षरात लिहिलेला एक चुरगळलेला कागद तिनं काढला. अकमलच्या चेहऱ्यावरचा अविश्वासाचा भाव जास्तच गडद झाला.

"प्रिय सुहुदा," ती सावकाश वाचायला लागली. जणू काही बरीच वर्षं गेल्यामुळे पत्रातली शाई अस्पष्ट झाली होती. "मी एका पांढऱ्या बाईशी शादी करतोय. तिचं नाव बेथ. यापूर्वी तिची एक शादी होऊन तलाक झालाय; पण ती चांगली बाई आहे. ती ख्रिश्चन आहे आणि ती डुकराचं मांस खाते; पण बाकी ती फार चांगली आहे. आजकाल मीसुद्धा डुकराचं मांस खातो. चांगलं लागतं ते. जर मी कधी भारतात परत आलो आणि दुसरी शादी केली, तर ती तुझ्याशीच करेन. अस्मा किंवा माझी अम्मा कोणालाच माझ्या बेथबरोबरच्या शादीविषयी कधीच सांगू नकोस. डुकराचं मांस खाणाऱ्या ख्रिश्चन बाईशी मी शादी केलेली कोणालाच कबूल होणार नाही आणि अम्मा मला तिच्या जमिनीतला मूठभरसुद्धा वाटा देणार नाही, म्हणून निदान माझी अम्मा मरेपर्यंत तरी हे गुपितच ठेवलेलं बरं."

तिनं पत्राची घडी करून नानीच्या मांडीवर ठेवली आणि नानी आता मोठ्यानं रडायला लागेल म्हणून वाट पाहायला लागली. आम्हाला सगळ्यांना आश्चर्य वाटलं; पण नानीनं मनाचा समतोलपणा दाखवत ते पत्र उचललं आणि कुठलीही भावना न दाखवता स्वस्थ बसली.

"अमर, उन्हं उतरली की रिक्षा आण," अम्मीनं मला सूचना केली. "आपण अम्माला फोनच्या टपरीवर घेऊन जाऊ, त्याच्याशी फोनवर बोलू आणि त्याला सांगू, की आपल्याला त्याच्याबद्दल आणि त्याच्या डुकरांबद्दल सगळं कळलंय म्हणून."

नानीनं अम्मीचं म्हणणं पटल्यासारखी सावकाश मान हलवली आणि मला परत टेलिव्हिजन लावायला सांगितला.

संध्याकाळी लवकरच लंडनमध्ये किती वाजले असतील याचा शोध घ्यायला मी हिशेब केला; पण जमलं नाही. आम्ही नानीला घेऊन रेल्वे इमारतीतल्या फोनकडे गेलो आणि तिला आडव्यातिडव्या काळ्या विजेच्या तारा असलेल्या काचेकडे तोंड करून उभं केलं. तिच्या अंगावर जुनी काश्मिरी शाल होती. त्याला डांबराच्या गोळ्यांचा वास येत होता. अम्मीनं नानीच्या अंगावर अत्तर शिंपडलं होतं आणि गालांना पावडर लावली होती. त्याचा परिणाम म्हणजे भयंकर उग्र घमघमाट येत होता. कितीतरी वर्षांनी नानी पहिल्यांदाच बंगल्याबाहेर पडली होती. रेल्वेबद्दलच्या दिल्या जाणाऱ्या सूचना ऐकताना ती गोंधळून गेली होती.

मला वाटलं होतं त्यापेक्षा लवकर कासीम मामूनं फोन उचलला. चौथ्याच घंटीला आणि इतक्या विनयानं 'हॅलो' म्हणाला, की आता नानी त्याला कसं फैलावर घेणार आहे, या कल्पनेनं मला त्याची दया आली.

"मी अमर बोलतोय," मी भीतभीतच बोललो. मग माझ्या लक्षात आलं, की नुसतं माझं नाव सांगून त्याला काहीच कळणार नाही; पण तो अगदी हळू आवाजात बोलला, जणू काही शेजारी झोपलेल्या कोणाची तरी झोपमोड होऊ नये, म्हणून तो काळजी घेत होता. "हं अमर, बोल."

"माझ्याबरोबर नानी आहे," मी म्हणालो. माझ्या डोळ्यांसमोर आलं, की तो दचकलाय आणि पायजमा घालून खोलीतच फेऱ्या मारतोय. फोनची वायर पण त्याच्याबरोबर फरपटतेय. "तिला तुझ्याशी बोलायचंय."

"बोलू दे ना," तो म्हणाला.

मी नानीच्या कानाशी फोन धरला आणि तिला कोपरानं ढोसलं. अम्मीनं फोनवर लावलेल्या पैशाच्या मीटरकडे आणि नंतर नानीकडे अस्वस्थपणे पाहिलं. मीटरवरचा आकडा पळायला लागला होता. लंडनच्या लाईनवर गप्प राहण्याचेही पैसे लागत होते.

"बोल," अम्मी म्हणाली. "सांग त्याला, परत त्याचं तोंडही पाहायची आपल्याला इच्छा नाही."

नानी बोलण्यासाठी मनाची तयारी करायला लागली. फोनवर बोलण्याच्या जागेवर तिचं बोट गोल गोल फिरत होतं; पण काहीतरी तिला मागे ओढत होतं. यापूर्वी तिच्या चेहऱ्यावर इतकी हळुवार उदासी मी कधीच पाहिली नव्हती.

"मला दे तो फोन," अम्मीनं हात पुढे केला. "मी बोलते."

पण नानीनं तिचा हात बाजूला केला. तिला घाम फुटला होता आणि ती आवंढे गिळत होती. शेवटी एकदाची तिनं बोलायला सुरुवात केली, "अस्मानं मला तुझं पत्र वाचून दाखवलं."

अम्मीनं समाधानानं मान हलवली. तिची नजर पुन्हा पैशांच्या मीटरकडे गेली.

"मला हे काहीच माहीत नव्हतं. मला कोणीच काही सांगितलं नव्हतं," ती न रागावता म्हणाली. तिच्या बोलण्यात तक्रारीचा सूर जराही नव्हता. नंतर तिच्या चेहऱ्यावर समाधानाचं हसू पसरलं. मला वाटतं, तिच्या मुलानं पुष्कळ वेळा आणि मनापासून तिची माफी मागितली असावी. ती काचेकडे बघत हुंकारत आणि माना डोलवत राहिली. "किती मुलंयत?" तिनं विचारलं. "सगळे मुलगे का कासीम?"

नानी रडेल, शिव्या घालेल आणि नातं तोडून टाकेल अशा अपेक्षेनं अम्मी बघत होती. ती चक्रावूनच गेली. तिनं मेहनत घेऊन रचलेल्या गोष्टीनं वेगळंच वळण घेतलं होतं. दुखावलं जाऊन आणि हताश होऊन तिनं हातांची बोटं मोडली. आता तिला मीटरवर दाखवल्या जाणाऱ्या पैशांचा त्रास वाटत नव्हता, म्हणजे नानी विरघळल्यामुळे जो त्रास वाटायला लागला, त्याच्याइतका तरी नाही.

झुकझुक आवाज करत एक गाडी स्टेशनात शिरली आणि नानीनं एका कानात

बोट घातलं. त्या खणखणाटात बोलणं नीट ऐकू येत नसल्यामुळे तिच्या कपाळावर आठ्या पडल्या. "तू येतोयस? केव्हा? नीट ऐकू येत नाहीये. केव्हा?"

"लाइन कट झाली." फोनवर बोट ठेवून अम्मीनंच लाइन कट केली. "चला घरी जाऊ या."

"अस्मा, तो घरी येणारंय," नानी म्हणाली. तिचे आंधळे डोळे भरून आले होते. "तो म्हणाला, की त्यानं तुला तसं आधीच कळवलंय."

"मला नाही कुणी काही लिहिलं," ती रिक्षाकडे जायला लागली. जवळजवळ पळतच. "माझ्याबद्दल कुणाला काही वाटतच नाही."

तसा तो छोटासाच अपघात होता. निलगिरीच्या झाडांजवळ फक्त इंजिनच घसरलं होतं. थोडी झाडं पडली होती; पण आमच्या झोपाळू गावासाठी ते अगदी बघण्यासारखं दृश्य होतं. पार पश्चिमेच्या समुद्रकिनाऱ्यावरून आणि पूर्वेच्या डोंगरातून लोकांची गर्दी आमच्या गावात गोळा झाली होती आणि क्रेन येऊन इंजिनाला पुन्हा रुळांवर ओढेपर्यंत ती इंजिनभोवती रेंगाळत राहिली होती. त्यासाठी रणरणत्या उन्हात अख्खा दिवस काम चाललं होतं. दुसऱ्या दिवशी दुपारपर्यंत गावाशी दळणवळणच तुटलं होतं; पण मी जेव्हा बोगद्यातून आलो आणि झाडांना टेकून थांबलेल्या इंजिनाकडे धावलो, त्या वेळी फक्त थोडेच लोक जमले होते. सापळ्यात सापडलेल्या जखमी जनावरासारखी गाडी केकाटतच राहिली होती. ड्रायव्हरच्या केबिनमध्ये बसलेला चश्मिस माणूस भोंगा वाजवतच राहिला होता. इतके दिवस मी गाड्या आत्मविश्वासानं मोठ्या झोकात आमच्या बंगल्यावरून धडधडत जाताना पाहत आलो होतो, त्यामुळे अशा रीतीनं कामातून गेलेली ती गाडी पाहून माझ्या अंगात एक वेगळ्याच प्रकारची खुमखुमी आली. मी इंजिनाच्या बाजूवर चढलो आणि केबिनमध्ये डोकं घालून पाहिलं. ड्रायव्हरनं एका पट्टीवरचा हात काढला आणि लगेचच इंजिनाचा आवाज बंद झाला. तो सुन्न झाला होता. किती नुकसान झालंय, याचा त्याला अंदाज नव्हता. तो थोडासा जरी हलला, तर इंजिन कलंडेल की काय, हे त्याला कळत नव्हतं. मी पुढे केलेला हात त्यानं घट्ट धरला. त्याचे हात थंडगार पडले होते; पण गालांवरून घाम ओघळत होता. मी त्याला इंजिनाच्या बाहेर काढलं आणि हात धरून एका गवताळ जागी नेलं. तो मातीच्या भिंतीच्या सावलीत बसला. ज्यांच्यामुळे त्या मातीत खोल खाचा पडल्या होत्या, त्या चाकांकडे बघत राहिला.

लोकांचे लोंढे डब्यातून बाहेर पडले आणि काय झालंय ते बघायला पायवाटेनं यायला लागले. जेव्हा गाडी रुळावरून घसरल्याची बातमी सगळीकडे पसरली, तेव्हा ते निलगिरीच्या झाडातून वाट काढत गावच्या चौकात गेले आणि पुढच्या

प्रवासासाठी वाहन शोधायला लागले. तेव्हाच मी तिला बघितलं. उंच गोरी बाई. तिच्या पाठीवरची बॅग, त्यावर बांधलेली झोपेची बॅग पहिल्या बॅगेला झाकत होती. त्यांच्या ओझ्यानं ती थोडी वाकली होती. झाडाझुडपांतून वाट काढत ती चालली होती. तिनं केस इतके बारीक कापले होते, की ते खुंटासारखेच दिसत होते. तिनं लांब डूल आणि काचेच्या बांगड्या घातल्या होत्या. आगीच्या निळ्या ज्वाळा तिच्या लग्नाच्या फोटोंचे कोपरे चाटतायत आणि नंतर त्यांचे लाजाळूच्या झाडासारखे मिटत जाऊन काळे गोळे बनतायत. संदीप त्यांचा काठीनं टोचून राखेत चुराडा करतोय, असं सगळं माझ्या डोळ्यांसमोर येत होतं.

मला हे समजत नव्हतं, की गाडी रुळांवरून घसरली म्हणून बार्बरा आमच्या गावाला आलीय का? ती समुद्रकिनारी गेलीय की बस पकडून दुसऱ्या गावाला गेलीय, याची मला दुसऱ्या दिवशी संध्याकाळपर्यंत कल्पनाही नव्हती. तेव्हा मी तिला बिनशेंड्याच्या नारळाच्या झाडाखाली बघितलं. सूर्य मावळला होता आणि सुळक्यांवर अंधार पसरायला लागला होता. मी म्हणजे काळी आकृतीच दिसत होतो. सुळक्याच्या रस्त्यावरून तिचा अंदाज घेत, मी तिला ओलांडून पुढे गेलो. 'मरमेड इन'च्या जागी आता फक्त झोपड्यांचे सांगाडे उरले होते. ती समुद्राकडे पाठ करून उभी होती. वाऱ्यानं तिचा स्कर्ट उडत होता. कुणीतरी झाडांच्या राईतून बाहेर येईल आणि तिचा हात धरून, पायऱ्या उतरून तिला किनाऱ्यावर नेईल, अशी वाट पाहत असल्यासारखी ती दिसली. संदीपला जाऊन साधारण दोन वर्षं झाली होती. सँडीला त्यानं माझ्या ताब्यात दिलं होतं आणि माझा अंदाज होता, तसं त्यानं पत्रही लिहिलं नव्हतं. गाव सोडून जाण्यापूर्वी प्रत्येक मोसमाला तो किती उत्सुकतेनं तिची वाट बघायचा आणि ती परत कधीच येणार नाही, याची मला किती खात्री वाटायची.

मी बार्बराच्या पुढून गेलो. तिची टक लावलेली नजर एकदा विचलित झाली; पण तिनं मला ओळखलं नाही आणि ती अंधाऱ्या राईकडे परत पाहायला लागली. मी रस्ता ओलांडून तिच्याकडे जाऊन तिला संदीपबद्दल सांगायला हवं होतं; पण मी तसाच पुढे निघून गेलो. मला वाटलं, की यानंतर पुन्हा ती कधीच मला दिसणार नाही. दुसऱ्या दिवशी आणि त्यानंतरच्या दिवशीही ती सुळक्यावर किंवा समुद्रावर दिसली नाही, म्हणून मी असं धरून चाललो, की संदीपचा शोध घेणं थांबवून ती परत गेलीय. संदीप समुद्रविहार करणाऱ्या बोटीवर कसा गेलाय आणि 'मरमेड इन' बंद पडली याचं स्पष्टीकरण देण्यातून मी सुटलो, म्हणून मला हायसं वाटलं. त्या आठवड्याच्या शेवटी जपानी मुलींच्या एका घोळक्याला घेऊन काही दिवसांसाठी मी बाहेरगावी गेलो होतो. वर्षभरापूर्वीच उत्खननात त्या बौद्ध मंदिराच्या अवशेषांचा शोध लागला होता. त्या मुली एकमेकींच्यात काहीतरी चेष्टेनं बोलल्या आणि उसळल्यासारखं हसायला लागल्या. एका चिडक्या चेहऱ्याच्या मुलीला त्या माझ्यावरून

चिडवत होत्या. बहुतेक माझ्या प्रेमात ती पडलीय असं. त्यांची न समजणारी बडबड, हातवारे आणि त्या उंच मुलीचं चिडणं, मग त्यांचं खिदळणं यावरून मी तसा अंदाज बांधला.

अवशेष पाहून परत आल्यानंतर मी सुळक्याकडे गेलो. वाटलं होतं, बार्बरा कसातरी संपर्क साधण्याचा प्रयत्न करेल. ती त्या बिनशेंड्याच्या झाडाखाली उभी असेल किंवा ती आली होती असं सांगणारी चिठ्ठी त्या झाडाला संदीपसाठी अडकवली असेल किंवा त्या झाडाच्या बुंध्यावर ती कुठं उतरलीय ते चाकूनं कोरलं असेल; पण तसं काहीच नव्हतं. मी समुद्राकडे तोंड करून उभा होतो. विचार करत होतो, संदीप आता काय करत असेल, बोटीवर असेल की बंदरावर, झोपलेला की जागा, एकटेपणाच्या दुःखात बार्बराचा विचार करत असेल की नाही. माझा पाय कशावर तरी पडला आणि काहीतरी चुरडल्याचा आवाज आला. मी गुडघ्यावर बसलो, गवतावरून एक पेथाडिनची फुटलेली कुपी उचलली. मी बौद्ध मंदिराला गेलो असताना ती नक्कीच इथं परत आली होती. तिनं काही शोध थांबवला नव्हता. मी खाली समुद्रकिनाऱ्यावर गेलो आणि पर्यटकांना पेथाडिन विकणाऱ्या माणसाला शोधून काढलं; पण बार्बराचं मी वर्णन करत होतो तसं दिसणाऱ्या कोणालाही ते विकल्याचं त्याला आठवत नव्हतं.

मध्ये एक दिवस गेला. मी जपानी मुलींची वाट बघत योगा केंद्राच्या बाहेर उभा होतो. तेव्हा बार्बरानं माझ्या खांद्यावर थाप मारली. मी तिला लगेच ओळखू शकलो नाही असं नाटक केलं आणि नंतर खूप आश्चर्य वाटल्यासारखं दाखवलं. ती मात्र शांत राहून माझा चेहरा वाचत होती. थोड्या वेळानं आम्ही एकमेकांना मिठी मारली.

"कुठं होतीस तू?" मी विचारलं.

"संदीप कुठंय?" तिनं माझ्या कमरेवर हलकेसे हात टेकवले होते; पण मी तिला काही उत्तर देण्यापूर्वीच त्या जपानी मुली योगा केंद्रातून बाहेर आल्या आणि खुणेनं त्यांनी मला बोलावलं.

"मी तुला संध्याकाळी भेटतो," मी म्हणालो. "मी तुझ्याकडे येईन. कुठं उतरलीयस तू?"

"आपण इथंच भेटू." तिनं सुळक्यातून झाड बाहेर आलं होतं तिकडे बोट केलं. "सूर्यास्ताच्या वेळेला."

मला बार्बराच्या भेटीला जाण्यासाठी उशीर केल्याबद्दल मी अजूनही त्या जपानी मुलींना शिव्या घालतो, कारण मी सुळक्यापाशी पोहोचलो तेव्हा सूर्यास्त होऊन बराच उशीर झाला होता. ती नारळाच्या झाडाखाली नव्हती. दगडी पायऱ्या उतरून मी तिला समुद्रकिनाऱ्यावर शोधायला गेलो. तिथं किनाऱ्यावरच्या झोपड्यांतही ती दिसली नाही. मी जिथं जिथं तिला शोधलं तिथं कुठंच ती नव्हती. तिला पुष्कळ

गोष्टी सांगायचं माझ्या मनात होतं. रात्रभर त्या आठवून मला जडशीळ वाटत होतं. तिच्याही मनात मला सांगण्यासारख्या पुष्कळ गोष्टी असतील. तीन वर्षं, इतका दीर्घ काळ ती संदीपपासून इतकी दूर आणि गप्प का राहिली, त्याला कारणीभूत असलेल्या घटना तिला सांगायच्या असतील. माझ्या मनात येत होतं, की संदीपचं नवं आयुष्य, तिच्या किनाऱ्याला कधीच लागणार नसलेली ती समुद्रसफरीची बोट हे काहीच तिला माहीत नाहीय. ती अंथरुणात नुसती तळमळत असेल.

दुसऱ्या दिवशी सकाळी तिचं प्रेत खडकात सापडलं. कोणाशी तरी महत्त्वाचं काहीतरी बोलताना मरण आल्यासारखे तिचे डोळे पूर्ण उघडे होते आणि ओठ अर्धवट उघडे होते. पर्यटन कचेरीतल्या लोकांना तिचा मरणोत्तर चिकित्सेचा अहवाल वाचून सुटका वाटली, कारण तिच्यावर काही अत्याचार वगैरे झाला नव्हता. जास्त प्रमाणात पेथाडिन घेतल्यामुळे तिला मरण आलं होतं.

आमच्या गावातून तिचं शव जायला आठवडा लागला. गावच्या चौकातून वाट काढत ॲम्ब्युलन्स येत होती, तेव्हा मी पोस्टाच्या कचेरीच्या इमारतीत पहिल्या मजल्यावर त्या जपानी मुलींना स्टॅम्प विकत घ्यायला मदत करत होतो. त्या ॲम्ब्युलन्समध्ये पर्यटन अधिकारी नसता, तर मला हा बार्बराचा आमच्या गावातून जाण्याचा शेवटचा प्रवासंय, हे लक्षातही आलं नसतं. आता तो प्रवास, पुष्कळ समुद्र ओलांडून, बऱ्याच विमानांतनं जाऊन कॅनडातल्या तिच्या विटांच्या घराशी संपणार होता. तिनं सांगितलेलं मला आठवत होतं, की तिथं वसंत ऋतूत झाडं फिक्या जांभळ्या फुलांनी डवरतात आणि वारा आला की रस्त्यावर फुलांचा गालिचा पसरतो.

त्यांतली एक जपानी मुलगी जिभेनं स्टॅम्प ओला करत होती. त्या वेळी तिचं माझ्याकडे लक्ष गेलं. तिनं मला खुणेनंच विचारलं, की माझ्या डोळ्यांत पाणी का जमलंय म्हणून. संदीप आणि बार्बराची गोष्ट सांगायसाठी खुणांची भाषा अपुरी पडली असती, म्हणून मी नुसताच हसलो.

मी अजूनही बार्बराच्या दुःखात चूर होतो. गप्प गप्पच होतो. स्वतःलाच दोष देत होतो, की ती नारळाच्या झाडाखाली उभी असलेली दिसली, त्या दिवशी तिला ओळख न दाखवता अपरिचितासारखं निघून न जाता मी थांबून तिच्याशी बोललो असतो, तर ती वाट पाहायला कंटाळली नसती आणि तिनं जास्त प्रमाणात पेथाडिन घेतलं नसतं. तेवढ्यात कासीम मामूचं आणखी एक पत्र आलं. स्वयंपाकघरातली सुरी घेऊन ते उघडण्यापूर्वी अम्मीनं घट्ट डोळे मिटून धीर गोळा केला. बातमी काही चांगली नव्हती. तो ठरल्याप्रमाणे येणार होता, एकटाच आणि त्यानं घर बघून, पसंत करून त्यांना पत्र पाठवलं, की महिनाभरानं बाकीचं कुटुंब येणार होतं. नानीला

बेथबद्दल कळलं आणि तिनं ते फारसं मनावर घेतलं नाही, म्हणून तो खूश होता.

अम्मी औषधपत्र घेऊन गेली आणि गोळ्या विकत घेण्यात तिनं एक तास घालवला. आजकाल ती जरा विचित्रच वागायला लागली होती. तिच्याशी कोणी बोललं नाही, तर घुमेपणानंच बसायची. तिच्या डोळ्यांखालची काळी वर्तुळंसुद्धा वाढायला लागली होती. कासीम मामूचं पत्र आलेलं तिनं नानीला सांगितलंच नाही आणि नानीनं जरी त्याच्या येण्याच्या तारखेची चौकशी केली, तरी ती त्याबद्दल काही विशेष वाटत नसल्याचं नाटक करायची.

''फार झोपेच्या गोळ्या घेणं तुझ्यासाठी चांगलं नाही,'' मी तिला एके दिवशी रात्री सांगितलं. ती गोळ्यांची पट्टी फाडून हातावर एक गोळी घेत होती. स्वयंपाकघरातलं एक कपाट उघडं होतं. त्यातल्या बिनझाकणाच्या चॉकलेटच्या डब्यात मला व्हॅलियमच्या गोळ्यांच्या पट्ट्यांचा जाड गठ्ठा दिसला. त्या डब्यातच ती तिची मलमं आणि औषधाच्या गोळ्या ठेवायची.

''माझ्या झोपेसाठी ती चांगलीय,'' ती म्हणाली. गोळी तोंडात टाकून तिनं पाण्याबरोबर गिळली.

''तुला माहीतंय का, की औषधपत्राशिवाय झोपेच्या गोळ्या का देत नाहीत? आणि त्यासुद्धा एका वेळी दोनच?''

''का?'' तिनं विचारलं. तिला झोपायची आणि घोरायला लागायची घाई झाली होती.

''कारण लोक त्या गोळ्यांचा आत्महत्या करायला उपयोग करतात,'' मी सहजच बोललो आणि एकदम गप्प बसलो. तिच्या मनात मी नाही तो विचार भरवतोय का, या विचारानं घाबरलो. तिनं माझ्याकडे टक लावून पाहिलं आणि मग हसून काही न बोलता ती स्वतःच्या खोलीत झोपायला गेली.

त्या रात्री मला जे स्वप्न पडलं ते समजण्यासारखं होतं : तिनं मूठभर गोळ्या घेतल्या. बिछान्यात बसून प्रार्थना केली आणि झोपली ती उठलीच नाही; पण सकाळी बघितलं तर ती ठाकठीक दिसली. नाही म्हणायला तिच्या डोळ्यांवर पेंग होती. आंब्याच्या पानांनी ती दात घासत होती. आताशा तिचं काही कळेनासंच झालं होतं. कधी कधी ती दूर कुठेतरी नजर लावून गप्प बसून राहायची. कधी चांगल्या मनःस्थितीत असायची आणि टेलिव्हिजन बघायची. अकमल मात्र आता उघड उघड अस्वस्थ वाटत होता. कमी खायचा, सारखी प्रार्थना करायचा आणि कासीम मामूच्या भेटीविषयी अम्मीला सारखे प्रश्न करायचा. त्यानं असंही सुचवलं, की कासीम मामूला फोन करावा आणि काय झालंय ते स्पष्ट सांगून टाकावं. तो समजून घेईल आणि येणं रहित करेल, असं अकमलचं म्हणणं होतं; पण संमती द्यायला मान न हलवताच अम्मी निघून गेली.

मे महिन्याच्या शेवटी पाऊस पडायला लागला. खूप वेळ आणि भरपूर पाऊस झाला. त्यामुळे धूळवाट पिंगट पातळ चिखलासारखी झाली. रुळावरून ओल्या गाड्या धावायच्या. त्यांच्या खिडक्या पावसामुळे बंदच असायच्या. त्या मोसमात आमची झाडं ज्यानं भाड्यानं घेतली होती, तो घाऊक फळविक्रेता छत्री घेऊन बागेत देखरेख करत होता. पावसानं फळ पडून जाण्यापूर्वी त्याला ते उतरवायचं होतं. मी समुद्रकिनाऱ्यावर जाणं थांबवून घरातच बसायला लागलो. जावीनं वाचून सह्या केलेली पुस्तकं वाचायचा प्रयत्न करायला लागलो. कठीणच होती ती पुस्तकं. त्यातले शब्द मला रटाळ वाटायचे. कल्पनेतही त्यांना रूप देता यायचं नाही. त्यापेक्षा मनातल्या मनात सुहुदा बुआचे कपडे उतरवणं, तिला हुंकारा द्यायला लावणं आणि तिच्या नागव्या शरीरावर एकशे एक मोहरा उधळणं जास्त सोपं होतं.

एके दिवशी संध्याकाळी वाऱ्याचा जोर वाढला. नारळाची झाडं चातीच्या झाडांसारखी डोलायला लागली. सोसाट्यानं वाहणाऱ्या वाऱ्यानं रेल्वे रुळांच्या जवळचं वडाचं झाड उखडून धूळवाटेवर पडलं. त्याच्यामुळे विजेच्या तारा तुटल्या आणि गावात अंधार पसरला. बेडकांची विचित्र डराव डराव सुरू झाली.

फुत्कारा सोडल्यासारख्या वर-खाली होणाऱ्या वाऱ्याच्या आवाजातूनही मला टिटवीचं ओरडणं ऐकू आलं. ताडाच्या झाडावर बसून तो मृत्यूचा निरोप सांगणारा पक्षी आवाज देत होता. मी मेणबत्त्यांच्या प्रकाशातच बंगल्यातून ओसरीवर धावलो. पुढच्या अंगणात अंधार होता, तसाच धूळवाटेवर आणि त्याही पुढे रेल्वे रुळांवर. ओसरीच्या पायऱ्यांच्या तळाशी असणारा छोटा दगड मी उचलला आणि जोरानं अंधारातच भिरकावला. ताडाच्या पानाला दगड लागला. त्याचा धप्प आवाज आला, मग पंखांची फडफड. काही वेळ शांतता. मग भुकेल्या बेडकांचं डराव डराव.

मी टेलिव्हिजनच्या खोलीत गेलो, तेव्हा अम्मीनं दचकून आणि अस्वस्थपणे वर पाहिलं. ती नानीला वाडग्यातून भरवत होती. टेलिव्हिजनच्या भिंतीवर दोघींच्या मोठ्या आणि वेड्याविद्र्या सावल्या पडल्या होत्या.

"पुरे झालं," नानी तोंड पुसत म्हणाली. "मला झोप येतेय."

"आणखी दोनच चमचे," अम्मीनं विनवलं. "मग झोप तू."

"पुरे. मला खूप झोप येतेय, अस्मा."

"पावसामुळे तसं होतंय अम्मा," ती म्हणाली. आणखी एक घास तिनं तिच्या तोंडात घातला. "हा तुझा शेवटचा चमचा."

हा तुझा शेवटचा चमचा. दुसऱ्या दिवशी सकाळी माझ्या खोलीत येऊन अकमलनं सांगितलं, की नानी झोपेतच गेली, तेव्हा अम्मीच्या बोलण्यातला क्रूर योगायोग पाहून मी गारठलोच. मला टिटवी आठवली. ताडाच्या झाडावर दगड

आपटल्यावर पंखांची झालेली फडफड आठवली; पण मला ते स्वप्नसुद्धा आठवलं ज्यात जिवंत राहू शकणार नाही इतक्या झोपेच्या गोळ्या अम्मीनं खाल्ल्या होत्या. मी खाली स्वयंपाकघरात गेलो आणि ती ज्यात तो चॉकलेटचा डबा ठेवायची, ते कपाट उघडलं. व्हॅलियमच्या पट्ट्यांचा जाड गठ्ठा नाहीसा झाला होता. मी लोणच्याच्या बरण्यांमागे शोधलं. तिथेच मला सापडल्या, गोळ्या काढून पिरगळून टाकलेल्या फॉईलच्या पट्ट्या. अम्मीला महिनाभर शांत झोप मिळू शकली असती, इतक्या गोळ्यांच्या पट्ट्या.

तेव्हाच मला कळलं, आंधळ्या बाईला म्हातारपणामुळे मरण आलं नव्हतं. तिला झोपेच्या गोळ्या दिल्या होत्या. निदान तीस एक तरी असाव्यात असं त्या चुरगळलेल्या फॉईलच्या गठ्ठ्यावरून वाटत होतं. माझ्याकडे काही ठोस पुरावा नव्हता; पण परिस्थितिजन्य नक्कीच होता : अम्मी नानीला वाडग्यातून खीर भरवत असताना मी पाहिलं, तेव्हा तिनं खूप अस्वस्थपणे माझ्याकडे पाहिलं होतं. नानीनं खूप झोप येत असल्याची तक्रार केली होती. मला आठवलं, किती ठामपणे अम्मीनं टिटवीच्या ओरडण्याकडे दुर्लक्ष केलं होतं. अम्मीनं काय केलं ते मला कळलं होतं आणि का केलं, तेही माहीत होतं.

आमच्या जवळचे नातलग आणि शेजारी- ते बंगल्याच्या फाटकातून एकेक करून येत होते. त्यांच्या चपला, बूट चिखलानं माखले होते आणि छत्र्यांवरून पाणी गळत होतं- सोडले, तर कासीम मामूच्या आन्सरिंग मशिनचा नानीच्या मृत्यूची बातमी ऐकण्यात पहिला नंबर लागला. मशिननं नखऱ्यात मला निरोप ठेवायला सांगितलं आणि शांतपणे मी तो ठेवलाही. त्या मशिनला मी नानी गेल्याचं सांगितलं. त्यानंतर मी फोन बंद करू शकलो असतो- आणि तसा करायलाही हवा होता- आणि बंगल्यावर निघून जाऊ शकलो असतो; पण अचानक त्या दूर अंतरावर निरोप पोहोचवणाऱ्या वस्तूनं माझ्यावर गारूड केलं. ते आन्सरिंग मशिन सहानुभूतीनं आपलं म्हणणं ऐकतंय असं मला वाटलं आणि मी बोलतच सुटलो. कासीम मामू ज्या घरात परत यायचा विचार करत होता, त्या घराचं काय झालंय हे मी त्याला विश्वासात घेत सांगून टाकलं. नानीच्या घराच्या जागेवर व्हेस्पाचं दुकान उभं राहिलंय, हे सांगितलं. तेव्हा तरी मी फोन बंद करायला हवा होता; पण मी निश्चय केल्यासारखा पुढे बोलत राहिलो. त्या मशिनला सांगितलं, की कासीम मामू परत येईल या भीतीच्या दडपणाखलीच आम्ही जगत होतो आणि आता तो परत आलाच, तर त्याला राहायला स्वतःचं घर नाहीय. मग सगळं ऐकून घेतल्याबद्दल मी मशिनला 'थँक्यू' म्हणालो आणि फोन ठेवून दिला. माझ्या कबुलीजबाबाचं बिल मीटर छापत होतं, त्या आवाजानं टेलिफोनची टपरी भरून गेली.

◆

आरंभ

जावीच्या कबरीशेजारीच, काजूच्या झाडाखाली आम्ही नानीला दफन केलं आणि रिमझिमत्या पावसातच घरी परतलो, तेव्हाही वीज परत आली नव्हती. दिवसभर खवळलेला वारा आणि कोसळणारा पाऊस होता. तुलनेनं संध्याकाळी शांतता वाटत होती. दोन दिवसांच्या पावसानं धूळवाट म्हणजे नुसती दलदल झाली होती. जाणाऱ्या येणाऱ्या मोटारींच्या टायरच्या त्यात खोल खुणा उमटल्या होत्या. त्या चिखलट रस्त्यावरून आम्ही बंगल्याकडे जात होतो, तेव्हा सूर्यास्त होऊन गेला होता.

भाड्यानं आणलेल्या खुर्च्या दुमडून मी जांभळाच्या झाडाखाली एकत्र रचून ठेवत होतो. मला एकटा पाहून सुहुदा बुआ तिकडे आली आणि तिनं मला कुजबुजत्या स्वरात विचारलं, ''तुझा कासीम मामू लंडनहून येणार नाहीय का?''

मी नकारार्थी मान हलवली. तिच्या चेहऱ्यावर निराशेचं सावट दिसलं. कासीम मामूची सकाळीच तार आली होती. त्यानं अब्बांना कळवलं होतं, की त्याची वाट पाहत थांबू नये. दफनसंस्कार करून घ्यावेत. मला त्या दोन तुटक ओळींमधला मजकूरही वाचला आला होता. त्याचं घर लुबाडल्यामुळे कासीम मामूला मोठा धक्का बसला होता आणि रागही आला होता. माझ्या डोळ्यांसमोर येत होतं, की दुःखानं आणि धक्यानं हादरून गेलेला तो परत परत आन्सरिंग मशिन चालवतोय आणि माझा आवाज ऐकताना त्याचा कानांवर विश्वासही बसत नाहीय. त्यानं नानीचं घर विकायला नकार दिलेलं पत्र अम्मीनं पुष्कळदा वाचलं, त्या वेळी तिची मनःस्थिती झाली होती, तशीच त्याची झाली असेल. मला असंही वाटत होतं, की तो बिछान्याच्या कडेला हातात डोकं धरून बसला असेल. त्याला स्वतःची आंधळी अम्मा गेल्याचं जितकं दुःख झालं असेल, तितकंच मालकीचं गावातलं घर गेल्याचंही झालं असेल.

तार वाचत असताना, फोनवर आन्सरिंग मशिनला काय काय सांगितलं, हे संगतवार आठवण्याचा मी प्रयत्न करत होतो. मी काय केलंय हे मलाच कळत नव्हतं. एकाएकी, मी माझा निरोप इंग्लिश भाषेत ठेवला याचा मला खेद झाला.

बेथच्या मनात आलं, तर बेथही तो निरोप ऐकू शकेल आणि तिच्या नवऱ्याच्या कुटुंबाला कसल्या काळज्यांनी घेरलंय, याची तिला कल्पना येईल.

त्या दिवसभरात अम्मीला एकूण दोनदा भोवळ आली. जेव्हा नानीला नेण्यासाठी मशिदीतून ताडाच्या झाडापासून बनवलेली शवपेटी बंगल्यावर आली त्या वेळी आणि दुसऱ्यांदा आम्ही जेव्हा मशिदीतून परत येऊन दफनभूमीत पायाच्या घोट्यांना आणि टाचांना लागलेली माती धुऊन टाकत होतो तेव्हा. "अस्माला परत भोवळ आलीय," कोणीतरी लगेच अब्बांना सांगितलं.

डॉ. इब्राहिमनी चटकन त्यांच्या व्यवसायाच्या कार्डाच्या मागच्या बाजूला औषधाचं नाव लिहिलं आणि सज्जाद गावाच्या चौकातून मन शांत करणाऱ्या गोळ्या घेऊन येईपर्यंत ते अम्मीजवळ थांबले.

तिला किती खोलवर दुःख वाटतंय याचं जसिराला आश्चर्य वाटत होतं आणि थोडीशी चीडही येत होती. तरीही ती अम्मीजवळ बसून कर्तव्य केल्यासारखा तिच्या हातावरून हात फिरवत होती; पण तिला भोवळ आल्यामुळे माझ्या मनातला संशय पक्का झाला. आदल्या रात्री किती थंडपणानं आणि निश्चयानं ती नानीला भरवत होती, ते मला आठवलं. मोठा चमचा भरून खीर घ्यायची आणि विरघळवलेल्या गोळ्या तिच्या घशाखाली उतरवायच्या. हा तुझा शेवटचा चमचा, ती म्हणाली होती. जर एखादे दिवशी जसिरा तिला वाडग्यातून निरुपद्रवी खीर भरवायला लागली, तर मरणाची भीती न वाटता अम्मी तोंड उघडू शकेल का? अम्मीच्या तोंडावर पाण्याचा हबका मारल्यावर ती शुद्धीवर आली हे मी पाहिलं, त्या वेळी माझ्या मनात इतकंच येत होतं, की अम्मीला कधी स्वतःवर संमोहन करून घ्यायची वेळ येऊ नये.

डॉ. इब्राहिमनी तिचं मन शांत करायला जी गोळी दिली होती, तीही झोपेचीच गोळी होती, कारण एक गोळी घेतल्यानंतरच तिला गाढ झोप लागली. ती झोपली होती तेव्हा पावसाचा जोर वाढला. फांद्यांच्या मधून तो छोट्या खडीसारखा आवाज करत पडायला लागला. एखाद्या जिननं मृत्यू झालेल्या घरात प्रवेश करायचा प्रयत्न करावा, तसा सतत खिडकीवर टकटक आवाज येत होता. मी माझ्या बिछान्यावर बसून तो कोसळणारा पाऊस पाहत होतो. त्या सततच्या टपटप आवाजात मी जसिराच्या पावलांचा आवाज ऐकलाच नाही. ती बिछान्याला वळसा घालून दुडक्या चालीनं पुस्तकांच्या शेल्फजवळ गेली आणि डासांना पळवून लावणारी उदबत्ती शोधायला लागली. उदबत्ती मिळाल्यावर ती उलट्या पावली जिन्याशी पोहोचली. मी तिच्याशी बोललो, तेव्हा माझा आवाज मृदू आणि थंड होता. पावसाच्या आवाजानं माझा आवाज स्पष्ट ऐकूही गेला नाही, म्हणून ती थांबून माझ्याकडे पाहायला लागली. मी बोललो होतो की नाही, हेच तिला कळत नव्हतं.

"तू बोललास का काही, अमर?" तिनं घुटमळत विचारलं. आमच्या दोघांच्या मध्ये स्टुलावर कंदील जळत होता. त्याच्या काचेवर काजळी धरली होती.

"हो," मी म्हणालो. कंदिलाच्या पिवळ्या ज्योतीकडे मी टक लावून पाहत होतो.

"काय?" तिचा आवाज नरम होता. लहान मुलीसारखा. तिच्या चेहऱ्यावर कळत नकळत हसू आलं. "झोप येत नाहीये?"

"तुला माहीतंय, नानी इतक्या लवकर का गेली?" माझ्या घशात आवंढा आला होता तरी माझा आवाज पावसाच्या आवाजाच्या वर चढला.

"लवकर?" तिनं अचंब्यानं विचारलं. तिच्या आवाजात तणाव जाणवत होता. "ती ब्याऐंशी वर्षांची होती."

"त्र्याऐंशी," मी सुधारलं. "आणि तिला मारलंय."

तसं बोलत असताना माझ्या अंगातून भीतीची शिरशिरी गेली. जसिरानं डोळे विस्फारले. कानाच्या पाळीला हात लावला. काय? असंच तिला विचारायचं होतं; पण तिच्या तोंडून आवाजच फुटला नाही. क्षणभर ती पूर्णपणे हताश झाल्यासारखी वाटली. कानांवर पडलेल्या गुपिताच्या ओझ्याखाली दबलेली.

"अम्मी नानीला झोपेच्या गोळ्या भरवत असताना मी पाहिलं." बागेत सोसाट्याचा वारा वाहत होता. सैल झालेल्या चौकटीत काचेची तावदानं शहारल्यासारखी हलली.

क्षणभर ती स्तब्धच राहिली. मग तिनं कपाळाच्या बाजूला बोट धरून हळूहळू गोल फिरवलं. "तुझा स्क्रू ढिला झालाय," ती पुटपुटली. तिच्या आवाजात अढी नव्हती. भीती आणि सहानुभूती यांच्या सीमेवर रेंगाळणारे भाव होते त्यात.

"तुझ्यामुळे तिनं केलं तसं." माझ्या पाठीवर थंड संवेदना चढत असलेली मला जाणवली. माझा स्वतःचाच प्रत्येक शब्द मी कान देऊन ऐकायला लागलो. "तुझ्यामुळेच तिनं नानीचा जीव घेतला."

"अमर," थरथरणाऱ्या ज्योतीजवळ उभं राहून ती कुजबुजली. "अम्मीला अडचणीत आणेल, असं काही बोलू नकोस. गप्प राहा. तुला बरं नाहीय."

"बरं नाहीय?" तिच्यापेक्षा जास्त मी मलाच प्रश्न केला. "का? कारण मला सत्य माहीतंय म्हणून?"

"नानी त्र्याऐंशी वर्षांची होती आणि कोणालाही वाटलं असेल, त्यापेक्षा ती जास्त वर्षं जगली. तिला नैसर्गिक मरण आलं, हेच खरंय."

मी हळूहळू उभा राहिलो. ती शहारली आणि तिच्या हातातून डास पळवून लावायची उदबत्ती गळून पडली. मग ती माझ्याकडे तोंड करूनच मागे मागे जायला लागली. तिनं माझ्यावरची नजर काढली, तर मी तिच्यावर झडप घालीन अशी भीती

वाटत असल्यासारखी.

ती जिन्यावरून खाली गेली मात्र, लगेच आपल्या हातून काहीतरी मोठी चूक झाली हा विचार मला छळायला लागला. तिला मी सांगायला नको होतं. अम्मीचं ते गुपित मी माझ्याजवळच ठेवायला हवं होतं; पण माझं मन हाताच्या बोटांतून वाळू गळावी तसं माझ्या ताब्यातून सुटत चाललं होतं आणि कधीतरी स्वप्नात अनुभव येतो, तसं मला माझी मूठ बंद करून वाळूचं ते गळणं थांबवताही येत नव्हतं. नंतरच्या उदास वातावरणातील दिवसांत जसिरा होता होईल तितकं माझ्यापासून दूरच राहिली; पण मी अम्मीच्या जवळ गेलो, की ती आजूबाजूला घुटमळत राहायची. ज्या दिवशी पाऊस थांबला, झाडं सरळ उभी राहिली. पावसाळ्यातल्या उन्हात थोडी कोरडी व्हायला लागली, त्या दिवशी जसिरा बंगल्यातनं गेली. जाण्यापूर्वी ती माझ्याशी एक शब्दही बोलली नाही. माझ्याकडे तिनं नीटसं बघितलंही नाही.

काही महिने शांततेतच गेले. शेवटी कासीम मामूचं लंडनहून पत्र आलं. या वेळी त्यानं अब्बांनाच लिहिलं, की त्याचा विचार बदलला आहे आणि तो काही परत येणार नाही. अम्मीनं त्या बातमीकडे एक सद्‌भावना म्हणूनच पाहिलं. तिच्या मते, तिचं संपूर्ण कुटुंबच परोपकारी होतं. फक्त मीच गुपितांच्या जाळ्यात सापडलो होतो. फक्त मलाच माहीत होतं, की नानीला प्रमाणापेक्षा जास्त झोपेच्या गोळ्या देऊन मारलंय. फक्त मलाच माहीत होतं, की कासीम मामूनं इकडे यायचा बेत का रद्द केलाय. मला या गुपितांच्या ओझ्याखाली म्हातारं झाल्यासारखं आणि भान सुटल्यासारखं वाटायला लागलं. वादळानंतर विजेच्या तारा एकमेकांत गुंतून जाव्यात, तसं माझ्या आठवणींचं झालं होतं. मला घटनांचा कालानुक्रम लावणंही कठीण जात होतं.

मग नोव्हेंबर संपता संपता एके रात्री माझ्या मनातील जुन्या आठवणींच्या खजिन्याचा पेटारा उघडला. मी विसरून गेलो होतो अशा खूप जुन्या गोष्टी आठवायला लागल्या. त्या आठवणीत आमचे अम्मी-अब्बा एकमेकांशी बोलायचे; पण फक्त भांडायसाठीच. अम्मीनं मनगटाशी सुरी धरून धमनी कापायची धमकी दिली होती आणि जेमतेम पाच वर्षांचा मी तिच्या पायाला मिठी मारून रडत होतो. शेजारच्या कुत्र्याची खोडी काढल्यावर अकमलला कुत्रा चावला, तेव्हा त्याला बेबीजवळ इंजेक्शनं घ्यायला लागली होती तेही आठवलं. मला आठवलं, आमच्या एका गाईला चित्रविचित्र रंगांचं वासरू झालं होतं आणि अम्मीनं त्याची वार फणसाच्या झाडाच्या फांदीला टांगली होती. माझ्या काही आठवणी आनंददायीसुद्धा होत्या. आमचे अम्मी-अब्बा बाहेर गेलेले असताना, आम्ही बंगल्यातली मुलं इडलीपात्रातील ताटल्यांच्या ढाली करून आणि शेवग्याच्या शेंगांच्या तलवारी

करून लुटूपुटीची लढाई खेळलो होतो. जसिराची शेवग्याची शेंग माझ्या डोळ्यांत गेली आणि माझा डोळा बेलफळासारखा सुजला. मग तिनं स्कर्टवर उच्छ्वास सोडून कापडाचा उबदार गोळा माझ्या सुजलेल्या डोळ्यावर धरला होता.

डिसेंबर. आता विचार करताना वाटतं, की वाईट डिसेंबर. जर महिने म्हणजे झाडं आहेत आणि ती धूळवाटेच्या कडेला उभी आहेत अशी कल्पना केली, तर डिसेंबर म्हणजे आमच्या घरावर झुकलेलं मोठं झाड होतं. ते विजेच्या वेगानं कोसळलं आणि त्याच्या दाट फांद्यांच्या ओझ्याखाली अनपेक्षितपणे आम्ही दबले गेलो.

६ डिसेंबरच्या पहाटे त्याला सुरुवात झाली. बाबरी मशीद जमीनदोस्त झाल्यापासून बरोबर एक वर्षानं. अर्थातच सूर्य उगवून त्याचे उबदार किरण अंगावर पडून मला जाग आली तोपर्यंत मला ते माहीत नव्हतं. तोपर्यंत रेल्वे इमारतीच्या मागच्या बाजूला असणाऱ्या मालाच्या शेडजवळ लोकांचा घोळका जमा झाला होता. एका सिमेंटच्या बाकड्याभोवती त्यांनी मोठा गोल केला होता. मी चवड्यांवर उभं राहून त्या गर्दीतून आत पाहिलं. बाकड्यावर दोन शेवाळ्यानं भरलेल्या विटांच्या मध्ये एक विटलेली पिवळी पिशवी खोचून ठेवली होती. कोणीतरी कुजबुजत होतं, की त्या पिशवीत जिवंत बॉम्ब आहे; पण नक्की काय ते कोणालाच माहीत नव्हतं. त्यातल्या तज्ज्ञ माणसांची वाट बघत सगळे जण थांबले होते.

थोडा वेळ मला फक्त ती पिशवीच दिसत होती. अर्धपारदर्शक असणाऱ्या त्या पिशवीत एका बाजूनं सूर्यप्रकाश शिरला होता आणि आतल्या चौकोनी वस्तूचा बाह्याकार स्पष्ट दिसत होता; पण ती पिशवी मी यापूर्वी पाहिलेली नाही, असं मी स्वतःला किती वेळ फसवू शकणार होतो? अब्बा येऊन गोलाच्या दुसऱ्या बाजूच्या बघ्यांत सामील झाले. ती पिवळी पिशवी बघून त्यांना कसलाच धक्का बसल्यासारखा दिसला नाही. त्यांची स्मरणशक्ती तेवढी चांगली नव्हती. बंगल्यातली ती पिशवी माझ्याइतकी त्यांना माहीत नव्हती, तरीसुद्धा त्यांनी ती ओळखायला हवी होती. सोफिया ती पिशवी घेऊन हिंडताना त्यांनी पाहिलंच असेल. तिच्या एका बाजूला 'मार्क्स ॲण्ड स्पेन्सर' ही अक्षरं होती. कदाचित त्यांनीही ती कधीतरी वापरली असेल. निदान सोफियाच्या अभ्यासाच्या सहलीवरून ती किती दुःखद तऱ्हेनं परत आली होती, ते तरी त्यांना आठवायला हवं होतं. रडण्याच्या आकांताची चौकट करून त्यात बसवलेल्या एखाद्या रंग उडालेल्या चित्रासारखी; पण त्यांच्याकडे बघून असं वाटत होतं, की त्यांना तिथं फक्त एक नेहमीची साधी पिशवी दिसतेय. त्यांच्या लक्षातच आलं नव्हतं, की आता चहूबाजूंनी संकटं कोसळणारयत आणि आमचं आयुष्य व्यापून टाकणारयत.

सोफियाला दफन केल्यानंतर दोन दिवसांनी शाळेतले अधिकारी ती पिवळी पिशवी बंगल्यावर घेऊन आले, त्या वेळी ती ओलीच होती. आत काहीच नव्हतं. फक्त तळ्याचा वास आणि पिशवीच्या तोंडाला दुमडलेल्या भागावर बंद जोडायसाठी केलेल्या भोकात अडकलेली गवताची छोटी पाती. मला वाटलं, तिला खेकड्यांचा वास येतोय. जिवंत, चिखल लागलेल्या खेकड्यांचा. पिशवीच्या एका बाजूला जे लिहिलं होतं, त्यावर तळ्यात राहिल्यामुळे डाग पडले होते. हे सोडलं तर सोफिया त्या पिशवीत स्वतःच्या वस्तू भरून, ती घेऊन बंगल्याच्या बाहेर पडली होती, तितक्याच चांगल्या स्थितीत ती होती. त्या पिशवीकडे न बघताच अब्बांनी ती घेतली. ते रिकाम्या नजरेनं स्वतःच्या पायाच्या वाढलेल्या पांढऱ्या नखांकडे बघत होते.

ती पिशवी समारंभपूर्वक परत दिली जात असताना, तिच्याकडे बघून अम्मी दुःखानं बेभान झाली. तिनं पिशवीत तोंड खुपसलं आणि रडायला लागली. जसिरानं अम्मीच्या खांद्यावर डोकं ठेवलं आणि तिच्या पांढऱ्या केसांत अश्रू गाळायला लागली. सरतेशेवटी अकमलनं ती पिशवी अम्मीकडून घेतली होती आणि त्याच्या खोलीतल्या माळ्यावर ठेवली होती. इतकी वर्षं सगळे जण तिला विसरूनच गेले होते. कदाचित अजूनही तिला तळ्याचा वास येत असेल. सोफियाची आठवण जशी हळूहळू फिकी झाली होती, तसाच त्या पिशवीचा रंगही. आज सकाळी मात्र, डिसेंबरच्या सौम्य उन्हातही मला हादरून घाम फुटायला लागला होता. वडाच्या झाडातून वाहणाऱ्या वाऱ्याचा आवाज मला झंझावाती वादळासारखा वाटायला लागला. मला वाटलं धावत परत घरी जावं आणि अकमलच्या अंगावर ओरडून त्याला विचारावं- आपल्या आयुष्यातला उरलासुरला प्रकाशही का विझवायला निघालायस म्हणून; पण माझे पाय जडशीळ झाले होते आणि माझे डोळे त्या पिशवीवरून हलायला तयार नव्हते.

बॉम्ब निकामी करणारं पथक आलं. जाडजूड जाकिटं आणि शिरस्त्राणं घातलेली आणि अतिशय काळजीपूर्वक काम करणारी माणसं, कर्कश आवाज करणाऱ्या जीपमधून आली आणि त्या पिशवीकडे बघत बराच वेळ उभी राहिली. त्यांच्या त्यांच्यात बराच वेळ चर्चा झाल्यानंतर त्यातलेच दोन जण नाखुशीनंच पुढे आले. त्यांनी लांब लोखंडी साधनं हातात धरून, फलाटाच्या टोकाला डोकावणाऱ्या गवताला टेकवली. अगदी तातडीचं काम असल्यासारखा कर्कश आवाज करणाऱ्या जीपमधून जरी ते आले असले, तरी त्यांना कसलीही घाई दिसत नव्हती. उलट, बॉम्ब फुटण्याचं चिन्ह दिसलं, तर पोटावर पडून भरभर सरपटत जायला ते उत्सुक होतेसं वाटलं. त्या सगळ्या बिनचेहऱ्याच्या लोकांच्या मागे मला घोळक्यात रशीद स्वयंपाकी दिसला. बॉम्ब निकामी करणारं पथक त्या बाकाकडे कसं हळूहळू

सरकतंय हे तो मन लावून पाहत होता. खूप वेळ झाला असं वाटलं, तेव्हा त्या पथकातल्या एका माणसानं हातमोजा घातलेला हात पिशवीत घातला. हळूहळू तो बाहेर काढला, तेव्हा त्यानं वाकड्या केलेल्या बोटाला एक ट्रांझिस्टर लोंबकळत होता.

"वाया गेला सगळा वेळ," माझ्यापुढे उभा असलेला माणूस म्हणाला. "गाडीत चढताना कोणीतरी ट्रांझिस्टर विसरलाय झालं."

"तो ट्रांझिस्टर बॉम्ब आहे," दुसरं कोणीतरी म्हणालं. "बघा ना, किती काळजीपूर्वक ते तो परत पिशवीत ठेवतायत."

त्या बघ्यांच्या गर्दीतून बाहेर येऊन मी घरी जायला लागलो. अकमलशी काय आणि कसं बोलावं, हेच मला समजत नव्हतं, कारण आता मी फक्त संतापलेला नव्हतो, यापूर्वी कधीच अनुभवली नव्हती अशी अस्वस्थता वाटून मी थरथरत होतो. मला अम्मीला घट्ट मिठी मारून रडावंसं वाटत होतं. या साऱ्यामुळे मला घरापर्यंतचं अंतरसुद्धा जास्त वाटायला लागलं. चमकणारा रेल्वेचा लाल सिग्नल खूप लांब असल्यासारखा वाटायला लागला आणि वाफेच्या हलणाऱ्या पडद्याआड दिसणारा बोगद्यापर्यंतचा प्रवास यातनादायक आणि दूरवरचा वाटायला लागला.

अकमल कामाला गेला होता, त्यामुळे मी सहजच त्याच्या खोलीत शिरलो आणि त्याचा माळा धुंडाळला. तिथं काही मंडळफळ्या होत्या. ढीगभर बॅटऱ्या होत्या. इंग्लिश आठच्या आकारात गुंडाळी करून ठेवलेली विजेची तार होती; पण पिवळी पिशवी नव्हती. त्या क्षणाला माझी पूर्ण खात्री पटली आणि मनात धोक्याची घंटी वाजली. माझ्या मनात भीतीची वात जळायला लागली. पुष्कळ दिवस धुमसत राहिली आणि इतरांना कळू न देता मी सोसत राहिलो. कारण त्या दिवशी, अकमल रात्री परत आला आणि कसलीही चलबिचल न दाखवता शांतपणे जेवला, तेव्हाच मी त्याला झालेल्या प्रकाराबद्दल काही न विचारण्याचं ठरवलं होतं. बॉम्ब निकामी केल्याची बातमी वर्तमानपत्रात आली होती. अकमलनं प्रत्येक ओळीवरून बोट फिरवत ती हळूहळू वाचली, त्या वेळी मी पाहत होतो ना त्याच्याकडे.

पहिले दोन दिवस, माझ्या मनातली भीतीची वात धुमसतच होती. बॉम्बबद्दल नंतर काही ऐकू आलं नाही. तेव्हा ती विझून जायचीही शक्यता वाटली. तिसऱ्या दिवशी सकाळी अशी बातमी पसरली, की रशीद स्वयंपाकी आणि दुरुस्तीच्या दुकानातला अकमलचा बॉस यांना अटक झाली होती. मग ती भयाची आग नरकासारखी वाटायला लागली. चर खणून त्यात पेट्रोल टाकून पेटवावं, तसा माझ्या मनात आगीचा गोळा पेटला. मी अम्मीकडे बघत होतो, तर ती भाजी चिरत होती, चिंचा फोडत होती आणि मिकी माऊसची मस्करी बघून हसत होती.

सूर्यास्ताच्या वेळेला जीप भरून पोलीस बंगल्यावर आले. ताडाच्या झाडावरून

पडलेला पालापाचोळा त्यांच्या पायांखाली चुरडून लिबलिबीत झाला. मला अजूनही नवल वाटतं, अब्बांनी त्यांच्याशी वाद कसा घातला नाही किंवा अम्मीला भोवळ कशी आली नाही. त्या दिवशी त्यांचं एकमत झाल्यासारखे ते गप्प बसले. पोलिसांनी अख्खं घर पालथं घातलं. प्रत्येक खोली, प्रत्येक शेल्फ, खाटांखाली, कपाटांच्या मागे, माळ्यावर आणि अंधाऱ्या कपाटांतून त्यांनी शोध घेतला, तोपर्यंत ते दोघं बंगल्याच्या वेगवेगळ्या कोपऱ्यांत दूर अंतरावर नजर लावून बसले होते.

ते आले तेव्हा माझ्या मनात जळणारी आग विझली; पण पोलीस जिना चढून वरच्या मजल्यावर गेले आणि तिकडे शोधाशोध करायला लागले, तेव्हा एका नव्या भीतीनं माझ्या मनात डोकं वर काढलं. सँडी... तिच्याबद्दल मी पोलिसांना काय सांगायचं? एका पोलिसानं तो पुठ्ठ्याचा खोका उघडला आणि आतल्या गुलाबी गुंडाळीकडे ओझरती नजर टाकून बंद केला आणि पायानं खाटेखाली सरकवला. त्याला सँडी म्हणजे बाहुली किंवा नळीची गुंडाळी वाटली असेल. त्याच रात्री तिला फेकून द्यायचं अशी मी मनाशी शपथ घेतली; पण त्यानंतर आठ महिने मी तो बेत पुढे ढकलत राहिलो. शेवटी मी तिला सुळक्यावरून टाकून दिलं, ते काही पकडलं जाण्याची भीती वाटत होती म्हणून नाही, तर हवेनं फुगवलेल्या रबराकडून मिळणाऱ्या रतिसुखातला तोचतोपणा कंटाळवाणा वाटायला लागला म्हणून.

अंधारात चेहरे लपले होते. मला सिगारेटची जळणारी टोकं दिसली. रेल्वे सिग्नलशी उभं राहून लोक एकमेकांच्यात बोलत होते ते ऐकू आलं. गाडी गेली तेव्हा पळणाऱ्या खिडक्यांच्या उजेडात उभा असलेला माणसांचा घोळका दिसला. पोलीस गेले त्यानंतरसुद्धा लोक लाकडाच्या ओंडक्यांच्या ढिगाजवळ उभे होते. मला आणखीनच सिगारेटची जळणारी टोकं दिसली. आणखीनच कलकलाट ऐकू आला.

अर्थातच, काही वावड्याही उठल्या. पोलीस आमच्या पुढच्या दारात आले, तेव्हा अब्बांनी अकमलला मागच्या दारानं पळून जायला कशी मदत केली, तपास चालू असेपर्यंत अम्मीनं त्याला धुराड्यात कसं लपवून ठेवलं, त्याला आम्ही बुरखा घालून मध्यरात्री आमच्या गावातून जाणाऱ्या गाडीत कसं चढवून दिलं, अशा वावड्या. त्याला बघितल्याचं सांगणाऱ्या बातम्याही यायच्या. एका माणसाला एका दिवशी जितक्या ठिकाणी जाता येणं अशक्य होतं, तितक्या ठिकाणी त्याला बघितलं असल्याच्या बातम्या यायच्या. आमच्या बंगल्याजवळच्या मशिदीपासून ते दूरवरच्या समुद्रावर कुठेही तो दिसलेला असायचा.

आमच्या अम्मी-अब्बांच्या धाडसाच्या आणि रोज तो वेगवेगळ्या ठिकाणी दिसल्याच्या कहाण्या ऐकून मी कल्पना करायचा प्रयत्न केला, की समजा तो जसिराच्या घरी गेला तर; पण नाही, ती त्याला घरात येऊच देणार नाही. कदाचित

तो सय्यद चाचाच्या तुरुंगाधिकाऱ्याच्या घरात असेल; पण नाही, तो तसा धोका पत्करणार नाही किंवा सुहुदा बुआच्या घरी; पण तिचा शौहर तर कायद्याला अल्लापेक्षा जास्त घाबरायचा. मला वाटलं, त्यानं तात्पुरता आसरा मागत एका पाठोपाठ एका घराचं दार ठोठावलं असेल आणि प्रत्येकानं त्याला हाकलून लावलं असेल. त्याच्यासारख्या, एका ट्रांझिस्टर बॉम्ब बनवण्यात तज्ज्ञ असणाऱ्या माणसाच्या तोंडावर दार बंद केलं असेल.

पोलीस घरात तपास करून गेल्यानंतर तिसऱ्या दिवशी रात्री, मी एकदम बिछान्यावरून उठलो आणि भराभरा कपडे केले. जणू काही अकमल आणि मी यांच्यात मनानं मनाशी बोलणं (टेलिपथी) चालू होतं आणि माझं झोपेबरोबर तळ्यातमळात चालू असताना, कुजबुजत्या आवाजात तो कुठंय ते मला सांगत होता. मी त्या अंधाऱ्या आणि शांत घरात चवड्यांवर चालत गेलो. आवाज न करता कड्या उघडल्या. हळुवारपणे दारं बंद केली. शक्य तितका हलका श्वास घेतला. मी जांभळाच्या झाडापाशी रेंगाळलो. कुठे सिगारेटचं जळणारं टोक दिसतंय का, कुठे खोकल्याचा आवाज ऐकू येतोय का, याचा कानोसा घेतला; पण बंगल्याभोवती रात्रीची टेहळणी चालू असल्याचं कुठलंच चिन्ह दिसलं नाही. सुदैवानं रात्रीच्या अंधारात सगळं दृश्य द्विमितीचं वाटत होतं. रुळांच्या जवळची झाडं कागद कापून बनवल्यासारखी वाटत होती. इमारती आकाशात कापलेला पुठ्ठा ठेवावा, तशा दिसत होत्या. मी मुद्दामच रेल्वेच्या रस्त्यानं खाली गेलो. मधूनच मी खांद्यावरून मागे वळून पाहत होतो; पण माझी चाल मात्र मी हळू केली नाही. शेवटी बोगद्याचं तोंड दिसायला लागलं. त्या शंभर वर्षांपूर्वीच्या दगडी बांधकामाच्या आतल्या बाजूला जास्त गहिरा अंधार होता, म्हणून तो ओळखता येत होता.

बोगद्याच्या आत पाऊल टाकता क्षणी मला जावीची आठवण झाली; पण त्यामुळे भीती वाटून शहारायला होण्याऐवजी त्याच्या आठवणीनं मला बोगद्याच्या काळ्याकुट्ट अंधारात खोलवर जाण्यासाठी धीर दिला. रेल्वे रुळांना समांतर असणारा सिमेंटचा पुढे आलेला भाग होता, तिथपर्यंत मी आलो. दहा वर्षांपूर्वी डॉ. इब्राहिम आणि असिफ त्यांचं हरवलेलं मांजराचं पिल्लू शोधत असताना इथंच बसून आम्ही म्याव म्याव म्हटलं होतं. पंचवीस वर्षांपूर्वी जावीचं प्रेतही, कुणीतरी येऊन त्याला शोधण्याची आणि मरणोत्तर चिकित्सा होण्याची वाट बघत इथंच लटकलं होतं.

"अकमल," सिमेंटच्या त्या पुढे आलेल्या भागापाशी उभं राहून मी सावधपणे हाक मारली. सहा महिन्यांपूर्वी पडलेल्या मुसळधार पावसानं धूळवाटेची चिखलाची दलदल बनवली होती, त्याचा वास अजूनही येत होता, डबक्यांचा आणि ओल्या गवताचा वास.

"अकमल," मी परत हाक मारली. अंधारी भुयारातून जर तो मला बघत

असला, तर माझे वाकलेले खांदे, डोक्याचा आकार यावरून तो मला ओळखू शकला असता. माझ्या आवाजावरून तरी त्यानं मला ओळखावं म्हणून मी जरा जोरात हाक मारली. रागानंच. त्यानं स्वतःचं, आमचं, अख्ख्या घराण्याचं हे काय करून ठेवलंय, याचा राग येऊन.

"अकमल," आता माझा आवाज वेगळाच वाटत होता. घोगरा आणि जड झालेला. क्षणभर माझ्या डोळ्यांसमोर आलं, की बोगद्याजवळ राहणारे लोक जागे होऊन बिछान्यात उठून बसले आहेत आणि कसला आवाज येतोय याकडे त्यांनी कान लावले आहेत. त्या लोकांनी पुन्हा झोपी जावं, स्वप्नांच्या जगात जावं, वाऱ्यानं कुरकुरणाऱ्या खिडक्यांसारखं घोरायला लागावं, म्हणून मी थोडा वेळ जाऊ दिला.

"अकमल," मी माझा आवाज बराच खाली आणला. त्या अंधारात मी विनवणी करत असल्यासारखं वाटलं; पण काहीच उत्तर आलं नाही. तो नाहीसा झाल्यापासून तीन दिवस झाले होते. चालत गेला असला, तरी शे-दोनशे मैल दूर जाण्याइतका त्याला वेळ मिळाला होता. गाडीनं गेला असला, तर देशाच्या दुसऱ्या टोकाला पोहोचला असेल किंवा पुरेशा झोपेच्या गोळ्या घेतल्या असतील, तर तो स्वर्गाच्या दाराशी उभा असेल. तरीही मी आता बोगद्यात उभा होतो. ज्याला मी भावाभावांच्या मनामधला संवाद समजत होतो, त्यानं मला इथं खेचून आणलं होतं. मी त्याला हाका मारत होतो आणि या अंधारातूनच तो बाहेर येईल, असं मला वाटत होतं.

लवकरच उजाडलं असतं. कोणत्याही क्षणी या रुळांवर गाडी आली असती आणि तिच्या पुढच्या दिव्यांच्या प्रकाशात बोगदा उजळून निघाला असता. मी वळलो आणि परत जायला लागलो. मधून मधून मी खांद्यांवरून वळून पाहत होतो. निलगिरीच्या झाडांना वळसा घालून गाडी आलीय का याचा अंदाज घेत होतो. दोन पावलं चाललो नाही तोच मला त्याचा आवाज ऐकू आला आणि मी शहारलो.

"अमर," दीर्घ उसासा टाकल्यासारखा तो म्हणाला. "थांब, मी इथंय."

तो माझ्याजवळ येण्यापूर्वीच मला त्याचा वास आला. घाम आणि तो रोज सकाळी चोपडायचा ते अत्तर यांचा मिश्र वास होता तो. त्यानं आगकाडी जाळली तेव्हा, तीन दिवसांपूर्वी तो जसा होता त्याचं भूत पाहिल्यासारखं मला वाटलं. त्याचे डोळे भीतीनं विस्फारले होते. डोक्यावरची कुफी टोपी तशीच होती. आगकाडी विझली.

"मी इकडंय म्हणून कुणी सांगितलं तुला?" त्यानं विचारलं. त्याच्या श्वासातही भीती आणि अनिश्चितता जाणवत होती.

"मलाच वाटलं," मी म्हणालो. "ते शोधतायत तुला."

"माहीतंय, मलाही वाटलंच होतं."

"रशीदला पकडलंय. तुझ्या दुरुस्तीच्या दुकानाच्या मालकालाही."

तो कडवटपणे कुरबुरला. काड्याच्या पेटीसाठी तो स्वतःचे खिसे चाचपडतोय असं मला जाणवलं.

"तू असं का केलंस?" माझाच आवाज मला ऐकू आला. त्यात राग नव्हता किंवा तो उत्तर देईल अशी अपेक्षा नव्हती. "आम्हाला सगळ्यांना तू असं का धोक्यात टाकलंस?"

"मला भूक लागलीय," गेली पाच वर्षं ज्यानं आमच्या पूर्ण घराला पोसलं, तो म्हणाला. "तू खायला आणलंयस का काही?"

मी काही उत्तर देण्यापूर्वीच धातूची खणखण ऐकू आली. सैल झालेली पाचर हातोडीनं परत आत ठोकल्याचा ओळखीचा आवाज. निलगिरीच्या झाडांजवळ फिश प्लेट्सवर हातोडा ठोकत येणारा गँगमन आम्हाला दिसला.

"आता जा," अकमल म्हणाला, "आणि रात्री काहीतरी खायला घेऊन ये आणि काड्यापेटी आण." सिमेंटच्या पुढे आलेल्या भागापासून तो दूर निघून गेला. त्याच्या पायांचा आवाज कमी होत गेला, तसा त्याचा वासही कमी झाला. मी घरी परतायला सुरुवात केली तेव्हा रुळावरून येणाऱ्या गाडीचा आवाज आला.

मी येणाऱ्या रात्रीची वाट पाहत होतो. अकमल अंधाऱ्या बोगद्यात अन्नाची आणि काड्यापेटीची वाट पाहत होता. त्याच वेळी कानावर आलं, की तो मशिदीवर दिसला होता. वर्षभरापूर्वी त्यानं ज्या मनोऱ्यावर काळा झेंडा फडकवला होता, तिथूनच तो खाली वाकून पाहत होता, असं लोक म्हणत होते. ही अफवा इतकी जोरदार होती, की मशिदीच्या कमानीच्या फाटकापाशी पोलीस आले. खाकी वर्दीला मज्जाव करणाऱ्या कुलूपबंद दाराच्या जाळीसमोर उभं राहून ते इमामाशी बोलले. बराच वेळ मध्यस्थीची बोलणी- आरोग्य तपासनीस पोलिसांच्या बाजूनं बोलत होता आणि डॉ. इब्राहिम मशिदीच्या- झाल्यावर दोन पोलीस आणि आरोग्य तपासनीस एवढ्यांनाच आत जाता येईल इतकं फाटक उघडलं. ते सगळे अर्धा तास मशिदीत होते. त्यांनी मनोऱ्यावर चढून शोधलं. दफनभूमीत हिंडले आणि विधियुक्त स्नान करायच्या कुंडामागे असणाऱ्या पायखान्यातही डोकावून पाहिलं. ते गेल्यानंतर फाटक पूर्ण उघडलं. इमामानं नेहमीपेक्षा जास्तच विशेष आझान दिला. श्रद्धाळूंना सर्वशक्तिमान अल्लाच्या अकलंकित निवासस्थानी संध्याकाळची प्रार्थना करायला आमंत्रण केलं.

गंमत म्हणजे, कोणीही अकमलला बोगद्यात पाहिल्याचं सांगितलं नाही किंवा कोणी तिथं शोधही घेतला नाही. त्या अंधाऱ्या जागेचा मी दिवसभर विचार करत होतो. ज्यांनी शंभर वर्षांपूर्वी तो बोगदा बांधला, त्यांना तो आमच्या आयुष्यात कोणती भूमिका निभावणार आहे याची कल्पनाही आली नसेल. जावीनं आत्महत्या केली

तेव्हा त्या अंधारालाच आपलं म्हटलं होतं. त्या अंधारानंच अकमलला पोलिसांपासून लपवून ठेवलं होतं. आयुष्यभर नानी पाहत होती तसाच अंधार होता तो.

मध्यरात्र उलटल्यावर मी एक ब्रेड गुंडाळून घेतला, बाटलीत पाणी भरलं, दोन काड्यापेट्या खिशात टाकल्या आणि विजेरी घेऊन निघालो; पण बोगद्याच्या आत पोहोचेपर्यंत मी विजेरीचा उजेड पाडला नाही. सिमेंटच्या पुढे आलेल्या भागाशी मी थांबलो आणि विजेरीचा प्रकाश पाडला. रुळांवर किंवा बोगद्याच्या भिंतीवर नाही, तर माझ्या तोंडावर. अकमलला मी सूचना देत होतो, की सगळीकडे आलबेल आहे. मी जास्तीत जास्त गप्प राहण्याचा प्रयत्न करत होतो. पुन्हा गँगमन काम करायला आला आणि अकमलच्या नावानं मारलेल्या हाका त्याच्या कानांवर पडल्या तर, अशी भीती मला वाटत होती.

मी माझ्या तोंडावर डझनभर वेळा तरी उजेड पाडला असेल; पण अकमलचा काहीच जबाब आला नाही. तेव्हा माझ्या डोक्यात प्रकाश पडला, की अकमलचा जर डोळा लागला असेल, तर बिनआवाजाच्या खुणांचा काहीच उपयोग होणार नाही. मग मी हळू आणि सौम्य आवाजात हाक मारली. अगदी डॉ. इब्राहिमनी त्यांच्या मांजराच्या पिल्लाला मारली होती तशी. सिमेंटच्या पुढे आलेल्या भागाजवळ त्याची पावलं वाजतील, कुबट हवेतून त्याचा वास येईल, म्हणून मी वाट पाहिली. माझ्या हाकांना काहीच उत्तर आलं नाही, तेव्हा पर्वा न करता मी आवाज चढवला; पण अकमलनं प्रतिसाद दिला नाही. मी सिमेंटच्या उतरत्या वाटेवर विजेरीचा प्रकाश टाकला आणि बोगद्याच्या भिंतीपर्यंत चालत गेलो. त्याच्या नावानं हाका मारत मी रूळ ओलांडून पलीकडच्या बाजूला गेलो. मला फक्त छताला आणि भिंतींना आदळून परत येणारा माझ्याच आवाजाचा प्रतिध्वनी ऐकू येत होता. विजेरीचा प्रकाश कमी झाला होता. राखाडी भिंतीवर उजेडाचा उदास गोल दिसत होता. अकमल निघून गेला होता.

कुठे? आजतागायतही ते मला माहीत नाही.

छाप की काटा? छाप असला तर अकमल पकडला गेलाय. काटा असला तर पळून जाण्यात यशस्वी झालाय. बोगद्याला मी शेवटची भेट दिली तेव्हापासून बिछान्यात बसून माझा हा खेळ चालायचा. बहुतेक वेळा काटा यायचं. माझा भाई, त्याच्या मागावर असणाऱ्यांना हुलकावणी देऊन सटकलाय. छाप आला तर माझ्या डोळ्यांमोर यायचं, की तो विचित्र प्रकारच्या शिक्षा भोगतोय. एका मुसलमानी रँबोला साखळ्यांत नाहीतर मानखोड्यात अडकवलंय. त्याच्या अंगातून रक्त वाहतंय; पण तो हूं की चूं करत नाहीय. त्याला तापलेल्या लोखंडी सळ्यांनी डाग देतायत; पण तो तोंडातून

अवाक्षरही काढत नाहीय. कुठलंच गुपित उघड करत नाहीय. पुढच्याच नाणेफेकीला तो मोकळा असायचा. वेषांतर करून, जलद गतीच्या गाडीत बसून बंगल्यापासून खूप दूर जात असायचा.

दिवसा घरात शांतता असायची. रात्रीच्या वेळी बेडकांचा आणि रातकिड्यांचा आवाज रिकाम्या खोल्यांतून चमत्कारिक संगीतासारखा घुमायचा. आठवडाभर आमची कोणी चौकशी केली नाही. मग एके दिवशी जसिरा आली आणि मन हलकं करणारी शांतता काचेसारखी चकनाचूर होऊन गेली. अब्बांची वाढलेली दाढी बघून ती किरकिरायला लागली. प्रोफेसर नासिरनं अब्बांच्याकडे खूप कणव आल्यासारखं पाहिलं. जणू काही अपघात होऊन त्यांनी हात-पायच गमावले होते. अम्मानं काही न बोलता त्यांच्यासाठी जेवण बनवलं आणि बश्यांचा फारसा आवाज न करता किंवा जेवताना मचमच आवाज न करता त्यांनी जेवण उरकलं. दुपार टळायच्या वेळेला ते परत गेले. जसिरा म्हणाली, की प्रोफेसर त्यांच्या पीएच.डी.ची तयारी करतायत आणि प्रबंधाकडे फार वेळ दुर्लक्ष करून चालणार नाही. परत शांतता पसरली आणि सूर्यास्तापर्यंत टिकली. बंगल्याभोवती रात्रीचा दाट काळोख पडल्यावर, पुन्हा बेडकांची डरावडराव आणि रातकिड्यांची किर्रकिर्र सुरू झाली.

एकदा, मी समुद्रकिनाऱ्याला जाऊन सुळक्याच्या रस्त्यावरून रमतगमत चाललो होतो. झाडांवर कागदांच्या चांदण्या चमकत होत्या. धूळ झटकून ख्रिसमसची झाडं रिसॉर्टच्या पुढच्या छोट्या बागेत ठेवली होती. त्या दिवशी समुद्राचा फिका निळा रंग गढूळ दिसत होता. संध्याकाळी सूर्यसुद्धा नेहमीपेक्षा वेगळ्या किरमिजी रंगाचा दिसत होता. वाटाडे, किनाऱ्यावरचे रक्षक आणि रिसॉर्टमध्ये काम करणाऱ्या माणसांनी माझ्याकडे चौकस नजरेनं पाहिलं. मीही त्यांच्याकडे बघितलं. मग ते घुटमळत हसले.

कधी कधी रात्री सुहुदा बुआ यायची. तिनं फुलांची ब्रा आणि चड्डी घातलेली असायची. जरासा जरी स्पर्श झाला, तरी त्याच्या पाकळ्या गळायच्या. उरलेल्या वेळी तर ती पूर्णच नागवी असायची. तिची स्तनाग्रं बुचासारखी ताठ आणि तपकिरी असायची. हल्ली बहुतेकदा तीच माझ्यावर स्वार व्हायची आणि धसमुसळेपणानं स्वतःची वासना भागवायची. मी शांत पडून तिला वर-खाली होऊ द्यायचो आणि तिच्या स्तनाग्रांभोवतीची टंच छाती बघत राहायचो.

फटाक्यांचा आवाज ऐकू येईपर्यंत १९९५ साल उजाडलंय हे माझ्या लक्षातच आलं नव्हतं. दूरवर आकाशात दारूकामाची आतषबाजी दिसत होती. हिरव्या, जांभळ्या, पांढऱ्या रंगाचा प्रकाश वळवळणाऱ्या किड्यांसारखा खाली येऊन झाडांच्या शेंड्यांवर पडत होता. पश्चिमेकडचं आकाश अधूनमधून उजळत होतं, म्हणून मी धरून चाललो, की किनाऱ्यावरचे मौजमजा करणारे लोक ती आतषबाजी करतायत.

मधूनच दिसतोय, मधूनच नाही असा त्याच्या सायकलवरून जातानाचा संदीप मला आठवला. तेव्हाच मला समजलं होतं, की तो मला कायमचा अंतरलाय.

फटाक्यांच्या आवाजातूनही खोलीत एक किणकिणाट ऐकू आला. मी खिडकीतून बाहेर पाहिलं. पहिल्यांदा फक्त झाडं आणि त्यांची न हलणारी उदास पानं एवढंच मला दिसलं. मग मला दाराजवळ उभी असलेली एक आकृती दिसली. त्यानं डोकं खाली वळवलं होतं. गंजणाऱ्या सळ्यांच्या आत हात घालून फाटकाची कडी काढायचा कोणीतरी प्रयत्न करत होतं. मी जिन्यावरून दडादडा खाली येईपर्यंत अब्बा जेवणाच्या खोलीत पोहोचले होते. ते जिन्याकडेच बघत होते. अम्मीही तिच्या खोलीतून बाहेर आली होती. तिचे केस मोकळे होते आणि डोळे विस्फारलेले.

"काय झालं?" तिनं विचारलं. अकमल गेल्यापासून मी तिचा शब्द पहिल्यांदाच ऐकला. "कुठं चाललायस तू?"

"कुणीतरी फाटकाजवळ उभा असलेला मला दिसला," एकाच वेळी मला भीती आणि उत्सुकतला वाटत होती. "मला वाटतं तो अकमल आहे."

गेला पंधरवडाभर अकमलला कोणीही पाहिल्याची ताजी बातमी ऐकली नव्हती. माझी खात्री होती, अम्मी अब्बांना वाटत होतं, की तो कुठंतरी दूर निघून गेलाय आणि आता सुरक्षित आहे. माझ्या बोलण्यानं ते हादरल्यासारखे दिसले. त्यांच्या भीतीनं परत डोकं वर काढलं. अंधारात तेही माझ्या मागे आले. अम्मी ताडाच्या झाडापर्यंत आली आणि त्याच्या बुंध्याला हात टेकून उभी राहिली. अब्बा पार फाटकापर्यंत आले.

"कुठंय?" अब्बांनी विचारलं. "इथं तर कोणीच दिसत नाही."

खरंच. चिटपाखरूही नाही. पार रेल्वे लाईनच्या मालाच्या शेडपर्यंत रस्त्यावर भटकणारं टुकार कुत्रंही नव्हतं. मी पुढे होऊन, लाकडाच्या ओंडक्यांच्या ढिगामागे जाऊन पाहिलं. माझ्यामागे अब्बा होतेच. बोगद्यात? पण वाऱ्याच्या वेगानं घरातून पळत येत मी धूळवाटेला पोहोचलो होतो. तेवढ्या वेळात, तो हरणासारखा धावला असता तरी बोगद्यापर्यंत पोहोचू शकला नसता.

"चल परत." त्यांच्या थकलेल्या आवाजात मऊपणा जाणवत होता. "तुला भास झाला असेल."

पण त्या शब्दांवर त्यांचा स्वतःचाच विश्वास नव्हता. कारण जवळजवळ रात्रभर ते जागेच होते. ओसरीवरच्या खुर्चीवर पाय पसरून बसले होते. त्यांची नजर फाटकावरच खिळून होती. मला वाटतं, अकमल ज्या भागात वावरतोय, तिथं तो सहज कायद्याच्या कचाट्यात सापडू शकेल या शक्यतेमुळेच त्यांनी पुढची हालचाल केली. त्यांनी बऱ्याच पर्यायांचा विचार केला आणि शेवटी कोर्टात जायचं ठरवलं. जसिरा आणि प्रोफेसर नासिरला बोलावणं गेलं. ते टॅक्सीनं आले. म्हणजे त्यांचा

फार वेळ थांबायचा बेत नव्हता.

"अकमलसाठी मला वकिलाला भेटायचंय," अब्बा म्हणाले. बॉलपेनच्या टोकानं ते नखातला मळ काढत होते.

"तो जोपर्यंत फरारी आहे, तोपर्यंत वकिलाला भेटून काहीच उपयोग होणार नाही," प्रोफेसर नासिर म्हणाला. "मला कायद्याचं जे काही थोडंफार ज्ञान आहे, त्यानुसार सांगतो मी."

"खरं असेलही ते," अब्बा म्हणाले, "पण माझं मन मला सांगतंय, की त्याला पोलिसांनी पकडलंय."

जसिराच्या भुवया उंचावल्या. मग तिनं त्यांच्या बोटांकडे नजर वळवली. ते मन लावून नखं साफ करत होते.

"आपल्याला काय वाटतंय याला कोर्टात किंमत नसते," प्रोफेसर नासिर म्हणाला. जसिरानं कौतुकानं त्याच्याकडे पाहिलं. "तुमची खात्री असेल... त्याला पकडल्याची नोंद असेल, असं काही नसलं, तर वकील काही करू शकणार नाही."

"नासिरला या गोष्टी माहीत असतात," जसिरा म्हणाली. "त्याचा पुतण्या फैयाज वकील आहे."

अब्बांनी त्याकडे दुर्लक्ष केलं. "मला हेबिअस कॉर्पस (कोर्टापुढं हजर करण्याचा हुकूम) लावायचाय. तो तिथं आहे की नाही हे समजण्यासाठी."

"मला नाही वाटत, अशा प्रकारच्या केसमध्ये फैयाजला रस असेल म्हणून." प्रोफेसर नासिरच्या तोंडावर असा भाव होता, की जणू त्याच्या पुतण्याच्या वतीनं तोच माफी मागतोय.

"पण मला ही केस तुझ्या पुतण्याकडे द्यायचीच नाहीय." अब्बांनी रागानंच हवेत हात फिरवला. "मला थोडे पैसे हवेयत."

जसिरानं प्रोफेसर नासिरकडे पाहिलं. त्यानं कळत-नकळत मान हलवून तिचं मत विचारलं. मी बघितलं, तर जसिरा लपून छपून बोटं हलवून सुचवत होती, की त्यानं कशात्च अडकू नये. ती सगळं बघून घेईल.

"मला थोडे पैसे हवेयत," अब्बा परत म्हणाले. "मी तुला, सहा महिन्यांत पैसे परत करेन. थोडी जमीन विकणारंय मी." त्यांनी बॉलपेननंच जांभळाच्या झाडाभोवतीची जागा दाखवली.

प्रोफेसर नासिर जसिराच्या बोटांकडे बघत होता. तिनं खूण करण्याची वाट पाहत होता; पण तिनं हाताची मूठ घट्ट केली होती. पुढं काय करावं, हे ती त्याला सांगतच नव्हती.

"किती पैसे हवेयत तुम्हाला?" तिनं सावधगिरीनंच विचारलं.

"पंचवीस हजार," त्यांनी लगेच उत्तर दिलं.

“नासिर तुम्हाला चाळीस हजार देईल,” तिनं चार बोटं दाखवली. दोन बोटांत अंगठ्या होत्या. दोन बोटांत नव्हत्या. “जर तुम्ही ती जमीन त्याच्या नावावर करून दिलीत तर.”

अब्बा कधीतरीच हसायचे तसे हसले. अगदी गोड हसू. त्यामुळे त्यांचा चेहरा शांत दिसायला लागला. जणू काही ती जमीन विकण्यानं आमच्या सगळ्या अडचणी नाहीशा होणार होत्या. जणू नोंदणी खात्याच्या कचेरीला एक भेट दिली, की आम्ही ज्या जाळ्यात सापडलो होतो तो गुंता सुटणार होता. आता त्यांची आठवण आली, की मला ते लख्ख आणि रेंगाळणारं हसू दिसतं. नव्या आयुष्याची आशा दाखवणारं हसू होतं ते.

“नासिर,” त्यांनी मऊ आवाजात हाक मारली. अजूनही ते हसत होते.

“काय अब्बा?” तो खुर्चीतल्या खुर्चीत हलला आणि कान देऊन ऐकत असल्याचा आव आणला.

“मला एक छोटी बच्ची होती. माझ्या चारही मुलांत मला ती सर्वांत जास्त आवडायची.”

“मी सोफियाबद्दल ऐकलंय, अब्बा,” प्रोफेसर नासिर तुटकपणेच म्हणाला.

“एके दिवशी ती सहलीला गेली. गावाबाहेर ती पहिल्यांदाच जात होती. खरं तर, त्याच दिवशी संध्याकाळी ती परत येणार होती; पण तिला इतका आनंद झाला होता, की ती घरातल्या सगळ्यांचा निरोप घेत सुटली. तिच्यासाठी सहलीला जाणं ही खूप खास गोष्ट होती... तिची लाशच परत आली.”

“माहीतंय मला.” प्रोफेसर नासिरनं आवंढा गिळला.

“माझी बच्ची निरोप घ्यायला गेली, तेव्हा तुझ्या बीबीनं काय केलं माहीतंय? तिनं स्वतःला खोलीत बंद करून घेतलं आणि एक शब्दही बोलली नाही. बिचाऱ्या सोफियानं तरीही बंद दाराआडून तिचा निरोप घेतला.”

“नासिर,” जसिरानं कठोर आवाजात हाक मारली. “निघू या आपण.”

“हो.” प्रोफेसर नासिर उभा राहिलाच होता. “टॅक्सी थांबलीय.”

“नासिर,” अब्बांनी शांतपणे म्हटलं. ते उठून उभे राहिले. “मला आणखी एक गोष्ट तुला सांगायचीय.”

“काय?”

“तुझ्या बीबीला परत कधी माझ्या घरी आणू नकोस. कधीही.”

दरवाजे धडाधड बंद झालेले ऐकू आलं. टॅक्सी सुरू झाली. धूळवाटेवरून ती निघाली आणि तिचा आवाज हळूहळू कमी होत गेला. अब्बा सावकाश खाली बसले. बॉलपेननं स्वच्छ केलेल्या स्वतःच्या नखांकडे पाहायला लागले. स्वतःच्या बोटांच्या टोकांकडे बघत ते हसले आणि काहीतरी पुटपुटले.

दुसऱ्या दिवशी पिवळ्या फळांनी लगडलेल्या काजूच्या झाडाखाली आम्ही त्यांना दफन केलं, तेव्हाही त्यांच्या चेहऱ्यावर तेच हसू होतं. उतरत्या उन्हात झाडाच्या आकाराची सावली पडली होती. सावलीची कडा करवतीच्या दातांसारखी काटेरी वाटत होती. माझ्या मनात आलं, की आम्ही त्यांचं लाल मातीत दफन करत नव्हतो, तर सावलीत, तिच्या रंगीबेरंगी हृदयात खोलवर कबर ठेवत होतो.

पण मी सांगतोय तितकं अचानक त्यांना मरण आलं नाही. संध्याकाळ होत असताना छातीत अस्वस्थ वाटत असल्याची त्यांनी तक्रार केली होती. त्यांनी माझ्याकडे सोडावॉटर मागितलं; पण त्याचा काही उपयोग वाटला नाही. म्हणून त्यांनी परत लिंबूचहा मागितला. लिंबूचहा प्यायल्यानंतर त्यांना एक छोटीशी ढेकर येण्यापेक्षा जास्त काही झालं नाही. मग ते जेल्युसिलच्या गोळ्या चघळायला लागले. त्यांना आणखी ढेकरा आल्या. ढेकर देता देताच त्यांनी कागद आणि पेन मागितलं. त्यांच्या मनात काय लिहायचं असेल, याचा मी विचारच करत होतो; पण मी कोरा कागद आणि चालणारं पेन शोधून घेऊन आलो, तोवर त्यांनी डोळे मिटले होते. अगदी समाधानात दिसत होते ते.

कदाचित त्यांना मृत्यूपत्र लिहायचं असेल. कदाचित अकमल कधीतरी परत येईल म्हणून त्याच्यासाठी पत्र, कदाचित जसिराबद्दलचा राग व्यक्त करणारं काहीतरी. त्यांच्या मनातली शेवटची गोष्ट जाणून घेणं आता अजिबातच शक्य नाही, या विचारानं मला दुःख होतं.

''तुझ्या भाईची काही खबरबात?'' आम्ही मशिदीतून बाहेर येत होतो त्या वेळी मला एका बाजूला घेऊन डॉ. इब्राहिमनी हळूच विचारलं. दफन झाल्यानंतर त्यांनी असिफच्या कबरीशेजारी उभं राहून फतिहा म्हटला होता.

''काहीच नाही, डॉक्टर,'' मी म्हणालो.

''मी फक्त एवढीच आशा करतो, की तो परत येऊ नये आणि पोलिसांच्या हाती लागू नये.''

त्या रात्री मी पुन्हा नाणेफेक केली. उशीवर पडलेलं ते नाणं काळंकुट्ट भविष्य सांगत होतं, छाप. मी पुन्हा नाणेफेक केली. परत छाप. तिसऱ्या वेळीही माझं नशीब चांगलं नव्हतं. मनात आलं, तो मेला असेल तर सुटला. तापलेल्या लोखंडी सळ्यांचा त्याच्या कातडीला चटका बसणार नाही. अब्बांसारखं त्याचंही मन शांत, समाधानी होईल.

पहिल्यांदा मी तिला पाहिलंच नाही. मला फक्त दोन माणसं अंगणातल्या वाटेवरून बिचकत बिचकत येताना दिसली. अब्बांना जाऊन चार दिवस झाले होते आणि

शेवटचा शोक करणाराही परत गेला होता. जसिरा आणि प्रोफेसर नासिरनं बांधाबांध केली होती आणि ते निघायच्या तयारीतच होते. तेवढ्यात हे अनपेक्षित पाहुणे आले.

त्यांच्यापैकी एका माणसाला लांब दाढी होती. त्यानं पांढरं पागोटं बांधलं होतं. त्याचे हात काटकुळे, दालचिनीच्या रंगाचे होते. दुसरा ठेंगणाठुसका, बसक्या चेहऱ्याचा होता आणि रेल्वे स्थानकापासून इतकं छोटं अंतर कापल्यानंतरही त्याला धाप लागली होती. ती मुलगी त्यांच्यामागे उभी होती. उंच आणि बावरलेली. तिची ठिपक्यांची शाल तिनं तोंडाभोवती ओढली होती. पहिल्यांदा, तिचा चेहरा ओळखीचा वाटतोय असं माझ्या लक्षातच आलं नाही. मग ती माझ्याकडे बघून थोडीशी हसली आणि मला वाटलं, तिची माझी आयुष्याची ओळख आहे. सोफियाच्या हातून काही चुकलं, की ती असंच हसायची. माझ्या गेलेल्या बहनसारखंच तिचं नाक जरासं वाकडं होतं आणि हनुवटीवर खळी होती. सोफिया सव्वीस वर्षांची झाल्यावर बहुतेक अशीच दिसली असती, जर ती तेव्हा बुडाली नसती तर.

"आम्ही मलबारहून आलोय," तो पांढऱ्या पागोट्याचा माणूस म्हणाला.

"हम्साबद्दल आम्हाला काल रात्रीच कळलं," तो बसक्या चेहऱ्याचा माणूस म्हणाला. मी त्या मुलीकडे बघत असताना तो मला बघत होता. ती हातावरच्या बारीक बांगडीशी चाळा करत होती. बंगल्याच्या मोडकळीला आलेल्या दर्शनी भागाचं निरीक्षण करत होती. तो बसक्या चेहऱ्याचा माणूस वेताच्या खुर्चीवर धपकन बसला. धापा टाकतच त्यानं मला खुणेनं पाणी आणायला सांगितलं.

जेव्हा मी पाणी घेऊन ओसरीवर परत आलो, तेव्हा ती मुलगी बसक्या चेहऱ्याच्या माणसाच्या शेजारी बसली होती. हाताच्या ओंजळीत तोंड लपवून ती रडत होती. तिचा शोक बघून मला जसिराची आठवण झाली. तीही दुःखानं हुंदके देताना असंच हातांच्या ओंजळीत तोंड लपवायची; पण त्या बसक्या चेहऱ्याच्या माणसानं तिला हाक मारेपर्यंत- मऊ आवाजात तिला रागावत, समीरा म्हणेपर्यंत- माझ्या लक्षात आलं नव्हतं, की ती माझी सावत्र बहीण आहे. अम्मीनं मला सांगितलं होतं, की माझ्या बहनसाठी जावीनं दोन नावं सुचवली होती आणि अब्बांनी लगेच त्यातलं सोफिया नाव निवडलं होतं. दुसरं नाव- समीरा- त्यांनी त्यांच्या मलबारच्या बेटीला ठेवलं होतं.

एकाएकी, मला अब्बा म्हणजे काहीतरी हेतू मनाशी बाळगून काम करणारा माणूस वाटले. त्यांना दुसरं आयुष्य होतं, त्यांच्या काळजाचे दुसरे तुकडेही होते, त्यांच्यावर दुसरं ओझं होतं आणि धूळवाटेकडे जाणाऱ्या पुढच्या अंगणापेक्षा वेगळं पुढचं अंगणही होतं. त्यांच्या दुसऱ्या घराबद्दल मला काही कल्पना करता येत नव्हती. तिकडे ते दरमहा न चुकता जात होते. ज्या वेळी ते सय्यद चाचाच्या तुरुंगाधिकाऱ्याच्या घरात आहेत असं आम्हाला वाटायचं, त्या वेळी ते त्यांच्या

दुसऱ्या घरी असायचे. तिकडे समीरा तिच्या अब्बांची- आमच्या अब्बांची वाट पाहत असायची. मी स्वतःशीच नवल केलं, ते तिच्याबरोबर तरी हसले असतील का? त्या घरात तरी हसत असतील का? तिला त्यांनी लाडाचं नाव ठेवलं असेल का?

एरवी जसिरानं आरडाओरडा करून आमच्या सौतेल्या बहनला बंगल्याच्या आत यायला मना केलं असतं; पण त्या उदास दिवशी- मळभ येऊन आकाश राखाडी दिसत होत असलेल्या गडगडाटाचा आवाज झाडांतूनही ऐकू येत होता- कुठलीच गोष्ट नेहमीसारखी नव्हती. जसिरा तोंड घट्ट मिटून बाहेर आली. तिच्या गालांवरून हळूहळू अश्रू ओघळत होते. तिनं समीराच्या खांद्याभोवती हात टाकून तिला आत नेलं. त्या दोघींना तसं पॅसेजमधून जाताना पाहताना, दुःखामुळे एकत्र आलेल्या बहना बघून, मला सोफियाची आठवण आली. उपटून काढलेलं रोपटं हातात लोंबकळवत ती शेतातून पळत सुटली होती आणि चोरी केलेल्या जागेपासून दूर आल्यावर सुरक्षित वाटून हसत सुटली होती.

बरेच तास उलटले. ढगांचा गडगडाट जवळून ऐकायला यायला लागला आणि झाडांवरून गार वारा वाहायला लागला. त्या दोन माणसांना ओसरीवर जेवण दिलं आणि नंतर प्रार्थना करण्यासाठी चटया दिल्या. जसिरा, समीराला घेऊन सगळ्या खोल्या हिंडली. तिला पॅसेजमधून खाली नेलं, जिन्यावरून वर नेलं, बाहेर गच्चीत नेलं, धुराड्याभोवती हिंडवलं. धुराड्यावर आता जाईचा वेल चढला होता. अर्धवट फुललेल्या कळ्यांनी तो बहरून गेला होता. आणखी एक जिना चढून तिनं तिला गच्चीच्या दुसऱ्या मजल्यावर नेलं. तिथून मालाच्या शेडच्या कमानीजवळ रेल्वेचे रूळ दिसायचे आणि वडाच्या झाडानंतर ते दिसेनासे व्हायचे.

पूर्ण दिवसभर समीरा मोठ्या, पण मोडकळीला आलेल्या बंगल्याच्या दडपणाखाली वावरत होती. दाराशी घुटमळून, ती चौकटीवरचं बारीक नक्षीकाम निरखून पाहत होती. जिथून पुढची बाग दिसत होती, त्या प्रशस्त बाल्कन्यांमध्ये सावधपणे उभं राहत होती. बंगल्यातली लांब-रुंद असणारी पुष्कळ कपाटं पाहून, न बोलताच आश्चर्य व्यक्त करत होती. तिनं पावसाळी ढगांकडेही कौतुकानं पाहिलं, जणू काही मलबारच्या आकाशात कधी ढग गोळाच व्हायचे नाहीत. आता तिच्या घरची स्थिती माझ्या लक्षात यायला लागली होती. ते किती छोटं असेल, याचा अंदाज यायला लागला होता.

ती वृद्ध माणसं- पांढऱ्या पागोट्यातला माणूस समीराचे नाना होते आणि बसक्या चेहऱ्याचा माणूस मामू- वर्तमानपत्र वाचत आणि प्रोफेसर नासिर ओसरीवर ठेवून गेलेला अर्थशास्त्रीय सुधारणांसंबंधीचा अंक चाळत वेळ घालवत होते. नंतर ते दुपारची प्रार्थना करायला मशिदीवर गेले. या अनोळखी शहरात मशिदीचे मनोरे पाहत त्यांनी रस्ता शोधून काढला. ते परत आले, तेव्हा त्यांची मलबार एक्स्प्रेस पकडायसाठी निघण्याची वेळ झाली होती. रेल्वे इमारतीच्या मागे आकाशात लाली

दिसायला लागायची, त्या वेळी ती मिनिटभरच आमच्या गावात थांबायची. तीच ती मलबार एक्स्प्रेस, जिच्याबद्दल अम्मी एकदा विनोदानं बोलली होती, की ती गाडी अब्बांसाठीच सुरू केलीय म्हणून.

जसिरानं त्यांच्या रात्रीच्या जेवणासाठी तीन शिदोऱ्या बांधून दिल्या. गॅसच्या ज्योतीवर केळीचं पान मऊ करून घेतलं. त्याच्यात पोळ्या आणि बटाट्याची भाजी गुंडाळली आणि केळीच्या झाडापासूनच काढलेल्या दोरानं त्या बांधून टाकल्या. अम्मी स्वयंपाकघरातून घाईनंच बाहेर आली. तिच्या हातात काठोकाठ भरलेला गरम दुधाचा ग्लास होता. समीराला तिनं ते सगळं प्यायला लावलं. मला जोरात ओरडावंसं वाटलं, त्यात घातलेल्या झोपेच्या गोळ्यांची समीराला सूचना द्यावीसं वाटलं; पण तिनं ते एकाच घोटात पिऊन टाकलं होतं. ओसरीवरून ती वृद्ध माणसं तिला घाई करायला सांगत होती. अम्मीनं स्वतःच्या शालीच्या टोकानं समीराच्या ओठांवरची दुधाची मिशी पुसली आणि पापा घेऊन तिला निरोप दिला. विधवा झाल्यावर चाळीस दिवस अनोळखी लोकांपुढे जाता येत नाही, घरातच बसावं लागतं. त्यामुळे तिला पोहोचवायला अम्मी फाटकापर्यंत जाऊ शकत नाही, यासाठी माफीही मागितली.

अंगणातल्या धूळवाटेवर अर्धा रस्ता गेल्यावर समीरानं थांबून माझे हात हातात घेतले आणि पहिल्यांदाच ती माझ्याशी बोलली. "अमर," ती अर्धवट हसत बोलली. मला परत सोफियाची आठवण झाली. "तू लवकर बरा व्हावास, म्हणून मी अल्लाची प्रार्थना करेन. तुझ्यासाठी दुवा मागेन."

जसिरानं झटकन माझ्याकडे बघितलं आणि माझ्या डोळ्यांत संशयाचं सावट दिसल्यामुळे तिनं समीराला सांगितलं, की तिनं दूरवरून मलबार एक्स्प्रेसचा आवाज ऐकलाय. "लवकर समीरा, लवकर. तुला जर रात्र आमच्याबरोबर इथंच घालवायची नसली, तर घाई कर."

ते आले तशाच क्रमानं गेले. वृद्ध माणसं पुढे, त्यांच्या मागोमाग समीरा. ती वृद्ध माणसं जवळजवळ पळतच होती. समीरा दुडक्या चालीनं त्यांच्यापाशी पोहोचली. ती स्थानकाशी पोहोचायच्या आधीच लटपटायला लागून कोसळेल म्हणून मी वाट पाहत होतो; पण ती पुढेपर्यंत गेली. कदाचित या गोळ्या हळू काम करत असतील; पण इतक्या हळूही नाही की जसिरानं पानात बांधून दिलेली शिदोरी उघडून ती जेवेल. फलाटाच्या टोकावर पोहोचल्यानंतर तिनं मागे वळून बंगल्याकडे पाहिलं. क्षणातच ती गर्दीत मिसळून गेली. अब्बांनी मसाल्याच्या शोधात मलबारला घातलेल्या चकरांची कडू निशाणी.

कोणत्याही क्षणी मी लिहिणं थांबवून ही वही शेल्फवर जावीच्या पुस्तकांशेजारी

ठेवेन. मला आता लिहिणं कठीण जातंय. नवीन काही घडतच नाहीय. नवी भांडणंही नाहीत आणि नवे मृत्यूही नाहीत.

मागच्या आठवड्यात समीरानं अम्मीला परत पत्र लिहिलं. या महिन्याच्या शेवटी, त्या बसक्या चेहऱ्याच्या माणसाच्या मुलाशी तिची शादी होणारंय. तिची इच्छा होती, आम्ही सगळ्यांनी तिच्या शादीला यावं. जसिरा, प्रोफेसर नासिर, अम्मी आणि मी. अकमलनं येण्याविषयी तिनं काही लिहिलं नव्हतं. अकमल घरी परत येण्याविषयी तिला शंकाच असावी. त्याला जाऊन आता सहापेक्षा जास्त महिने झालेयत. अजूनही वाऱ्यानं फाटकाच्या कडीचा आवाज झाला, की आम्ही मावळत चाललेल्या आशेनं बाहेर बघतो. त्यानं परत यावं की नाही याबद्दल मला काय वाटतंय, ते माझं मलाच समजत नाहीसं झालंय. मी तर आता नाणेफेक करायचंसुद्धा थांबवलंय.

समीराच्या शादीला आम्ही जाणार की नाही ते मला माहीत नाही; पण अम्मी हल्ली धुराड्यात ज्याची फांदी शिरतेय त्या फणसाच्या झाडाकडे बघत विचार करत असते. त्यानं आमचं मलबारचं तिकीट आणि समीराच्या शादीचा तोहफा एवढं नक्की भागेल; पण मला शंकाच आहे की अम्मी मलबारला जाऊन त्या दुसऱ्या बाईचं तोंड पाहण्याचं धाडस करेल.

या आठवणी हळूहळू फसफसत संपत आल्यायत, त्यामुळे मला स्वतःतच एक पोकळी निर्माण झालीसं वाटतंय. त्या दिवशी जसिरा आली होती. मी लिहीत होतो आणि ती जिन्याशी उभं राहून माझ्याकडे पाहत होती. आजकाल ती फिकुटलेली आणि आजारी वाटते. पाचवा महिना लागलाय तिला. तिच्या गर्भारपणाच्या इतिहासात हा उच्चांकच आहे. बहुतेक वेळा तिचा दुसऱ्या महिन्याच्या मध्यात, फार तर तिसऱ्या महिन्याच्या सुरुवातीला गर्भपात होतो. कधी कधी ती प्रोफेसर नासिरबरोबर ओसरीच्या पायऱ्यांवर बसलेली असते. दोघांच्यामध्ये कैरीच्या फोडी आणि मीठ ठेवललं असतं. पांढऱ्या शुभ्र मिठात बुडवून ती कैरीच्या फोडीमागून फोडी खात असते. कधी कधी चिंचा, लांब हिरव्या चिंचा आणि प्रत्येक वेळी तिनं तुकडा तोडला की प्रोफेसर नासिरच आंबट तोंड करून डोळे मिटतो.

अब्बा गेल्यापासून ती बरीच सौम्य झालीय. प्रत्येक वेळी येताना, काही ना काही घेऊन येते. कदाचित ती सौम्य झाली नसेल. दिवस गेल्यावर येणारा थकवा असेल तो. कागदाच्या वेड्यावाकड्या पुड्या बांधून ती बऱ्याच गोष्टी आणते. कदाचित त्याच्या मागचा उद्देश तिच्या मालकीच्या जमिनीवरच्या झाडांवर अम्मीनं नजर टाकू नये असा असावा; पण ती नेहमी थांबून, मी काय लिहितोय तिकडे बघते. मी नजर वर केली, की वळून निघून जाते. तिच्या चेहऱ्यावरच्या दुःखाला भीतीची झालर असते.

मागच्या सोमवारी, पोस्टानं एक पिक्चर पोस्टकार्ड आलं. चौकोनी होतं ते.

त्याच्यावर हात पसरून उभा असलेला पांढरा पुतळा होता. सैनिकी कवायत करत असल्यासारखा तो वाटत होता. जीझस होता तो. फारच निराश वाटत होता. त्याचा अंगरखा, दाढी सगळ्यांवर पक्ष्यांची शीट पडली असल्यासारखं वाटत होतं. दुसऱ्या बाजूला स्केचपेननं मोठ्या अक्षरात 'हॅलो' असं लिहिलं होतं आणि खाली संदीपची सही होती. इतकी वर्षं काहीच बातमी नव्हती आणि आता त्यानं कुठून लिहिलं होतं? पोस्टाच्या शिक्क्यावरून कळत होतं, की रिओहून.

मला कळत नव्हतं, की इतकी वर्षं उलटल्यावर त्याला माझी आठवण का झाली असावी. एक 'हॅलो' लिहिलेलं आणि कोंबडीच्या पायांसारखी सही केलेलं कार्ड त्यानं का पाठवलं असावं. त्यानं स्वतःबद्दल तर काहीच लिहिलं नव्हतं. त्यावर त्याचा पोस्टाचा पत्तासुद्धा नव्हता, की मी त्याला उत्तर पाठवू शकेन. मला त्याला खूप गोष्टी कळवायच्या होत्या. त्याच्या आणि माझ्या ओळखीच्या लोकांच्या बाबतीत बऱ्याच गोष्टी घडल्या होत्या. मी परत कार्ड उलटं करून जीझसकडे बघायला लागलो. तो निळ्या पार्श्वभूमीवर धुकं पडलेल्या हवेत उभा होता. त्याच्या डोक्यावर पसरत गेलेल्या तेजोवलयासारखा एक पारदर्शक ढग होता. मनात आलं, सुळक्याच्या टोकाला जावं. बिनशेंड्याच्या नारळाच्या झाडाखाली उभं राहावं. दोन्ही हात फैलावावेत आणि मनातल्या सगळ्या गोष्टी मोठ्यानं वाऱ्याला ऐकवाव्यात.

मी हे प्रकरण लिहायला सुरुवात केल्यापासून, हे आठवणीत रमून जाणं थांबवायचा मी विचार करायला लागल्यापासून, काहीतरी झालंय. माझ्या कानांना विचित्र वाटेल, असं काहीतरी झालंय. धावती भेट देऊन जसिरा आणि प्रोफेसर नासिर परत गेले होते. अम्मी आणि मी सोडलो, तर घर रिकामंच होतं. फक्त रस्त्यावरच्या वाहनांचा आवाज येत होता. धड दुपार नाही, धड संध्याकाळ नाही, अशी अर्धवट वेळ होती. सूर्य बंगल्याच्या दुसऱ्या बाजूला गेल्यामुळे जिन्यावर उदासी वाटत होती. पॅसेजमध्ये अंधार होता. हवेलाच एकटेपणाचा वास येत होता.

मी टी.व्ही.च्या खोलीत गेलो, तर अम्मी तिच्या बिछानाच्या कडेवर बसून नानीच्या बिछान्याशी बातचीत करण्यात गुंग झाली होती. तिच्या बसण्याच्या पद्धतीत काहीतरी चुकल्यासारखं वाटत होतं. तिनं पाय गुडघ्याशी दुमडले होते आणि पायांभोवती हातांची घट्ट मिठी घातली होती, जणू काही तिला भीती वाटत होती, की तिनं पायांना आधार दिला नाही, तर तिच्या हाडांचाच ढिगारा होईल. कसली तरी भयंकर घाई तिच्या आवाजात होती. मग मला तिचं बोलणं ऐकू आलं आणि माझा थरकाप झाला. ती स्वतःशीच बोलत नव्हती, तर पुष्कळ वर्षांपूर्वी आम्हाला सोडून गेलेल्या माणसाशी बोलत होती, ती सोफियाला उद्देशून बोलत होती.

मी दिवा लावला; पण तिची पापणीही हलली नाही. मी तिला हाक मारली; पण तिनं माझ्याकडे नाराजीनंसुद्धा बघितलं नाही.

"अम्मी," मी परत हाक मारली. तिचे खांदे धरून हलवलं तिला. "अम्मी, असं बोलू नकोस." तिनं माझा हात झटकून टाकत वर बघितलं. तिचे डोळे ओले होते आणि लालही झाले होते. तिच्या चेहऱ्यावर कठोर आणि निष्ठुर भाव होते.

रात्र पडेपर्यंत ती त्या बिछान्याशी बोलत होती. नानीच्या ब्लँकेटसारखी काळी आणि सुस्त रात्र. त्या रात्री मात्र मला वाटलं, की घरात कुठेतरी झोपेची गोळी सापडायला हवी होती आणि अम्मीला झोपायसाठी ती द्यायला हवी होती.

हे शेवटचं प्रकरण आहे. पूर्ण झालं, की मी ते कडी-कुलुपात टाकेन. हेच लेखन करताना मला नरकयातना झाल्यायत. पुनर्लेखन करण्याची शक्यताच नाही. शिवाय, तुम्ही स्वतःच्या आयुष्याबद्दल लिहीत असता, काय काय भोग तुमच्या वाट्याला आले हे लिहीत असता, त्या वेळी त्यात सुधारणा करायला वावच कसा असेल?

मागच्या वेळी आम्ही डॉ. रोझकडे गेलो, तेव्हा आम्ही जलद गाडीनं गेलो. नेहमीच्या स्वस्त तिकीट असणाऱ्या धीम्या गाडीनं नाही. एकमेकांकडे तोंड करून आम्ही खिडकीजवळ बसलो होतो. बाहेर नजर टाकून पाण्याची तळी, नद्या, घरं, कुरणात चरणाऱ्या गायी, म्हशी बघत होतो. खिडकीतून दिसणाऱ्या विजेच्या तारा गाण्याच्या आवर्तनासारख्या वाटत होत्या आणि त्यावर ठराविक अंतरावर बसलेले पक्षी म्हणजे स्वरमेळाची संकेत लिपी. त्या धावणाऱ्या तारा प्रवास संपेपर्यंत दिसत होत्या. कधी त्या खिडकीच्या इतकं जवळ यायच्या, की मी हात लांब केला असता तर त्यांना टेकला असता. कधी त्या लांब जायच्या, रुळांच्या जवळ असणाऱ्या घरांच्या मागे लपायच्या, हिरव्या शेतात मध्येच असणाऱ्या खांबावर चढायच्या आणि परत आमच्या शेजारून पळायला लागायच्या. संपूर्ण प्रवासभर आम्ही गप्प गप्पच होतो.

कधी हिरवीगार शेतं, कधी चमकणाऱ्या नद्या, कधी उजाड तपकिरी जमिनी असा बदलता देखावा बघताना, मला माझा गाडीचा पहिला प्रवास आठवला. मी सहा वर्षांचा असेन- ते छोटे पवित्र केलेले खिळे आमच्या घराच्या पुढच्या दाराला ठोकले त्यानंतरच्या काही दिवसांतलीच गोष्ट असेल- मी अम्मीच्या जवळ बसलो होतो. आम्ही रमझानसाठी काही गोष्टी घेऊन नानीला भेटायला चाललो होतो. गाडी आमच्या स्टेशनातून नुकतीच बाहेर पडली होती. निघताना गाडीनं वाजवलेली शिट्टी अजून हवेतून पूर्ण विरली नव्हती; पण आपण खूप मैल अंतर काटलंय असं वाटत होतं. मी रुळाच्या जवळून जाणाऱ्या कॉफीच्या रंगाच्या रस्त्याकडे बघत होतो. त्याच्या एका बाजूला झाडं होती आणि दुसऱ्या बाजूला छोटी घरं. मध्येच एक रेल्वे सिग्नल लागला. त्याच्या मागे एका घाणेरड्या रस्त्यासमोर एक मोठं मोडकळीला

आलेलं घर होतं. त्याच्या राखाडी भिंतीवर धुळीचे डाग होते. त्याच्या लाकडी खिडक्या तपकिरी रंगाच्या होत्या आणि त्या उघड्याच होत्या. ओसरीवर एका वेताच्या खुर्चीत एक तरुण सुंदर मुलगी बसली होती. ती स्वतःच्या लांब केसांची वेणी घालण्यात गुंग झाली होती. "जसी," मी जोरात ओरडलो. वाटलं होतं, की जसिरा दचकून वर बघेल; पण ती मुलगी वेणी घालतच बसली. माझा आवाजही तिला ऐकू गेला नाही आणि खिडकीबाहेर काढून हलवलेला माझा हातही दिसला नाही. अचानक गाडीत अंधार झाला आणि बोगद्याच्या भिंतीवर आपटून चाकाच्या तालबद्ध किणकिणीचा प्रतिध्वनी ऐकू आला.

डॉ. रोझची बाग फुलांनी बहरली होती. खास करून पांढऱ्या गुलांबांनी. घराच्या कुठल्यातरी एका कोपऱ्यातून मुलीचं किरकिरणं आणि बाईचा रागानं चढलेला आवाज ऐकू येत होता.

डॉ. रोझ टेबलावर कोपरं टेकून बसले होते. त्यांनी गालावर बोटांनी ताल धरला होता. टेबलावरच्या काचेत त्यांचा चेहरा स्पष्ट दिसत होता. केस त्यांनी खूप बारीक केले होते. ते काळेपांढरे केस जसिराच्या मस्काऱ्याच्या ब्रशच्या केसांसारखे ताठ उभे होते.

"अमर," आवाजात खोटं हसू आणत ते म्हणाले. दोन्ही हात त्यांनी टेबलावर पालथे टेकले.

मी रिओहून आलेल्या पोस्टकार्डबद्दल आणि मलबारहून आलेल्या शादीच्या आमंत्रणाबद्दल सांगितलं. जसिराच्या भेटी आणि ती कागदाच्या पुड्यांत बांधून आणत असलेल्या गोष्टींबद्दल थोडक्यात सांगितलं. ते त्यांनी निरिच्छपणे ऐकलं. त्यांच्या चेहऱ्यावर हास्याची लकेरसुद्धा उमटली नाही; पण ज्या क्षणी मी, वाऱ्यामुळे फाटक किणकिण वाजलं आणि अकमल आलासं वाटून मी उत्सुकतेनं बाहेर पाहिलं असं सांगितलं, तेव्हा त्यांचा चेहरा खुलला. मला पुढे बोलतं करायला त्यांनी मान हलवली.

"तो नाहीसा होण्यापूर्वी तू त्याला क्षणभर तरी पाहिलंस का?" त्यांच्या आवाजातही उत्साह स्पष्ट जाणवला. "तुला हात करताना किंवा बोट मुडपून जवळ बोलावताना?"

माझी उत्तरं ते समोरच्या कागदावर कशीही उतरवत होते. नादात असल्यासारखे. ज्या पद्धतीनं त्यांनी पेन धरलं होतं, त्यामुळे असं वाटत होतं, की ते रेघोट्याच मारतायत. अर्धवट गोल किंवा वाकडेतिकडे 'ळ'चे आकार काढतायत. आम्ही त्या खोलीत जाऊन काही तास झाले असतील, कारण त्यांनी वेगळ्या पद्धतीनं कापलेल्या केसांचं वेगळेपण आता संपलं होतं. त्या छोट्या मुलीचं हसणं आता भिंतीपलीकडून ऐकू येत होतं. आम्ही आलो तेव्हा तिची कुरकूर चालू होती. आता खुशीत येऊन ती खिदळत होती.

स्वयंपाक बनत असल्याचा वासही हळूहळू खोलीत यायला लागला. मसाले आणि मटण शिजत असल्याचा उग्र आणि गोंधळात टाकणारा वास यायला लागला. त्यामुळे आम्ही तिथे बसलो होतो त्यापेक्षा जास्त वेळ झाल्यासारखं वाटलं. खिडकीच्या बाहेर टांगलेल्या नेच्याच्या कुड्यांमध्ये प्रकाश पडला होता. अम्मीनं डॉक्टरांची फी देण्यासाठी नकली चामड्याची पर्स उघडली आणि नेहमीप्रमाणे डॉक्टर खिडकीबाहेर बघायला लागले.

काय वाटलं कोण जाणे मी एकदम अम्मीचा हात धरून तिला कागदात गुंडाळलेले पैसे काचेच्या टेबलावर ठेवण्यापासून टोकलं.

"आणखी काहीतरी तुम्हाला सांगायचं राहिलं," मी धीर करून म्हणालो.

"काय?" डॉ. रोझनी मान वळवून कपाळाला आठ्या घातल्या. "काय झालं?"

"ती माझ्या बहिणीशी बोलत होती," मी म्हणालो.

त्यांनी प्रश्नार्थक नजरेनं तिच्याकडे आणि मग माझ्याकडे पाहिलं. "तुझ्याबद्दल बोलत होती का ती?"

अम्मीनं रागानं माझ्याकडे पाहिलं. मी असं काहीतरी सांगेन असं तिला वाटलं नव्हतं. डॉ. रोझच्या छानशा सजवलेल्या खोलीत मी कौटुंबिक विषय काढावा, हे तिला आवडलं नव्हतं.

"अमर," टेबलाच्या काचेवर ताल धरत ते म्हणाले, "बायकांना बोलायला आवडतं. बोलू देत त्यांना."

"ती माझ्या बहिणीशी, सोफियाशी बोलत होती. तिला जाऊन खूप वर्षं झालीयत." मी म्हणालो.

"तिच्याशी का नाही बोलायचं मी?" अम्मीनं रागानंच मला विचारलं.

आमच्या दोघांच्या खुर्च्यांमधून दिसणाऱ्या मागच्या भिंतीकडे डॉ. रोझ रिकाम्या नजरेनं पाहायला लागले. मग त्यांनी नजर सावकाश टेबलावरच्या काचेकडे वळवली. त्यात गरगरणाऱ्या पंख्याचं प्रतिबिंब पडलं होतं. तिकडे ते बघायला लागले. ते स्वतःशीच संवाद करत असल्यासारखी पाच मिनिटं गेली. पुन्हा ते बोलले, तेव्हा माझ्याशी किंवा अम्मीशी असं न बोलता, आमच्या दोघांच्या मधल्या जागेशी बोलले.

"तुमच्या घरी आणखी कोणी आहे का, ज्याच्याशी मला बोलता येईल?"

"नाही," अम्मी अभिमानानं म्हणाली. "आम्ही दोघंच राहतो."

त्यांनी काळजीनं डोकं हलवलं. हातातल्या पेन्सिलीशी ते चाळा करत होते. "माझ्याकडे यायला तुम्हाला कोणी सांगितलं? तुम्हाला त्या डॉक्टरांचं नाव आठवतं का?"

"इब्राहिमनं सांगितलं," अम्मी म्हणाली. "तो मला धाकट्या भावासारखा आहे."

"पॉलिक्लिनिकचे डॉ. मुहम्मद इब्राहिम का?"

अम्मीनं मान डोलावली. डॉ. रोझ टेलिफोनची नोंद असलेलं पुस्तक उचलून सावकाश त्याची पानं उलटायला लागले. एका पानाशी थांबून त्यांनी नंबर फिरवला. डॉ. इब्राहिमना काहीतरी महत्त्वाचं सांगण्यासाठी त्यांनी तोंड अर्धवट उघडलं होतं.

त्यांच्या मागच्या घड्याळात पाऊण वाजला होता. माझ्या मनात आलं, डॉ. इब्राहिम मशिदीत असतील. प्रार्थना करण्यासाठी गुडघे टेकून बसले असतील. डॉ. रोझनी फोन खाली ठेवला आणि पुन्हा भिंतीवरच्या डागाकडे बघायला लागले.

"पुढच्या आठवड्यात पुन्हा याल का?" त्यांनी विचारलं. "शक्य असेल तर कोणातरी नातलगाला बरोबर घेऊन या."

अम्मी पटकन उठली आणि पैशांचा गड्डा तिनं पेपरवेटखाली ठेवला. "या वेळी पैसे देण्याची गरज नाही; पण पुढच्या आठवड्यात नक्की या." डॉ. रोझ म्हणाले.

पुन्हा एकदा जलदगतीची हिरवी आणि पिवळी गाडी पकडून आम्ही परत या बंगल्यावर आणि या वहीशी आलो. टी आकाराच्या खांबांवरून जोडलेल्या विजेच्या तारा पुन्हा दिसतायत, नाही दिसतायतचा लपंडाव खेळायला लागल्या. त्यांच्यावर अधूनमधून कावळे-चिमण्या बसल्या होत्या. देखाव्याला काही रंगरूप नव्हतं. झाडांच्या मागे दिसणारा सूर्य मंद वाटत होता. दूर कुठेतरी मैदानात मुलं तपकिरी बॉलच्या मागे पळत होती.

बराच वेळ मोकळ्यावर घालवल्यावर बंगला कोंदट वाटला. त्याला बुरशीचा आणि धुळीचा घाणेरडा वास येत होता. मी टेबलाजवळ बसून घटनांची कालक्रमानुसार नोंद करण्याच्या बेतात होतो, तेवढ्यात फाटकाचा थोडा आवाज झाल्यासारखं वाटलं. कोणीच नसेल अशा अपेक्षेनं मी बाहेर नजर टाकली. मावळतीच्या उजेडात मला पांढरी कुफी टोपी आणि त्याच्या नागमोडी किनारीखाली काळजीत पडलेला डॉ. इब्राहिमचा चेहरा दिसला. एखादं समजायला कठीण असणारं चित्र पाहावं तसं ते काळजीनं बंगल्याकडे पाहत होते. क्षणभर असं वाटलं, की ते फाटक बंद करून निघून जाणारंयत, परत कधीच न येण्यासाठी. तरीही ते जणू मनाविरुद्धच कुंपणाच्या आतल्या वाटेवरून यायला लागले. एकेका खिडकीकडे पाहत ते ओसरीच्या पायऱ्या चढले. थोड्या वेळानंतर घंटी वाजलेली ऐकू आली. अंधाऱ्या पॅसेजमध्ये तो आवाज घुमला.

मी जिना उतरून खाली आलो तेव्हा ते डोकं हातात धरून टेबलाशी बसले होते. जास्तच दुखत असावं ते. ते कपाळाच्या दोन्ही बाजूला अंगठ्यानं चेपत होते.

"आठवतोय का मी?" त्यांनी विचारलं. डोकं चढत असतानाही ते हसायचा

प्रयत्न करत होते.

मी त्यांच्याकडे पाहून हसलो. त्यांनी बोट केलेल्या खुर्चीत बसलो.

"मी इकडनं चाललो होतो आणि मला वाटलं की तुमची दोघांची चौकशी करावी." ते मोघमच बोलले. "मग आता परत डॉ. रोझकडे केव्हा जायचंय?"

"पुढच्या आठवड्यात," अम्मी म्हणाली. "या वेळी त्यांनी पैसे घेतले नाहीत, इब्राहिम. मी त्यांना म्हटलं, की तू मला धाकट्या भावासारखा आहेस म्हणून."

"असू दे बहन. पुढच्या आठवड्यात मीसुद्धा तुमच्याबरोबर येईन. शक्यतो, आपण सगळे माझ्या मोटारीनं जाऊ. मी प्रोफेसर नासिरलाही बोलावलंय."

"नासिर कशाला?" अम्मीचा आवाज कठोर झाला. "त्याला तू सांगितलंस का, की आम्ही डॉ. रोझकडे जातो म्हणून?"

"नाही, तसं नाही बहन," डॉ. इब्राहिम मऊ आवाजात म्हणाले. "डॉ. रोझ प्रोफेसर नासिरला ओळखतात. ते दोघं एकाच शाळेत होते."

"मग, तुम्ही दोघं तुझ्या मोटारीनं जा," अम्मी कडवटपणे म्हणाली. "आम्ही गाडीनं जाऊ आणि तुम्ही दोघं जाणार असाल त्या दिवशी नक्कीच नाही."

"नको, नको. प्रोफेसर नासिर आलाच पाहिजे असं नाही." त्यांचं डोकं फारच दुखायला लागलं असेल. डोळे घट्ट मिटून ते बराच वेळ गप्प बसले. "आपण तिघं माझ्या मोटारीतून जाऊ. प्रोफेसरला खड्ड्यात जाऊ दे."

अम्मी गालातल्या गालात हसली आणि तिनं त्यांना चहा विचारला. त्यांनी नको म्हणून मान हलवली. त्यांनी अब्बांना सांगितलेलं मला आठवलं, की ते फक्त दोनदाच चहा पितात. एकदा सकाळी आणि एकदा संध्याकाळी. तिसऱ्यांदा कधीच नाही.

"आपण येत्या शुक्रवारी जाऊ या का?" त्यांनी विचारलं. "शुक्रवारची प्रार्थना झाल्यावर लगेच निघू."

"छान," अम्मीनं संमती दिली. "अगदी छान होईल ते, इब्राहिम."

इथे मी थांबतोय. मला आठवणाऱ्या आणि सांगाव्याशा वाटणाऱ्या सगळ्या गोष्टींची मी यात नोंद केलीय. सगळा भूतकाळ क्रमवार लिहून ठेवलाय. आता उरलाय तो भविष्यकाळ. उद्या.

उद्या शुक्रवार. दुपारी डॉ. इब्राहिम त्यांची काळी फियाट घेऊन धूळवाटेनं येतील आणि ताडाच्या झाडाखाली ती थांबवतील. ते दोघं माझा शोध घेतील. माझ्या नावानं हाका मारतील. तोपर्यंत फुलंही म्हणता येत नाहीत आणि फळंही म्हणता येत नाहीत अशा फुसफुसत्या गोष्टी वाऱ्यानं वाहत येऊन त्यांच्या मोटारीचं टप भरून जाईल. नंतर रेल्वे इमारतीजवळ सूर्य लाल व्हायला लागला आणि वडाच्या

फांद्यांवर पक्ष्यांची फडफड ऐकू यायला लागली, की डॉ. इब्राहिम निघून जातील. मी जिथं नाहीसा झालोय तिथून परत येण्याची वाटत पाहत अम्मी ओसरीच्या पायऱ्यांवर बसून राहील. सुरुवातीला तिला काळजीपेक्षा रागच जास्त वाटत असेल; पण रात्र पडायला लागली आणि एकामागून एक गाड्या घरासमोरून जाऊन बोगद्याच्या अंधारात नाहीशा व्हायला लागल्या, की तिचा राग कमी होऊन काळजी वाढेल.

मला शंकाच आहे, की मी तिला कशातून वाचवतोय याची तिला कधी कल्पना तरी करता येईल का आणि त्याबद्दल ती माझे आभार तरी मानेल का? तिला कल्पनाच नाहीय की डॉ. रोझनं तिच्यावर संमोहनशास्त्राचा प्रयोग केला, तर ती कुठल्या कुठल्या गोष्टी बोलून टाकेल. ती अगदी भडाभडा बोलेल. डॉ. रोझना, आणि तिथं थांबायची परवानगी दिली तर डॉ. इब्राहिमनाही, ती झोपेच्या गोळ्या कुटून, खिरीत विरघळवून चमच्या चमच्यानं नानीला भरवल्याचं सांगून टाकेल. नाहीसा झाल्यामुळे मी तिला खूप गोष्टींतून वाचवतोय.

इथं मी थांबतो.

वही शेवटची बंद करतोय मी. एक वेडी आशा मनाशी बाळगलीय. कधीतरी तुमच्या हाती माझी ही आत्महत्येची चिठ्ठी आणि हा बंगल्याचा इतिहास लागेल.

मला धोका वाटतोय तो फक्त वाळवीचा.

◆

✆ +91 020-24476924 / 24460313 / Mob. No. 9545000513
Email : production@mehtapublishinghouse.com
Website : www.mehtapublishinghouse.com